विलक्षण धाराप्रवाही आणि वाचकांना पकडून ठेवणारी लेखनशैली हे 'चाणाक्ष'चे पहिले वैशिष्ट्य आहे. उपलब्ध इतिहास धूसर पुरावे यांच्या आधारावर कौटिल्य चाणक्याचे चरित्र फार नेमकेपणाने लेखकाने मांडले आहे. निवडलेल्या लेखनशैलीमुळे समकालीन व्यक्तींचाही व्यवस्थित परिचय होतो. कथा, कादंबऱ्या, नाटक व दूरचित्रवाणी मालिका यांद्वारे महानायक चाणक्याचे विपुल चित्रण झाले आहे, तरीही ही साहित्यकृती वाचत असताना एका झपाटलेपणाचा अनुभव येतो! एका प्रभावी निर्मितीबद्दल लेखकाचे अभिनंदन!

– विवेक घळसासी

'चाणाक्ष' वाचून पूर्ण झाल्यावर मनस्वी आनंद झाला. अत्यंत परिश्रमपूर्वक यत्न केल्याने ही कलाकृती यशस्वी झाली आहे. भरपूर अभ्यास, चिंतन, वाचन आणि माहिती संकलनाचे फलित म्हणजे चाणाक्ष! आपल्या उत्तम शब्दरचना व अभिव्यक्ती या गुणांचा यानिमित्ताने परिचय झाला. या पुस्तकाचा घरोघरी प्रसार व्हावा असे वाटते इतके ते उत्तम झाले आहे.

– पद्मभूषण डॉ. अशोक कुकडे

ऐतिहासिक महापुरुष कादंबरीतून मांडणे तसे अवघड काम असते; पण लेखकाने 'चाणाक्ष'ची रचनाच एवढी मनोवेधक केली आहे की, एक महानाट्य रंगमंचावर चालू आहे व आपण प्रत्यक्ष ते पाहत आहोत असा एक विलक्षण आनंद पुस्तक वाचताना मिळतो. मराठी वाचकांसाठी निखळ आनंद देणारी साहित्यकृती सादर केल्याबद्दल लेखकाचे आभार!

– प्रकाश आंबेडकर

नांदेड ते अकोला प्रवासात चाणाक्ष वाचायला घेतले व एका दमात ते वाचून पूर्ण केले! पुस्तक एवढे मनोवेधक आहे की एकदा हातात घेतले की ते सोडवत नाही. लेखकाने खूप आगळ्यावेगळ्या पद्धतीने कथेची रचना केली आहे, प्रत्येक पात्र स्वतःचे मनोगत व्यक्त करीत आपणास चाणक्याच्या काळात घेऊन जाते. आर्य चाणक्य समजून घ्यायचा असेल तर चाणाक्ष वाचणे गरजेचे आहे. माझ्यासारख्या वाचनाचा कंटाळा असणाऱ्या माणसाने एकाच बैठकीत ते वाचावे यातच सगळे काही आले. मला खात्री आहे की कोणालाही हे पुस्तक कंटाळवाणे वाटणार नाही, याची हमी मी घेतो!

– प्रकाश पोहोरे, संपादक, दै. देशोन्नती

चाणाक्ष

बाबू गंजेवार

मेहता पब्लिशिंग हाऊस

Please contact us at **Mehta Publishing House,** Pune 411030.
✆ +91 020-24476924 / 24460313 / Mob. No. 9545000513
Email : production@mehtapublishinghouse.com
Website : www.mehtapublishinghouse.com

- *या पुस्तकातील लेखकाची मते, घटना, वर्णने ही त्या लेखकाची असून त्याच्याशी प्रकाशक सहमत असतीलच असे नाही.*

CHANAKSHA by BABU GANJEWAR

चाणाक्ष : बाबू गंजेवार / कादंबरी

Email : author@mehtapublishinghouse.com

मराठी पुस्तक प्रकाशनाचे हक्क : मेहता पब्लिशिंग हाऊस, पुणे.

प्रकाशक : सुनील अनिल मेहता, मेहता पब्लिशिंग हाऊस,
१९४१ सदाशिव पेठ, माडीवाले कॉलनी, पुणे ४११०३०.

मुद्रक : ट्रिनिटी अ‍ॅकॅडमी फॉर कॉर्पोरेट ट्रेनिंग लिमिटेड

मुखपृष्ठ : चंद्रमोहन कुलकर्णी

प्रकाशनकाल : वर्षप्रतिपदा, १८ मार्च २०१८ /
मेहता पब्लिशिंग हाऊस यांची द्वितीय आवृत्ती : फेब्रुवारी, २०२०

किंमत : ₹ ३९५

P Book ISBN 9789353174293
E Book ISBN 9789353174309
E Books available on : amazonkindle Apple Books Google Play Books

---

आयुष्यभर माझे केवळ कौतुकच करणारी माझी आई,
कै. प्रभावती रामचंद्र गंजेवार
तथा अक्काच्या पावन स्मृतीला अर्पण...!

प्रजासुखे सुखं राज्ञः
प्रजानांच हिते हितम्
नात्मप्रियं हितं राज्ञः
प्रजानां तू प्रियं हितम्

मनोगत...

'अतिशय धूर्त राजकारणी'हे एकाच शब्दात सांगायचे झाले तर 'आर्य चाणक्य' एवढेच उद्गार पुरेसे होतात! दोन हजार वर्षांपेक्षाही जास्त काळ लोटून देखील 'आर्य चाणक्य' नावाचा दरारा कमी झाला नाही. चाणक्य होऊन गेला त्याला तेवीसशे वर्षे झाली (इ.स.पू. तीनशे), इतक्या जुन्या कालखंडातील ऐतिहासिक पुरावे मिळणे हे अतिशय कठीण काम आहे. कौटिल्याच्या 'अर्थशास्त्र' या ग्रंथावरून आणि 'मुद्राराक्षस' या नाटकावरून आर्य चाणक्य या व्यक्तिरेखेचा अर्धवट परिचय आपणास होतो. अन्य कोणाही भारतीय अथवा परकीय समकालीन व्यक्तीने चाणक्याविषयी काहीही लिहून ठेवलेले आढळत नाही. त्यास समकालीन असलेला विष्णुशर्मा हा 'पंचतंत्र' या नीतिकथांचा जनक! पशू, पक्षी व प्राणी यांच्या रूपक माध्यमातून व्यवहारी राजनीती सांगणाऱ्या विष्णुशर्मामध्ये आणि विष्णुगुप्ताच्या कूटनीती सांगणाऱ्या व्यवहारी राजनीतीमध्ये आश्चर्यकारक साम्य आढळते! बहुधा या दोन व्यक्ती वेगळ्या नसून 'विष्णुगुप्त' हाच 'विष्णुशर्मा' असावा या अनुमानास त्यामुळे बळकटी येते.

चाणक्य तथा 'विष्णुगुप्त' किंवा 'कौटिल्य' अशा विविध नावांनी प्रसिद्धी मिळालेला हा राजनीतिनिपुण विद्वान ब्राह्मण, चाकोरी सोडून क्षत्रिय धर्मास पूरक अशा क्षात्रविद्येचा आयुष्यभर पुरस्कार करतो हेच मुळात महदाश्चर्य आहे. भारतीयांना परिचित असलेल्या 'सिकंदर आणि पौरस' यांचा चाणक्य हा समकालीन! जग जिंकायला निघालेल्या 'अलेक्झांडर द ग्रेट'ने भारताच्या सीमेवर स्वारी केली खरी, पण तो भोज्याला शिवून गेल्यासारखा परत गेला. बलशाली मगधावर स्वारी करून खऱ्या अर्थाने भारत पादाक्रांत करणे त्यास जमले नाही. प्रखर राष्ट्रवादी असलेल्या चाणक्यास सिकंदराचा हा भारतातील चंचुप्रवेश देखील चांगलाच झोंबला होता. तत्कालीन भारताची राजकीय अवस्था पाहता सिकंदरास अटकाव करण्याची क्षमता केवळ मगधराज धनानंदाजवळ होती. म्हणून मोठ्या उमेदीने चाणक्य मगधराज धनानंदकडे येतो, पण नादान राजा धनानंद त्याचा प्रचंड अवमान करून तेजोभंग करतो. सूडाग्नीने पेटलेला चाणक्य आपली शिखा सोडत नंदाचा समूळ विनाश

करण्याची प्रतिज्ञा भरसभेत करतो.

इथून सुरू होते एक महानाट्य! जे चाणक्य काळापासून साडेपाचशे वर्षांनंतर झालेल्या विशाखादत्त या प्रख्यात नाटककाराने 'मुद्राराक्षस' या नावाचे नाटक लिहून रंगमंचावर आणले. प्रत्यक्ष रणांगणावरील युद्ध न लढता अफाट बुद्धिमत्तेच्या बळावर आणि शह-काटशहाचे अहिंसक युद्ध खेळून कौटिल्याने स्तिमित करणारा विजय कसा मिळविला हे मुद्राराक्षसच्या नाट्यलिखाणातून विशाखदत्ताने व्यवस्थितरीत्या दाखविले आहे. अर्थात आपल्या 'चाणाक्ष' या पुस्तकाचा केंद्रबिंदूही हे नाटकच आहे, त्यामुळे संपूर्ण कथानक मुद्राराक्षस नाटकाच्या अवतीभोवती फिरत असलेले आढळून येईल. चाणक्य आणि अमात्य राक्षस यांच्यातील नाट्यपूर्ण आणि उत्कंठा वाढविणारा संघर्ष विशाखदत्ताने मोठ्या प्रभावी रीतीने मांडला आहे. राक्षसासारखा दक्ष प्रशासक असतानाही चाणक्याने आपल्या कुटिल डावपेचाने आणि गुप्तचर यंत्रणेच्या बळावर मोठ्या प्रमाणावर पाटलीपुत्र नगरात फितुरी घडवून आणली आणि सामर्थ्यवान मगधराजाचा राजवंश तसेच राजवटही संपुष्टात आणली. सुरक्षित असलेल्या राजधानी पाटलीपुत्रावर अल्पावधीत ताबा देखील मिळविला, अगदी रक्तहीन क्रांतीच केली! हा अनपेक्षित पराभव अमात्य राक्षसास जिव्हारी झोंबतो आणि प्रतिशोधाच्या भावनेने तो अक्षरश: वेडापिसा होतो. पण चाणक्य हा नि:स्पृह आणि निर्मोही राजकारणी आहे, त्यास संपूर्ण आर्यावर्त व्यापणारे चंद्रगुप्तांचे बलशाली साम्राज्य उभे करायचे आहे आणि त्यासाठी अमात्य राक्षसासारखा कर्तृत्ववान सहकारी चंद्रगुप्तास मिळणे, हे कौटिल्यास अत्यंत आवश्यक वाटते. राक्षसासारख्या मानी व्यक्तीला मृत्युदंड देणे अथवा आजन्म कारागृहात त्याची रवानगी करणे चाणक्यास मुळीच कठीण नव्हते, पण ते टाळून त्यास अगतिक व हतबल करून मगच त्यास आपलेसे करायचे होते! चाणक्याचे राक्षसाशी कसलेही वैर नसते, उलट सूडभावनेने प्रेरित झालेल्या आणि विवेक हरवून बसलेल्या राक्षसाच्या सद्भावनेला जागृत करीत त्यास राष्ट्रकार्यास उद्युक्त करावयाचे असते. नंदांचा समूळ विनाश करून चंद्रगुप्तांस अभिषिक्त केल्यावर, नंदाच्या पराक्रमी व दक्ष अमात्यास चंद्रगुप्ताकडे वळविण्यासाठी नानाविध प्रकारचे यत्न करून तो त्यात कसा यशस्वी होतो हे अनेक नाट्यमय घटनांतून मुद्राराक्षस नाटकात मोठ्या रंजक पद्धतीने मांडले गेले आहे. उल्लेखनीय बाब अशी की, या शीतयुद्धात चाणक्यास विशेष रक्तपात न करता, केवळ कूटनीतीच्या आणि भेदनीतीच्या जोरावर देदीप्यमान यश मिळालेले आहे. एकप्रकारे कपट, कारस्थान व कूटनीतीचा मनोहारी आविष्कारच विशाखदत्ताने आपल्या 'मुद्राराक्षस' नाटकात उलगडून दाखविला आहे. अमात्य राक्षसाची 'मुद्रा' चाणक्याच्या हाती लागते, हा या नाट्यातील सर्वोच्च कलाटणी देणारा प्रसंग, कारण आजच्याप्रमाणेच पूर्वीच्या काळीदेखील कोणताही लिखित

मसुदा मुद्रांकित केल्याशिवाय तो अधिकृत होत नसे. मुद्रा कायम हाताशी असावी म्हणून ती अंगठीच्या स्वरूपात परिधान करीत असत. गवसलेल्या या अत्यंत महत्त्वाच्या मुद्रेचा आपल्या कपटनाट्यात मोठ्या चतुराईने उपयोग करून घेत धूर्त चाणक्य अमात्य राक्षसास कसे नामोहरम करतो ते खरेच पाहण्यासारखे आहे. प्रत्यक्ष आपल्या मुद्रनेचे मुद्रांकित केलेल्या पत्रातील मजकुराचा राक्षस कोणत्या तोंडाने इन्कार करणार? हतबल झालेल्या राक्षसास आरोपीच्या पिंजऱ्यात उभे राहण्याची दुर्दैवी वेळ येते आणि त्याच्या फितुरीवर शिक्कामोर्तब होते! आता मात्र अमात्य राक्षस पूर्णत: निराश्रित व निराधार झालेला असतो व चाणक्याने हे सर्व मोठ्या कौशल्याने घडवून आणलेले असते! लागोपाठ घडणाऱ्या नाट्यमय प्रसंगांच्या मालिकेत ही गुंतागुंत विशाखदत्ताने मोठ्या चपखलपणे बसविली आहे, म्हणूनच मुद्राराक्षस खूपच रंजक झाले आहे. सगळ्या नाटकाचा गाभा व मथितार्थ असाच आहे की, बलप्रयोगापेक्षा बुद्धिप्रयोग करून आणि व्यवहारी राजनीतीच्या आधारे बलाढ्य साम्राज्य देखील उलथून टाकता येते; आणि राक्षसासारख्या अतिनिष्ठावान अमात्यासही दाती तृण धरून शरण यायला भाग पाडले जाते! चाणक्याने अतिशय 'चाणाक्षपणे'सर्व डावपेच लढवून ते सिद्ध करून दाखविले आहे.

आर्य चाणक्यावर मराठीतून तसे फारसे लिहिले गेले नाही, ह. ना. आपटे, डॉ. वसंतराव पटवर्धन, आनंद साधले, अंजली पर्वते, जनार्दन ओक व इतर मोजक्या लोकांनी चाणक्य आपापल्या शैलीत साकारला आहे. डॉ. पटवर्धनांचा या विषयात सखोल अभ्यास आहे, त्यांना कादंबरी व कौटिल्याचे अर्थशास्त्र हे दोन्ही स्वतंत्रीत्या सांगितले आहे. या सर्वच पुस्तकांचा लिखाणासाठी मला खूप उपयोग झाला. मुळात विस्तृत ऐतिहासिक पुरावा देणारी साधने उपलब्ध नाहीत, त्यामुळे हा कथानायक दाट व धूसर पडद्याआड लपलेला आहे. कथानकाच्या दृष्टीने केवळ मुद्राराक्षस हे एकच साधन तेवढे उपलब्ध आहे. केवळ त्यावरून सुसंगत अनुमान लावत चाणक्य लिहावा लागतो. शितावरून भाताची परीक्षा करावी लागते. अनासक्ती, संन्यस्त वृत्ती, अफाट व्यासंग, चाणाक्ष बुद्धिमत्ता, व्यवहारी कौशल्य, पुरेसे कपट, धोरणी राजकारण, प्रसंगावधान, अचूक निर्णयशक्ती, अखंड सावधानता आणि सर्वांत महत्त्वाचे म्हणजे शुद्ध हेतू...! इतक्या सर्व सद्गुणांचा समुच्चय एका चाणक्य नावाच्या व्यक्तीत झाला आहे, हेच आपणास विस्मित करते! चाणक्य या गूढ व्यक्तिमत्त्वाचे मला आकर्षण वाटायचे दुसरे कारण म्हणजे, परंपरेने चालत आलेल्या भारताच्या निरिच्छ आचार्य परंपरेत चाणक्य शोभून दिसतो. धूर्त व यशस्वी राजकारणी असून देखील राजपदाचा मोह नसणे, किंबहुना तो कटाक्षाने टाळणे ही निरपेक्षतेची परंपरा जगाच्या पाठीवर केवळ भारतात आढळते! राजसत्तेच्या वैभवाला निर्मोही वैराग्याची जोड असणे, हा आदर्श आर्य संस्कृतीचा विचार चाणक्यामुळे दृढ

झाला यात काहीच शंका नाही! वर्तमान जगताला आजदेखील या परंपरेची नितांत आवश्यकता भासते आहे, हे अमान्य करून चालणार नाही. धूर्त 'आर्य-चाणक्य' आणि नंदाचा निष्ठावान 'अमात्य-राक्षस' या दोन धुरंधर 'चाणाक्ष' पुरुषांत हे शीतयुद्ध चालते. घटना, प्रसंग आणि नाट्य किंचित गुंतागुतीचे वाटले तरी ते मोठे रंजक आहे. सामान्यत: फारसा परिचित नसलेला हा एका महानायकाचा ज्ञात इतिहास कथास्वरूपात मांडण्याचा प्रयत्न केला आहे. कथामांडणीसाठी निवडलेली पात्रे आपले मनोगत व्यक्त करीत कथानक प्रवाही करतात अशी संकल्पना व रचना इथे केली आहे. कथाविस्तारासाठी आवश्यक असलेले कल्पनास्वातंत्र्य घेतल्याशिवाय हा प्रयोग यशस्वी होऊ शकला नसता. लिहिण्यामागचा हेतू प्रामाणिक असल्याने लिखाणात काही प्रमाद केलेत असे वाटल्यास ते क्षम्य ठरवावेत.

पुस्तक आकारास येण्यासाठी प्रोत्साहन आवश्यक असते, जे मला घरूनच मिळत गेले. माझी पत्नी सौ. शौभा आणि आईची माया देणारी मोठी बहीण सौ. शांताताई नळदकर, तसेच माझे जिवलग मित्र व समीक्षक असलेले भगवान व्यास, दीपक आंबुलगेकर, कॅ. निळकंठ केसरी व लक्ष्मण संगेवार ही मंडळी माझे लिखाण कसे होत आहे त्यावर वारंवार लक्ष ठेवून होती. प्रत्यक्ष निर्मिती आणि प्रगटीकरण स्नेहल प्रकाशन पुणे,चे श्री. घाटपांडे यांच्या सहकार्यामुळेच शक्य झाले. त्यांनी माझा प्रकाशनाचा प्रस्ताव तत्काळ स्वीकारल्याने कामास गती आली. माझे चित्रकार मित्र संतुक गोलेगावकर आणि श्री. बोकील यांनी शब्द दिल्याप्रमाणे उत्कृष्ट मुखपृष्ठ आणि आतील व्यक्तिरेखा सुरेख चितारल्या. त्यामुळे कथानकाच्या सादरीकरणास वेगळी गुणवत्ता प्राप्त झाली. प्रत्यक्ष अप्रत्यक्षरीत्या ज्या ज्या व्यक्तींची व घटकांची निर्मितीसाठी मदत झाली त्या सर्वांच्या ऋणातच राहू इच्छितो.

रसिक वाचकासमोर तर आलोच आहे, कलाकृती जर आवडली तर मात्र मनमोकळा प्रतिसाद द्यायला विसरू नका. एवढीच तुमच्याकडून अपेक्षा. लई नाही मागणं!

– बाबू गंजेवार

दुसऱ्या आवृत्तीच्या निमित्ताने

गतवर्षी 'चाणाक्ष'चे प्रकाशन झाले त्या वेळी वाटले नव्हते की एक वर्षातच दुसरी आवृत्ती काढण्याचा योग येईल! पण विषय आर्य चाणक्याच्या जीवनातील एका महानाट्याचा होता म्हणून म्हणा किंवा प्रकाशकाचे वितरण कौशल्य होते म्हणून म्हणा की लेखक, साहित्य कलाकृती रंगविण्यात यशस्वी ठरला म्हणा! कारण कोणतेही असो, सर्वदूर मराठी वाचकापर्यंत चाणाक्ष नेण्यात यश नक्कीच मिळाले.

दुसरी आवृत्ती काढण्यासाठी आमचे स्नेही व मेहता प्रकाशनचे मालक श्री. सुनील मेहता यांनी रस घेतला व तातडीने सगळे कामास लागले. नांदेडचे माझे मित्र देवदत्त देशपांडे यांच्यापासून ते पुण्यातील मेहता पब्लिशिंग हाऊसच्या कर्मचाऱ्यांपर्यंत सर्वांनी उत्साहाने सहकार्य केले. गतवर्षी चाणाक्ष प्रकाशित झाल्यावर मित्र व आप्तजन हे अर्थातच पहिले वाचक होते! राजा किवळेकर, मुकुंद साखळकर, गिरीश जोशी, नीलिमा थिटे, स्वप्नील चाम्हणीकर, प्रफुल्ल शेंडगे, प्रा. रमेश जोशी, अप्पा लातुरे, दिलीप पाध्ये, द. अु. देशपांडे सर, संदीप नळदकर, सुनील कोळनूरकर, कुंदा बल्लाळ, ममता येरावार, स्मिता वडजकर, रोहित वट्टमवार, उषाताई मुक्कावार, आ हेमंत पाटील, स्व नारायण देशपांडे, नीला कुलकर्णी मधू धर्मपुरीकर, डॉ. श्रीकांत लव्हेकर, राम शेवडेकर... कितीजणांची नावे घ्यायची? फोनवर 'चाणाक्ष'ची स्तुती करून गुदगुल्या करणारे तर कितीतरी मित्र आहेत.

मला मनस्वी आनंद झाला तो रा. स्व. संघाचे माननीय सरकार्यवाह श्री. भय्याजी जोशी यांनी प्रत्यक्ष भेटीत चाणाक्ष खूप आवडल्याचे सांगितले तेव्हा! तसेच हा आनंद शतगुणित होत गेला तो लिखित स्वरूपात मान्यवरांच्या प्रतिक्रिया येत गेल्या त्या त्या वेळी. मा. ना. सुधीर मुनगंटीवार यांनी पत्राद्वारे चाणाक्ष आवडल्याचे कळविले, कंधारचे मा आमदार व चित्रकार गुरुनाथराव कुरुडे यांनी दोन पाने भरून पत्र लिहून खुल्या दिलाने स्तुती केली. पद्मभूषण डॉ. कुकडे काका यांच्या पत्रानेही तृप्त झालो. मा बाळासाहेब आंबेडकरांनी पण चाणाक्ष मागवून घेऊन आनंदाचा धक्का दिला. 'देशोन्नती'चे संपादक श्री प्रकाश पोहोरे यांनी तर

दै. देशोन्नतीमध्ये 'चाणाक्ष'वर स्तुतीपर लेखच लिहिला! शरदभाऊ खाडिलकर यांनीही आवर्जून पुस्तक आवडल्याचे पत्र लिहिले. या सगळ्या आनंद वर्षावात आजही खंड पडला नाही हे विशेष. मला विशेष आभार मानायचे आहेत ते माझे मुखेडचे स्नेही व मार्गदर्शक यज्ञेश्वर दीक्षित यांचे, त्यांनी अत्यंत ओघवत्या भाषेत चाणाक्षचे रसग्रहण करून आवश्यक त्या दुरुस्त्या पण सुचविल्या त्याबद्दल त्यांचे ऋण व्यक्त करतो.

'चाणाक्ष'ची प्रत प्रत्येक जिल्हा ग्रंथालयात उपलब्ध करून दिल्याबद्दल ग्रंथालय महासंचालक मुंबई यांचे विशेष आभार. मेहता प्रकाशनच्या सर्व संबंधित कर्मचाऱ्यांचे आभार आणि श्री. सुनीलजी मेहता यांनी अल्पावधीत 'चाणाक्ष' नव्या स्वरूपात वाचकांसमोर आणले त्याबद्दल त्यांच्या ऋणात राहण्यातच आनंद आहे.

– बाबू गंजेवार

प्रस्तावना...

चाणक्य हा विषय मोठा आकर्षक, कुतूहलाचा आणि गूढही आहे, त्यावर कादंबरी लिहिणे हे एक आव्हानच आहे. पौराणिक व ऐतिहासिक कथा वाचकांना माहीत असतात, कथांचे तपशील, दिशा व परिणाम याची पूर्वकल्पना असते. ललित साहित्यिकांना आपल्या मनाप्रमाणे त्यात बदल करता येत नसतो तरीसुद्धा कथेचा तपशील रंजक करून फुलविण्यासाठी त्याला कल्पनाशक्ती लावावी लागते. 'चित्र रंगवा' स्पर्धेत आधीच रेखाटन काढून दिलेले असते, त्यात फक्त कौशल्याने रंग भरायचे असतात. ढाचा न बदलता हे काम करणे तसे अवघडच!

ना. सी. फडके आपल्या 'प्रतिभासाधन' या ग्रंथात म्हणतात, 'अवलोकन' आणि 'अनुभूती' हे ललित लेखकाचे दोन घोडे आहेत, अवलोकनाचा आवाका कितीही मोठा असला तरी, त्याचा फारसा उपयोग इतिहासकालीन कथा रंगविताना होत नाही. त्यासाठी अनुभूती हीच शेवटी महत्त्वाची ठरते. या विवक्षित मर्यादित राहूनदेखील बाबूरावांनी अतिशय ताकदीने प्रस्तुत कादंबरीचे यशस्वी लेखन केलेले आहे, हे विशेष!

इतिहासात होऊन गेलेल्या युगपुरुषांबद्दल आणि त्यांनी राष्ट्रउभारणीसाठी केलेल्या अलौकिक परिश्रमाबद्दल भारतीय जनमानसात प्रचंड आकर्षण व आदर आहे. गीतावचनाप्रमाणे जेव्हा धर्माला ग्लानी आली तेव्हा येथे एक युगपुरुष उभा राहिलेला आहे. इथे धर्म हा शब्द उपासना पद्धती या अर्थाने न घेता 'कर्तव्य' या अर्थाने घेतला पाहिजे. समाज जेव्हा आपले कर्तव्य विसरतो तेव्हा तो स्वत:ची अस्मिता हरवून बसतो. अशा वेळी समाजाला गदगद हलवून जागे करत त्यात चेतना आणण्याचे ऐतिहासिक काम समाजातूनच आलेल्या महापुरुषांनी केलेले आहे. परिस्थिती नेता घडविते, नेता सामान्य माणूस घडवितो, तर सामान्य माणूस राष्ट्र घडवितो!

अंधकारमय, प्रतिकूल व विपरीत परिस्थितीतून अशा अवतारी महापुरुषांनी संवेदनाहीन झालेल्या समाजात अस्मितेचे प्राण फुंकून त्यास पुन्हा राष्ट्रनिर्मितीसाठी सज्ज केलेले आहे! शककर्ता शालिवाहन, छत्रपती शिवराय ही याची ठळक

उदाहरणे आहेत. रामायण-महाभारतातील राम-कृष्णाच्या कथा परंपरेने या कामी प्रेरणादायक ठरल्या आहेत. भारतीय संस्कृतीतील ही मूल्ये जगणारी व्यक्तिमत्त्वे आणि ही मूल्ये पुढील पिढ्यांत संक्रमित करणाऱ्या कथा, यांनी वारंवार राष्ट्राचे पुनरुत्थान करण्याचे कार्य केलेले आहे. म्हणूनच या कथा ताकदीने समाजासमोर मांडणे अतिशय महत्त्वाचे आहे. इतिहासाशी प्रामाणिक राहत केवळ घटनांची जंत्री न देता वाचकांच्या मनात शिरून त्याच्या चिंतनप्रक्रियेला सामावून घेत रंजक पद्धतीने कथा उलगडून सांगणे हे मोठे कौशल्याचे काम असते. भयकारी, प्रतिकूल आणि विपर्यस्त परिस्थिती असतानासुद्धा मूल्यावर अढळ निष्ठा ठेवून चळवळीचे सामर्थ्य निर्माण करण्याची विलक्षण शक्ती अशा कल्पक सादरीकरणात असते! आर्य चाणक्याची कथा याच वर्गात मोडते. परचक्र आले असताना व राष्ट्र अत्यंत निष्क्रिय अवस्थेत असताना देखील आर्य चाणक्याने समाजपुरुषाच्या पौरुषत्वाला आव्हान करून त्यास राष्ट्रसंकल्पनेच्या रक्षणासाठी सिद्ध केले! म्हणूनच चाणक्य हा एक द्रष्टा महापुरुष म्हणून कथारूपात समाजापुढे आला पाहिजे.

साहित्यनिर्मिती केवळ स्वान्तसुखाय न होता जीवनमूल्ये जोपासणारी असली पाहिजे. 'सरस ते साहित्य व समरस तो साहित्यिक' अशी संकल्पना जळगावच्या पहिल्या समरसता साहित्य संमेलनात मांडण्यात आली ती निश्चितच अंतर्मुख करणारी आहे.

लेखकाने स्वत: कथानिवेदन न करता, या कादंबरीतील कथानक प्रत्येक पात्राच्या मनोगतातून पुढे पुढे नेले आहे. म्हणजे आर्य चाणक्याच्या काळातील प्रत्येक पात्रामध्ये लेखकाने परकायाप्रवेश करायचा, आणि त्याची चिंतनप्रक्रिया व विचारशैली त्याच्याच शब्दात मांडायची, हे तसे मोठे जिकिरीचे काम आहे, पण बाबूरावांनी ते लीलया पार पाडले आहे. भाषा तीच असली तरी ती बारा कोसावर बदलते, अगदी तसेच काळानुरूप भाषेचा बाजही बदलतो. ऐतिहासिक, पौराणिक कथा फुलविताना वाचकांना त्या त्या काळात घेऊन जाण्यासाठी भाषेचा योग्य तो बाज राखता आला पाहिजे. नंदाच्या राजसभेत अपमानित झालेल्या चाणक्याच्या मनाची संतप्त अवस्था लेखकाने वर्णन केली आहे... 'माझे विद्ध झालेले मन व निखारे फुललेले डोळे राजसभेत अग्निवर्षावच करीत होते! सौदामिनी आपल्या दीप्तीने कृष्णमेघांची किनार लाखलखीत करीत कोसळते, तद्वत माझ्या मुखातून अविरत अंगार वर्षत होता! नव्हे, एका कठोर तपस्व्याची शापवाणीच तुटलेल्या पर्वतकड्याप्रमाणे कोसळत होती!' किंवा समरांगणावरील वर्णनात... 'खड्गधारी, त्रिशूलधारी, धनुर्धारी, चक्रधारी, गदाधारी, भृशुंडीधारी, अश्वस्वार, गजस्वार, रथी-महारथी, पदाती अशा चतुरंग शत्रुसेनेविरुद्ध क्रमाने त्याहून प्रभावी शस्त्रास्त्रांसह व्यूहयोजना केली तरच जयाचा स्वामी होता येते, हा रणक्षेत्रावरील अनुभवसिद्ध

पुरुषार्थ आहे!' 'विमनस्क अवस्थेतच मित्राच्या घरी भेटीला गेल्यावर चाणक्य मनोगतात सांगतो...' विस्कटलेली शिखा, कपाळावरील धर्मबिंदू, भ्रांत चेहरा, रक्तवर्ण नेत्र अशा माझ्या झालेल्या अवतारातच इंदू शर्माने बाहू पसरवीत मला मिठी मारली! कळशीभर शीतल जलपेय प्राशन केल्यावरच मला खूप शांत शांत वाटले!

शब्द आणि भाषेचा परिणामकारक वापर करून प्रसंगाचे तत्कालीन चित्र जिवंतपणे उभे करण्याचे लेखकाचे सामर्थ्य पानोपानी प्रगट झाले आहे. चित्रकाराला जिवंत चित्रण करण्यासाठी जसा रंगछटांचा उपयोग होतो तसेच ललित लेखकाला कथेतील पात्रे व प्रसंग चित्रित करताना शब्दछटांचा मनोहारी वापर करता आला पाहिजे, जे बाबूराव गंजेवारांना व्यवस्थित जमले आहे. सर्वांगीण वाचन व बहुश्रुतता यातून आलेली, अप्रकट मनाच्या गाभाऱ्यात असलेली शब्दसमृद्धीच असे आव्हान लीलया पेलू शकते.

आर्य चाणक्याच्या काळातील भाषा, संज्ञा व नावे हे सर्व इतक्या चपखलपणे उतरले आहे की, वाचक नकळत 'त्या' काळात जातो! स्वत:विषयी सांगताना कौटिल्य लिहितात, 'विष्णू नामक बालक आपल्या वडिलांचा हात धरून शेकडो योजने दूर असलेल्या तक्षशिलेकडे निघाला होता, नव्हे, तो वडिलांनी पाहिलेल्या स्वप्नांचा पाठलाग करीत निघाला होता. स्वप्न तरी किती किरकोळ... माझा मुलगा तक्षशिलेहून चांगले वैद्यकज्ञान मिळवून परत पाटलीपुत्रानजीक असलेल्या आपल्या मूळ गावी चणक येथे येईल, व मिळविलेल्या ज्ञानावर त्याची उपजीविका उत्तम चालेल आणि तो आपल्या मातापित्याची वृद्धापकाली चांगली सेवा करून त्यांना संतुष्ट ठेवील! कोणत्याही मातापित्याची आपल्या पुत्राकडून किमान एवढी अपेक्षा असणे चुकीचे नसते.'

अशाप्रकारे घटना व प्रसंग यातील बारकावे पात्राच्या मनोगताद्वारे व्यक्त करीत लेखक कथाप्रवाह मोठ्या खुबीने पुढे नेतो, आत्मप्रौढीचा दोष पात्रांना लागणार नाही याची काळजी घेत कथानक फुलविणे हे खरेच कौशल्याचे काम आहे. रंजकतेचे रंग भरताना काही काल्पनिक पात्रे, उपकथानक, रूपककथा आदींचा समावेश मूळ कथानक कायम ठेवीत लेखकाने चातुर्याने केला आहे. अशा योजनेतून पात्राच्या स्वभाववैशिष्ट्यांचा, हेतूंचा आणि व्यक्तिमत्त्वाचा वाचकास परिचय होतो. उदा. बुद्धिभेद करण्यात पटाईत असलेला चाणक्याचा सहाध्यायी-इंदू शर्माने आपल्यापेक्षा सशक्त व बळजोर असलेल्या अग्रसेन व वृषसेन या भावांत कशी फूट पाडली व बदला घेतला त्याचे चपखल वर्णन करणारी उपकथा यात सांगितली आहे. घटनाक्रमाची सुसंगती भाषा, प्रसंग आणि काळ यांचेशी लावत परिणामकारक कादंबरीची निर्मिती करण्यात बाबूराव कमालीचे यशस्वी झाले आहेत! पंचतंत्रातील

रूपककथांचा निर्माता विष्णु शर्मा आहे, तो आणि विष्णुगुप्त समकालीन तर आहेतच, पण वैचारिक धाटणीच्या साम्यामुळे दोन्ही व्यक्ती एकच आहेत का, हा संशोधनाचा विषय आहे. पण या कादंबरीत पंचतंत्रातील काही कथांचा चपखल वापर केलेला आहे. कथानकाचे सुरेख वर्णन इतक्यानेच काम संपत नाही, कथानायकाच्या चरित्रातून सांस्कृतिक मूल्याचाही संस्कार वाचकांवर सहजपणे करावा लागतो. तो किती सहजसुंदर आहे यावर ललित साहित्याचे सौंदर्य अवलंबून असते. अशा वाक्यांना सुविचार म्हणून कुठेही उद्धृत करता येईल असे रूप प्राप्त झालेले असते. वि. स. खांडेकरांच्या कादंबरीत पानोपानी या प्रकारच्या मूल्यसंज्ञांचे दर्शन होते. 'चाणाक्ष' कादंबरीत देखील अशी सौंदर्यस्थळे आलेली आढळतात. उदा 'मर्यादा सोडून जाणाऱ्या कोणत्याही अनियंत्रित शक्ती शेवटी विकृत रूप धारण करतात, मग त्यांना नियंत्रणात आणण्यासाठी तेवढीच कठोर प्रतिशक्ती लावावी लागते, हा सृष्टीचा नियमच आहे!' किंवा 'तत्त्वज्ञान कितीही श्रेष्ठ असले तरी ते सांगणाऱ्याचे अस्तित्व त्याहून महत्त्वाचे असते, किमान आत्मरक्षण तरी प्रत्येकास करता आलेच पाहिजे. अन्यथा त्याची अवस्था दात आणि नखे काढलेल्या व्याघ्रासारखी हीनदीन होईल व अरण्यातील क्रूर श्वापदे त्याचा विनाविलंब फडशा पाडतील!' आणखी एक उदा. 'एखाद्या विषयाची सर्वांगीण व डोळस चिकित्सा करता येणे आणि न दिसणाऱ्या बाजूचे देखील विश्लेषण करण्यास प्रवृत्त होणे म्हणजेच वैचारिक प्रगल्भता होय!' किंवा चंदनदास म्हणतो, 'डाव्या हाताने केलेले दान उजव्या हातास कळू नये, एवढी नैतिक सुस्पष्टता आपल्या संस्कृतीत असताना चंदनदासने आपल्या मित्रासाठी प्राणदान केले असे म्हणण्यावर माझा आक्षेप आहे, मित्रासाठी केलेले कोणतेही दान असूच शकत नाही, असते ते केवळ कर्तव्य...!' अमात्य राक्षसाचा आत्मविश्वास जागा करण्यासाठी सिद्धार्थक म्हणतो, 'महाराज, आपल्या तेजामध्ये शत्रूला भस्मसात करण्याची दाहकता आहे, कृष्णमेघांनी आक्रमण करून सूर्यबिंबास ग्रासले म्हणून काही सूर्याचा अस्त झाला असे म्हणत नाहीत, ती एक तात्कालिक अवस्था असते. एकदा का कृष्णमेघाचे मळभ दूर झाले की, सूर्य आपल्या प्रखर तेजाने पुनश्च तळपू लागतो!' कादंबरीचा शेवट करताना चाणक्य म्हणतो, 'आमचे सर्वच क्षेत्रांतील कर्तृत्व अमात्यापेक्षा श्रेष्ठ होते, स्वपराक्रमावर विश्वास नसलेली माणसेच जर आमचे दैव अनुकूल असेल तर आम्ही विजयी होऊ, अशी जरतरची भाषा वापरतात! म्हणूनच तर आमचा विजय झाला!'

अशी वाक्ये कादंबरीचे सौंदर्य ठरविणारी आहेत. मराठी साहित्यात अलीकडे 'जगण्याचे लिहिणे' या सदरात मोडणारे प्रत्यक्ष जीवनातील विदारक दुःख मांडणारे आत्मचरित्र लेखन खूप झाले आहे. त्यास एक महत्त्वही आहे, मात्र जीवनातील आशावाद आणि जगण्यातील औचित्य याची प्रेरणा देणारे लिखाण हे समाजधारणेसाठी

गरजेचे असते. भारतीय संस्कृतीतले तत्त्वज्ञान केवळ ग्रंथांतील शब्दात अथवा रचनेत नाही, तर तत्त्वज्ञान जगून दाखविणारी महान माणसे होऊन गेली आहेत. रामराज्य, कृष्णनीती, भीष्मप्रतिज्ञा अशा संकल्पना महापुरुषांच्या प्रत्यक्ष जगण्यातून रूढ झाल्या आहेत. हे सगळे मानवतेला पावन करणारे जीवनदर्शन आहे व हीच भारतीय संस्कृतीची ओळख आहे जिचे जगाने अनुकरण करावे! जगातील साम्यवाद, भांडवलवाद हे जीवनरचना उभ्या करण्याचे प्रयत्न पराभूत झालेले जाणवताना मानवतेचा विचार करणारे भारतीय जीवनदर्शन प्रत्यक्ष जगणारा समाज निर्माण करता आला तर ती आदर्श स्थिती होईल. म्हणूनच आर्य चाणक्यासारख्याची जीवनदर्शने अशा सहजसुंदर, सोप्या भाषेत समाजापुढे ललित लेखकांनी आणली पाहिजेत. सर्वकाही मिळवून त्याचा सहज त्याग करणारी चाणक्यासारखी निर्मोही माणसे ही भारतीयांची निरिच्छ ऋषिपरंपरा सांगतात! अस्सल भारतीय विचारांचा परिचय देणारी, समाजमनात उत्सुकता व अभिमान निर्माण करणारी, बाबूराव गंजेवारांची ही कादंबरी खूप मोलाची ठरणार आहे यात मला तरी संदेह नाही!

– दिलीप धारूरकर

राज्य माहिती आयुक्त

: पात्र परिचय :

आर्य चाणक्य :

साधारणत: तेवीसशे वर्षांपूर्वी जन्मास आलेला धुरंधर आणि प्रखर राष्ट्रवादी राजकारणी! राज्यव्यवहार सांगणाऱ्या अर्थशास्त्र या सुप्रसिद्ध ग्रंथाचा निर्माता. मूळ नाव विष्णुगुप्त, पण कुटिल नीतिज्ञ असल्याने कौटिल्य म्हणूनही विख्यात! चणक या जन्मग्रामामुळे चाणक्य अशीही ओळख असावी. साम, दाम दंड आणि भेद या सर्व कुटिल तंत्राचा व विश्वासू सहकाऱ्यांचा चाणाक्षपणे वापर करून चाणक्याने अत्याचारी नंदांच्या सर्व औरस वारसांचा नृशंसपणे संहार केला व त्याचे मगध साम्राज्य उलथून टाकले. तक्षशिला या जगप्रसिद्ध विश्वविद्यालयाचा तो विद्वान आचार्य होता. भारतीय उपखंडात प्रभावशाली मौर्य साम्राज्याची स्थापना करणारा युगपुरुष अशी इतिहासात चाणक्याची ओळख आहे. मगध साम्राज्याचा विस्तार करून भारतात प्रथमच एकछत्री अंमल आणून चंद्रगुप्त मौर्यास चक्रवर्ती सम्राट म्हणून मान्यता मिळवून दिली. आर्य चाणक्याने भारतीय ऋषी परंपरेनुसार प्रत्यक्ष राजसत्तेचा मोह न धरता कर्तव्यबुद्धी व निरिच्छता याचेच शेवटपर्यंत अवलंबन केले.

राजा धनानंद :

मगधाच्या नंद घराण्याचा हा शेवटचा राजा. नावाप्रमाणेच धनलोभी, सुखलोलुप, व्यसनाधीन व विषयासक्त असलेला आत्मकेंद्रित राजा. कर्तबगार अमात्य राक्षस व पराक्रमी सेनापती भागूरायण यांच्या बळावर याचे राज्य टिकून राहिले. परचक्रापासून सावध करण्यासाठी आलेल्या तक्षशिलेच्या प्रतिभावान आचार्य चाणक्याचा अकारण अवमान करून धनानंदाने संकट ओढवून घेतले, परिणामी त्याच्यासह सर्व राजपुत्राचा विनाश झाला आणि नंद घराण्याचा शेवट झाला.

अमात्य राक्षस :

कुशल प्रशासक आणि लढाऊ योद्धा अशा दोन्ही क्षेत्रांत प्रवीण असलेला हळव्या मनाचा राक्षस हा धनानंद राजाचा अत्यंत निष्ठावान असलेला मुख्य

अमात्य. मगध राज्यातील प्रजाजनात सुद्धा तो प्रिय होता, गुणग्राहक स्वभावामुळे त्याने अनेक गुणी माणसे जोडली होती. कर्तव्यकठोर असल्याने शेवटपर्यंत आर्य चाणक्यास सहज शरण गेला नाही. अमात्याच्या असामान्य गुणवत्तेमुळेच त्यास चंद्रगुप्ताच्या पक्षात आणण्यासाठी चाणक्याला नाना प्रकारची कारस्थाने व खूप प्रयास करावे लागतात. शह-काटशहाच्या जीवघेण्या संघर्षात शेवटी अमात्याचा पराजय होतो. शेवटी हतबल व अगतिक झालेल्या अमात्य राक्षसास चंद्रगुप्ताचे अमात्यपद स्वीकारण्यासाठी चाणक्य विवश करतो!

मुरादेवी :

हिमालयाच्या एका पहाडी प्रदेशाचा राजा सुबाहू व त्या किरातराजाची राजकन्या मुरादेवी! अलौकिक सौंदर्याची स्वामिनी असलेली मुरादेवी ही एक शापित राजकन्या होती असेच म्हणावे लागेल! नंद सेनापती भागूरायणने पित्याचा पराभव केल्यावर ती जेत्याची म्हणजेच राजा धनानंदाची गांधर्व विवाहाने धर्मपत्नी होते. आपली जिवलग सखी प्रियंवदेसह ती पाटलीपुत्र नगरीत राणी म्हणून येते. अद्वितीय सौंदर्याने मोहित झालेला राजा धनानंद मुरादेवीच्या सर्वस्वी आहारी जातो पण अल्पकाळातच तो तिच्यापासून दुरावतो. त्याचा अंश असणारा राजपुत्र म्हणजेच 'चंद्रगुप्त!' त्याचा, मुरादेवीस विपरीत परिस्थितीमुळे जन्मताच त्याग करावा लागतो. योगायोगाने हाच युवा 'चंद्रगुप्त' एका गोप कुटुंबाच्या वस्तीत चाणक्याच्या हाती लागतो.

क्षपणक जीवसिद्धी :

मूळ नाव इंदू शर्मा, विष्णुगुप्त तथा चाणक्याचा बालमित्र व सहाध्यायी. अत्यंत तीक्ष्णबुद्धीचा समयसूचक व अष्टावधानी विद्वान. गुप्तचर म्हणून आदर्श व्यक्तिमत्व असलेला बहुरूपी! केवळ मैत्रीखातर नंदराज्याच्या विनाशात चाणक्यासोबत महत्त्वाची भूमिका पार पाडण्यासाठी आयुष्याचा एक महत्त्वाचा कालखंड त्याने समर्पित केला. रूपांतर व वेषांतर करून क्षपणक जीवसिद्धी हे छद्म नावे घेऊन चाणक्याच्या व्यापक कटात मुख्य गुप्तचर म्हणून वावरला. अल्पावधीत गुप्तचराचे जाळे विणून त्याने मगधराज्य पोखरून काढले आणि भेदनीतीच्या जोरावर अशक्य असलेली कामगिरी पार पाडली, विशेष रक्तपात न करता पाटलीपुत्र जिंकले!

सेनापती भागूरायण :

राजा धनानंदाचा विश्वासू व पराक्रमी सेनानी. याच्या चतुरंग सेनेच्या आणि अफाट गजदलाच्या भयानेच अलेक्झांडरने मगध राज्यावर आक्रमण केले नाही असे

म्हणतात. रणांगणातील कुशल नेतृत्वाच्या जोरावर अपराजित राहिलेला सेनापती असा त्यास लौकिक प्राप्त झालेला असतो! रांगडा शिपाईगडी व तेवढाच भाबडा स्वभाव असल्याने चाणक्याने मोठ्या धूर्तपणे त्याच्या असंतोषास खतपाणी घालून त्यास आपल्याकडे वळवून घेतले आणि इच्छित षड्यंत्र पूर्णत्वास नेले.

चंद्रगुप्त :

मातृमुखी असलेल्या चंद्रगुप्ताने माता मुरादेवीच्या नावाने मौर्य घराण्याची सुरुवात केली. आर्य चाणक्याने गोपाच्या वस्तीतून शोधलेला हा हिरा, आपले पूर्ण कौशल्य आणि विद्वत्ता पणाला लावून त्यास आर्य चाणक्याने पैलू पाडले. सर्व विद्या, कला आणि शास्त्रे यात प्रावीण्य मिळवीत एक कल्याणकारी, शूर व प्रजाहितदक्ष राजा घडविला. आपल्या प्रतिज्ञापूर्तीसाठी चाणक्याने चंद्रगुप्तास सिंहसनाधिष्ठित केले व एका विशाल साम्राज्याचा हिंदुस्थानचा पहिला चक्रवर्ती सम्राट म्हणून चंद्रगुप्त मौर्य इतिहासपुरुष बनला.

युवराज मलयकेतू :

पर्वतीय प्रदेशाचा राजा पर्वतक याचा कोवळ्या वयाचा राजपुत्र. अननुभवी, शीघ्रकोपी आणि चंचलवृत्तीचा राजकुमार. पिताश्री महाराज पर्वतकांनी हेतुपूर्वक आर्य चाणक्यास मगधराज्य व पाटलीपुत्र जिंकण्यास सर्वतोपरी मदत केल्यावरही चाणक्याने मोठ्या निर्ममतेने विषकन्येद्वारा त्यांची हत्या करविली! पित्याच्या हत्येमुळे क्रुद्ध झालेला मलयकेतू चाणक्य व चंद्रगुप्तचा सूड घेण्यास उतावीळ होतो याकामी अमात्य राक्षसासारखा कर्तृत्ववान पुरुषही त्यास येऊन मिळतो आणि पूर्ण क्षमतेने कामास लागतो. पण मलयकेतू हा अविवेकी असल्यामुळे चाणक्याचे कुटिल षड्यंत्र, दूरगामी डावपेच आणि धूर्त खेळी यापुढे दोघांचेही सगळे डाव उधळले जातात!

चंदनदास :

पाटलीपुत्र नगरीतील श्रीमंत व्यापारी, सचोटीने व्यवहार करून व नंदराजाची मर्जी सांभाळून धनवृद्धी आणि नावलौकिक मिळवीत नगरश्रेष्ठी या सन्माननीय पदास तो पात्र झाला. अमात्य राक्षसाशी अतूट मैत्री आणि अविचल निष्ठा असल्याने चंदनदास अमात्यांचा अत्यंत जिवलग आणि प्राणप्रिय सखा होतो. निष्ठावान मित्र या नात्याने संकटसमयी अमात्य राक्षसाच्या कुटुंबीयास चंदनदासाने संरक्षण दिले, या मर्माचा व माहितीचा अचूक फायदा घेत चाणक्याने कट रचला आणि चंदनदासच्या माध्यमातून अमात्यास चांगलेच जेरीला आणले! मित्रप्रेमास जागत हळवा अमात्य शेवटी चाणक्यास शरण येतो.

मौर्य कालीन भारत

गांधार
तक्षशीला
काश्मीर
पुरु
मद्र
मत्स्य
कुरु
ब्रम्हपुत्रा
पर्वत प्र.
कामरुप
पारसीक
सिंधु
गंगा
यमुना
पांचाळ
चम्पा
पाटलीपुत्र
मरुकच्छ
कोशल
चेदी
वंग
कीरात
नर्मदा
ताप्ती
महानदी
माळवा
कलींग
गोदावरी
दक्षिणापथ
कावेरी

अनुक्रमणिका

आर्य चाणक्य

'क्षमा हे वीरांचे भूषण आहे' हे केवळ चमकदार वाक्य आहे. चुकीच्या व्यक्तीस अनाठायी व अनावश्यक क्षमा करणे हा शुद्ध भाबडेपणा झाला, राजनीतीमध्ये तर त्याला कदापिही क्षमा नसते! आपल्यावर झालेल्या निरुद्देश आघाताकडे एकवेळ क्षमाशील दृष्टीने पाहता येईल, पण हेतुपूर्वक केलेल्या प्रहारास क्षमा नाही! सत्तेच्या धुंदीत राजा धनानंदाने सापाच्या बिळात हात घालण्याचा प्रमाद केला होता. माझा, तक्षशिलेच्या या आचार्य चाणक्याचा भरसभेत अवमान केला, संन्यस्त खड्गास हात घालण्याची मोठी चूक त्याने केली व स्वत:च्या विनाशास कारण झाला. अन्यायाचा प्रतिशोध घेणे हेच तर वीरांचे भूषण असते.

आर्य चाणक्य...

पृथ्वीच्या उदरात खदखदणारा ज्वालारस अचानक उसळी घेऊन ज्वालामुखीचे रूप धारण करतो म्हणजे काय, ते त्या दिवशी अहंमन्य धनानंदाच्या राजसभेत मला समजले. क्रोधाग्नीच्या लवलवत्या केशरी ज्वाला संयमाची राख करीत तांडवनृत्य करीत होत्या! मी त्या क्षणी कोण होतो? वेदशास्त्रज्ञ संपन्न द्विज? चतुर्वेद, उपवेद, अठरा पुराणे, दशोपनिषदे, चौसष्ट कला, चौदा विद्या, पंचाग, नीतीशास्त्र आणि योगविद्या अवगत असलेला निपुण आचार्य? की कषाय वस्त्रधारी निरिच्छ संन्यासी? की सर्व परिसर दग्धभू करीत सुटलेला संतप्त वडवानल? हेलकवणाऱ्या लंबकाची दोलायमान अवस्था अनुभवत होतो मी. सुकाणूवरचे नियंत्रण सुटलेल्या नाविकाची नौका जशी टोकाचे हेलकावे खाते, तशी माझी मती सैरभैर व दिशाहीन झालेली होती. त्या मूढ धनानंदाचे विषारी वाग्बाण, तप्त शिलारस कानात ओतल्याप्रमाणे घुसले होते...! मेंदू, संयम आणि विवेकाचा पार भुगा झाला, जळजळीत उष्णतेची एक अनावर लाट नखशिखांत पसरली! शरीरातला अणुरेणू त्या तप्त लाटेत बाष्पीभूत होत होता, मन आक्रंदत होते, सूड.. सूड.. सूड..! होमकुंडातला प्रज्वलित अग्नी आपल्या सहस्र जिव्हांनी आसमंत कवेत घेत होता. आता एकच लक्ष्य... उन्मत्त आणि दुराचारी नंदराजचा पूर्ण विनाश! मदांध झालेल्या गजाचे हस्तिदंत समूळ उखडून काढल्याप्रमाणे सत्तांध बनलेल्या नंदाचे राजसिंहासन उखडून काढून त्याचा वंशविच्छेद करायचा! एका संन्यस्त खड्गाला हात लावल्याचा दुष्परिणाम काय होतो ते आता जग पाहील! तपस्वी ऋषींच्या तपोभंगाचे प्रायश्चित्त त्रैलोक्यात कुठेही नाही, हे त्या अहंकारी राजाला समजलेच पाहिजे. माझे विद्ध झालेले मन व निखार फुललेले डोळे राजसभेत अग्निवर्षाव करीत होते! सौदामिनी आपल्या दीप्तीने कृष्णमेघांची किनार लखलखीत करीत कोसळते, तद्वत माझ्या मुखातून अविरत अंगार वर्षत होता, नव्हे, एका कठोर तपस्व्याची शापवाणीच तुटलेल्या पर्वतकड्याप्रमाणे

कोसळत होती! बंदिस्त असलेली शिखा मुक्त करीत मी कडाडलो... मूर्ख धनानंदा! नंदकुळाचा नाश होण्यास केवळ तूच कारणीभूत व्हावास अशी दैवगती दिसते आहे, म्हणूनच तुला असली विनाशकाले विपरीत बुद्धी आठवली! या विष्णुगुप्ताचा भर राजसभेत अवमान आणि मानखंडना करून त्याचा तेजोभंग तर केलासच, शिवाय स्वत:चा कुलक्षय पण समीप आणला आहेस! हे नादान राजा, एका संतप्त ब्राह्मणाची प्रतिज्ञा ऐक... जोवर मगध सिंहासनावरून तू आणि तुझा नंदवंश यांचा उच्छेद करून नवा उत्तराधिकारी अभिषिक्त करणार नाही, तोपर्यंत हा विष्णुगुप्त आपली मुक्त केलेली शिखा बांधणार नाही!

रामायण-महाभारत ऐकविताना तातश्री त्यांतील पात्रांच्या स्वभावातील बारकावे मोठ्या खुबीने सांगायचे. शेवटी मनुष्य हा विकाराचाच बळी ठरतो, षड्रिपूच्या या मायाजालातून कोणाचीही सुटका नाही. क्रोध आणि ईर्ष्या यांचे पर्यवसान शेवटी सूडभावनेत परिवर्तित होत असते. तसे नसते तर हताश झालेल्या सुग्रीवाने वालीचा वध रामाकरवी केलाच नसता, शूर्पणखेचे नाक कापल्यावर रावण सुडाने पेटलाच नसता, शेपटीला आग लावल्याचा प्रतिशोध हनुमानाने अवघी लंका जाळून घेतला नसता, आणि महाभारत तरी काय एक सुडाचीच दीर्घकथा आहे! द्रोपदीचा अपमान झाल्यानेच तर महाभारताचा सूडयज्ञ धडाडून पेटला आणि कितीतरी अक्षौहिणी सैन्याची अनेक महाबली योद्ध्यांसह आहुती पडली. मर्यादाभंग करणाऱ्या दुर्योधनाची मांडी गदेने छिन्नविच्छिन्न करण्याची आणि दु:शासनाचे बाहू समूळ उपटून काढण्याची भीषण भीमप्रतिज्ञा त्याच सूडबुद्धीतूनच झाली! अश्वत्थामा मारला गेल्याचे वृत्त ऐकून, गुरू द्रोणाचार्यांनी हताश होऊन बसकण मारली. द्रोणाचार्य अगतिक अवस्थेत व नि:शस्त्र होऊन बसले असताना, कोणताही विधिनिषेध न बाळगता धृष्टद्युम्नाने त्यांचा शिरच्छेद करून आपल्या पित्याचा– द्रुपदराजाच्या वधाचा सूड घेतलाच ना? भीष्माचार्यांचे तरी काय झाले? शिखंडी बनून अंबालिकेने भीष्माचार्यास शरपंजरी मरणासन्न अवस्थेत ठेवून शेवटी सूड उगवलाच की! लाक्षागृह आणि द्यूतमांडणी या घटना निव्वळ प्रतिशोधाच्या भावनेतून आल्या होत्या ना? नीतीशास्त्राचे चिंतन करणारा सद्वर्तनी अश्वत्थामा सुडाचा क्रोधाग्नी घेऊनच पांडवांच्या शिबिरात शिरला आणि निद्रिस्त अवस्थेतील पांडवपुत्रांचे नृशंस हत्याकांड करता झाला! दुर्योधनासह स्वत:च्या शंभर पुत्रांचा पांडवांनी नाश केल्याचा राग मनी धरूनच धृतराष्ट्राने भीमाच्या लोहमूर्तीला कडकडून मिठी मारीत त्याचे चूर्ण केले ते कोणत्या प्रेरणेने? चक्रव्यूहात नि:शस्त्र सापडलेल्या अभिमन्यूचा अधर्माने वध केल्याचा सूड, तशाच परिस्थितीत सापडलेल्या कर्णाचा वध करून अर्जुनाने घेतला! सूड, प्रतिशोध हे शब्द अत्यंत काटेरी आहेत, कुठल्याही बाजूने धरले तरी अत्यंत पीडादायकच!

'क्षमा हे वीरांचे भूषण आहे', हे अर्धसत्य सांगणारे वचन आहे, ज्याने आपणावर अन्याय करण्याच्या हेतूने अथवा जाणीवपूर्वक आघात केलेला नाही, त्यास दयाबुद्धीने क्षमा करणे हे वीरांचे लक्षण आहे, हे समजू शकते; पण हेतुपूर्वक व अन्याय करण्याच्याच भावनेनेच घात करण्यासाठी जो चाल करून येतो, त्याला कसली क्षमा? उलट हरएक प्रयत्नाने त्याचा प्रतिशोध घेणे हाच खरा पुरुषार्थ! शांती, दया, अहिंसा हे सगळे छद्म शब्दप्रयोग आहेत असे मला नेहमीच वाटत आले आहे! नाकर्ते लोक, निराशावादी माणसे, अपयशी व कर्तव्यच्युतीच्या मार्गावरील व्यक्तीच याच्या आहारी जातात. प्रत्यक्ष व्यवहारात या षंढ अक्षरांना कसलेच मूल्य नाही. ब्राह्मतेज वा क्षात्रतेज ज्याचे अंगी आहे तो तर स्वप्नातही स्वत:वर झालेला अन्याय विसरू शकत नाही! शस्त्राघाताच्या जखमापेक्षा विखारी शब्दबाणाचे व्रण खूप खोलवर गेलेले असतात आणि अश्वत्थाम्याच्या भळाळत्या जखमेसारखे कायम प्रवाही असतात! मानवी प्रकृतीच्या मर्यादाचा विचार करीत असता सहज लक्षात येते की, कुठलाही नैसर्गिक आवेग अवरुद्ध केला, तर त्याचे विपरीत परिणाम शरीराला भोगावे लागतात, हे शास्त्रसंमत सत्य आहे. अर्थात सूडभावनेच्या नैसर्गिक आवेगाला जर अडविण्याचा प्रयत्न केला तर अशीच विपरीत स्थिती निर्माण होईल!

शेवटी पुरुषार्थ, पुरुषार्थ म्हणजे तरी दुसरे काय असते? बुद्धी आणि पराक्रम यांच्या जोरावर शत्रूला नामोहरम करणे हेच ना! मदमस्त हत्तीच्या गंडस्थलावर तीक्ष्ण अंकुशाचे प्रहार करणे, हाच सर्वसंमत प्रभावी असलेला उपाय त्या उन्मत गजास नियंत्रणात आणतो. नाकात वारे जाऊन फुरफुरणाऱ्या अश्वाला लगाम लावला तरच तो स्वैरपणे उधळत नाही. शिंगे उगारून येणाऱ्या मस्तवाल खोंडावर आसूड उगारावाच लागतो. मर्यादा सोडून जाणाऱ्या कोणत्याही अनियंत्रित शक्ती शेवटी विकृत रूप धारण करतात, मग त्यांना नियंत्रणात आणण्यासाठी तेवढीच कठोर प्रतिशक्ती लावावी लागते हा सृष्टीचा नियमच आहे! अनादी कालापासून सुष्ट आणि दुष्टातला लढा अविरत चालू आहे, शक्तीसह युक्तीचा अवलंब जो प्रभावीरीत्या करेल त्याचाच विजय निश्चित असतो. यात न्यायाचा तराजू अत्यंत कठोर आणि काटेकोर असतो, तिथे दयामाया अथवा क्षमा यांना थारा नाही! म्हणूच तर अनेकदा असुर, अधर्म, अन्याय व असत्य यांचीही बाजू वरचढ झालेली आढळून येते! सुष्टशक्तीचा अंतिम विजय होतो, पण तो देखील विनासायास होत नाही, तो अशा मोठ्या संघर्षातूनच झालेला असतो.

समरांगणात खड्‌गधारी, त्रिशूलधारी, धनुर्धारी, चक्रधारी, गदाधारी, भृशुंडीधारक, अश्वस्वार, गजस्वार, उष्ट्रस्वार, रथी, महारथी, पदाती... शत्रूच्या या चतुरंग

सेनेविरुद्ध, क्रमाने त्याहून प्रभावी शास्त्रांसह व्यूहयोजना केली तरच जयाचा स्वामी होता येते हा प्रत्यक्ष रणक्षेत्रावरील अनुभवसिद्ध पुरुषार्थ आहे. पण केवळ रणभूमीवरच पराक्रम करून हा पुरुषार्थ गाजविता येतो असे नाही. वरवर शांतता भासली तरी शत्रूशी दीर्घकाळ चालणारे शीतयुद्ध किंवा अप्रत्यक्ष लढले जाणारे राजनैतिक युद्धदेखील अविरत चालू असते. तिथे मात्र संयम आणि बौद्धिक क्षमतेची कसोटी लागते. कूटनीतीच्या भात्यातील अत्यंत भेदक व प्रभावी बाण असलेले 'साम-दाम-दंड-भेद' यांचा यशस्वी वापर करून पण पुरुषार्थ सिद्ध करता येतो. पुरुषार्थाचे चिंतन व मनन करण्याजोगी दुसरी बाजूसुद्धा पण अंतर्मुख करणारी आहे. केवळ यशस्वी संघर्ष म्हणजेच पुरुषार्थ नव्हे, तर आश्रितांना सुरक्षा देणे, अकारण हिंसा टाळणे, गरजूंना यथायोग्य मदत करणे, प्रतिकूल परिस्थितीतसुद्धा अविचल राहणे, षड्रिपू असलेल्या सर्व विकारांवर मात करता येणे ही सगळी पुरुषार्थाची लक्षणे सांगितली आहेत. प्रगल्भ बुद्धीची माणसे सर्व प्रकारचा पुरुषार्थ करीत असतात.

एकूणच काय तर येनकेन प्रकारेण, सर्व शत्रूंवर मात करता येणे हाच लौकिक अर्थाने पुरुषार्थ आहे. मात्र राजनीतीत फार सव्य-अपसव्य पाळायची फारशी आवश्यकता नसते. अस्थिर परिस्थिती असली तरी जसे जमेल तसे तसे यश मिळवावे लागते; मात्र एक गोष्ट नक्की आहे की, यश कोणत्याही पद्धतीने मिळविलेले असो, यशासारखे यश नाही व अपयशाहून वाईट काहीही नाही! पराजिताची अवस्था इतकी शोचनीय झालेली असते की, त्यास आपल्या दुःखावरसुद्धा अधिकार सांगता येत नाही! अशावेळी त्याचे क्षुल्लक दोषदेखील भयानक मोठे वाटू लागतात. याउलट यशस्वी माणसास त्याचे शत्रू देखील अनुकूल होतात आणि तो नखशिखांत दोषांचा पुतळा जरी असला तरी ते गौण ठरते!

धनानंद माझा प्रमुख शत्रू बनला होता, केवळ सिंहासनावर आहे म्हणून तो आज माझ्यापेक्षा श्रेष्ठ होता. उन्मत्त मगधाधिपती धनानंदाला पदच्युत करूनच हा चाणक्य आपली प्रतिज्ञा पूर्ण करील, त्यासाठी माझे सारे बुद्धिकौशल्य, सगळी तपश्चर्या आणि पूर्ण शक्ती पणाला लावून हा कौटिल्य विश्वात अनोखा इतिहास घडवेल! जोपर्यंत मनुष्यजाती पृथ्वीतलावर अस्तित्वात आहे तोपर्यंत चाणक्याच्या या अभूतपूर्व राजनीतीची यशोगाथा पिढी दरपिढी सांगितली जाईल. कोणाला ही दर्पोक्ती वाटेल, कुणी मला गर्विष्ठही म्हणेल, पण हा माझा दुर्दम्य आत्मविश्वास आहे हे फक्त मलाच ठाऊक आहे. निर्धाराने कृती करणारा माणूस परिणामाची कधीच चिंता करीत नाही व परिणामाची चिंता करणारा कधीही कृती करणार नाही! दुर्दम्य आत्मविश्वास असेल तरच त्यास यशाची खात्री असते. ध्येयवेड्या माणसाची कृती विपरीत वाटली तरी ती इतिहास निर्माण करणारी असते. मला कोणत्याच परिणामाची चिंता नव्हती ना यशाबद्दल काळजी होती.

मी ज्या उदात्त हेतूने मगध सम्राटास यवनांच्या संभाव्य आक्रमणाविषयी जागृत करण्यासाठी आलो होतो ते दैवी कार्य होते, देशकार्य होते, म्हणूनच तर धर्म व सत्य माझ्या बाजूला होते! मग परिणामाची चिंता मी कशाला करू? मी संतप्त झालो होतो, संत्रस्त नव्हतो. धनुर्धारी अर्जुनाप्रमाणे माझ्याही दृष्टीसमोर केवळ एकच लक्ष्य होते-चक्राकार गरगरणाऱ्या माशाचा डोळा! धनानंदाचा समूळ विनाश! तसे पाहिले तर मला झालेला हा काही पहिलाच विखारी डंख नव्हता. तक्षशिलेच्या नादान राजाने, अंभीनेही दीक्षान्त समारोहात मला असाच विषारी दंश केलेला होता फरक इतकाच की, पहिला वेदनादायक वृश्चिकदंश होता, तर दुसरा जीवघेणा सर्पदंश...!

माझे मन मागे मागे जात तक्षशिलेच्या परिघात गिरकी घेत होते. विष्णुगुप्त नावाचा बालक आपल्या वडिलांचा हात धरून शेकडो योजने दूर तक्षशिलेकडे निघाला होता. नव्हे, तो वडिलांनी पाहिलेल्या स्वप्नाचाच पाठलाग करण्यासाठी निघाला होता. स्वप्न तरी किती किरकोळ... माझा मुलगा तक्षशिलेहून चांगले वैद्यकज्ञान मिळवून परत आपल्या चणक या पाटलीपुत्रानजीक असलेल्या गावी येईल, मिळविलेल्या वैद्यकीय ज्ञानावर त्याची उपजीविका उत्तम चालेल व तो आपल्या मातापित्याची वृद्धापकाळात चांगली सेवा करून त्यांना संतुष्ट ठेवील! कोणत्याही कुटुंबवत्सल व गृहस्थ मातापित्याची आपल्या पुत्राकडून किमान एवढी अपेक्षा असणे हे चुकीचे नसते. त्या क्षणी तरी माझे मातापिता विधिलिखित जाणू शकत नव्हते त्या वेळीच जर समजले असते की, ही आता शेवटचीच भेट आहे... तर?... तर आचार्य चाणक्याचा जन्मच झाला नसता !

ब्राह्मणास द्विज असे संबोधले जाते, म्हणजे एकाच आयुष्यात दोन जन्म असणारा तो द्विज! माझे तर आता अनुभवाअंती असे मत झाले आहे की, प्रत्येकालाच किमान दोन जन्म असतात. एक नैसर्गिकरीत्या मातेच्या उदरातून, तर दुसरा संस्कारातून मिळालेला अथवा अपघात किंवा विरक्ती यातून मिळालेला! आयुष्याला अंतर्बाह्य बदलून टाकणारी अशी कलाटणी मिळून संपूर्ण दिशाच बदलणे, हा दुसरा जन्म नाही काय? असा पुनर्जन्म हा मानवी जीवनचक्राचा अविभाज्य घटक बनला आहे. कमीअधिक प्रमाणात प्रत्येक जण याची अनुभूती घेतच असतो. मृत्यूनंतर मिळणाऱ्या पुनर्जन्माविषयी केवळ तर्क अथवा अनुमान, हाच काय तो आधार आहे पण अशा पुनर्जन्माचे तर प्रत्यक्ष प्रमाण आहे. तक्षशिलेस विष्णुगुप्तांचा अस्त होऊन आर्य चाणक्याचा जन्म होणार होता. तसे पाहता माझे बाह्यरूप दर्शन काही फार सुखावह नव्हते... कृष्णवर्ण, बाकदार नाक, दातातली जाणवण्याएवढी मोठी फट, देवीचा प्रादुर्भाव दर्शविणारे पुसट व्रण...! हे मुखदर्शन काही समोरच्या व्यक्तीवर फारसा प्रभाव पाडीत नसे. पण

सहवासातून माझे वेगळेपण निश्चितच जाणवत असे. कुशाग्र बुद्धीचा, तीव्र स्मरणशक्ती असलेला एकपाठी विद्यार्थी, विद्या अध्ययनात असलेली विलक्षण एकाग्रता, विषयाची तर्कसंगत चिकित्सा करून केलेली आग्रही मांडणी, मनोनिग्रह आणि सर्वच विषयांत असलेली गती... एवढा गुणसमुच्चय एकाच व्यक्तीत आढळणे हा अतिशय दुर्मिळ प्रकार होता. कौटिल्य गोत्रातील माणसांचे ते कदाचित वैशिष्ट्य असावे.

तक्षशिला विद्यापीठात माझ्या गुरूचे फार उच्च स्थान होते. त्यांचे मूळ नाव काय होते ते माहीत नाही, सर्व तक्षशिला नगरी त्यांना ज्ञानमहर्षी याच विशेषनामाने ओळखत होती. त्यांच्या चौफेर व अफाट बुद्धिमत्तेला खरेच तोड नव्हती. महर्षींनी सर्व वेद, आयुर्वेदासह तीन उपवेद, वेदांगे, उपनिषदे, अरण्यके, चौसष्ट विद्या, चौदा कला, ज्योतिष्य, खगोलशास्त्र, रत्नपरीक्षा, नीतीशास्त्र, आणि योगविद्या इतक्या शास्त्रांत प्रावीण्य मिळविले होते हे कोणास खरे देखील वाटायचे नाही, पण गुरुकुलातील आम्ही सर्व विद्यार्थी हे सत्य जाणून होतो. महर्षींनी एवढ्या विषयांचे ज्ञान मिळविताना पूर्ण हयात घालविली असावी अशी शंका उत्पन्न होत असे. सामान्य बुद्धीच्या माणसासाठी तशी शंका येणे बरोबर होते, पण महर्षींसारख्या अलौकिक बुद्धिमत्ता लाभलेल्या योग्यासाठी असे प्रावीण्य मिळविणे सहजसाध्य होते.

तक्षशिला विद्यापीठ पाचशे वर्षांपासून अखंड ज्ञानदानाचे कार्य करीत होते. संपूर्ण जम्बुद्वीपातून विविध विषयांच्या अध्ययनासाठी व विशेष प्रावीण्य मिळविण्यासाठी विद्यार्थ्यांचा ओघ तिथे कायम येत होता. कामरूप, वंग, कलिंग, मगध, कोशल, उज्जैन, मरुकच्छ, गांधार, पारसिक, काश्मीर येथील विद्यार्थी मोठ्या संख्येने अध्ययनासाठी तक्षशिला विद्यापीठात येत असत. विद्यापीठात कोणत्याही वर्णव्यवस्थेचे बंधन नव्हते, मुक्त प्रवेश होता, पण गुणवत्तेस मात्र प्राधान्य देत असत. प्रवेशपूर्व परीक्षा उत्तीर्ण होणे हे सर्वांसाठीच अनिवार्य होते. विद्यापीठाची एक मध्यवर्ती सभागृह असलेली वास्तू आणि ग्रंथसंग्रहालयाची वास्तू सोडली तर बाकी विशेष भव्य स्थापत्य असे काही नव्हते. डोंगरपायथ्याच्या गर्द वनराईत विखुरलेले वेगवेगळ्या आचार्यांचे आश्रम होते, त्या त्या आचार्यांचे शिष्य तिथे वास्तव्यास असत. तिथे त्यांच्या इच्छित विषयाचे सखोल अध्ययन चालायचे. त्यामुळेच तक्षशिला हे विशेष प्रावीण्य मिळविण्याचे भरतवर्षातले प्रख्यात केंद्र होते. मी विद्यापीठात प्रविष्ट झालो त्या वेळी दहा हजार विद्यार्थी तिथे प्रशिक्षण घेत होते असे म्हणतात. की इक्ष्वाकू घराण्यातील भरतराजाचा पुत्र 'तक्ष' याने तक्षशिला नगरी वसविली! तर एक प्रवाद असाही आहे की, जनमेजय राजाच्या इतिहासप्रसिद्ध सर्पयज्ञाची हीच ती जागा होती जिथे 'तक्षकाय स्वाहा, इंद्राय

स्वाहा' हे नाट्य इथल्या नदीकाठच्या विशाल शिळेवर घडले होते! म्हणून नाव 'तक्षकशिला' तथा तक्षशिला!

विद्यापीठातील आचार्यपद मिळणे हे दुरापास्त काम होते. तपश्चर्या असल्याशिवाय ते सहजप्राप्य नव्हते. सखोल ज्ञान, कार्यक्षमता व त्यास अनुसरून संशोधित सिद्धान्ताची मांडणी, हे विशेषत्व असल्याशिवाय आचार्यपद मिळणे दुष्कर होते. किमान पंधरा वर्षे तरी ज्ञानसाधना केल्यावरच तक्षशिला विद्यापीठाचा आचार्य होण्याची शक्यता असे. महर्षींच्या तालमीत मी तयार होत होतो. माझ्या आकलनक्षमतेवर आणि ग्रहणशक्तीच्या गतीवर ते फारच संतुष्ट होते. मी एकपाठी असल्यामुळे महर्षींनी सांगितलेले सर्व पाठ मला मुखोद्गत होत असत, त्याचेही त्यांना फार कौतुक वाटायचे व इतर सहाध्यायींना ते नेहमी माझे उदाहरण द्यायचे पाटलीपुत्रनजीकचे माझे चणक ग्राम सोडून बाबांसोबत इथे आलो त्यास आता पंधरा वर्षे झाली होती. नदीच्या महापुरात पूर्ण गावाची वाताहत होऊनही पाच वर्षे झाली होती, त्यामुळे घरचे असे कुणीही नव्हतेच व दुसरे कोणतेही पाश आता उरले नव्हते तसे तर महर्षी जे जे शिकवीत असत ते ते मी एकाग्रतेने ग्रहण करीतच होतो, पण आता त्या ज्ञानग्रहणास माझ्या चिंतनाची जोड मिळाली होती. त्यामुळेच कोणताही विषय अनेक कोनांतून पाहण्याची व नंतरच त्याचे विश्लेषण करायची मला सवयच जडली.

महर्षी त्याबद्दल सांगत असत, 'आपल्याला विषयाच्या अदृश्य असलेल्या दुसऱ्या बाजूचे आस्तित्व आपण विनाकारण नाकारलेले असते. एखाद्या विषयाची सर्वांगीण व डोळस चिकित्सा करता येणे आणि न दिसणाऱ्या बाजूचे देखील विश्लेषण करण्यास प्रवृत्त होणे म्हणजेच वैचारिक प्रगल्भता होय! साधकबाधक विचार, गृहीतकापेक्षाही वेगळी दृष्टी ठेवणे, आणि चिंतनातून एखादेवेळी मनाला न पटणारे निष्कर्ष आले तरी त्यांचा सहज स्वीकार करता येणे, अशी स्थितप्रज्ञता प्राप्त झाली की ती व्यक्ती वैचारिकदृष्ट्या परिपक्व झाली असे समजावे. विष्णुगुप्ता, एखादेवेळी माझे विचार व त्यांची मांडणी याबाबत तुझी सहमती नसेल, तर तुला त्याविरुद्ध स्पष्ट भूमिका घेण्यासाठी अशी परिपक्वता निश्चित आत्मबल देईल. मला खात्री आहे की, कोणतीही पूर्वग्रहदूषित दृष्टी असण्याच्या अवस्थेतून बाहेर पडण्याची क्षमता आता तुझ्यामध्ये आली आहे, तुझ्या ज्ञानचक्षूला आता सर्वकाही स्वच्छ दिसू लागेल, इष्ट-अनिष्ट, व्यक्त-अव्यक्त व सत्य-असत्य या साऱ्या बाजू लखलखीतपणे तुझ्या नजरेसमोर येतील आणि त्यास अनुसरूनच तुझे निर्णय असतील याबाबत माझ्या मनात कसलीही शंका नाही म्हणूनच 'द्रष्टा पुरुष' ही लोकविलक्षण उपाधी इतिहासात तुझ्या कर्तुत्वामुळेच जोडली जाईल'

महर्षींच्या मनोगत व्यक्त करण्यामागे केवळ एका हितचिंतक गुरूची तळमळ

होती असे मला वाटले होते, पण त्यांच्या पुढच्या वाक्यांनी मी एकदम चमकलो. ते म्हणाले, "विष्णू...! उद्या तुझा येथील शिक्षणक्रम आणि विद्याभ्यास पूर्ण होणार आहे. माझ्या ज्ञानभांडारात जे काही होते ते सर्व मुक्तहस्ताने वाटून झाले आहे. तुझ्यासारखा शिष्योत्तम मिळाल्यामुळे उलट मलाच वारंवार ऊर्जा मिळत होती. आर्यावर्तातील सर्व ज्ञानसमुच्चय या तक्षशिला विद्यापीठात झालेला आहे, पाचशे वर्षांपासून अध्ययन आणि विद्यादानाचा अखंड ज्ञानयज्ञ या विद्यापीठाने चालविला आहे. माझ्यासारख्या इतरही अनेक संन्यस्त गुरू, ऋषी आणि प्रतिभावंत महर्षींनी श्रमपूर्वक आपला शिष्यगण जास्तीत जास्त प्रावीण्य कसे मिळवेल याचाच सातत्याने प्रयत्न केलेला आहे. आमच्या पूर्वीही वैशंपायन, अंगिरस, पराशर, भृगु, कण्व, कश्यप, गौतम, भारद्वाज, गृत्स्मद, अगस्ती, चार्वाक आणि सुश्रुत या प्रतिभावंत महर्षींनी तक्षशिला विद्यापीठाची तेजस्वी व महान परंपरा निर्माण केली आहे. त्या प्रात:स्मरणीय महर्षींनी आपापल्या विषयात नवीन संशोधन करून अनुकरणीय मानदंड निर्माण केलेले आहेत, ज्याबद्दल समस्त मानवजाती त्यांच्या कायम ऋणात असेल! ती पात्रता माझ्याकडे आहे की नाही ते मी सांगू शकत नाही, पण एक मात्र नक्की सांगू शकतो की, मी प्रतिभावंत द्रष्टा पुरुष असलेल्या आचार्य चाणक्याचा गुरू आहे! हा लोकोत्तर पुरुष माझा पट्टशिष्य होता हे जगतासमोर अभिमानाने सांगण्याचे सद्भाग्य मला लाभले आहे! मी निर्णय घेतला आहे. माझी इथली आचार्यपदाची परंपरा यापुढे तुला चालवावी लागणार आहे, हे दायित्व देण्यात मला पूर्ण समाधान आहे आणि मी पूर्ण विचारांती या निर्णयाप्रत आलो आहे! उद्या पदवीदान समारोह होईल. पदवीसोबतच आचार्य हे सन्मानाचे पदही तुला स्वीकारायचे आहे. माझी ही स्वप्नपूर्ती झाली की मी कृतार्थ भावनेने वानप्रस्थाश्रमासाठी प्रयाण करणार आहे!"

महर्षींच्या त्या अनपेक्षित निवेदनाने मी क्षणभर अवाक् झालो...! महर्षींनी गुरुदक्षिणा मागितली होती, की शिष्यदक्षिणा दिली होती? मी तर एक कपर्दिक देखील देऊ शकत नव्हतो. एकलव्याप्रमाणे मी अंगठाही तोडून दिला असता, पण उलट इथे तर गुरूच आपल्या शिष्याच्या पदरात दान टाकण्याचा विलक्षण प्रकार घडत होता. महर्षींचे माझ्याविषयीचे ते अत्यंत प्रामाणिक मत होते यात काही शंका नव्हती, पण माझी आचार्य होण्याची पात्रता जाणून घेऊन इतरांनीही त्यास मान्यता देणे मला महत्त्वाचे वाटत होते. मी तसे बोलून दाखविताच महर्षी उत्तरले, "विष्णू तू खरेच भाग्यवान आहेस, कारण उद्याच्या सोहळ्यात महाराज अंभी हे प्रत्यक्ष उपस्थित राहणार आहेत. त्यांचे समक्षच मी तुझे तक्षशिला विद्यापीठाचे आचार्यपद घोषित करणार आहे! मग कोणाची प्राज्ञा आहे शंका उपस्थित करण्याची? तेव्हा मनातील सर्व किंतू दूर ठेवून प्रसन्नचित्त होऊन भविष्याचा

स्वीकार करावास अशी माझी इच्छा नव्हे, तर आज्ञा आहे!'' आता महर्षींना मी कसे सांगू की, मुळात राजा अंभी हाच लघुदृष्टी असलेला आत्मकेंद्रित शासक आहे आणि यापूर्वी त्याचा जेव्हा जेव्हा संपर्क आला होता, त्या त्या वेळी त्याची आढ्यता, आत्मप्रौढी व बालिशताच अनुभवास आलेली होती. एवढेच नाही, तर मी धनुर्विद्येचे अध्ययन करीत असता इतर क्षत्रिय राजपुत्र-इंद्रवर्मा, सुधन्वा, सिंहनाद व सुशेषण हे मला कुचेष्टेने विचारत, तुला रे काय करायचे आहे क्षत्रियांची शस्त्रविद्या शिकून? आपल्याला जे शोभते आणि जे उचित आहे तेच शिक्षण घ्यावे. ब्राह्मण आहेस, उपजीविकेसाठी ब्रह्मकर्म, वेद आदी शास्त्रांचे प्रशिक्षण घे...! त्या कुत्सित बोलण्याकडे दुर्लक्ष करून मी धनुर्विद्येत प्रावीण्य मिळविले ही गोष्ट वेगळी. पण सर्वांनाच ठाऊक असलेला, राजा अंभीचा पूर्वेतिहास मात्र नक्कीच चांगला नव्हता. प्रत्यक्ष आपल्या पित्यास बंदिवान करून त्याने तक्षशिलेचे सिंहासन बळकावले होते...! पित्याला दिलेले वचन पाळणाऱ्या श्रीरामचंद्राच्या भरतभूमीत असे वैगुण्य निपजावे? स्वप्नात दिलेले वचन पाळणाऱ्या राजा हरिश्चंद्राची परंपरा सांगणाऱ्या देशात ही विषवल्ली रुजावी? खरेच, सगळे कल्पनेच्या बाहेरचे होते. हीनबुद्धी असलेल्या राजा अंभीला माझ्या हृदयात तरी अजिबात स्थान नव्हते. अहंमन्य आणि प्रचंड स्वार्थी असलेले असले नादान राजे राष्ट्राचा घातच करतात, राष्ट्रहिताची जाणीव नसल्याने अशी माणसे देशावर परचक्र येण्यासही कारणीभूत होतात!

शेवटी तो दिवस उजाडला. कटूगोड स्मृती मागे ठेवून जाणारा दिवस. माझा गौरव झाला होता, की अवमान? मी आचार्य झालो होतो, की आर्यच राहिलो होतो? माझ्या प्रावीण्याची उपेक्षा झाली, की माझ्याकडून अपेक्षा वाढली होती? माझ्या संयमाची परीक्षा घेतली जात होती, की संयमाचा अंत पाहिला जात होता? पेटते लिप्तबाण एकामागून एक सुटत होते आणि लक्ष्य गाठण्यापूर्वीच विझून जात होते. कारण, नक्की काय समजावे, या संभ्रमातून बाहेर पडण्याचा मार्गच धूसर झाला होता. महर्षींनी केलेला गौरव खरा होता, की अंभीने केलेला तेजोभंग सत्य होता? या अनुत्तरित व द्विधा मन:स्थितीत मी दीक्षान्त समारोहातून परतलो होतो. महर्षींनी आपले उत्तरदायित्व माझ्या रूपात निश्चित केल्याचे सर्व प्रशिक्षणार्थी, आचार्य आणि नगरश्रेष्ठी यांचे समक्ष घोषित केले. आचार्यपदाचे द्योतक असलेले महावस्त्र आणि त्यांच्या स्कंधावरील रेशमी उत्तरीय मला सन्मानपूर्वक दिले गेले. महर्षींच्या निर्णयशक्तीवर सर्वांचा विश्वास असल्याने उपस्थितांनी मोठ्या उत्साहाने संमतिदर्शक प्रतिसाद दिला, अपवाद केवळ राजा अंभीचा होता. त्याची एक भिवई वक्राकार उंचावलेली अनेक जणांनी स्पष्ट पाहिली होती. महर्षींनी माझ्याविषयी विस्तृत माहिती देऊन माझी सर्वांगीण पात्रता विदित केली, पण अंभीने मात्र दुधामध्ये मिठाचा खडा टाकावा तसे वक्तव्य केले. त्याने माझ्या नियुक्तीबद्दल

अभिनंदन तर केले, पण शंकाही उपस्थित केली की, महर्षींनी हा निर्णय घोषित करण्यात किंचित घाई केली आहे, कारण तक्षशिलेतील आचार्यपद स्वीकारण्याआधी परिपूर्ण पात्रतेविषयी पाटलीपुत्रातील विद्वत्सभेची मान्यता मिळणे आवश्यक होते. तक्षशिला विद्यापीठात एखाददुसरा अपवाद वगळता आजवर तशी परंपरा पाळली गेली आहे. तरी माझा सल्ला आहे की, आचार्य चाणक्यांनी पाटलीपुत्र येथे जाऊन तिथे आपल्या आचार्यपदाची योग्यता सिद्ध करण्यातच औचित्य राहील! अत्यंत द्वेषमूलक विचारांनी व कुत्सितबुद्धीने राजा अंभी माझी मानखंडना करीत होता, औचित्याचा मानभावी सल्ला देण्याआधी स्वत:चे चारित्र्य व इतिहास त्याने तपासला नाही, प्रत्यक्ष पित्याला कारावासात लोटणाऱ्या पुत्राने किती 'उचित' कार्य केले होते, हे त्यास कोणीतरी... कोणीतरी कशाला महर्षींसारख्या अधिकारी गुरुवर्याने खडसावत सांगून कर्तव्य पार पाडायला पाहिजे होते. पण दुर्दैवाने तसे घडले नाही...!

उत्तरादाखलच्या मनोगतात मी महर्षींचे व उपस्थितांचे आभार मानले. राजा अंभीने जी सूचना केली होती ते आव्हान म्हणून मी स्वीकारल्याचे प्रकट केले आणि पाटलीपुत्राच्या विद्वत्सभेची कसोटी पूर्ण करूनच मी आचार्य ही पदवी लावेन, तोपर्यंत मी स्वत:स केवळ आर्य म्हणवून घेईन असा कृतसंकल्पही व्यक्त केला. गुरुकुलात परतलो तेव्हा सर्व बाण संपून रिक्त झालेल्या भात्याप्रमाणे मन उदास बनले होते, कारण नसताना राजा अंभीने मला दुखावले होते, बस्तिक बाणाप्रमाणे बोलाचे तीक्ष्ण पाते आत रुतून बसले होते, बाण उपसून काढला तरी ते आता निघणार नव्हते!

तक्षशिला विद्यापीठातील उज्ज्वल परंपरेला साजेसा नवीन अभ्यासक्रम सुरू करावा आणि तो युद्धशास्त्र व युद्धनीती यांवर असावा असे माझे फार दिवसांपासून मत बनले होते. त्यास कारणही तसेच प्रबळ होते, गेल्या दोन शतकांपासून जम्बुद्वीपातील क्षात्रतेजास ग्रहण लागण्यास सुरुवात झाली होती. जैन आणि बौद्ध यांच्या अतिरेकी अहिंसावादाने व विरक्त जीवनाच्या शिकवणीमुळे सामाजिक औदासीन्य व कृतिशून्यता वाढीस लागली होती. तसे पाहिले तर ती विचारसरणी 'परमोच्च आदर्श असलेली मानवता' या संकल्पनेभोवती गुंफलेली होती आणि त्यातील चिंतनाचा दर्जा नि:संशय श्रेष्ठ होता. हिंदू तत्त्वज्ञान देखील शेवटी संन्यास आणि वानप्रस्थाश्रम ही संकल्पना सुचवितेच ना! पण त्याआधी गृहस्थाश्रमाचे कर्तव्यसुद्धा पूर्ण करण्याचा आग्रह धरते, कारण क्षात्रधर्म हा त्या गृहस्थाश्रम कर्तव्याचाच एक भाग आहे. अनावश्यक विरक्तीच्या आहारी जाऊन अकाली संन्यस्तवृत्ती स्वीकारणे हा माझ्या मते पलायनवाद होता. त्यामुळे वैयक्तिक जीवनाची हानी तर होतेच, पण त्याहून घातक परिणाम राष्ट्रजीवनावर होतात. कारण तत्त्वज्ञान कितीही श्रेष्ठ असले तरी ते सांगणाऱ्याचे अस्तित्व त्याहून

महत्त्वाचे असते. किमान आत्मसंरक्षण तरी प्रत्येकास करता आलेच पाहिजे. अन्यथा त्याची अवस्था नखे आणि दात काढलेल्या व्याघ्रासारखी हीनदीन होईल आणि अरण्यातील अन्य क्रूर श्वापदे त्याचा विनाविलंब फडशा पाडतील! महर्षींनी धनुर्विद्येचा अभ्यासक्रमात समावेश तर केलेला होताच, मी त्यात अधिक सुधारणा व विस्तार करण्याच्या विचारात होतो. खड्गप्रहार, शूलफेक, गदायुद्ध, भृशुंडी, चक्र आणि दिव्यास्त्रे यांचाही प्रशिक्षणात समावेश करण्यास मी अनुकूल होतो. त्याबरोबर युद्धशास्त्रातील रणनीती, व्यूहरचना आणि पूरक युद्धसाधने यांचाही शास्त्रशुद्ध अभ्यास व्हावा असेही मला वाटत होते. त्या विषयात ज्ञानवृद्धी करण्याचा माझा अव्याहत प्रयत्न असे. रामायण काळापासून विश्वामित्र, वसिष्ठ यांसारख्या महर्षींनी शस्त्रास्त्रविद्या अवगत करून आपल्या शिष्यांनाही पारंगत केले होते. महाभारतात गुरू द्रोण व कृप यांनी विकसित शस्त्रविद्या शिष्यगणास प्रदान केली. क्षात्रतेजाची उपासना भरतखंडात अखंड चालू आहे, गेल्या काही वर्षातच त्यास म्लान स्वरूप आले आहे. अर्थात ते तात्कालिक आहे, मी हे मळभ क्षात्रविद्येचा पुनश्च पुरस्कार करून दूर करणारच आहे, कदाचित हेच दैवी कार्य माझ्या हातून घडावे असा परमेश्वरी संकेत असावा!

शेवटी माझी आशंका खरी ठरली, पंचनदातील प्रदेशात राज्य करणारा पराक्रमी राजा पौरस याचेविषयी राजा अंभी वैरभाव बाळगून होता. पौरसाविषयी अकारण भय त्याचे मनात उत्पन्न झाले होते व तो पौरसाच्या संभाव्य आक्रमणाची सदैव चिंता करायचा. त्याच भयापोटी अंभीने यवनराज अलक्षसुंदर (ग्रीक सम्राट अलेक्झांडर) यास राजा पौरसाचे पारिपत्य करण्यासाठी निमंत्रित केले व स्वत: त्याचे दास्यत्वही पत्करले! शेकडो योजने दूर असलेल्या यावनदेशातून एक कोवळ्या वयाचा पण दुर्दम्य इच्छाशक्ती असलेला तरुण विजयामागे विजय मिळवीत मोठ्या वेगाने मार्गक्रमणा करीत आहे. त्याने दरायस राजास पराजित करून पारसिक प्रदेश अंकित केला आहे, आता त्याची घोडदौड सुवास्तू नदीलगतच्या प्रदेशाकडे आहे. एकदा का सुवास्तू व कुभा नद्या ओलांडल्या की वितस्ता, इरावती, विपाशा या नद्यांची सीमा ओलांडून तो गांधार व तक्षशिलेचा स्वामी होण्याचा निश्चित प्रयत्न करणार होता. इतक्या अल्पवयात आणि अल्प काळात असा पराक्रम हा केवळ अभिमन्यूच्याच तोडीचा होता! भरतवर्षास खग्रास सूर्यग्रहण लागले होते... जे आता दीर्घकाळ जाणारे नव्हते. एका दुर्धर व्याधीची ती सुरुवात होती. वेळीच उपाययोजना केली नाही, तर हजार वर्षांपासून तेजाने तळपत असलेल्या आर्य संस्कृतीचा दु:खद अंत ठरलेलाच होता! पाण्याबाहेर काढलेल्या मत्स्याप्रमाणे माझे भयव्याकूळ मन एकसारखे आक्रंदत होते! कोणी वाचवेल का या देशाला यावनी परचक्रापासून? एखादा अवतारी पुरुष कुठे

जन्मलाय का या यवनासुराचा अंत करण्यासाठी? कोण आहे तो महापराक्रमी पुरुषोत्तम जो माझ्या राष्ट्राचे नष्टचर्य संपवील? माझी शोधक दृष्टी अवघ्या भरतखंडाचा वेध घेत फिरत होती... कुठे आहे?... कोण आहे? कसा आहे तो मुक्तिदाता?... आणि सापडला, खरेच सापडला! आपल्या अफाट सेनासामर्थ्याने व धनसमृद्धीने पृथ्वीतलावरील सर्वांत बलशाली म्हणून प्रख्यात असलेला, मगध राज्याचा स्वामी व पाटलीपुत्रनरेश राजा धनानंद! प्रखर सूर्यबिंब अवकाशात तळपावे तसे मगधाचे राज्य भरतखंडात तळपत होते. यवनांच्या परचक्राला दूर सारणे केवळ मगधसम्राटालाच शक्य होते! पाटलीपुत्रास माझे जाणे आता फारच आवश्यक झाले होते. एकतर माझ्या आचार्यपदास पूरक असलेली तिथल्या विद्वत्सभेची मान्यता मिळविणे आणि मगधराजास यवनांच्या आक्रमणाची व त्याच्या दूरगामी परिणामाची जाणीव करून देऊन, त्याचे पारिपत्य करण्यास उद्युक्त करणे! असा दुहेरी मानस घेऊन मी पाटलीपुत्र नगरीकडे प्रयाण केले. पण मला काय ठाऊक की नियती माझ्या या मनोकामनेवर खदखदा हसत होती ते!

भर राजसभेत केवळ आश्रित, भिक्षुक, परावलंबी, दरिद्री ब्राह्मण अशी प्रतिमा गृहीत धरून धनानंदाने मला अवमानित केले असते तर काही वाटले नसते, उलट मी त्याची कीव केली असती! कारण ज्याला प्रगल्भ बुद्धीच नाही, जो अत्यंत उथळ स्वभावाचा लहरी राजा आहे, दृष्टी असूनही जो अंध आहे, त्याचे वाक्ताडन किती गांभीर्याने घ्यायचे? एक बालिश अवखळपणा असे म्हणून दुर्लक्ष करणे हेच हितावह ठरले असते. मी तितका संयम दाखविलाही असता, पण त्याचे कुत्सित व विखारी बोल थांबण्याची काहीच चिन्हे दिसत नव्हती. आणि राजसभेतही कोणी असा विवेकी सत्पुरुष दिसत नव्हता की, ज्याच्या हस्तक्षेपामुळे हा संयम सुटलेला अविचारी राजा भानावर आला असता. प्रदीर्घ काळ एकसूत्री राजवट असण्याचे हे सगळे दुष्परिणाम होते. त्यामुळे राज्यव्यवस्थेत दोष तर शिरतातच शिवाय राजाची मानसिकता पण दूषित होते, हा राजनीतीतला नियमच आहे! नेत्रपटलावर निर्धोकतेची व सुखासीनतेची झापड असल्यामुळे शासकास वस्तुस्थितीचा आरसा धूसर दिसू लागतो आणि मग राजाचे वैयक्तिक, सामाजिक व राजकीय भान हरपते. परिणाम अत्यंत विघातक असतो आणि शेवट तर कल्पिताहून भयानक असाच असतो! म्हणूनच डोळ्यांवर सत्तांधतेची झापड आलेल्या धनानंदाला, माझ्यासारख्या राष्ट्रप्रेमी, उच्चविद्याविभूषित, सर्व शास्त्र आणि कला यांत पारंगत, तक्षशिला विश्वविद्यालयातील नीतीशास्त्राचा निष्णात शिक्षक असलेला प्रतिभासंपन्न चाणक्य दिसून शकत नव्हता! इतरांप्रमाणे एक सामान्य कषायवस्त्रधारी संन्यासी, या गृहीतकाने त्याने माझ्या विद्वतेचा

आणि ब्रह्मतेजाचा भरसभेत अपमान केला, नव्हे... तर आर्यावर्तातील विद्वतेचाच घोर उपमर्द केला होता! राजसभेत मला केवळ माझ्या विद्वतेचा टेंभा मिरवायचा नव्हता, तर राष्ट्राच्या सीमेवर येऊ घातलेल्या यावनी परचक्राच्या संकटाविषयी राजास जागृत करायचे होते. त्यामध्ये माझा वैयक्तिक लाभ काहीही नव्हता, केवळ राष्ट्रहिताचा आणि आर्यसंस्कृतीच्या संरक्षणाचा विचार मला स्वस्थ बसू देत नव्हता.

जन्मभूमीची ओढ व कर्मभूमीची चिंता या दोन्ही गोष्टीमुळे तर मी तक्षशिलेहून आर्यावर्तातल्या सर्वांत बलशाली असलेल्या राजाकडे शेकडो योजने अंतर चालून आलो होतो, किती अपेक्षा उरी बाळगून इथे आलो. पण छे! तक्षशिलेचा राजा अंभी काय आणि मगधाचा राजा धनानंद काय...! सगळे एका माळेचे मणी! भर राजसभेत असह्य उपेक्षा आणि प्रचंड मानभंग झाल्यामुळे तर चवताळून फणा काढलेल्या भुजंगाप्रमाणे मी ताठ उभे राहत, शिखा सोडत नंदकुळाच्या विनाशाची घोर प्रतिज्ञा केली! आता कालचक्राच्या विक्राल गतीत माझ्या सूडचक्राची अव्याहत आवर्तने सुरू होणार होती. आर्यावर्ताच्या इतिहासात एक अनोखे पर्व सुरू होणार आहे. प्रचंड भूस्खलनापूर्वीच्या थरारक उलथापालथीची सुरुवात तर झालेली होतीच, जिला मी आणि फक्त मीच कारणीभूत असणार होतो! शेवटी नवनिर्मितीसुद्धा अशाच विनाशातून होत असते. प्रसववेदनेशिवाय कुठल्या नवजात अर्भकाचे पृथ्वीवर पदार्पण झाले आहे का? कशाचा शेवट ही कशाची तरी सुरुवातच असते. सृष्टीचे नियम हे भंग करण्यासाठी नसतात, तर केवळ निमूटपणे पाळायचे असतात, तिच्या गतीत आपली पावले मिळवावीच लागतात, यालाच तर दैवगती म्हणतात!

स्तब्ध झालेली राजसभा, अवाक् झालेले अमात्य राक्षस आणि मूकदर्शक बनलेले परिजन या सर्वांसमक्ष मी संतप्त अवस्थेत ताडताड चालत बाहेर पडलो. आज मगधराजाचा राजप्रसाद, कुसुमपुरातील विशाल राजपथ, हिरवाईने नटलेली आकर्षक उद्याने व त्यांतील थुई थुई नाचणारे तुषारसंच, उंच गोपुरे व आकाशात घुसलेले मंदिरांचे कळस, कमलपुष्पयुक्त विस्तीर्ण जलाशये व निळ्याशार जलाने भरलेल्या पुष्करणी, त्यात नाचणारे कारंजे...! यांपैकी काही म्हणता काहींच दिसत नव्हते. दृष्टिपटलावर जणू भयाण काळोखी पसरली होती. दृष्टिहीन मनुष्यास जसे हे मनोहारी जगत निरुपयोगी असते तद्वत मलाही हे सगळे निरर्थक वाटत होते. अपमानाचा शूल आणि संतापाची धग खोलवर जाणवत होती. जणू एका तीक्ष्ण बाणाचे पाते हृदयात खोलवर रुतून बसले होते! जिवाची काहिली काहिली झाली होती, आणि सारखी तगमग होत होती. अशा वेळी कुणाच्यातरी वत्सल कुशीत शिरून मायेचा आधार घ्यावा अशी तीव्र भावना होत होती !

वत्सल कुशी...! मन पतंगाप्रमाणे हेलकावे खात मागे मागे गेले... शिशिर

ऋतूच्या बोचऱ्या गारठ्यात, मातेच्या उबदार कुशीत निद्रादेवीची प्रतीक्षा करीत असताना अर्धवट ग्लानी येत असे. त्या वेळी जावळावर आईने मृदू हात फिरवत सांगितलेल्या कितीतरी गुजगोष्टी, पुराणकथा व कहाण्या आज स्मृतिपटलावरून धूसर झालेल्या आहेत, पण एक कथा मात्र कधीच विस्मृतीत गेली नाही. एक काकपक्षीण अश्वत्थाच्या विशाल वृक्षावर घरटे करून त्यात अंडी देते. बुंध्यालगतच्या बिळात राहणारा काळा सर्प संधी साधून ती अंडी फस्त करतो. आपल्या वंशाचे रक्षण न करता आल्यामुळे काकपक्षीण खूप शोकाकुल पण हतबल झालेली असते. प्रतिशोधाच्या भावनेने ती खूप शोकसंतप्त झालेली असते. वेदनेने तळमळत मनाच्या तशाच सैरभैर अवस्थेत उडत असताना तिला एक उत्तुंग राजप्रासाद दिसतो. आणखी जवळ जाताच तिला गवाक्षातून राणीच्या शयनकक्षात काढून ठेवलेला मौल्यवान रत्नहार दिसतो. विजेसारखी एक कल्पना तिला सुचते आणि क्षणार्धात झेप घेत तो रत्नहार सर्व रक्षकांसमक्ष आपल्या चोचीत घेऊन ती उडते. एकच गलका उठतो आणि राणीमहालातले सर्व रक्षक त्या काकपक्षिणीचा पाठलाग करू लागतात. तो रत्नहार ती काकपक्षीण अश्वत्थाच्या वृक्षाखाली असलेला सर्पराजाच्या बिळात टाकते. पाठलागावर असलेले रक्षक ते पाहतात आणि त्वरित बीळ खोदू लागतात. बिळातून फणा काढून फूत्कारत सर्पराज संतप्त होऊन बाहेर येतो. अर्थातच रक्षक त्यास ठेचून काढतात व रत्नहार घेऊन राजप्रसादाकडे प्रयाण करतात! फांदीवर बसलेली काकपक्षीण मोठ्या कृतार्थतेने त्या छिन्नविच्छिन्न झालेल्या सर्पाकडे पाहते, आपला प्रतिशोध यशस्वी झाल्याचा अवर्णनीय आनंद तिच्या डोळ्यांत तरळत असतो! तिचा क्रोधाग्नी शमतो आणि ती शांत होते!

दुर्बल आणि असहाय काकपक्षिणीच्या वाट्यास आलेल्या या दुःखाचा अनुभव यच्चयावत पक्षी, पशू व प्राणिमात्रांना आयुष्यात कधी न कधी आलेला असतो. ती व्यथा कधी व्यक्त तर कधी अव्यक्त स्वरूपात प्रकट होते, पण होणाऱ्या वेदना मात्र समान असतात. विवशतेमुळे प्रतिकार करणे अथवा प्रतिशोध घेणे प्रसंगी शक्यही होत नाही, कारण शक्तीचा असमतोल आणि क्षमतेला असलेल्या मर्यादा, यामुळे ते अशक्य होते. सृष्टीने घालून दिलेले मापदंड सूक्ष्मजीवापासून ते महाकाय प्राण्यापर्यंत सर्वजण स्वाभाविक रीतीने पाळत आले आहेत, मात्र प्राणिमात्राच्या भावना हा एक असा कोष आहे की, त्यातील संवेदनांचे कोमल धागे सर्व भावविश्व व्यापून टाकतात. मग तिथे सर्व मापदंड थिटे पडतात! काम, क्रोध, दंभ, मद, मोह आणि मत्सर या षड्विकारांची स्पंदने हा त्या गूढ विश्वाचाच भाग आहे. त्यांच्याशिवाय जीवन परिपूर्णही नसते, पण बव्हंशी आव्हानाला सामोरे जाण्याऐवजी पळवाटा शोधूनच कार्यभाग साधला

जातो, असाच सार्वत्रिक अनुभव येतो. याला काकपक्षिणीसारखे अगदी मोजके अपवाद आढळतात! या नीतिकथेचे तात्पर्य काय, तर क्रोधाचे कारण न्यायसंगत असेल तर क्रोध निश्चितच समर्थनीय असतो! पर्यायाने, असा घेतलेला प्रतिशोध सुद्धा योग्यच ठरतो! जशी असह्य तृष्णा केवळ शीतल जलप्रशनानेच शमते किंवा यज्ञकुंडातील अग्नी सर्व समिधांचे भस्म झाल्याशिवाय शांत होत नाही, त्याप्रमाणेच क्रोधाग्नीचे देखील आहे, अन्यायाचे पूर्ण परिमार्जन झाल्यावरच तो विझतो!

काहीशा भ्रमिष्ट अवस्थेत काही काळ गेला असेल, पण मी क्षणात स्वत:ला सावरले. क्लांत जिवाला आता थोडा विसावा आवश्यक होता. नगरातील माझा बालमित्र व सहाध्यायी असलेल्या इंदू शर्माचे स्मरण झाले. मोठ्या आवेगाने त्याच्या पर्णकुटीकडे पावले ओढली गेली. दु:ख किंवा संभ्रम निर्माण झाला की प्रियजनाचे सान्निध्य किती आवश्यक असते ते अनुभवत होतो! विस्कटलेली शिखा, कपाळावरील घर्मबिंदू, श्रांत चेहरा, रक्तवर्ण नेत्र, माझ्या अशा अवतारातच इंदू शर्माने बाहू पसरवीत मला मिठी मारली. कळशीभर शीतल जल प्राशन केल्यावर खूप शांत शांत वाटले. घटकाभराने माझा हात हाती घेऊन इंदूने आस्थापूर्वक क्षेमकुशल विचारल्यावर मी घडलेला सगळा घटनाक्रम व सर्व वृत्तान्त कथन केला. एकटक माझ्या मुद्रेकडे पाहत तो लक्षपूर्वक ऐकत होता. अचानक एक खट्याळ स्मितरेषा त्याच्या ओठाच्या एका कोपऱ्यात उमटली. मी चमकून पाहत प्रश्नार्थक मुद्रा केली... तर तो उत्तरला, "विष्णू... तू तस्साच आहेस, बालपणी जसा आश्रमात होतास अगदी तस्सा! काहीही बदल झाला नाही तुझ्या स्वभावात आणि होणे शक्यही नाही. स्वाभिमान व आत्मसन्मान यात तू कधीही तडजोड स्वीकारली नाहीस व स्वीकारणारही नाहीस! सुवर्णमध्य काढून सोयीचे पण तत्त्वहीन जगणे तू कधीच मान्य करणार नाहीस हे मला पक्के ठाऊक आहे, मित्रा...! आणि म्हणूनच तर तू माझा प्राणप्रिय सखा आहेस! उन्मत्त झालेल्या धनानंदाने आगीशी खेळ मांडला आहे याची त्याला अजिबात कल्पना नाही, म्हणूनच त्याचे सहन न होणारे चटके आता त्याला बसणारच आहेत. माझ्यासारखा जिवलग मित्र तुझ्यासोबत असल्यामुळे आता त्याची दाहकता पण खूप वाढणार आहे. फक्त एक आशंका आहे. ती म्हणजे अमात्य राक्षस! अत्यंत सुरक्षित कवच लाभलेले आहे त्या सुदैवी नंदराजाला, जणू सूर्याने कर्णाला दिलेली अभेद्य कवच-कुंडलेच! अमात्य राक्षसाची नंदराजावरील निष्ठा म्हणजे हनुमंताची श्रीरामावरची अविचल निष्ठा! बुद्धी आणि पराक्रम दोन्हीत श्रेष्ठ असलेला हनुमानच जणू त्या भाग्यशाली नंदाला लाभला! तो कालत्रयीही नंदाचा विनाश स्वीकारणार नाही, किंवा त्याचे तसे मतपरिवर्तन करणेसुद्धा केवळ

अशक्य! विष्णुगुप्ता, सर्व परिस्थितीचे सिंहावलोकन कसे करायचे याचे सम्यक ज्ञान इतर कोणापेक्षाही तुला अधिक आहे, बाकी तुझा निर्णय झाल्यावर योजना कार्यान्वित करण्यासाठी आम्ही मित्र आहोतच मदतीला. मित्रा, तुझे अचूक व काटेकोर नियोजन, तीक्ष्ण दृष्टी आणि विवेकी निर्णयबुद्धी याला तूर्तास आर्यावर्तात तरी तोड नाही. अविश्वसनीय वाटणाऱ्या तुझ्या तैलबुद्धीच्या जोरावरच विजयश्रीची माला आपल्या कंठात पडणार यात मला तरी काहीच शंका नाही!''

इंदू शर्माचे बोलणे माझ्यावरच्या नितांत प्रेमापोटीच होते. फलज्योतिष्य आणि खगोलशास्त्राचा त्याचा गाढा अभ्यास हा नेहमी माझ्या कुतूहलाचा विषय होता. आपल्या मधुर वाणीने तो शास्त्र आणि सिद्धान्त याची जी उकल करायचा किंवा जे भविष्य वर्तवायचा ते फारच श्रवणीय असायचे. ध्वनीतले आरोह-अवरोह असे असायचे की, आरतीची मंजूळ घंटी आणि मंदिरातला घंटानाद याचे ते अजब मिश्रण वाटायचे! अंत:करणापासून बोलत असल्याने त्याचे सगळेच बोलणे अत्यंत हृदयस्पर्शी व्हायचे. खरेच, एखाद्याला केवळ शब्दांनी मोहित करून वश करायचे असेल तर इंदू शर्माला पर्याय नाही! कूटनीती-शास्त्रातला सार्वकालिक यशस्वी असा लौकिक प्राप्त झालेला 'साम-दाम-दंड-भेद' या सिद्धान्ताचा सखोल अभ्यास माझ्याइतकाच त्याचाही होता. विशेषत: भेदनीती, अर्थात बुद्धिभेद तंत्राचा अत्यंत प्रभावी व समर्पक वापर तर तोच करू जाणे. भेदनीती हे ब्रह्मास्त्र आहे असे त्याचे लाडके मत होते. जे सामोपचाराने साध्य होत नाही, धनशक्तीनेही साध्य होत नाही, अशा वेळी शेवटचा व परिणामकारक प्रयोग हा फक्त भेदनीतीचाच असतो. एखाद्याचा बुद्धिभेद करणे हे निष्णात शल्यविशारदाएवढेच कौशल्याचे काम आहे! कुशाग्र बुद्धी आणि समयसूचकता या दोन भक्कम आधारावर भेदनीतीने अंतिम लक्ष्यवेध करता येतो. शिवाय कूटनीतीमध्ये कर्त्यास पूर्ण मुभा असते. कोणताही प्रयोग व कोणतीही कृती केली तरी सर्व काही क्षम्य असते!

मला अजूनही स्पष्ट आठवते ती अग्रसेन व वृषसेन या जुळ्या बंधूंची जोडी. कणाद मुनींच्या आश्रमात नीतीशास्त्राचे अध्ययन करण्यासाठी प्रविष्ट झालेले बंधू सगळ्यांच्या कौतुकाचा विषय होते, कारण हे दोघे एकमेकांवर जिवापाड प्रेम करायचे. अद्वैतच जणू! त्यातला अग्रसेन हा मल्लविद्येत प्रवीण होता त्यामुळे यांच्या वाटेस जाण्याचे दु:साहस कोणी करत नसे. इंदू हा जात्याच किरकोळ शरीरयष्टी लाभलेला. एकदा मुनींच्या आदेशावरून समिधा आणण्यासाठी सर्व शिक्षार्थी वनात गेले. इंदू त्या दोघा बंधूंसोबत होता. अग्रसेनाने विशेष कष्ट न घेता इंदूने गोळा केलेल्या समिधा उचलल्या आणि चालू लागला. बिचारा इंदू पुनश्च कामास लागला. कुठल्या बळावर तो प्रतिकार करणार? पण मल्लविद्येत पारंगत

नसला तरी बुद्धिमत्तेच्या आणि कूटनीतीच्या आखाड्यात तो मल्ल होता. त्याच बळावर त्याने कार्यभाग साधला! पुढील काळात त्याने योजनापूर्वक, आधी त्या दोन्ही भावांशी घनिष्ठ मैत्री केली, त्यांच्या स्वभावातील बारकावे शोधले, वरवर जरी त्यांचे बंधुप्रेम फार टिकाऊ वाटले तरी ते दिखाऊ असल्याचेही इंदूच्या ध्यानात यायला वेळ लागला नाही. नंतर त्या दोन्ही भावांत इंदूने असा काही संघर्ष पेटवून दिला की, आचार्यांनाच मध्यस्थी करून मोठ्या प्रयासाने तो मिटवावा लागला. त्या दोघा भावांचा शक्तिपात तर झालाच होता, शिवाय त्यांच्या अद्वैताचे रूपांतर द्वैतात कधी झाले ते त्यांना समजलेच नाही! एका सामर्थ्यवान युतीचा विदारक अंत केवळ बुद्धिभेदाच्या जोरावर केला गेला! धन्य त्या इंदू शर्माची आणि धन्य त्या भेदनीतीची!

इंदू शर्माच्या घरी जाऊन घडघडा सगळे बोलून झाले. माझ्या बोलण्यातील आवेश संपला आणि सगळे बोलणेही संपले होते. त्यावर इंदू शर्माचे सूचक बोल एकसारखे प्रतिध्वनित होत होते. अमात्य राक्षसासोबत संघर्ष?... महापराक्रमी बुद्धिमान व अनुभवसंपन्न व्यक्तीशी सामना? तसा विचार केला तर दोन प्रतिभासंपन्न व्यक्तीमधील हा लढा अगदीच विषम आहे असे काही नव्हते, तो तुल्यबळच होता. माझ्या दृष्टीने अन्य बाजूची त्याची गुणवत्ता गौण होती, चिंतेचा विषय होता तो राक्षसाच्या अविचल राजनिष्ठेचा. नंदराजा खरेच सुदैवी राजा म्हणावा लागेल. राक्षसासारखा चतुरस्त्र प्रतिभा असलेला अमात्य त्याला लाभला! तो नुसता सचिव किंवा अष्टावधानी प्रधानच नव्हता, तर बलशाली योद्धा होता, नीतीशास्त्र व राज्यशास्त्रातला सर्वज्ञानी होता, अत्यंत शुद्ध चारित्र्याचा धनी होता, कर्तव्यकठोर होता, कुसुमपुरातील विविध क्षेत्रांतील अनेक नामवंत व्यक्तींचा सुहृद होता. असंख्य नगरजनाची त्याचेवर प्रगाढ श्रद्धा होती, मगधाच्या शूर सैनिकांनी आपली स्वामिभक्ती त्यास अर्पिली होती. नंदराजाचा पालक, रक्षक, मित्र आणि हितैषी सल्लागार अशा विविध भूमिकेत त्याचे अस्तित्व ठायी ठायी जाणवायचे! श्रीकृष्णाचे सुदर्शन चक्रच जणू नंदाच्या रक्षणार्थ अमात्याच्या रूपात सतत गरगरत असायचे! जरी असे होते तरी त्यात एक बारीक फट होती, वरवर राक्षस कितीही कठोर भासला तरी ते त्याचे दृश्य रूप होते. मुळात तो अत्यंत भावनाप्रधान गृहस्थ होता, भाबडा योद्धा होता. श्रीफल जसे बाहेरून रुक्ष व खरखरीत दिसते, पण अंतर्यामी ते कोमल गाभा आणि मधुर जलाने युक्त असते तसे राक्षसाचे होते! तरीसुद्धा हे अभेद्य सुरक्षाचक्र कसे भेदायचे हाच माझ्यापुढे यक्षप्रश्न होता. जेवढे आव्हान मोठे तेवढे ते स्वीकारण्यात खरा पुरुषार्थ असतो. जटिल समस्यांचा गुंता कुशलतेने सोडविण्यात वेगळाच आनंद लाभतो. अमर्याद राजसत्ता, अमोध धनशक्ती आणि कटकारस्थाने यांच्यावर मात करता येते ती केवळ कपटनीतीने! राजनीती, कुटिलनीती व कपटनीती... हा सगळा शब्दच्छल! सोयीप्रमाणे शब्दरचना केली की झाले! राजकीय

व्यवहारात सगळे सापेक्ष अर्थाने घ्यायचे असते. हेतू शुद्ध असेल तर कपटनीतीस यश देखील त्वरित मिळते, कारण ऐनवेळी दैव त्याचे मदतीस येते! माझा हेतू तरी काय वेगळा आहे? अविवेकी नंद घराण्याची राजवट उलथवून विवेकी व कल्याणकारी राजास मगध सिंहासनावर अभिषिक्त करणे या प्रेरणेनेच तर मी एका गुंतागुंतीच्या महानाट्याची सुरुवात करणार आहे! मी आणि राक्षस... दोन समतुल्य ग्रहलोकांची राजकीय अंतरिक्षात टक्कर होणे आता अपरिहार्य होते, दोघा प्रज्ञावंतांपैकी एकाचा अंतिम पराभव होऊनच हे महानाट्य संपेल!

युद्धशास्त्राचा एक नियम आहे की, स्वतःच्या बलस्थानापेक्षा शत्रूच्या बलस्थानाचा अधिक अभ्यास असला पाहिजे, त्यातूनच शत्रूच्या त्रुटी तर लक्षात येतातच, शिवाय त्यानुसार प्रहारात्मक व्यूहरचना केली तर यश सुकर होते. राक्षस व मी वैयक्तिकदृष्ट्या समतोल होतो. तरी दुसऱ्या अनेक बाजू राक्षसासच अनुकूल होत्या. मनुष्यबळ, सुविधा, संपन्नता आणि सामग्री यांत तो नक्कीच वरचढ होता. माझ्याकडे काय होते? एकटा मी व माझे काही जिवलग स्नेही. बस्स! तेवढे दैव मात्र तूर्तास तरी तटस्थ होते, एवढाच एक दिलासा होता!

आजवर मिळविलेले ज्ञान, तपश्चर्या आणि बुद्धिमत्ता पणाला लावून कामाला लागलो. इंदू शर्मास वचनबद्ध करून त्याच्यावर एक महत्त्वाचे कार्य सोपविले. मी त्यास म्हणालो, "जैन क्षपणकाचे रूप धारण करून यापुढे अंतिम साध्य सिद्ध होईपर्यंत तुला त्याच वेषात राहावे लागेल केवळ माझ्यासाठी! त्यातील व्यूहरचनेचा पहिला भाग म्हणून तुला नंदराज धनानंद व अमात्य राक्षस यांचा विश्वास संपादित करायचा आहे, विशेषतः अमात्य राक्षसाची मर्जी सांभाळून पूर्णतः विश्वासपात्र व्हायचे आहे. अर्थात तुझ्यासारख्या चतुर मित्रास काय आणि कसे करायचे ते सांगणे आवश्यक नाही, परिस्थितीचे अवलोकन करून समयोचित कृती करणे यातील तुझे कौशल्य वादातील आहे" अमात्य प्रचंड क्षमतेचे असले तरी फलज्योतिष्य आणि हस्तसामुद्रिक यावर त्यांची आंधळी श्रद्धा होती हे मला ठाऊक होते. शकुन-अपशकुनावर विश्वास ठेवणारे भाबडे मन असणे आणि संवेदनशीलतेमुळे अंधश्रद्ध बनणे, या दोन्ही गोष्टी एखाद्या राजनीतिज्ञास निश्चितच घातक होत्या! पण अमात्यांची कमकुवत बाजू हेच तर माझे बलस्थान होते! इंदू शर्माची ज्योतिषविद्येतील व दैनंदिन व्यवहारासाठी उपयुक्त असणाऱ्या, आवश्यक त्या क्षेत्रातली तयारी निर्विवाद होती, म्हणूनच तर त्याची या कार्यासाठी मी नियुक्ती केली! बुद्धिबळाचा पट तर मी मांडला होता, एक एक मोहोरा आणि सोंगट्या चाल करून जाणार होते. शह-काटशह देत-घेत डाव रंगणार होता. कूट चाली रचून कोणाचा प्रधान स्वतःच्या राजाचे रक्षण करून प्रतिपक्षाच्या राजास मात देऊन विजयी होतो, नियती कोणाला कौल देणार होती ते फक्त

विधात्यालाच ठाऊक होते!

ठिपके ठिपके जोडून रांगोळी तयार करणे आणि तपशिलाने योजना करून एक एक रचना पूर्णत्वास नेणे ही तशी समान कृती आहे. व्यूहरचनेच्या प्रत्येक महत्त्वाच्या बिंदूवर आपला अत्यंत विश्वासू, निष्ठावंत आणि हरहुन्नरी सहचर असेल तरच ती योजना सफल होते. माझ्या रचनेतील दुसरा बिंदू सिद्धार्थक होता. बहुभाषी, बहुरूपी आणि बहुढंगी पण स्वामिनिष्ठ असा तो माझा आज्ञाधारक शिष्योत्तम होता, मग त्याची या महानाट्यात महत्त्वाची भूमिका असणारच! गुरुकुलात आला त्या वेळी मितभाषी व किंचित लाजाळू असलेला सिद्धार्थक प्रशिक्षण पूर्ण झाल्यावर कायाकल्प झाल्यासारखा सळसळत नव्या रूपात बाहेर आला. वनौषधीची विस्तृत माहिती आणि विविध रसायनांची निर्मिती हे त्याचे सिद्ध झालेले विषय होते. वनस्पतींच्या शोधात अरण्यातील संचारामुळे त्यास वन्य प्राणिजीवन, कीटक, सर्प आदींच्या शरीररचनेची व जीवनचक्राची चांगलीच माहिती झाली होती. बेमालूम बेषांतर करून तो सहाध्यायांचे मनसोक्त रंजन करीत असे. अशा हरहुन्नरी कलाकारास चर (गुप्तहेर) म्हणून निवडणे सर्वार्थाने योग्यच होते. खूप विचार करून त्याची भूमिका निश्चित केली व सिद्धार्थकास मी सेनापती भागूरायणाचा विश्वास संपादन करून घेण्याची युक्ती, साध्य काय करायचे त्याची निश्चिती आणि प्रत्यक्ष कृतीची सर्व योजना सूक्ष्म तपशिलासह सांगितली. आपले शंक्वाकार नेत्र विस्फारून तो ऐकतच राहिला...!

मुख्य सहकारी मित्र स्वेच्छेने माझ्या योजनेत समाविष्ट झाल्याने मी अगदी निश्चिंत झालो, आणि पुढील कार्यवाहीची लगबग सुरू केली. अनंत अडचणी होत्या, योजना कार्यान्वित होण्यासाठी दीर्घकाळ लागणार होता, संयम आणि बुद्धी यांची कसोटी लागणार होती, तरीसुद्धा सर्वजण उत्साहात कामाला लागले. कारण अंतिम ईप्सित हे चाणक्यासाठी नव्हते, तर व्यापक हिताचे होते, ते एक देवकार्यच होते! हळूहळू जम बसत गेला, योग्य दिशेने वाटचाल सुरू झाली आणि मीही नव्या उमेदीने व नवनवीन मित्र मिळवून योजना पूर्णत्वास नेण्यासाठी तक्षशिलेकडे वाटचाल सुरू केली. नवी आशा, नवा निश्चय, नवे पर्व आणि नवा इतिहास घडविण्यासाठी मी प्रस्थान ठेवले!

◆

राजा धनानंद

राजा हा विष्णूचा अंश आहे, म्हणूनच तर, या राजा धनानंदाचे स्थान सर्वोच्च आहे! माझ्याजवळ कुबेराला लाजवील असे महापद्म सुवर्णमुद्राचे भांडार आहे, शिवाय चतुरंग सैन्यदलासह सेनापती भागूरायण व चौफेर बुद्धिमत्ता असलेल्या अमात्य राक्षस हे दोन खड्गहस्त सिद्ध असताना मला कशाची चिंता असणार? राजाचा जन्मच मुळी राजवैभवाचा विलासी उपभोग घेण्यासाठी आहे. धुंद करणारी मदिरा, अप्सरेलाही लाजविणाऱ्या मदिराक्षी, नादमधुर संगीत, व चित्तवृत्ती उत्तेजित करणाऱ्या नृत्यांगना अशी स्वर्गीय सुखे हात जोडून समोर उभी असताना ती नाकारायची याला केवळ करंटेपणा म्हणतात! थोर दार्शनिक चार्वाकमुनींचा सिद्धान्त म्हणूनच तर मला प्रिय आहे. कुणी बघितलाय पुनर्जन्म? मनुष्यदेह काही पुन्हा मिळणार नाही, जोवर जीवित आहोत तोवर यथेच्छ उपभोग घेणे, हाच खरा पुरुषार्थ आहे!

राजा धनानंद...

गजान्त लक्ष्मी कशाला म्हणतात ते कोणाला पाहायचे असल्यास त्याला मगधराज धनानंदाकडे यावे लागेल!

नंदराजांनी आठ पिढ्यांपासून या चंचल लक्ष्मीला सुवर्णशृंखलांनी बद्ध करून आपल्या राजमहालात डांबले आहे. अर्थस्य पुरुषो दास:! हा व्यासमहर्षींनी दिलेला व्यवहारी मंत्र निष्फल कसा राहील? कणाद मुनी व चार्वाक मुनी या महान दार्शनिकांचे वस्तुनिष्ठ चिकित्सा करणारे चिंतन व्यर्थ कसे असेल? पुरातन काळापासून नागरी संस्कृतीचा प्रवाह जलसिंचनाएवढाच धनसिंचनाच्या संजीवनीने विकसित होत आलेला आहे! चलनाचे स्वरूप कुठल्याही काळात कोणतेही असो, जगाच्या पाठीवर मानवसमूह ज्या बंधनाने एकत्र राहिला होता ते बंधन केवळ शुद्ध आर्थिक स्वरूपाचे आणि आदानप्रदानाच्या व्यवहाराचे होते. एकमेकांशी सुसंवाद, सहकार्य, पोषण आणि संरक्षण ही समूहजीवनाची अत्यावश्यक अंगे आहेत त्यांची पूर्तता वस्तू, प्राणी व द्रव्य आदींच्या रूपातील चलनामुळेच तर पूर्ण झाली होती. रामायण- महाभारतकालात आणि तत्पूर्वी सुद्धा, शत्रूचे विपुल गोधन पळवून विजय साजरा होत असे. हळूहळू विखुरलेल्या अवस्थेतील मानवी समूह नागरी व्यवस्थेकडे वळले. त्यातूनच जनपद अर्थात प्रांतव्यवस्थांची निर्मिती झाली. ज्या जनपदाचा स्वामी असलेला महाजन धनसंपदा आणि शस्त्रसंपदा यांत जो अधिक संपन्न असेल, तो प्रभावी ठरून परिसरातल्या इतर जनपदांना आपल्या अंकित ठेवत असे. या जम्बुद्वीपाचा व भरतवर्षाचा शतकानुशतके हाच इतिहास राहिला आहे. अर्थात ज्याचेजवळ धनशक्ती नाही तो राजा दुबळा, हे सूत्रच व्यवहारातील अंतिम सत्य ठरलेले आहे! शासक असूनही त्याची दंतहीन शार्दूलासारखी केविलवाणी अवस्था काय कामाची? विष काढून घेतलेल्या नागराजाच्या नुसत्या फूत्कारास कोण भितो? नांगी तोडलेल्या वृश्चिकाचा डंख जसा निरुपद्रवी असतो, तसाच दुबळ्या शासकाने उगारलेला राजदंड कुचकामी ठरतो. निष्कांचन राजा

म्हणजे कपाळी वैधव्य आलेली असहाय अबला...! निर्धन राजाचे मूल्यमापन तर जगात असेच होणार.

माझ्या नावातच धन आहे व त्या धनाची शुक्लेंदुवत् वृद्धी करण्यातच मला अपार आनंद मिळतो, म्हणूनच तर मी 'धनानंद' आहे! हा मगधनरेश त्यामुळेच तर आर्यावर्तात ख्यातिप्राप्त आहे. देश-विदेशातून येणारे दर्यावर्दी व्यापारी व खुष्कीच्या मार्गाने येणारे नवनवीन प्रवासी सार्थवाहक आपल्यासोबत अनेक दुर्मिळ व मौल्यवान वस्तू आणायचे. पाटलीपुत्राची समृद्धी व वैभव याचे अनिवार आकर्षण व औत्सुक्य असल्याकारणे त्या वस्तुविक्रयातून संतोषजनक द्रव्यप्राप्ती होणार या विश्वासाने त्यांची पावले मगधराजाच्या राजधानीकडे वळायची. त्यांनी आणलेल्या विविध देशांच्या मुद्रा, रत्नजडित सुवर्णलंकार, देदीप्यमान हिरे, खोल सागरातून काढलेले दुर्मिळ मोती, नाना प्रकारच्या चमत्कृतींनी युक्त यंत्रे, अजोड कलाकृती, अप्राप्य माणीक व पाचू, अजब रसायने, दिव्य औषधी आणि मौल्यवान धातू हे सगळे यथायोग्य मूल्य देऊन माझ्या राजभांडारात जमा होत असे. शय्यागृहातील राजस्त्रियांच्या मुखदर्शनापेक्षा मला अधिक संतोष माझ्या राजकोशात संचयित केलेल्या त्या अफाट लक्ष्मीदर्शनाने होत असे! गजान्त लक्ष्मीच्या अलौकिक दर्शनसुखाचा अपरिमित आनंद घेत माझे डोळे तृप्त व्हायचे. राजसभेत जाण्यापूर्वी लक्ष्मीचे हे नित्यदर्शन झाले नाही असे क्वचितच घडायचे. त्या दर्शनामुळे सभेत आसनस्थ होताना एक प्रकारची तृप्ती, अनामिक धुंदी आणि सामर्थ्याचा यथार्थ अभिमान माझ्या मुखावर दाट पसरलेला असायचा. मी चालताना जणू एखादा मदमस्त गजराज जग पादाक्रांत करायला निघालाय किंवा इंद्राचा ऐरावतच भूतलावर अवतरलाय असाच इतरांना भास व्हायचा!

कवडीचीही माया जवळ नसणाऱ्या कफल्लक, निर्धन व दरिद्री याचकाविषयी वास्तविक पाहता करुणाभाव वाटायला पाहिजे, पण मला त्यांची घृणाच अधिक वाटायची. बाह्यांगी व लोकापवादासाठी मी तो तिरस्कार चेहऱ्यावर दिसू न देता, अशा लोकांना दान देताना चेहरा प्रसन्न ठेवत असे तो भाग निराळा!

माझे दुसरे गुह्य आणि वर्म होते स्त्रीसौंदर्य! ती आसक्ती, होय आसक्तीच म्हणा! माझ्या अवघ्या नसानसांत व्यापून दशांगुळे शिल्लकच राहिली होती. मानवी जगात स्त्री आणि पुरुष असे संबोधन वापरले जाते तर उर्वरित जीव जगतात नर आणि मादी! पुनरुत्पादनासाठी लागणारे दोन अत्यावश्यक घटक, आणि ते एकत्र येऊन फलधारणा व्हावी म्हणून निसर्गाचा किती खटाटोप चालतो. फुले आपल्या मोहक रंगाची आणि सुगंधाची उधळण करून परागसिंचनास्तव फुलपाखरांना आकर्षित करतात, तर मादी कामोत्तेजक स्राव, ध्वनी, आणि विक्षेप यांद्वारे नरास आपल्याकडे आकर्षित करून घेते. स्त्री तर सृष्टिनिर्मात्याचा सर्वोच्च

कलाविष्कार होता! पुरुषांना संमोहित करणाऱ्या सर्वच अस्त्रांनी युक्त असलेला मदनबाणाचा अक्षय्य भाता प्रत्येक सुंदर स्त्रीकडे सज्ज असतो! प्रत्यक्ष देवाचीच ती प्रसन्न अवस्थेतील मोहक रचना असल्यामुळे तिच्यावर मोहित झाला नाही असा पुरुष विरळाच. साक्षात तपोनिधान असलेल्या महर्षी विश्वामित्राचा तपोभंग करणारी लावण्यवती अप्सरा मेनका किती सुंदर असेल याची फक्त कल्पनाच करू शकतो. रंभा, मेनका, उर्वशी किंवा तिलोत्तमा यांच्या अद्वितीय लावण्याशिवाय इंद्रसभा परिपूर्ण होऊच शकत नाही.

जगन्नियंत्याने एका हळुवार क्षणी, कोमल हस्ताने साकार केलेले पहाटे पहाटेचे सुंदर स्वप्न म्हणजेच स्त्री! यच्चयावत पुरुषवर्गाला आपल्या मदनबाणाने विद्ध करणारी, कमनीय बांध्याच्या मनमोहक विक्षेपांनी भ्रमित करणारी, परमेश्वराची अलौकिक रचना म्हणजे स्त्री! स्त्रियांच्या अंगप्रत्यंगाचे बहारदार वर्णन अनेक कवींनी केलेले आहे. मृगनयनी, मीनाक्षी अशी तिच्या टपोऱ्या डोळ्यांना दिलेली उपमा, किंवा चाफेकळीसारखी नासिका, जास्वंदी रंगाचे रसरशीत ओष्ठद्वय, लवचीक कमनीय बांधा, पुष्ट उरोज व नितंब, केतकीसारखे नितळ अंग आणि रंग, उत्तेजित करणारे मादक कटाक्ष, तर भिवयांचे व पापण्यांचे अवखळ विभ्रम, नितंबावर रुळणारा मुक्त केशसंभार, कपाळावरची कुरळ्या केसाची लाडिक बट...! स्त्रियांच्या आरस्पानी सौंदर्याला असंख्य उपमा देऊनही ते वर्णन शब्दातीत आहे. मदिरा व मदिराक्षीच्या मादक मायाजालातून सुटका होणे कधीतरी शक्य आहे का? एकवेळ कोळ्याने आपल्या प्राणघातक मायापाशात जखडून ठेवलेला अभागी कीटक आकांताने सुटका करून घेईल, पण आकर्षक पुंरध्रीच्या मोहजालातून पुरुषाचे मुक्त होणे कालत्रयीही शक्य नाही. ती भावुक व हळवी घटिकाच अशी असते की, तिथे कठीण पोलाद देखील अगदी मेणाहून मऊ होऊन वितळते! आपल्या तीक्ष्ण पात्याने कठोर काष्ठ पोखरणाऱ्या भृंगास अत्यंत मृदू असलेल्या कमलदलास साधे छिद्रदेखील पाडता येत नाही... हा दैवी चमत्कारच म्हणायचा, की त्याची अगतिकता समजायची? असे कोणते अतूट बंध असतात की जे तोडावेसे वाटत नाहीत? काय शक्ती असेल त्या मोहमयी मायाजालाच्या अदृश्य धाग्यात? पक्व झालेले आम्रफल वृक्षशाखेवरून अलगद गळून पडावे, तद्वत पुरुष आपल्या अहंकारासह, शृंगार केलेल्या सुंदर स्त्रीपुढे पतित होतो! शय्यागृहात कामिनीच्या कोमल बाहुपाशात बंदिस्त झालेला पुरुष आणि कमलपुष्पांत बंदिवान झालेला भ्रमर यांत आश्चर्यकारक साम्य असते! अशाच सौंदर्याचे मी माझ्या रंगमहालात मनसोक्त रसपान करीत असताना कोणत्याही कारणाने आलेला व्यत्यय मला सहन होत नसे. कारण धुंद होऊन चित्तवृत्ती विलक्षण उद्दीपित झालेल्या असताना, जर कोणी अचानक रसभंग केला तर मी फार अस्वस्थ होत असे. एखाद्या विलोभनीय कलाकृतीचे एकाग्रतेने व देहभान हरपून

रसग्रहण करीत असता मधेच कोणी जर आपला समाधीभंग केला तर किती संताप येतो? तसेच रंगमहालात अवतरलेल्या त्या चित्ताकर्षक सौंदर्याचा समरसून आस्वाद घेताना मधेच आलेल्या व्यत्ययामुळे मी क्रुद्ध होत असे, खरेच अमृततुल्य सुरापानाने उत्तेजित झालेली रसना आणि ललनेच्या कामुक कटाक्षामुळे बंधमुक्त झालेली वासना... दोन्ही अनावरच! वेग सुटलेले फुरफुरणारे अश्व जसे बेफाम गतीने धावतात, तसे मनुष्याचे विकार अशा समयी अनियंत्रित गतीने चौखूर उधळतात! तुफान उसळणाऱ्या सागरलहरींना कवेत घेऊन शांत करणे ही मनुष्याच्या तरी आवक्यातली बाब निश्चित नाही, त्याला योग्याचीच क्षमता लागते! मी नक्कीच योगी नव्हतो, आणि माझी तशी इच्छाही नाही! असलाच तर मी राजयोगी होतो, आणि तो योग माझ्या कुंडलीत आल्याने राजविलासाचा उपभोग घेणे हा माझा जन्मसिद्ध अधिकार होता. असा राजयोग दैवातच असावा लागतो!

ययाती... पुरुवंशातील राजा, महाराज नहुषाचा पुत्र, स्त्री सहवासाची अनावर आसक्ती असलेला आद्यपुरुष! गात्रांत त्राण असेपर्यंत त्याने असंख्य सुंदर रमणींचा उपभोग घेतला, शय्यासुख व रतिक्रिडा हेच जीवनाचे इतिकर्तव्य मानले. त्याच्या कामातिरेकामुळे क्रोधित झालेल्या कोपिष्ट सासऱ्याने, शुक्राचार्यांने शाप देऊन त्यास जराजर्जर अवस्था दिली व स्त्रियांचा उपभोग घेण्यास असमर्थ केले! काया जर्जर झाली व अकाली वार्धक्य आले तरी ययातीचे मन चिरतरुण होते. स्त्रीभोगाची अपार लालसा त्यास स्वस्थ बसू देत नव्हती. जळाबाहेर पडलेला मत्स्य जसा तडफड करतो तशी राजा ययातीची अवस्था झाली होती. शेवटी त्याच्या पुत्राने स्वत:चे यौवन मंत्राद्वारे अर्पित करून ययातीस पूर्ववत केले. कायाकल्प झालेला ययाती नूतन आवेशात कामविलासात रममाण होण्यासाठी पुन्हा सिद्ध झाला! ययातीची कथा ही आदर्श घ्यावा म्हणून सांगितली नाही. आसक्ती आणि तीही स्त्रीसौंदर्याची, किती अमर्याद, व्यापक आणि पूर्वापार चालत आलेली आहे ते सांगितले! कोणास ते अनुचित वाटेल, पण मी त्याचा प्रच्छन्न पुरस्कर्ता आहे! लोक त्यास गुह्य मानतात व गुपित ठेवतात, पण मी न लपविता ते प्रकट करतो, इतकेच!

कामांध होऊन अतिलालसेच्या आहारी जाणे आणि रसिक भ्रमराप्रमाणे रसग्रहण करून सुखाचा पुरेपूर उपभोग घेणे या दोन्ही भिन्न गोष्टी आहेत. मला सहज प्राप्त होत असलेले हे सुख मी दोन्ही हातानी भरभरून का घेऊ नये? मग त्यात कोणाला मी कामांध झाल्याचा साक्षात्कार झाला तर मी काय करू शकतो? ज्यांना जीवनात कधी ऐश्वर्य उपभोगण्याची संधीच मिळत नसते, असे लोकच वैराग्याची महती गातात! स्वर्गीय आनंद म्हणजे काय? याची ज्यांना अनुभूतीही नसते असे करंट्या नशिबाचे व जन्मदरिद्री लोकच स्वर्गसुखाला दूषणे देतात.

सुंदर स्त्रियांचा सहवास ज्यांना दुरूनदेखील मिळाला नाही, असे अभागी व अतृप्त लोकच ब्रह्मचर्याच्या गोष्टी करतात! इहलोकात वंशवृद्धीची क्षमता नसलेले कापुरुष देखील परलोकातील अप्सरांच्या स्वर्गीय सौंदर्याचे रसभरीत वर्णन करतात! इतका दांभिकपणा समाजात पसरलेला आहे. खरी वास्तविकता तर हीच आहे की, लोणी जसे विस्तवाजवळ ठेवताच वितळू लागते तसे हे तथाकथित निग्रही पंडित, एखाद्या कामुक युवतीच्या सान्निध्यात जर अल्पकाळही ठेवले, तर यांचे ब्रह्मचर्य क्षणार्धात वितळू लागेल! कठोर तप करणाऱ्या कर्मठ ऋषिमुनींची तपस्या भंग करण्यासाठी देवादिकांनासुद्धा शेवटी मादक अप्सरेचीच मदत घ्यावी लागली ना! विरक्ती, अनासक्ती आणि वैराग्य या सगळ्या नाकर्त्या, मत्सरी व असंतुष्ट लोकांच्या गप्पा आहेत! आणि तसे पाहिले तर लौकिक सदाचार व निषिद्ध व्यभिचार यांचे विभाजन करणारा पडदा फारच झिरझिरीत आणि तलम आहे. ही सीमारेषा इतकी क्षीण व पातळ आहे की, सदाचार व व्यभिचार यांचे कधी मिश्रण होते ते कळतदेखील नाही. चतुर माणसे मात्र याचा अचूक गैरफायदा घेतात व सीमारेषेच्या दोन्ही बाजूने हवा तसा संचार करतात! नीती-अनीतीच्या कल्पनांचे सुद्धा असेच आहे. नीतिमत्तेच्या प्रांतातून अनीतीच्या प्रदेशात आपले कधी आगमन झाले ते लक्षातसुद्धा येत नाही! चारित्र्याचाही असाच खूप उदोउदो होत असतो. किती मायावी व फसवा शब्द आहे चारित्र्य! जोपर्यंत एखाद्याचे तथाकथित दुराचरण प्रकट स्वरूपात समोर येत नाही तोपर्यंत तो चारित्र्यवान! प्रत्येकाची नग्नावस्था वस्त्रप्रावरणाखाली अवगुंठित असते म्हणून तर सर्वकाही सुरक्षित म्हणायचे! मानवी जीवनव्यवहाराचे हेच तर गमतीदार सार आहे, सर्वकाही स्वच्छ दिसत असतानाही ते अमान्य करायचे.

त्यामुळे एखाद्या उपदेशकाच्या भूमिकेत जाऊन आजचे सत्य व सौख्य नाकारून उद्याच्या मिथ्या स्वर्गप्राप्तीच्या मागे लागा, असे आग्रही प्रतिपादन करण्यात काय दूरदर्शिता व व्यवहारी शहाणपण आहे, ते माझ्या तरी लक्षात येत नाही. मला वाटते मृगजळ मृगजळ म्हणतात ते हेच असते! प्राण जाईपर्यंत भासमान प्रतिमेच्या मागे धावून, विधात्याने आपल्यासाठी रचलेले हे सुंदर जगत असेच सोडून जाणे हा शुद्ध वेडेपणा नाही का? शेवटी जीवितकार्य म्हणजे तरी काय? पुनरुत्पादन व पुढच्या पिढीची व्यवस्था? काही अर्थ आहे का त्या मांडणीत? मला स्वत:ला पाच पिढ्यांच्या आधीची भूतकालीन पूर्वजांची नावे आठवावी लागतात, मग त्या पूर्वजांनी या दिवट्या वंशजाची काय म्हणून काळजी घेतली असेल? किंवा भविष्यात तरी पुढील वंशज माझे किती स्मरण ठेवतील याची काही शाश्वती आहे का? मग माझ्या दृष्टीने निरर्थक असलेली असली भविष्याची तजवीज करण्यापेक्षा, वर्तमानात मिळणारी अमाप सुखे व हात जोडून उभे असलेले ऐश्वर्य, चित्त प्रसन्न करणारी नाना प्रकारची साधने, सुखशय्येसाठी आतुर असलेल्या आकर्षक ललना व नृत्यकुशल

वीरांगना, अधिकाधिक क्षुधा चेतविणारी रसदार मधुर व्यंजने, मन मोहविणारे स्वर्गीय संगीत, धुंद करणारी मदिरा... हे या जन्मी मिळणारे स्वर्गीय उपभोग सोडून वृथा मृगजलाच्या मागे हा धनानंद कशाकरिता धावेल?

आध्यात्मिक चिंतन करणारे अभ्यासक सांगतात, पुनर्जन्म आहे आणि जन्मजन्मांतरीचे सुकृत हा त्याचा मूलाधार आहे, म्हणून सर्वसंगपरित्याग करून मोक्ष मिळविणे हेच साध्य असले पाहिजे! मला तर मोठी गंमत वाटते. चौऱ्यांशी लक्ष्य योनीचा फेरा पूर्ण केल्यावर हा दुर्लभ मानवजन्म लाभतो असे सांगणारी हीच मंडळी! अरे बाबांनो, मानवजन्म जर एवढदा दुर्मिळ आहे तर त्याचे मोल जाणा, दुर्लभ जीवनातील आनंदाचा आस्वाद घ्या. विश्वाची इतकी सुंदर रचना व त्यातील सुखे ही मानवासाठी नाहीत तर कोणासाठी आहेत? थोर चार्वाकमुनींच्या द्रष्ट्या चिंतनाचा समस्त मानवजातीने सन्मान केलाच पाहिजे, यावज्जीवेत सुखं जीवेत या चार्वाकमुनींच्या तर्कशुद्ध विचारात काय चूक आहे? उलट ही संकल्पना तर सत्य आणि वास्तववादी विचार मांडणारी आहे. बुद्धिप्रामाण्यवादी चार्वाकमुनींनी सडेतोड शब्दात सांगितले आहे की, भविष्यातील पुनर्जन्म कोणी बघितला आहे? सगळा कल्पनेचा खेळ! आज वर्तमानात लाभलेले जीवन हेच अंतिम सत्य आहे, आणि ते सुद्धा मर्यादित काळासाठीच आहे हे कायम लक्षात ठेवा. मनुष्य अमर नाही! मग विनाकारण काल्पनिक मोक्ष व मृत्यूनंतर मिळणारा आकाशातील स्वर्ग, या कसलाही पुरावा नसलेल्या, खुळचट व अशास्त्रीय कल्पनांच्या नादी लागून अप्राप्य असलेला मानवजन्म का वाया घालवायचा? जोवर जिवंत आहात तोवर सुखासीन आयुष्य जगा हे वस्तुनिष्ठ प्रतिपादन निखळ सत्यावर आधारित आहे. सुखाची जेवढी साधने उपलब्ध आहेत. त्यांचा पुरेपूर वापर करून आनंद मिळवा आणि हा जन्म सार्थकी लावा, ही तर्कसंगत मांडणीच योग्य आहे! या एकाच मांडणीमुळे मी चार्वाकदर्शनाचा अनुयायी झालो, कारण माझ्या व्यवहारी विचाराला व कृतीला त्यामुळेच तर तत्त्वांचे अधिष्ठान लाभले!

जीवन कसे जगायचे हे निश्चित झाल्यावर मी माझा आखीव दिनक्रम ठरविला. सुखलोलुप, विषयप्रिय, धनासक्त चंचल राजा असा माझ्याविषयी प्रवाद झाला तरीही त्यामध्ये बाधा येणार नव्हती! पण हे सगळे उपभोग घेतानाही महाराज महापद्मनंदाने स्थापित केलेल्या नंद घराण्याच्या देदीप्यमान वारशाचा मला विसर पडला नाही. 'यावच्चंद्रदिवाकरौ' कीर्तिमान व वर्धिष्णू असलेले मगधराज्य असेच तळपत ठेवणे हे माझे आद्य कर्तव्य होते. त्यासाठी राज्यशकट चालविणारे विश्वासू सहचर, मंत्री, अमात्य व सेनापती यांची मी योजनापूर्वक भक्कम शृंखला तयार केली होती. राजविलासात मी कितीही मग्न असलो तरी या मंत्रिमंडळाच्या कार्यक्षमतेविषयी अथवा विश्वासपात्रतेविषयी माझ्या मनात यत्किंचितही संशय वा किंतू नव्हता.

विशेषत: महाआमात्य राक्षस आणि सेनापती भागूरायण हे दोन तर माझे खड्गहस्त होते. मगधराज्याची विजयपताका या दोघांची बुद्धी व पराक्रमाच्या बळावरच तर लहरत होती! जोवर अमात्य राक्षस नावाचा गरुड पक्षी मगधाच्या आकाशात संचार करीत होता तोवर परचक्र अथवा अंतर्गत शत्रूसुद्धा या गरुडराजाच्या तीक्ष्ण नजरेतून सुटणे अशक्यप्राय होते! राज्याची सर्व सूत्रे अमात्य राक्षसाकडे सोपवून मी त्यामुळेच तर निर्धास्त होतो.

मला आजही स्मरते, त्या दिवशी राजसभेत महाआमात्य म्हणून राक्षसाच्या नावाची घोषणा केली तेव्हा राक्षसाने ज्या कृतज्ञतेने माझ्याकडे दृष्टिक्षेप टाकला त्यात काय नव्हते? एका प्रामाणिक सेवकाने पूर्णत: अर्पण केलेली स्वामिनिष्ठा, एका कुशल प्रशासकाने समर्पित केलेली साधना, एका पराक्रमी योद्ध्याने रक्षणासाठी वाहिलेले वचन, एका भाबड्या माणसाने वाहिलेले अंत:करण... सर्व काही धनानंदाच्या चरणावर वाहणारा, काया-वाचा-मने समरस झालेला, माझा झालेला अमात्य राक्षस! माझी निवड योग्य होती आणि पारखदेखील अचूक निघाली. भाबडी माणसे कितीही कर्तृत्वान असली तरी भावविवश होतातच हे माझे लाडके मत आहे. सामान्य स्तरातील अशा विशेष माणसांना थोडेसे प्रोत्साहन दिले, मायेची ऊब दिली की, कितीही मोठा त्याग करण्यास ती कचरत नाहीत आणि अशी माणसे एकदा का त्यांनी आपले दास्यत्व स्वीकारले की मग त्यात बदल होणे कालत्रयी शक्यच नसते! एवढा त्यांच्यात आमूलाग्र बुद्धिभेद झालेला असतो. माझ्यासारख्याला याहून अधिक काय हवे असते? यापुढे राक्षसाच्या भावविश्वाचे केंद्र फक्त मीच असणार होतो. मी म्हणेल ती पूर्व आणि म्हणेल ती पश्चिम असेच राक्षसाचे वर्तन राहणार होते. बिचारा राक्षस! माझ्याशी त्याचे भवितव्य मी पूर्ण जखडून टाकले आणि हे मी हेतुपूर्वक नाट्यनिर्मिती करून साध्य केले होते, ते त्याच्या गावीही नव्हते. सेनापती भागूरायण भीमपराक्रमी तर खराच, पण सुचिबाणासारखा थेट सुटणारा सरळमार्गी रांगडा शिपाई होता. जिह्म बाणांची वेडीवाकडी वळणे त्याला जमत नव्हती. त्यास अमात्याबद्दल वाटणारी असूया लपवता येत नसे. त्याच्या देहबोलीतून ते स्पष्ट व्हायचे. मीही बुद्ध्याच त्याच्या मनातील ते किल्मिष काढून टाकण्याचा कधीच प्रयत्न केला नाही! हत्तीच्या गंडस्थलावर अंकुशधारी माहूत असणे केव्हाही इष्टच असते.

राज्यसभेत घडलेला तो प्रसंग मी पूर्णत: विसरून गेलो होतो. आणि साहजिकच आहे, य:कश्चित भिक्षार्थी ब्राह्मणाच्या शापवाणीला राजाने महत्त्व तरी किती द्यायचे? श्वानाचे भुंकणे गजराजाने किती गांभीर्याने घ्यायचे असते? आणि काकपक्ष्याच्या अपशकुनी बोलामुळे वृषभास काय क्षती पोहोचणार? कोण तो क्षुद्र काळुंद्रा विप्र, धनलोभाच्या लालसेने काहीबाही प्रलाप करीत होता, म्हणे यवनराजा

अलक्षसुंदर सिंधुपार करून मगधराज्यावर आक्रमण करणार आहे! पंचनदातील जनपदे व तक्षशिलानृप अंभी त्याच्या कच्छपी लागले आहेत, व आता पुरुराज पौरस यास अंकित करून त्याची वक्रदृष्टी मगधाकडे वळणार आहे.

यवनराज अलक्षसुंदर खरोखर वेडा असेल तरच मगधावर स्वारी करेल. माझ्या चतुरंग सेनेचा पराभव करणारा या आर्यावर्तात नव्हे, तर जम्बुद्वीपात तरी अजून जन्मास आला नाही! ही धूर्त याचक विप्र मंडळी अकारण भय निर्माण करून मने विचलित करतात, क्षात्रतेजाला आव्हान देऊन आक्रमणास उद्युक्त करतात, त्यामुळे वेळ, धन आणि श्रम व्यर्थच पणाला लागतात. माझे तर स्वच्छ मत असते की, आपण व आपले राज्य सुरक्षित आहे ना एवढीच काळजी राजाने घ्यावी. सीमावर्ती राज्यात व सीमेपार कोणते परचक्र येणार आहे ते स्थानिक नृपतींनी पाहून घ्यावे. दोन समान सामर्थ्यशाली चक्रवर्ती सम्राटांनी आपापसात संघर्ष ओढवून घेण्यात काहीच विवेक नसतो! धनानंद सुरक्षित आहे, मगध भयमुक्त आहे, मग कसली चिंता? शत्रूला आपला धाक निश्चित असावा, पण त्यासाठी अनावश्यक प्रहार करून शक्तिपात का करून घ्यायचा? शेवटी युद्ध म्हणजे काही मनोरंजन नाही, सर्वच दृष्टीने क्षती व व्यय होणारा तो जीवघेणा प्रकार आहे. सर्व उपाय करून झाले व आता अगदी निरुपायच आहे, अशावेळी युद्ध हा पर्याय ठीक आहे. मला तर वाटते, रेशमी धाग्याचे जाळे आपल्याभोवती निर्माण करून उबदार कोषात सुरवंट कसा स्वस्थ पहुडलेला असतो. तसेच राजाने प्रभावी सामर्थ्याचे वलय तयार करून त्यात निवांत राहावे! विश्वाची चिंता करीत अनमोल आयुष्य जाळायला कोणी सांगितले? आणि तो स्वयंघोषित विद्धान चाणक्य राष्ट्राच्या गप्पा करतो. शेवटी राष्ट्र राष्ट्र म्हणजे तरी काय? राष्ट्राच्या भौगोलिक सीमा म्हणजे तरी काय असतात? आणि शेवटी हे सगळे मानवनिर्मितच आहे ना! राज्यविस्तार कितीही केला तरी तो अमर्याद आहे, कारण पुन्हा तिथे सीमा आलीच! मग सीमांनी अंकित असलेले आपले राष्ट्र ही विवक्षित व्याख्या किती फसवी आहे. कागदावर मारलेल्या रेषा म्हणजे त्यांना सीमा म्हणायचे का? पृथ्वीच्या गोलावर तर कोणी रेषा मारलेल्या नाहीत ना! आणि पृथ्वीला स्वत:ला तरी सीमा आहे का? क्षितिज हीच मर्यादा असे जरी गृहीत धरले तरी ते क्षितिज कोणाला कधी गवसले काय? अमात्य राक्षसाचा ज्योतिर्विद स्नेही भास्कराचे तर म्हणणे आहे की, आकाशाला सुद्धा सीमा नाहीत. ग्रह-ताऱ्यांचे देवनिर्मित विश्व अमर्याद आहे, अनंत आहे! मानवनिर्मित राष्ट्रसंकल्पनेच्या मायाजालाने तर महत्त्वाकांक्षा नावाचा भ्रम निर्माण केलेला आहे, पृथ्वीतलावर कायम अशांतता, कायम संघर्ष राहतो तो त्यामुळेच! या संघर्षात विजय कोणाचाच होत नाही, झालाच तर केवळ मृत्यूचा आणि विनाशाचा विजय होतो!

त्या दिवशी सचिवांच्या सावध इशाऱ्याने मी सावरलो आणि झालेल्या चुकीचे परिमार्जन केले. त्या नतद्रष्ट व स्वयंघोषित विद्वानास त्याची जागा दाखविली, तर तो बालिश बडबड करीत निघून गेला. म्हणे, शिखा बांधणार नाही. नको बांधूस आणि बांधण्याचा प्रसंग पण आता तुझ्या आयुष्यात कधी येणारच नाही! मूर्ख कुठला! श्वानाला आपण गर्जना केली असे वाटले तरी ते त्याचे केविलवाणे केकाटणेच असते! आणि असे शंभर श्वान एकत्र येऊन केकाटले तरी ती सिंहगर्जना होईल का?

राजसभेत झालेल्या या अवचित प्रसंगामुळे किंचित उद्विग्न होऊन मी सभा सोडली. मनाला आता थोडा विरंगुळा अत्यंत आवश्यक होता, जो प्रियतमा महाराणी सुनंदेच्या रूपाने माझ्या प्रतीक्षेत शय्यागृहामध्ये सज्ज होता. सुगंधी द्रव्यांनी स्नान व आकर्षक साजशृंगार करून ती मृगनयना, कोमलांगी, प्रियतमा सुनंदाराणी कामातुर होऊन माझ्याच प्रतीक्षेत होती. मी तिचा अपेक्षाभंग होऊ देणार नव्हतो. अनावर ओढीने माझी पावले तिच्या महालाकडे वळली. आता अरुणोदय होईपर्यंत ती माझी स्वामिनी होती. निशादेवीच्या रेशमी आवरणात आज रती आणि मदन परमोच्च सुखाच्या शिखरावर विराजमान होणार होते!

तसे पाहिले तर रोज रात्री नवनवीन शृंगारचेष्टा व नवनवीन ललना ही मला अतिप्रिय गोष्ट होती. पट्टराणी सुनंदेव्यतिरिक्त इतर राण्या, मादक गणिका, सुंदर वृषला, नृत्यकुशल वारांगना माझ्या सेवेसाठी आतुर असायच्या. मगधाचे अंकित झालेले राजे, महाजन व धनिकजन मगधाधिपतीस तुष्ट करण्यासाठी शरीरसंबंध प्रस्थापित करण्यास उत्सुक असायचे. अशा अनेक कुलीन घरांतील सौंदर्यवान युवती अंगवस्त्र म्हणून माझ्या राणीवशात होत्या. ज्वालाग्राही असलेल्या घृतामुळे वा कर्पूरामुळे जसा होमकुंडातील अग्नी अधिक प्रज्वलित होतो तसे या लावण्यवती ललनांमुळे माझा कामाग्नी उत्तरोत्तर अधिकच चेतायचा! विशेष हे असायचे की, त्यांनी सोबत आणलेल्या दासीसुद्धा पुष्ट आणि कमनीय बांध्याच्या असायच्या, शिवाय त्या कामक्रीडेतसुद्धा इतक्या पारंगत असत की, त्यांचा सहवास खूपच सुखदायक व्हायचा! माझे मुख्य शयनगृह तर अमात्यांनी विशेष लक्ष देऊन बांधले होते. अमात्य राक्षस खरेच मनकवडे होते. माझी तरल संवेदना त्यांनी अगदी अचूक पकडली. माझ्याप्रति त्याची समरसता खूपच प्रशंसनीय होती. एकाच वेळी तो माझा प्रधान, सेवक, मित्र, सखा, सल्लागार व रक्षक इतक्या विविध भूमिकेत वावरायचा! त्याने पाटलीपुत्रातील नामांकित वास्तुशिल्पी दारुवर्मा यास पूर्ण स्वातंत्र्य व अपरंपार द्रव्य देऊन साकार केलेले शय्यागृह... शयनगृह कसले-तो एक रंगमहालच होता! इंद्राच्या राजनगरीत, प्रत्यक्ष अमरावतीतसुद्धा एवढी अप्रतिम वास्तू नसेल! रसिकतेची परमावधी म्हणजे हा रंगमहाल जणू विश्वकर्म्याने कामदेवाच्या

सल्ल्यानेच उभारला की काय असे वाटावे! काय नव्हते तिथे...? उत्तेजक द्रव्ये, चित्ताकर्षक मुद्रेतली कमनीय शिल्पे, चंदन व शिसमाच्या काष्ठावर हस्तिदंताचे विलोभनीय कोरीव काम असलेला शय्यामंच, रेशीमस्पर्श देणाऱ्या सावरी-कपाशीच्या मृदू मुलायम गद्दिका, चित्तवृत्ती उल्हसित करण्याऱ्या केवडा, निशिगंध, चंपक आदी कुसुमांच्या सुगंधी पुष्पमाला, त्राण नाहीसा करण्यासाठी ताजी फले, राजवैद्यांनी विशेष परिश्रम घेऊन तयार केलेली अनेक शक्तिवर्धक वनौषधे व धातुवर्धक रस, शरीराचे आपल्या कोमल हातांनी रोमांच फुलविणारे मर्दन करणाऱ्या मादक सुहास्यवदना, किती आणि काय वर्णन करावे? स्वर्ग स्वर्ग म्हणतात तो हाच आणि स्वर्गसुख यालाच म्हणायचे. हे सर्व जर याच जन्मी इथेच प्राप्त होऊ शकते तर मोक्ष मिळवून स्वर्गप्राप्ती मिळवायचा व्यर्थ उपद्‌व्याप का करायचा? अवनीतलावर देखील हे स्वर्गसुख मिळू शकते. मात्र इच्छाशक्ती आणि क्षमता पाहिजे. मग बघा, स्वर्गाचे द्वार कसे उघडते!

स्मृतिमंजूषा अवचित उघडली गेली. माझ्या संग्रहात अशीच एक सुगंधी कुपी होती, मुरादेवी...! किरातराज सुबाहूची कन्या. सेनापती भागूरायण दिग्विजयासाठी मगधेतून सीमोल्लंघन करता झाला तेव्हा ईशान्येकडील किरातराजा सुबाहूवर त्याने विजय मिळविला. सामर्थ्यवान नंदराजास सुबाहूची ही विलक्षण सुंदर कन्या उपहार म्हणून मिळाली! विलक्षण या अर्थाने की, सुवर्णास जर सुगंध प्राप्त झाला तर... ही झाली कविकल्पना, पण इथे मुरादेवीच्या अप्रतिम पहाडी लावण्यास नैसर्गिक सुगंधाची जोड मिळाली होती! मी गांधर्व विवाह करून मुरेला राणीवशात घेतले. राण्या-महाराण्या तिच्या आरस्पानी सौंदर्याने अस्वस्थ झाल्या आणि ती होतीच तशी! एकदा तर सहवासासाठी मी खूपच उतावीळ आणि अधीर झालो असताना, मनगटावरच्या निशिगंधाच्या पुष्पमालिकेसोबत माझ्या हातातील रत्नखचित मणिबंधन शय्यामंचावर कधी गळून पडले ते समजलेच नव्हते. मुरेने खट्याळपणे या प्रसंगाची आठवण म्हणून ते ठेवून घेतले. तिचे निकट सान्निध्य माझ्या सर्व चित्तवृत्ती उल्हसित करायचे. मी खरेच भाग्यवान होतो! मुरादेवीने मला प्रेमरज्जूत अगदी जखडून ठेवले होते. मुरेच्या रंगमहालातले माझे वास्तव्य निरतिशय सुखावह होते. माझा आनंद केवळ मुरा आणि सुरा यांतच सामावत होता. अहोरात्र मी तिच्या सान्निध्यात राहिल्याने बाह्य जगतात काय चालले आहे ते खरेच विसरून गेलो होतो! हे सगळे विनाव्यत्यय अव्याहत चालले असते... जर मुरादेवीच्या हातून तो प्रमाद घडला नसता तर...! अमात्य राक्षस व माझ्यातले अद्वैत बिचारीला समजलेच नाही. अमात्याविषयी माझे मन कलुषित करू पाहत होती जणू. माझ्या सावलीला ती वेगळे करू पाहत होती, मी तिच्यावर कितीही आसक्त असलो व तिची कितीही अनिवार ओढ असली तिच्या सुगंधी सौंदर्यात कितीही आकंठ बुडालो, तरीही

राक्षसाकडून माझे अनहित होईल हे पूर्णत: असंभव होते! मुरेला कुठून दुर्बुद्धी सुचली कोण जाणे, कदाचित पूर्वापार परंपराच असावी, राजा दशरथाला सुद्धा राणी कैकयीचा हट्ट पुरवावा लागला, त्यामागे सगळे कारस्थान दासी मंथरेचे होते. मी शंकित झालो. इथे मंथरा तर नाही ना जन्मली प्रियंवदेचे रूप घेऊन? कारण ती तेवढी चतुर आणि सक्षम नक्कीच वाटते. मुरादेवीने अमात्याविषयी अकारण बुद्धिभेद करायचा जो निर्वाणीचा व आटोकाट प्रयत्न केला तो मात्र निश्चितच अश्लाघ्य होता. माझ्या माणूस पारखण्याच्या क्षमतेस ती आव्हान देत होती, मला चूक ठरवीत होती. बाकी काहीही असो, मी राक्षसाची केलेली पारख आणि निवड अत्यंत योग्य होती, याविषयी मला तिळमात्रही संदेह नव्हता. अजाणतेपणी का होईना मुरादेवीकडून अक्षम्य असा प्रमाद घडला होता, विषण्ण मनाने मला मुरादेवीला दूर सारावे लागले. कदाचित अतितृप्ततेमुळे सुद्धा मी मुरेला विटलो असेन अशीही शक्यता असणे संभवते. मला नक्की सांगता येणार नाही. पण जे व्हायचे ते होऊन गेले होते. मुरादेवी हे मला पहाटे साखरझोपेत पडलेले स्वप्न होते, मी जागृत झालो व ते स्वप्न संपले. अल्पकाळच का असेना तिने मला जे भरभरून स्वर्गीय सुख दिले ते मात्र माझ्या स्मृतिमंजूषेत, चिरंतन आठवणीचा गुलाबी ठेवा म्हणून राहील यात काहीही आशंका नाही! पुन्हा म्हणून मी मुरेच्या महालात पाय टाकला नाही, मोठ्या निग्रहाने मी मनाचे दरवाजे कायमचे बंद केले. एक शासक व राजा म्हणून आवश्यक तेवढी कठोरता मला दाखविणे भाग होते!

◆

अमात्य राक्षस

नेत्रदीपक समारोहात माझ्या पराक्रमाचा गौरव करीत, महाराज धनानंदानी आपला राजदंड उंचावत घोषणा करून, अमात्यपदाची मानाची वस्त्रे व रत्नजडित कट्यार मला सुपुर्द केली. त्या क्षणापासून मगधराज्याच्या आकाशात माझा गरुडासारखा तीक्ष्ण पहारा असताना, हा बाहुबली राक्षस जिवंत असताना आणि माझे चतुरंग सैन्यदल खडे असतानाही राजधानी पाटलीपुत्राचा मूठभर लोक पाडाव करतात? एवढेच नाही, तर प्रत्यक्ष राजमहालात शिरून महाराज धनानंदांचा सर्व पुत्रांसह, संहार केला जातो. महालाच्या प्रांगणातच त्यांचा पशूसारखा बळी दिला जातो...! सगळेच अतर्क्य आहे, कल्पनाशक्तीच्या पलीकडचे आहे... विचार करकरून मस्तक बधिर झाले आहे, ज्यांनी हे पापकृत्य केले त्या सर्वांचा सूड घेऊन पृथ्वीतलावरून त्यांचे अस्तित्व संपविणे हेच आता उर्वरित काळात राक्षसाचे जीवितकार्य असेल!

अमात्य राक्षस...!

राजा कालस्य कारणम्... राजा प्रत्यक्ष विष्णूचाच अवतार ही धारणा जनमानसात तर दृढ आहेच शिवाय ही संकल्पना मलासुद्धा अत्यंत प्रिय आहे. खरेच कर्ता करविता परमेश्वर आहे, पण तो केवळ करविता आहे, कर्ता तर राजाच असतो! राज्याचा मालक असलेला व प्रजेचा पालक असलेल्या राजाचा राज्याभिषेक सोहळासुद्धा अविस्मरणीय आणि तितकाच नेत्रदीपक असायलाच पाहिजे. महाराज धनानंद चारशे वर्षांच्या नंद घराण्याचे वारस होते. त्यांचे पूर्वज असलेल्या महापद्मनंद महाराजांनी नावाप्रमाणेच महापद्म सुवर्णमुद्रांचे, कुबेराला लाजवील असे भांडार उभे केले होते. त्या धनसंपन्न आणि वैभवशाली मगधराज्याच्या सिंहासनावर आज महाराज धनानंद अभिषिक्त होणार होते. वैदिक परंपरेनुसार ब्रह्मवृंदाच्या पवित्र व घनगंभीर मंत्रोच्चारात आणि नगारे, सनई, चौघडे या सुरेल वाद्यांच्या मंजूळ स्वरात, सुवर्णकलशातील सप्तनद्यांच्या जलाचा अभिषेक होऊन, स्वर्णमंडित राजसिंहासनावर विधिपूर्वक राजाची प्रतिष्ठापना होते. छत्र-चामरे, चवऱ्या-ध्वजदंड, राजदंड-राजमुद्रा या सर्व राजवैभवाचा तो अधिकारी होतो. देवादिकांच्या, ऋषिमुनींच्या व ज्येष्ठ सुहृदांच्या शुभकर आशीर्वचनांनी पुलकित होत राजा आसनस्थ होतो. नगरजनाच्या डोळ्यांत असीमित आनंद ओसंडून जात असतो, राजस्त्रिया अनिमिष नेत्राने राज्याभिषेक सोहळा बघत असतात. राजसभेत पसरलेल्या प्रसन्न पण गंभीर वातावरणात राजपुरोहित, ऋषी-महर्षी, राजगुरू, अमात्य, प्रधानमंडळ, सेनाध्यक्ष, राजदूत, विविध देशांचे राजे-राजकुमार, अनेक रथी- महारथी व सर्व नगरश्रेष्ठी कौतुकाने समारोहाच्या आनंदसोहळ्यात सहभागी होतात. प्रत्यक्ष राजाच्या मुखमंडलावर विलक्षण तेज विलसत असते, त्याच्या राजबिंड्या मुखकमलाभोवती मंद मंद प्रकाशाचे मंडल दृग्गोचर होते. हे सगळे नुसते वर्णन नाही, तर नंदकुलोत्पन्न चक्रवर्ती सम्राट श्री धनानंद राजाच्या राज्याभिषेक सोहळ्यातली प्रत्यक्ष अनुभूती मी सांगतो आहे- अगदी चक्षुर्वैसत्यम्!

याच राजसभेत आणि अशाच एका नेत्रदीपक सोहळ्यात नंदराजाचा अमात्य म्हणून माझी नियुक्ती झाल्याचा रोमहर्षक प्रसंग मी जन्मांतरीही विसरणार नाही! माझ्या कुंडलीत उच्चीचे ग्रह असलेच पाहिजेत, अन्यथा असा योग येणे कसे शक्य आहे? आपला सुवर्णमंडित राजदंड, पूर्ण बाहू उंचावत राजा धनानंदाने माझ्या अमात्यपदाची घोषणा केली व राजसभेत 'जयतु राक्षस! जयतु जयतु अमात्य राक्षस!' असा जयघोष झाल्याचा गुंजारव आजही कानी येतो! राजऋषींनी कुंकुमतिलक लावून व औक्षण करून अमात्याच्या आसनावर मला आसनस्थ करेपर्यंत, राजसभा उत्तिष्ठ होऊन माझा जयकार करीत मानवंदना देत होती! देवदुर्लभ सन्मान देणारा असा मोठ्या मनाचा राजासुद्धा लाभणे हा सुदैवाचाच भाग असतो. शिवाय राजा रत्नपारखीसुद्धा असला पाहिजे, नाही तर रत्नाचे मूल्यमापन कसे होणार? य:कश्चित कुळात जन्मलेला हा राक्षस, भले स्वपराक्रमाने व बुद्धिबलाने कर्तृत्वाची नवनवी उत्तुंग शिखरे नित्य पादाक्रांत करीत असला तरी, शुद्ध हिऱ्याला जर कोंदण मिळाले नाही, तर ते त्याचे अवमूल्यनच ठरत असते! मी सुदैवी होतो म्हणून धनानंदासारखा स्वामी मिळाला. धुळीत पडलेल्या रत्नाची त्याने अचूक परीक्षा केली, व त्यास राजवैभवाचे कोंदण देखील दिले. खरेच राजा असावा तर धनानंदासारखा... राजा म्हणूनच जन्माला आलेला! सुवर्णकांतीने झळाळणारा चेहरा, शांत निळ्या जलाशयाचा आभास निर्माण करणारे आकर्ण कमलनयन, विशाल भालप्रदेशावर रुळणारे कुरळे केश, पलाशपुष्पासारखे आरक्त ओष्ठद्वय, शरीरावर धारण केलेल्या सुवर्णमुकुटातील रत्नाची प्रभा अधिक की मुखमंडळावरचे तेज अधिक? असा संभ्रमित करणारा प्रश्न निर्माण होत होता! कंठामध्ये रुळणारी टपोऱ्या मोत्याची चौपदरी माळ व एकमुखी रुद्राक्षमाला दोन्ही जणू समृद्धी व वैराग्य यांचे एकत्र प्रतीक बनत राजाला सावध करीत होत्या, हे राजन... राजवैभवास संन्यस्तवृत्तीचे अधिष्ठान नसेल तर सारे निरर्थक आणि क्षणभंगुर आहे... लक्षात ठेव!

नंदराजाचा अमात्य म्हणून राजशकट चालविण्यासाठी मी कार्यरत झालो. मगधराज्य हे भारतवर्षात सर्वाधिक समृद्ध राज्य! मगधराजाचा दरारा देशविदेशात पसरलेला. सेनापती भागूरायणाच्या समर्थ नेतृत्वाखाली लक्ष लक्ष मगधसेना जेव्हा सीमोल्लंघनास प्रयाण करीत असे तेव्हाचा डौल आणि विलक्षण प्रभाव, अगणित संख्येने जमलेल्या दर्शकाच्या उत्स्फूर्त प्रतिक्रियांतून कळत असे. तुताऱ्या, कर्णे, शृंग, नगारे, आनक, पणव आदींच्या गगनभेदी निनादात, नगरजनांच्या जयकाराच्या गर्जना आसमंत व्यापून टाकीत असत व राजाच्या विजयाची आगाऊ शाश्वती देत असत. क्षितिजापर्यंत पसरलेल्या मगध सम्राटाच्या चतुरंग सैन्याची युद्धसज्ज रचना मोठी वैशिष्ट्यपूर्ण असे. त्यांचे दशसहस्र संख्येचे विशाल गजदल जगविख्यात होते. मलय पर्वताच्या आणि कलिंग राज्यातील अरण्यातून सर्वोत्कृष्ट

प्रजातीचे हत्ती मिळत. तिथे जेरबंद करून आणलेले रानटी हत्तींचे कळप चांगले माणसाळले की गजदलात समाविष्ट करीत असत. त्यांना विशेष प्रशिक्षण दिल्या जात असे. रणभूमीवर इशाऱ्याप्रमाणे हालचाली करायचे ते प्रशिक्षण होते. मदिरेचे कुंभच्या कुंभ रिचवून मदमस्त झालेले हत्ती, लोहशृंखलांना हिसके मारीत शुंडा उंचावत चीत्कार काढून प्रेक्षकांना रोमांचित करीत असत, साहजिकच अग्रेसर असण्याचा मान त्याचेकडे असे! नंदराजाची ध्वजपताका असलेला गजराज सुवर्णसाज लेऊन मोठ्या डौलात अग्रभागी चालत असे.

हत्तीदलाच्या मागोमाग विशाल रथदल संथ गतीत मार्गक्रमणा करीत असे. मरुदेशातून आणलेले पुष्ट व वेगवान अश्व हे त्या रथदलाचे शक्तिस्थान होते. कसलाही गतिरोध न होता वायुगतीने धावणारे रथ हा एक विस्मयचकित करणारा प्रकार होता. पर्वतक राजाच्या पहाडी प्रदेशातून व हिमालयातून आणलेल्या विशेष वृक्षाच्या दृढ काष्ठापासून रथदलातील रथांची भक्कम बांधणी झालेली असे. त्यामुळेच रथचक्रे अव्याहत गतीने धावूनही त्यांची काहीच क्षती होत नसे! रथामध्ये अमोघ शस्त्रसंभार असायचा, कारण रथावर आरूढ झालेले महारथी योद्धे हे युद्धशास्त्राच्या सर्वच विद्येत पारंगत असायचे. त्यामुळे अवजड गदा, तीक्ष्ण भाले, चक्र हे तर पुरेशा प्रमाणात असत, शिवाय धनुर्धारी वीरासाठी विषयुक्त सूचीबाणापासून ते बस्तिक, अंजलीक, लिप्त व जिह्म आदी बाणापर्यंत सर्व प्रकारचे बाण भात्यात ठासून भरलेले असत. दशसहस्र संख्येने रथदल भूपृष्ठावरून दौडू लागताच जणू आकाशात धीरगंभीर मेघगर्जनाच होत असल्याचा आभास होत असे! मागोमाग येणारे तीस सहस्रांच्या संख्येत असलेले विजिगीषु अश्वारूढ सैन्य धनुष्याच्या ताणलेल्या प्रत्यंचेतून सुटलेल्या बाणाप्रमाणे सुसाट निघे! अश्वदलातील असंख्य अश्वांच्या टापांचा अविरत ध्वनी विजेच्या कडकडाटासारखा कर्णबधिर करणारा असे. उग्र मुद्रा धारण केलेला अश्वारूढ योद्धा व उन्मादाने फुरफुरणारे अश्व यांपैकी कोणाला अधिक स्फुरण चढले आहे ते कळतच नसे. सर्वांत शेवटी शिरस्त्राण धारण केलेले पिळदार शरीरयष्टीचे, आक्रमक मोहोरा धारण करून दमदार गतीत चालणारे, तीन लक्ष सशस्त्र पदाती- थलसैनिक शिस्तीने मार्गक्रमण करीत असत. त्यांच्यातील खड्गधारी, शूलधारी, व धनुर्धारी पथकांचा आवेश खरेच पाहण्यासारखा असे!

मोठे दृष्ट लागण्यासारखेच हे सामर्थ्याचे प्रदर्शन असायचे, आणि विशेष म्हणजे प्रत्येक मोहीम ही माझ्या आधिपत्याखाली दिल्याशिवाय राजर्षी धनानंदाला स्वस्थता लाभत नसे. सेवकावर असा अतूट विश्वास ठेवावा, अपार प्रेम करावे ते नंदराजानेच! पूर्वजन्मीचे सुकृत कामी येते म्हणतात ते खरेच असावे, अन्यथा मला हे सौभाग्य लाभणे शक्य तरी होते काय? मी आजवरच्या सर्व घटनाक्रमाचा

जसाजसा अंतर्मुख होऊन विचार करू लागतो तसतसे माझे मन अधिकाधिक स्वामिनिष्ठ होत होते, शरीरात प्राण असेपर्यंत नंदराजाची रक्षा हेच माझ्या जीवनाचे इतिकर्तव्य राहणार होते. हा कर्तव्यकठोर अमात्य जीवित असेपर्यंत नंदाच्या राजवटीवरचा यशाचा सूर्य कधीच म्लान होऊ देणार नव्हता, तो अखंड तेजाने तळपत राहून नंदाच्या साम्राज्यावर सातत्याने सुवर्णशलाकांचा अभिषेक करेल याची दक्षता घेणार होता! आणि कोणत्याही प्रामाणिक सेवकाने आपल्या स्वामीप्रति हे आद्यकर्तव्य केलेच पाहिजे असाच माझा आग्रह असायचा. मग भले कोणी 'राजापेक्षा राजनिष्ठ' असे म्हणून माझी कुचेष्टा का करेनात, अमात्य राक्षसाने कधीच त्याची पर्वा केली नव्हती! धनानंदाच्या चरणी आपली निष्ठा अर्पण करून मी कृतकृत्य झाल्याची अनुभूती घेत होतो. परीसस्पर्शाने लोहकणाचे सोने होते हे सत्य आहे की नाही मला माहीत नाही, पण राक्षसाच्या अतिसामान्य जीवनाचे मात्र नंदस्पर्शाने सोने झाले होते, आणि मी पूर्णत: तृप्त होतो!

माझ्या अपराजित चतुरंग सैन्याचा आणि आक्रमक युद्धरचनेचा कोणी प्रतिकार करेल ही शक्यताच नव्हती. उगाच नाही यवनराजा सिकंदर केवळ मगधाच्या जरब बसविणाऱ्या सामर्थ्याला भिऊन स्वदेशी परतला! पंचनदातील लहान लहान राज्ये व जनपदे जिंकणे आणि बलशाली मगध साम्राज्य पादाक्रांत करण्याची स्वप्ने बघणे यांत महदंतर आहे हे त्याला लवकर उमगले. शत्रू व मित्र दोघांनाही ईर्ष्या वाटावी असेच नंदाचे ऐश्वर्य होते. प्रत्यक्ष कुबेराला लाजवेल एवढा परंपरागत विपुल खजिना धनानंद राजाकडे होता. आता राजा हा श्रीविष्णूचा अंश म्हटल्यावर विष्णुपत्नी श्रीलक्ष्मी त्यावर प्रसन्न असणारच! राजाच्या राजकोशात अगणित सुवर्णमुद्रा, दुर्मिळ रत्ने, माणीक, मोती, हिरे, वैडूर्य, पुष्कराज, नीलमणी व अनमोल जडजवाहीर यांचा प्रचंड संग्रह होता. यवद्वीप, लंकाद्वीप, दक्षिणापथ इथून येणारे व्यापारी मगधराजाची कीर्ती ऐकून नाना तऱ्हेच्या दुर्मिळ व अप्राप्य मौल्यवान वस्तू विक्रीस्तव आणायचे व राजाही त्यांचे उचित मोल देऊन त्या सहर्ष स्वीकारीत असे. बोराएवढे मोती, विविध छटांचे स्वयंप्रकाशी हिरे, उच्च दर्जाचे पाचू हे तर संग्रहात होतेच, पण एक माणीक तर बिल्वफला एवढे मोठे होते! महापद्मनंद महाराजाच्या वैभवी कालखंडापासून, उत्तरोत्तर नंदराजाच्या राजकोशात वृद्धीच होत होती. त्या तुलनेत व्यय फारच नाममात्र असे, कारण धनानंद राजा तसा कृपण म्हणूनच प्रसिद्ध होता! नावाप्रमाणेच धनप्राप्तीची तीव्र लालसा असल्याकारणे त्याची धनतृष्णा अतृप्तच होती! शेवटी राजाच असल्यामुळे ऐश्वर्याचा संचय करणे व त्याच्या मनसोक्त उपभोग घेणे यांचा तो जन्मसिद्ध अधिकारी होता, त्यात इतरांना वैषम्य वाटण्याचे काही कारण नाही. राजविलासाची इतकी आसक्ती असूनही राजा राज्यशकट चालविण्यासंबंधी सावध व धोरणी होता, कारण त्याने अमात्य व

सेनाध्यक्ष यांच्या अधिकारात कधीच हस्तक्षेप केला नाही, किंबहुना माझ्यावर तर त्याचा अपार विश्वास असलेला मला पदोपदी जाणवायचा! प्रत्यक्ष राणीवशात देखील मी अल्पकालीन पूर्वसूचना देऊन जाऊ शकत असे, यावरून माझ्या सर्वोच्च स्थानाची कल्पना सर्वांना येत असे.

इकडे माझा गुणिजनांचा संग्रह पण वाढतच होता. कर्तृत्वाने पुढे आलेली माणसे मला खूप प्रिय होती. जीवनात परमेश्वर प्रत्येकासमोरच संकट उभे करतो, पण त्यासोबत तो संधीही उपलब्ध करून देतो. संघर्ष हा मानवी जीवनचक्रातील अनिवार्य घटक आहे. तसे तर कंटकाकीर्ण मार्गावरून सर्वच प्राणिमात्राला जावे लागते. बुद्धिकौशल्याच्या जोरावर आणि अथक परिश्रमाने संकटावर मात करून उत्कर्षाची संधी साधणे यातच खरा पुरुषार्थ आहे. मनुष्याच्या पराक्रमास व कर्तृत्वास प्रत्येक क्षेत्रात वाव असतो, ही बाब अनेक नररत्नाचा संचय करताना माझ्या लक्षात आली होती. त्यांपैकीच एक चंदनदास...! पाटलीपुत्रातील एक धनाढ्य व्यापारी, नुसताच लक्ष्मीपुत्र नसून, अत्यंत प्रामाणिक व सचोटीचा व्यवहार हा त्याचा विशेष लौकिक होता. त्यास धनप्राप्तीचे आकर्षण होते, पण धनाची आसक्ती नव्हती. अवास्तव संचय करण्याची वृत्ती नसली तरी तो धनशक्तीचे सामर्थ्य मात्र पुरेपूर ओळखून होता. माणसाची अकिंचन किंवा निर्धन अवस्था हा चेष्टेचा विषय होत असतो, हे त्यास पुरेपूर माहीत होते म्हणून आपण कोणाच्या दयेचा विषय होणे त्यास सर्वथा अमान्य होते. भविष्याचा वेध घेत तो संपत्तीचे व्यवस्थित नियोजन करीत असे. व्यापारात सदासर्वदा अनुकूलच काळ असेल आणि प्रतिकूल काळ कधी येणारच नाही, या भ्रमापासून तो दूर होता. लक्ष्मी चंचल असते याची त्यास पूर्ण जाणीव होती. विद्या जशी विनयामुळे शोभिवंत दिसते तसेच लक्ष्मी देखील निगर्वी व व्यवहारी माणसाची कांता होते! गडगंज लक्ष्मी घरी पाणी भरत असूनसुद्धा निरिच्छ व निर्लेप वृत्तीचा हा साधक खरा लक्ष्मीकांत होता! संपूर्ण पाटलीपुत्र नगरीत चंदनदासाचे नाव आदराने घेतले जायचे. मैत्रीला जागणारा एकवचनी श्रीरामासारखा हा सखा, माझा प्राणप्रिय मित्र झाला नसता तरच नवल! माझी जेवढी निष्ठा राजा धनानंदावर होती तेवढीच अपार निष्ठा चंदनदासाची या अमात्य राक्षसावर होती: आणि त्याचे मला नेहमीच अप्रूप वाटायचे, कौतुक वाटायचे व अभिमानही वाटायचा!

शकटदास...! एका चांगल्या मुहूर्तावर गवसलेले अनमोल रत्न. हो, चांगलाच मुहूर्त होता तो. रोज सकाळी ब्राह्ममुहूर्तावर माझी दिनचर्या सुरू होत असे. त्या दिवशी मी प्रातर्विधी आटोपून अश्वशाळेकडे गेलो. अश्वांच्या देखभालीसाठी काही सेवक नियुक्त असायचे, त्यांपैकीच एक असलेला हा शकटदास...! काहीसे कुरूपच व्यक्तिमत्त्व लाभलेला, सर्वसामान्य चणीचा हा सेवक मद्रदेशातून

आलेला होता. त्याला मी सहजच अश्वाची वर्गवारी व त्याची नावे विचारली असता त्याने एक मोठी यादीच दाखविली आणि वर्गवारीची नावे वाचायची विसरून, मी त्या मोत्यासारख्या टपोऱ्या असलेल्या सुंदर अक्षराची मौक्तिकमाला अगदी भान हरपून पाहू लागलो...! एवढे सुंदर हस्ताक्षर यापूर्वी मी कधीच पाहिले नव्हते. अश्वाला खरारा करण्यासाठी हे हात परमेश्वराने नक्कीच निर्माण केलेले नव्हते. या हिऱ्याला पैलू पाडलेच पाहिजेत. कलाकार असलेल्या शकटदासाची नियुक्ती अश्वसेवेऐवजी राजसभेत अक्षरसेवेसाठी करणे हेच सर्वार्थाने न्याय्य ठरले असते. माझ्या आज्ञेनुसार सभेतील लिखित राजव्यवहारासाठी व अधिकृत संदेश आदानप्रदान करण्यासाठी लेखनिक म्हणून दायित्व घेण्यास कायस्थ शकटदास सिद्ध झाला. त्याची कार्यनिष्ठा आणि त्याहून अधिक माझ्याठायी असलेली त्याची अढळ निष्ठा, मला नेहमीच सुखावत आलेली आहे. शकटदास माझ्या विश्वासास पात्र ठरलाच, शिवाय माझ्या अत्यंत निकटच्या वर्तुळात विशेष सहचारी म्हणून वावरू लागला. चंदनदास व शकटदास हे दोन जणू माझे नेत्रद्वयच बनले होते...!

माझे सहचर आणि सहाध्यायी बालमित्र नेहमी राक्षस या नावावरून माझी कुचेष्टा करीत असत. बरोबरच आहे, नकारात्मक असलेल्या दानव किंवा असुर या अर्थानेच लोक राक्षस या नावाकडे पाहतात. देव आणि दानव...! खरे म्हणजे दोन्हीचेही कूळ एकच. कश्यपमुनी हेच दोघांचेही पिता, केवळ माता भिन्न! म्हणजे देव -दानव सख्खे सावत्र भाऊच झाले एकमेकांचे. पूर्वी यज्ञयागादी कर्मे देव करीत, तर यज्ञाचे संरक्षण दानव करीत. एका अर्थाने रक्षणकार्य म्हणजेच रक्षक ही भूमिका दानवाकडे होती, त्या रक्षक नावाचा अपभ्रंश राक्षस असा झाला असावा! किमान मी तरी माझ्या नावाची व्युत्पत्ती अशी सकारात्मक करीत असे. शेवटी नाव म्हणजे तरी काय असते? वेगवेगळा आकार, लिंग आणि रंगाच्या व्यक्तीची या जगातली ओळख कोणत्यातरी ध्वनिसंकेताद्वारा करायची एवढेच ना? नव्वद टक्के नावांना तसा काहीच अर्थ नसतो, राहिलेल्या नावांनाही काय अर्थ आहे, तो एक संशोधनाचा विषय आहे! कधीकधी वाटते की, समजा, जगात सगळीच माणसे मूकबधिर असती तर... नावाचा प्रश्नच राहिला नसता! ओळख ही केवळ रंग, गंध आणि स्पर्श यांद्वाराच राहिली असती, इतर पशू-प्राण्यांसारखी! शेवटी नामधारी व नाममात्र असण्यापेक्षा नामवंत असणे हाच मनुष्याचा सर्वोत्तम परिचय आहे! म्हणूनच तरी मी नाम गौण मानून शरीरसंवर्धन, बलसंवर्धन आणि बुद्धिसंवर्धन याकडे लक्ष केंद्रित केले. त्यामुळे आज हा राक्षस रणक्षेत्रात बलशाली व नीतीशास्त्रात बुद्धिमान समजला जातो. माझ्या कर्तृत्वाचा आलेख मी स्वबळावर उत्तरोत्तर उंचावत नेला होता!

गुरुकुलात शिक्षार्थी असताना अनेक सहाध्यायी माझ्या निकट सहवासात आले

होते. त्यात भास्कर हा विशेष होता, कारण तो गूढविद्या जाणायचा आणि ग्रहस्थानावर आधारित फलज्योतिष्य हा त्याचा व्यासंग त्याला लोकप्रिय बनवीत असे. आश्रमात दीपनिमिलन होण्यापूर्वी आम्ही सर्व कुमार त्याच्या भोवती जमून त्यास आपापले हात दाखवून भविष्य आणि कुंडलीतील ग्रहस्थिती मोठ्या उत्सुकतेने जाणून घेत असू. तो सांगेल त्यातले काही कळो की न कळो, पण ते मोठ्या तन्मयतेने ऐकत असू, आणि भास्करही सर्वांची जिज्ञासा तितक्याच तत्परतेने आणि उत्साहाने शमवायचा! भास्करला विनाकारण संत्रस्त करणाऱ्या व्रात्य शिक्षार्थ्यांना जरब देऊन मी त्यास संरक्षण देत माझे नाव सार्थ करीत असे. शास्त्र म्हणा की अंदाज म्हणा, पण बव्हंशी त्याचे आडाखे चुकत नसत, याचा प्रत्यय आम्ही सर्वांनीच वेळोवेळी घेतला होता. नक्कीच ज्योतिषशास्त्र ही एक अतिंद्रीय शक्ती असलेली विद्या आहे, खगोलस्थ तारे व ग्रहांचा शुभाशुभ परिणाम मानवी जीवनावर निश्चित होतो यावर माझा दृढ विश्वास बसला! भास्कर नेहमी जीवन, आत्मा व परमात्मा यांवर गूढ भाषेत बोलायचा. त्या विषयावर त्याचे चांगलेच चिंतन झालेले होते. गुजगोष्टी करताना तो मला बरीच गुह्ये उकलून सांगत असे. रक्षन...! (हळवा झाला की मला याच नावाने हाक मारत असे, रक्षा करणारा तो रक्षन हा त्याचाही अभिप्राय होता!) हे आकाशातील ग्रहतारे आपल्या अदृश्य स्पंदनलहरींनी समस्त जीवजातीला वेढून टाकतात, त्यांच्या प्रभावाखाली अवघी प्राणिसृष्टी संचार करते. आता हेच पाहा, तुम्ही मला वेळी -अवेळी प्रश्न टाकता, जर त्या वेळी पंचमस्थानी गुरू आणि लाभस्थानी रवी असेल तर प्रश्नकर्त्यास सकारात्मक यश मिळते; उलट राहुकालात प्रश्न आला की अपयश नक्की! फलज्योतिष्यात राशीचेही असेच महत्त्व असते. शनीची साडेसाती असली तर तो कार्यामध्ये अनंत विघ्ने आणतो हे खरे आहे, पण त्या व्यक्तीचा राशीस्वामी जर गुरू असेल तर मात्र शनीचा प्रभाव बराच सौम्य होतो. शनीच्या साडेसातीचा सर्वच काळ वाईट फळे देणारा नसतो. एखादे चमकदार यश देखील साडेसातीच्या काळातच मिळून जाते! मंगळ आणि बुध यांचा पराक्रम कुंडलीतील स्थानाप्रमाणे सापेक्ष असतो.

मला प्रारब्धाविषयी मित्र भास्कर याने केलेले विवेचन देखील आठवले. मित्रा रक्षन...! चंद्र, सूर्य, मंगळ, बुध, गुरू, शुक्र, शनी, राहू आणि केतू या मुख्य नवग्रहांची प्रभावमंडले आहेत. त्यांची अवकाशातील स्थिती व युती यांच्यामुळे मानवी देहावर अदृश्य पण शक्तिशाली तरंगांचा वर्षाव होतो, त्यामुळे जलवायूने युक्त असलेल्या सूक्ष्म पेशी भारित होतात, अव्यक्त स्तरावर त्याचे चयापचयन होते. अनाकलनीय संकेताने पेशीद्रव्यातील चेतना केंद्रे उद्दीपित होतात व गूढ संदेशांची देवाणघेवाण होऊन, पुढील इष्ट-अनिष्ट कृती निश्चित होऊन, व्यक्त अवस्थेत त्या आपणास दृश्यमान होतात! त्या प्रक्रियेलाच आपण प्रारब्ध म्हणतो!

भास्कर नेमके काय म्हणाला हे त्या वेळी कळले नाही, पण कठोर व्यवहारी जगात जसजशी मार्गक्रमणा होत होती तसतशी त्या वेळी गूढरम्य वाटलेली भाषा आज वस्तुनिष्ठ वाटत, त्याच्या अर्थासह स्पष्ट होत होती. तो असेच कोणत्याही अनवट विषयावर अवचितपणे संभाषण करीत असे. मित्रा...! जय आणि पराजय यांचे परिणाम काही असू दे, पण त्यांचे मूल्य मात्र समान आहे. एकाशिवाय दुसऱ्याला अस्तित्वच नाही! वर्तुळाचे परीघ कुठून सुरू होते, हे जसे निश्चितपणे सांगता येत नाही, तसेच जयास कुठून सुरुवात होते आणि पराजय कुठे समाप्त होतो हेही अनिश्चित असते! दैवचक्र अशाच संभव आणि असंभवतेच्या फेऱ्यात गरगरत असते. यातून सुटका व्हावी म्हणून तपश्चर्या करून मोक्षप्राप्तीपर्यंत गेलेल्या योग्याला निर्विकार अवस्था प्राप्त झाली असे आपण म्हणतो. कारण तो कोणत्याही यश-अपयशाच्या आणि सुखदुःखाच्या पलीकडे जाऊन विचार करू शकतो. सामान्यजनांना ते अशक्यप्राय असते म्हणून, त्यांनी आपले जीवितकार्य विचलित न होता केवळ कर्तव्य समजून करावे, हीच खरी त्याची मोक्षप्राप्ती! ईश्वरी संकेतही तसाच असतो आणि विधिलिखितही तेच असते, पण असमंजसपणे मनुष्य वास्तव ध्यानात न घेता फसव्या मृगजलामागे वेड्यासारखा धावतो!

माझ्या मनाला उगीच वाटून गेले की, अवकाशात नजर लावून बोलणाऱ्या या भास्करला भूत, भविष्य आणि वर्तमान स्पष्टपणे दिसत असावे! त्याला जाऊन विचारावेसे वाटले, अरे बाबा, सध्या महाराज धनानंदाचे ग्रहमान कसे आहे? कुंडलीत तरी सर्वकाही ठीकठाक आहे ना? काही अशुभ तर होणार नाही ना? पण मी तो विचार झटकून टाकला. तरीदेखील एकदा कोणती भयशंका मनात आली की ती घर करून राहते. माझ्या डोळ्यांसमोर त्या दिवशीचा अपशकुनी प्रसंग उगाचच पुन्हा पुन्हा येत होता. तक्षशिलेच्या विद्वान आचार्य चाणक्यास, महाराज धनानंदांनी विनाकारण डिवचले होते यात काही शंकाच नव्हती. महाराज संतप्त झाले की त्यांचा तोल जातो, आपण काय बोलत आहोत याचे भानदेखील त्यांना राहत नाही याची मला पूर्ण जाणीव होती. मी बऱ्याच प्रसंगी हस्तक्षेप करून महाराजांना सावध केलेले आहे, पण प्रत्येक वेळी ते साधते असे काही नाही. चाणक्याच्या दुर्दैवाने, त्या दिवशी मला अवसर मिळाला नाही, आणि धूर्त लोकांनी व्यवस्थित पूर्वग्रह करून दिला गेल्याने महाराज तर संतापाने एवढे अंध झाले होते की, मीसुद्धा आश्चर्यचकित झालो! विद्वत्‌जनाचा क्षोभ कोणत्याही सत्ताधीशासाठी प्रलयकारी ठरू शकतो, हे मला चांगले ठाऊक होते, पण त्या दिवशी मी काहीही करू शकलो नाही. एरवी त्याचेही काही वाटले नसते, पण चाणक्याने भरसभेत आपली शिखा मुक्त सोडत संपूर्ण नंदविनाश करण्याची ती घोर प्रतिज्ञा ऐकताच माझ्याही जिवाचा थरकाप उडाला, कारण तूर्त

महाराजाचे ग्रहमान ठीक दिसत नव्हते, त्यामुळे हा एक अशुभ संकेत तर नाही ना? एका असंतुष्ट व दुर्वासासारख्या कोपिष्ट संन्याशाचा शाप माझ्या राजावर अनिष्ट परिणाम तर करणार नाही ना? मन चिंती ते वैरी न चिंती असे म्हणतात ते काही खोटे नाही. माझ्या मनात उगीचच संदेहांची पाल चुकचुकली! शेवटी प्रारब्धात जे आहे तेच खरे, सगळा नशिबाचा भाग! कितीही झाले तरी मानवाच्या कर्तृत्वाला नक्कीच मर्यादा आहेत!

दैवाने मला दिलेले जीवितकार्य 'स्वामिनिष्ठा' हेच होते. राजा धनानंद इतरांसाठी कसाही असला तरी त्याचे माझ्यावर बंधुवत प्रेम होते, म्हणून तो मला प्रिय होता. राजसभेतील कोणत्याही चर्चेचा शेवट, अमात्य राक्षसाचे यावर काय मत आहे, अशी राजाकडून पृच्छा होऊनच होत असे. माझे मतप्रदर्शन हे निर्णायक म्हणूनच राजसभा स्वीकारत असे. राजसभेतील विविध दायित्व असलेल्या इतर प्रतिष्ठित पदाधिकाऱ्यांसाठी माझे राजावर एवढे प्रभुत्व असणे हा असूयेचा आणि मत्सराचा विषय झाला नसता तरच नवल! विशेषत: भागूरायण हा उघड उघड जरी तसे व्यक्त करीत नसला, तरी त्याच्या दृष्टिक्षेपातून आणि भृकुटीभंगातून त्याचा रोष मला स्पष्ट जाणवायचा. सेनाध्यक्ष आणि अमात्य या दोन बलशाली बाहूंवर तर महाराज धनानंदाचा राज्यशकट चालत होता! सेनापती भागूरायण भीमासारखा पराक्रमी होता यात शंकाच नाही, पण तो थोडा उथळ बुद्धीचा होता व सखोल चिकित्सा करून निर्णय घेणारा नव्हता, जे कुठल्याही रणनीतिज्ञासाठी देखील घातक होते. पण तो सुदैवी होता, आणि त्याच्या सततच्या विजयामुळे त्याचा हा मोठा स्वभावदोष झाकला जात असे. काहीही असले तरी तो राजनिष्ठ होता आणि माझ्या ठायी पण त्यास काही प्रमाणात आदरभाव होता. तो जेव्हा आदराने मला प्रणाम करीत असे, तेव्हा त्याचा निरागस अभिनिवेश पाहून माझ्या मनात आलेले शंकेचे मळभ त्वरित दूर होऊन, मी प्रसन्न मुद्रेने त्यास आलिंगन देत असे. त्यामुळे आज तरी मी भागूरायणाविषयी पूर्णत: आश्वस्त होतो. महाराज धनानंदाची निवड तशी योग्यच होती.

महाराज धनानंद अपार ऐश्वर्याचे धनी होते, त्यांच्या आधीच्या आठ पूर्वज राजांच्या कर्तृत्वामुळे नंदराज्याच्या राज्यविस्तारात विशेषत: समृद्धीत सातत्याने भर पडत गेली. नंद घराण्याचा संस्थापक महापद्मनंद हा पराक्रमी राजा होता, त्याच्यानंतर कर्तृत्ववान राजे, पांडुक, पंडुमती, भूतपाल, राष्ट्रपाल, गौविषाक, दशसिद्धी आणि कैवर्त यांनी अमाप धनसंग्रह केलेला होता, धनानंदाने त्यावर कळस चढविला, कृषिकावर लावलेले कर अत्यंत काटेकोरपणे व कठोरपणे वसूल करून त्याने राजकोशाची निरंतर वृद्धी केली होती. राजाचे करकार्मिक अनेकदा मर्यादाभंग करीत असल्याचेही माझे कानी आले होते. पण एवढ्या

मोठ्या प्रदेशाच्या राज्यव्यवहारात व निम्नस्तरावरील अधिकाऱ्याकडून काही अप्रिय गोष्टी घडतच असतात! आम्रफलास कीड लागली म्हणून कोणी आम्रवृक्ष तोडून टाकत नसतो. तसेच हे आहे. राजाच्या अपरोक्ष काही चुकीच्या घटना घडल्या म्हणून राजाला दोषी ठरविणे हास्यास्पद आहे. हां, तेवढे दोषनिवारणाचे कार्य मात्र झाले पाहिजे याबद्दल दुमत असण्याचे कारण नाही.

धनानंदास शृंगार आणि कामक्रीडा अतिप्रिय असल्याचेही मला ज्ञात होते, अनेक स्त्रिया, गणिका आणि वृषलींचा त्याने सुखशय्येसाठी केलेला सहवास हे सुद्धा परिचयाचे होते. राजसभेत राजाचा शृंगाररस एक चर्चेचा विषय बनला होता. मी पुष्कळ विचार करूनही एक प्रश्न अनुत्तरित राहत असे की, राजाने राजविलास करू नये तर कोणी करावा? राजामध्ये राजस गुणांचे लक्षण असेल तरच राज्यपद मिळते आणि शोभूनही दिसते! शास्त्रातसुद्धा मान्यता आहे की, सत्त्वगुणी अथवा तमोगुणी राजा हा राजपदासाठी योग्य नाही, तिथे रजोगुणी व्यक्तीच पाहिजे. शेवटी रजोगुण म्हणजे तरी काय? सुगंधी फुलातील मकरंद शोषून घेण्यासाठी जसा भ्रमरच पाहिजे, किंवा विविधरंगी पुष्पांचा आस्वाद घेणे केवळ फुलपाखरासच शक्य आहे, तसेच हे आहे! इतर क्षुद्र कीटकांचे ते काम नाही! रजोगुणी व्यक्तीही अशाच असतात. माझ्या मते भोगविलासात वाहवत जाऊन राजा धनानंदाने राजव्यवहाराकडे दुर्लक्ष केले असते तर ते अक्षम्य होते. उलट त्याने अत्यंत योग्य प्रशासक असलेली माणसे निवडली होती व त्यांच्याकरवी तो राज्याची यंत्रणा उत्तम राबवून घेत होता. मला तर राहून राहून असे वाटायचे की, महाराज धनानंदाची लालसी वृत्ती वाढण्यास मीच तर कारणीभूत नाही ना? जर महाराज माझ्यावर इतके विसंबून राहिले नसते तर निश्चितच त्यांनी आपल्या विलासी स्वभावास मुरड घातली असती. केवळ अमात्य राक्षसाच्या निष्ठेवर आणि कर्तृत्वावर विश्वास ठेवून महाराज रंगमहालात निर्धास्तपणे रममाण झाले, एकप्रकारे अप्रत्यक्षरीत्या का होईना मी तर कारणीभूत ठरत नव्हतो ना? भारताच्या इतिहासात अनेक राजे-महाराजे अंगवस्त्रे बाळगीत असल्याची अगणित उदाहरणे आहेत, किंबहुना राजाच्या अनेक कथित पुरुषार्थापैकी तो एक पुरुषार्थ असावा! साक्षात श्रीकृष्णास सहस्र नारींचा राणीवसा होता असे सांगितले जाते, मग धनानंदाने केलेला अल्पसा प्रमाद, जो केवळ राजालाच शोभून दिसतो, तो केला तर काय बिघडले! देवांचा राजा असलेला स्वर्गातल्या इंद्र-दरबाराचे वर्णन तरी दुसरे काय असते? अमृततुल्य सुरा-मदिरापान, धुंद अप्सरानृत्य आणि गंधर्व- किन्नराच्या संगीताची बहार...! देवाच्या राजाची ही कथा, मग माझा राजा तर त्या तुलनेत कुठेही बसत नाही, म्हणूनच असल्या क्षुल्लक प्रवादामुळे माझी धनानंदावरील राजनिष्ठा कधीही भ्रष्ट झाली नाही, मी कसल्याही संभ्रमात न पडता अविचल राहिलो!

निष्ठेच्या बाबतीत मी माझी तुलना महाभारतातील कर्णाच्या निष्ठेशी करीत असे. सूतपुत्र म्हणून सर्वांसमक्ष अवहेलना झाल्यावर, म्लानवदन करून बसलेल्या कर्णास, राजस व्यक्तिमत्त्वाचा धनी असलेल्या युवराज दुर्योधनाने अंगदेशचा राजा म्हणून अभिषिक्त केले! राजधानी चंपानगरी, राजचिन्हे, राजदंड, राजमुद्रा व राजवैभवाचा स्वामी बनविले! राजर्षी धनानंदाने सुद्धा माझ्यासाठी असेच केले होते. माझ्यासारख्या य:कश्चित व अतिसामान्य कुलातल्या माणसास सामर्थ्यशाली व संपन्न मगधदेशाचा सार्वभौम अमात्य म्हणून घोषित केलेच ना! मग मेरुपर्वताप्रमाणे भक्कम पाठीराखा म्हणून, कर्ण जसा शेवटपर्यंत दुर्योधनामागे उभा राहिला त्याप्रमाणे मी धनानंद राजाच्या मागे का उभे राहू नये? आजन्म नंद घराण्याची सेवा हेच आता राक्षसाच्या जीवनाचे कार्य व इतिकर्तव्य राहणार होते. हा अमात्य राक्षस जिवंत असेपर्यंत मगध साम्राज्याच्या प्रखर सूर्याला कधीच ग्रहण लागणार नव्हते. मगधाच्या सर्व शत्रू-मित्रांना भयचकित करणारा, नंदराजाच्या सामर्थ्याचा दरारा तर होताच, त्याच्याव्यतिरिक्त अमात्य राक्षसाचे अस्तित्व आणि दक्ष पहारा यामुळे सर्व काही स्थिरस्थावर होते. सीमेच्या आत आणि सीमेच्या बाहेर सुद्धा! मगधराजाचा अधिक्षेप करण्याचे दु:साहस कोणीही करू धजत नसे. पुरू, कोशल, पांचाल, पर्वतप्रदेश, महिष्मती, कुरू, अश्मक, कलिंग, वंग, नाग, भिल्ल, किरातादी सीमावर्ती राजे स्वत:ला नंदाच्या सुरक्षित छत्रछायेखाली राहणेच इष्ट समजत! तरी सुद्धा पहाडी सैन्याच्या भ्रामक बळावर राजा पर्वतकास नंद घराण्याविषयी ईर्ष्या व असूया वाटत असे. पण माझ्या अभेद्य सुरक्षा कवचापुढे कोणाचीही मात्रा चालणे केवळ अशक्यप्राय होते. पर्वतक राजाची महत्त्वाकांक्षा ही माझ्यासाठी चिंतनाची बाब असली तरी ती चिंतेची बाब मुळीच नव्हती! राज्याचा विस्तार व्हावा, शेजारी राष्ट्रे आपल्या अंकित करावीत, राज्य वैभवशाली करण्यासाठी सर्वांगीण धनसंचय करावा, अखंड बलोपासना करीत सैन्य आक्रमक व सशस्त्र ठेवावे अशी कांक्षा प्रत्येक राजा मनी बाळगतो आणि ते स्वाभाविकही आहे. पण पर्वतक राजाच्या दुर्दैवाने अमात्य राक्षसाच्या हातात जोवर खड्ग तळपते आहे तोवर तरी त्याचे हे मनोरथ पूर्ण होणार नव्हते!

माझा गुप्तचरप्रमुख विराधगुप्त...! याला मी नाट्यशाळेतून अचूक उचलला होता. विलक्षण बोलका चेहरा, नाट्यकलेतील प्रावीण्य व चतुरस्त्र प्रतिभा असा अमूल्य ठेवा त्याचेजवळ होता. मी अगदी बिनचूक परीक्षा केली व माझ्याठायी असलेली त्याची निष्ठा आणि क्षमता वारंवार तपासून मगच मी माझ्या गुप्तचर यंत्रणेचे सुकाणू त्याजकडे नि:शंक मनाने दिले. विराधगुप्तानेही माझा विश्वास व्यर्थ जाऊ दिला नाही. संधीचे सोने करीत त्याने चरांच्या विस्मयकारी जाळ्याची राज्यभर रचना उभी केली. संवेदनशील धाग्याने विणलेल्या जाळ्यात कोळी जसा

केंद्रस्थानी राहून नियंत्रण ठेवतो त्याप्रमाणेच त्याची कार्यप्रणाली होती. विश्वासू व दक्ष चर बनण्यासाठी त्याने कितीतरी हरहुन्नरी, बहुभाषी, बहुरंगी व नानाढोंगी माणसे जमविली! राजमहालापासून ते राजसभेतील प्रत्येक उच्चपदस्थावर त्याची करडी नजर असायची, तसेच सीमावर्ती प्रदेशातूनदेखील त्याचे सक्षम चर वावरत होते. मला तो प्रतिदिन प्रात:काळी सर्व गोपनीय वृत्तान्त देत असल्यामुळे मला राज्य प्रशासन करणे सुकर होत होते. खरेच गुप्तचर हे कोणत्याही राजाचे दिव्यचक्षू असतात, ते नसतील तर शासकाच्या नेत्रपटलावर अंधकार पसरतो! मग दृष्टिहीन झालेला असा माणूस कधीही दिशाहीन होऊ शकतो. नारदमुनीप्रमाणे त्रैलोक्यात संचार करून सूक्ष्म विश्लेषणासह विस्तृत वृत्तान्त देणारा विराध हे माझे विशेष अस्त्र होते!

तो अशुभ दिवस माझ्या स्मृतीमध्ये पक्का रुतून बसलेला आहे. त्या दिवशी काय झाले कोणास ठाऊक, पण पहिल्या प्रहरापासूनच माझे मन अस्वस्थ होते. अरुणोदय होताक्षणी महालाच्या महाद्वारापासून कधी नव्हे तो आज श्वानरुदनाचा करुण, विव्हल स्वर ऐकू आला व मन विचलित झाले... अशुभ संकेताच्या आशंकेने मी किंचित चरकलो, पण त्वरित ते विचार झटकून स्नानसंध्यादी नित्यकर्मास लागलो. कृष्णमेघांची छाया पुन:पुन्हा अवनीतल व्यापते तद्वत सकाळी अपशकुन करणारा तो प्रसंग परत परत दृष्टीसमोर येत होता. आज राजसभेत विशेष चर्चासत्र होणार होते, आणि निमंत्रित-अनिमंत्रित विद्वान अतिथी गुणिजनांची उपस्थिती व सहभाग त्या चर्चेत असणार होता. नंतर स्वहस्ते सर्व विद्वत्जनाचा वस्त्रे व सुवर्णमुद्रा देऊन उचित सन्मान देत सत्कार करणार होते. एक अनामिक हुरहुर मनी घेऊनच राजसभेत प्रविष्ट झालो, कसलातरी अनिष्ट संकेत तर झाला नव्हता ना? कोणत्यातरी अरिष्टाची सुरुवात तर होणार नव्हती ना, अशी भयव्याकूळ करणारी संवेदना घेऊनच सभेत प्रवेशलो!

महाराज धनानंदास उत्थापना दिल्यानंतर सर्व अतिथी, अभ्यागत, विद्वत्जन, नरश्रेष्ठी आणि ज्येष्ठ अधिकारी आसनस्थ झाले. राजसचिवाने राजाचे इष्ट चिंतून स्वागतपर मनोगत व्यक्त केले. प्रस्तावनेत आजच्या सभेचे प्रयोजन सांगून सभाकार्यास सुरुवात केली. राजऋषींनी शास्त्र, कला, विज्ञान आणि अध्यात्म यांवर प्रश्न विचारले. यथामती उत्तरे येत होती. जिज्ञासापूर्तीचा अपेक्षित स्तर आल्यानंतर एक एक विद्वान, कवी, ब्राह्मण, शास्त्रज्ञाचा श्रेणीप्रमाणे सत्कार करून मान दिला जात होता. इतक्यात एक कृष्णवर्णी, काहीसा विद्रूप भासणारा, दक्षिणापथाकडे वास्तव्य असणारा ब्राह्मण आला. मध्यम बांधा, उभट चेहऱ्यावर थोडे देवीचे व्रण, जाड भुवया, यांतून लक्ष वेधून घेत होते ते त्याचे तीक्ष्ण पाणीदार डोळे! पण प्रथमदर्शनी त्याच्याविषयी फारसे अनुकूल मत होत नव्हते.

क्षेमकुशल झाल्यावर त्याने दाणेदार आवाजात संस्कृत भाषेत राजस्तवन केले. त्याची लयबद्ध शब्दयोजना इतकी उच्च दर्जाची आणि मार्मिक होती की, राजा धनानंदासह अवघी सभा रोमांचित झाली! ब्राह्मण प्रतिभावंत होता यात शंकाच नव्हती! राजाने प्रसन्नचित्ताने त्यास निकटचे आसन ग्रहण करण्यास सांगितले. आस्थेने विशेष विचारपूस केली असता हा विष्णुगुप्त नामक ब्राह्मण तक्षशिलेहून आला व सर्व शास्त्रे आणि वेदांचे अध्ययन केलेला आचार्य आहे हे समजले.

आदरातिथ्याने सुखावलेल्या विष्णुगुप्ताने मनातील एक गुह्य प्रकट करण्याची अनुमती मागितली व काहीशा मंद स्वरात यवनराजा अलक्षसुंदर याने पंचनदात मांडलेल्या अनाचारी उच्छादाची विस्ताराने माहिती दिली. यवन सैनिक आर्य प्रजेस किती प्रताडित करीत आहेत, स्त्रिया आणि गोधन यांचे बलपूर्वक अपहरण केले जात होते आणि सर्वत्र आर्य संस्कृतीचा विध्वंस होत होता. आर्यावर्तावर आलेल्या या परचक्राचा नाश केवळ सामर्थ्यशाली मगधराज धनानंदच करू शकतो असेही ठाम प्रतिपादन करून त्याने राजाच्या राष्ट्रभक्तीस व क्षात्रतेजास आवाहन केले.

राजा उद्दीपित होऊन समर्थनपर काही बोलणार एवढ्यात राज्याचे गृहसचिव अचानक उठत म्हणाले, "राजाधिराज, सभेचा अधिक्षेप म्हणून नव्हे, तर एक हितचिंतक म्हणून निवेदन करण्यास अनुमती द्यावी." अनुमतीप्राप्तीनंतर ते म्हणाले की, "महाराज, हा विद्वान ब्राह्मण केवळ धनप्राप्ती अथवा आपली कृपादृष्टी मिळविण्यासाठी आलेला नाही, असे त्याचे स्वयंनिवेदन आहे. तो एक राजकारण घेऊन आला आहे, जे राज्याच्या सुरक्षा आणि सुव्यवस्थेसंदर्भात आहे. कोणाही अपरिचित अभ्यागताचा अनाहूत राजकीय सल्ला किती सत्य व महत्त्वपूर्ण आहे, यावर सावध चिंतन व्हायला हवे. अनेकदा वैयक्तिक लाभासाठी अथवा अन्य कारणासाठी प्रतिभेचा दुरुपयोग अत्यंत प्रभावी रीतीने करून राजास अनुकूल करून घेण्याचे प्रयत्न होतात, विश्वासात घेणे हा त्या यत्नाचा मुख्य भाग असतो, पण विश्वास देणे हे सर्वस्वी नरेशांचे हाती असते. आपण निर्णयाप्रत येण्यापूर्वी या द्विजाची परीक्षा व सखोल चौकशी करावी व जर तो विश्वासास पात्र असेल तरच उचित प्रतिसाद द्यावा, असे माझे स्पष्ट मत आहे. क्षमस्व!"

सचिवांच्या शब्दाची फेक अचूक होती म्हणूनच सर्व सभाजन त्यास संमतिदर्शक माना डोलवत होते. राजसभेतील अनुभवसंपन्न विद्वत्जन हे राजा धनानंदास अनेकदा मोहित करून भ्रमित करीत होते. राजा धनानंद सुद्धा सहज बुद्धिभेद झाल्यामुळे बरेचदा उथळ आणि विपरीत निर्णय घेत असे! उपरोक्त पांडित्यपूर्ण निवेदनात सचिवांची असूया किती होती व सत्यांश किती होता तोही एक संभ्रमच होता. बरेचदा आपल्या सभागृहातील स्थानास कोण्या आगंतुक विद्वानाकडून धोका होऊ

नये याची सभागृहातील प्रस्थापिताकडून बरीच अनावश्यक काळजी घेतली जायची! धनानंदास वश करण्याच्या क्लृप्त्या किंवा अनुकूल करून घेण्याच्या युक्त्या त्यांना ज्ञात असल्यामुळे अनेक प्रतिभाशाली गुणिजनास मगध राजसभेत प्रवेश दुष्कर होऊन बसला होता आणि त्याचा मी एक मूक साक्षीदार होतो!

सचिवाचे इतके परिणामकारक संभाषण व सभेने दिलेली मूक संमती पाहून अस्थिर बुद्धीच्या राजाने नको ती कृती केली. ज्या चाणाक्ष व प्रतिभावंत ब्राह्मणास नुकतेच मोठ्या अगत्याने व आदराने आपल्या निकटचे आसन दिले होते, त्यास आता केवळ संशय निर्माण झाल्याने दूषण तर दिलेच, शिवाय, "हे ब्राह्मणा, तुझा हेतू केवळ माझी मर्जी प्राप्त करून अधिकाधिक द्रव्यलाभ करून घेणे असाच दिसतो आहे, त्यामुळेच तू सलगी निर्माण करून हिताचे राजकारण सांगण्याचा आव आणत आहेस हे आता स्पष्ट झाले आहे. एक दरिद्री आणि संकुचित मनोवृत्तीचा याचक यापेक्षा दुसरे काय करणार? तेव्हा तू इतर सामान्य याचकाप्रमाणे दूरचे आसन ग्रहण केलेलेच इष्ट आहे." महाराज धनानंदांनी नको इतक्या कठोरतेने सांगितले. झाले...! तो कोपिष्ट द्विज भयंकर खवळला आणि विजेसारखा कडाडला, "माझ्या शुद्ध हेतूविषयी आणि राष्ट्रभक्तीने प्रेरित होऊन दिलेल्या सल्ल्याविषयी संशय घेऊन तेजोभंग करणाऱ्या मूढमती धनानंदा... तुझ्या या प्रमादाला क्षमा नाही! तू व तुझा नंदवंश यांचा मी जोपर्यंत समूळ विनाश करणार नाही तोपर्यंत ही शिखा बांधणार नाही!" पाय आपटत अशी शापवाणी उच्चारत त्याने आपली शिखा मुक्त सोडली. भयानक सूड घेण्याची प्रतिज्ञा करून त्याने संतप्त अवस्थेत सभात्याग केला! हे सगळे इतक्या वेगात घडत होते की, अवाक् होऊन पाहत राहण्याशिवाय मी काय करू शकत होतो? पण जे घडले ते निश्चितच समर्थनीय नव्हते. अशुभ संकेताच्या आशंकेने मी काहीशा चिंतामग्न अवस्थेतच राजसभेतून बाहेर पडलो!

मी कालपासून अस्वस्थ आहे, राज्याची प्रकृती चिंताजनक नसली तरी चिंतन करण्याजोगी निश्चितच बनली होती. माझा विश्वासू सल्लागार असलेला असलेला क्षपणक जीवसिद्धी सांगत होता, सेनापती भागूरायण राजा धनानंदावर रुष्ट झाला आहे, महाराज धनानंदांना मुरादेवीपासून विभक्त करण्यास मीच कारणीभूत असल्याचा दोषारोप भागूरायणाने करणे साहजिक होते. त्याचा रोख माझ्याकडेसुद्धा आहे ही माहिती मला विशेष धक्कादायक नव्हती. मुरादेवीच्या मायावी मोहपाशातून महाराजांची सुटका झाली नसती तर महाराज अशा काही खोल गर्तेत बंदिस्त झाले असते की जिथून परतीचे सर्व मार्ग बंद होते. कोणत्याही राजाची व्यसनाधीनता संपूर्ण राज्यालाच विनाशाच्या गर्तेत लोटते, हे त्रिकालाबाधित सत्य मला विसरून चालणार नव्हते. सर्व राजशकट माझ्याकडे सोपवून महाराज

निर्धास्तपणे राजविलासात मग्न होते ते मला फार विसंगत आणि राज्यासाठी हानिकारक वाटायचे. शेवटी काहीही झाले तरी मी सेवक होतो, मला मर्यादा होत्या. एखाद्या प्रसंगात राजाचा अमात्य म्हणून भूमिका पार पाडणे वेगळे आणि राजाचा पूर्ण अधिकार घेत राजशकट सांभाळणे यात फार फार अंतर आहे. सर्वाधिकार घेतल्या क्षणापासून राजसभेत माझ्याविषयी अप्रत्यक्षरीत्या प्रकट होणारी असूया, उच्चधिकाऱ्यांच्या मत्सरग्रस्त नजरा व सेनापतीने नकळत उंचावलेली वक्र भिवई... यांपैकी काहीही माझ्या तीक्ष्ण दृष्टीतून सुटले नव्हते. सत्तेच्या एवढ्या निकट राहून ज्याची महत्त्वाकांक्षा जागृत झाली नाही असा राजकारणी पुरुष कोणी असेल, तर तो राजकीयदृष्ट्या नपुंसकच समजावा! हे सूत्र मला ज्ञात होते. म्हणून तर सेनापती भागूरायण विचलित झाला आहे हे मला समजत होते. माझ्यासाठी ही काही नवलाची बाब नव्हती, माझ्याविषयीची त्याची ईर्ष्या मला समजलेली होती.

मनुष्याच्या आकांक्षाचे महत्त्वाकांक्षेत कधी रूपांतर होईल त्याचा कोणताही नियम नाही. माझा स्नेही जीवसिद्धी याचे त्यावरील चिंतन मला आठवले. माणसाचे मन हे एक क्लिष्ट आणि गुंतागुंतीचे रसायन आहे. ते इतके तरल आहे की, निमिषार्धात प्रवाही होऊ शकते; आणि एवढे कठीण आहे की, ते वज्रासम कठोर देखील भासेल! मनाचा थांग लागणे जवळजवळ अशक्य कोटीतील बाब आहे, कोणाविषयी ते अपार प्रीती दर्शवील आणि कोणासाठी ते पाषाणहृदयी होईल, ते सांगता येत नाही! माणसाचे मन इतके विरोधाभासी असते की, एखाद्या दूरस्थ व अपरिचित व्यक्तीच्या दुःखात ते अगदी जिव्हाळ्याने सहभागी होईल, पण निकटच्या आप्तमित्रांच्या सुखात किंवा आनंदात सहज सहभागी होणे त्यास प्रयत्न करूनही शक्य होत नाही! किती अजब आहे नाही? वास्तविक पाहता आपल्या जवळच्या माणसाच्या उत्कर्षात सहभागी व्हायला काय हरकत असते? पण एखाददुसरा अपवाद वगळता, व्यवहारात वेगळाच प्रत्यय येतो. एखाद्यास अकल्पित धनलाभ झाला, अनपेक्षित यश मिळाले, नावलौकिक वाढला किंवा वैभव व मानसन्मान यांचा तो धनी झाला तर त्या आनंदात समरस होणे त्याच्या घनिष्ठ मित्रांनादेखील खूप जड जाते. हे अप्रिय वाटेल, पण ते सत्य आहे! वरवर लोकलाजेस्तव दर्शनी स्वरूपात, आपणास खूप आनंद झाला आहे असे त्याने दाखविणे हे निव्वळ औपचारिक असते! पण त्याच्या मनातली सुप्त असूया मात्र त्या क्षणी जागृत झालेली असते. ती प्रतिक्रिया अदृश्य असली तरी जाणकारास नक्की समजते! मनाचे बाह्यरंग आणि अंतरंग असे परस्परविरोधी दिशा दर्शवीत असते. खोल सागरातून मोती मिळविणे एखादेवेळी सोपे आहे, पण समोरील व्यक्तीच्या मनाच्या अथांग सागराचे मंथन करूनही, फारसे काही

हाती लागेल याची शाश्वती नसते. म्हणून तर एखाद्याचे मन जिंकणे अथवा त्यास वश करणे ही एक कठीणतम सत्त्वपरीक्षा असते !

राजसभेत मला सार्वभौम आणि निर्णायक स्थान मिळाल्यापासून सेनापती भागूरायण असाच किंचित अस्वस्थ होता. कदाचित त्याची स्वत: सर्वाधिकारी होण्याची सुप्त महत्त्वाकांक्षा प्रज्वलित झाली असणेही शक्य होते. त्याची असूया त्याच्या देहबोलीतून मात्र मला स्पष्टपणे जाणवायची. जीवसिद्धी म्हणतो त्याप्रमाणे मनुष्यस्वभावात आमूलाग्र बदल करणे हे खूप कठीण कार्य असते, त्यामुळे सेनापतीविषयी मी अलिप्त भूमिका स्वीकारणे, हेच तूर्तास तरी योग्य होते! प्रज्वलित झालेला अग्नी विझणे अथवा अधिक पेटणे हे त्याची व्याप्ती व स्थिती यावरच अवलंबून असते. सध्यातरी भागूरायणाला झालेल्या ईर्ष्येची स्थिती आणि व्याप्ती या दोन्ही बाबतीत मी पूर्णत: अनभिज्ञ होतो. त्याच्या बाबतीत कोणतीही कृती न करता मी स्वस्थ राहायचे ठरविले. शेवटी तो सुद्धा मगध राज्याचे एक प्रभावी बलस्थान होता, महाराजांचा विश्वासू आणि मला तुल्यबळ असणारा अधिकारी होता, त्यामुळे त्यास डिवचणे अथवा दुखावणे सद्य:स्थितीत तरी मला परवडले नसते.

राज्यात क्वचित असंतोष दिसत होता, पण जनक्षोभाचा उद्रेक होईल इतका तो तीव्र नव्हता. मुख्यत: प्रजेमध्ये राजा हा विष्णूचा अंश असल्याची पूर्वापार श्रद्धा कायम होती. परंपरेने चालत आलेल्या आर्य संस्कृतीच्या या विश्वासानेच राजाला देवत्व बहाल केलेले होते! त्यामुळेच तर इतिहासातील अनेक पापी राजांचे अपराध जनतेने पोटात घातले होते. मथुरेचा कंस, विराटराज कीचक, मगधचा राजा जरासंध, मत्स्य देशाचा हिरण्यकश्यपू, चेदिराज शिशुपाल... कितीतरी दुराचारी राजांना प्रजेने क्षमा केली होती! जनक्षोभामुळे राजा पदच्युत झाला असे इतिहासात कधीही घडलेले नाही. अन्य कारणांमुळे या राजवटी संपुष्टात आल्या, पण जनतेने शेवटपर्यंत त्या विष्णूच्या अंशावर कायम श्रद्धा ठेवली! इथेही असेच घडले होते, पाटलीपुत्रातील जनक्षोभाचे कारण तसे पाहिले तर योग्यच होते. राजाच जर स्वत:च्या प्रजेला पीडा देत असेल तर लोक अस्वस्थ होणारच! मी राजा धनानंदास याविषयी स्पष्ट कल्पना दिली, पण शेवटी मलाही मर्यादा होत्या. स्वामींच्या इच्छेपुढे व राजाज्ञेपुढे कोण काय करणार?

मी माझ्यापरीने कसलाही पेचप्रसंग उद्भवू नये यासाठी प्रयत्नशील होतो. याउपरांत जर काही अघटित घडलेच तर परिस्थितीवर नियंत्रण ठेवण्यासाठी पूर्वतयारी ठेवण्याची सूचना सेनापती भागूरायणास दिली होती. राज्याबाहेर आणि सीमावर्ती प्रांतावर मात्र माझे पूर्ण लक्ष होते. तिथली आमची गुप्तचर यंत्रणा कार्यक्षम होती व मला इत्थंभूत वृत्तान्त मिळत असत. सीमेवरील शेजारी राज्ये तशी शांत

होती, फक्त डोंगरी प्रदेशातील एक पर्वतक राजा जर सोडला तर बाकीची राजेमंडळी तशी निष्क्रियच होती, असे म्हणायला काही हरकत नव्हती. पर्वतकाजवळ देखील चिंता वाटावे असे प्रभावी सैन्यबळ नव्हते, पण तो बहुधा कुणाचे तरी साहाय्य घेण्याच्या प्रयत्नात असावा अशी शंका यावी इतपत त्याच्या हालचाली निदर्शनास येत होत्या. माझा तर्क चुकीचा नसेल तर पर्वतक राजा वायव्येकडील पहाडी प्रदेशातल्या म्लेंच्छ राजाचे साहाय्य घेण्याची अधिक शक्यता होती. पण ते सगळे अनुमानच होते, तिथे नेमके काय चालले आहे याचेकडे अधिक लक्ष द्यावे लागणार होते. आणि शेवटी काहीही झाले तरी मगधराज्याचा रक्षक असलेला हा राक्षस जिवंत असेपर्यंत आणि जोवर त्याचे खड्ग हातात तळपत आहे तोपर्यंत, असले दहा पर्वतक आले तरी मगधराजाच्या केसालासुद्धा धक्का लावण्याची क्षमता अखिल भरतखंडात कोणाचीही नव्हती! एकदा का हा राक्षस क्रोधित होऊन आपले खड्ग उपसून कोणावर चालून आला की, आर्यावर्तातील राजे-महाराजे आपल्या प्राणाची भीक मागत, दयेची याचना करताना इतिहासाने अनेक वेळा पाहिले आहे! त्यामुळे बाह्य सुरक्षा हा माझ्या फार चिंतेचा विषय नव्हता. महाराजांच्या अंत:पुरातील वृत मात्र तितके समाधानकारक नव्हते, महाराज धनानंद उत्तरोत्तर कामक्रीडा, भोगविलास आणि धनलालसा यांच्या आहारी जात होते. अनेकदा निरोप पाठवूनही महाराज राजसभेत येण्याचे टाळत असत. मन उद्विग्न होऊन असे वाटायचे की, दारुवर्माने कुशलतेने तयार केलेल्या गुप्त मार्गाने राजमहालात प्रवेश करावा आणि महाराजांना बलपूर्वक राजसभेत घेऊन यावे!

दारुवर्मा...! खरेच दारुवर्मा हा मगधातील अजोड वास्तुशिल्पी होता, नगरातील प्रत्येक महत्त्वाच्या वास्तूवर त्याचे विशेष लक्ष होते. नगराच्या संरक्षणाची कडेकोट तयारी त्याने अद्‌भुत वास्तुरचना करून केली होती. अनेक गुप्तमार्ग आणि भुयारे यांचे जाळेच नगरात होते. काही गुप्त मार्गाने तर अश्वासह थेट नगराबाहेर प्रस्थान करता येत होते. एवढ्या विस्तीर्ण पाटलीपुत्र नगरीच्या संरक्षणासाठी त्याने कोणतीही उणीव राहू दिली नव्हती. नगरातील उत्तुंग गोपुराइतक्याच उंचीचा लाकडी तट नगराभोवती होता. होय, लाकडाचाच तट! चौसष्ट द्वारे व अनेक बुरूज असलेला उतुंग लाकडी तट गंगा आणि शोण नदीच्या विशाल संगमावर पाटलीपुत्र नगरी वसली होती. हजारो वर्षांपासून नद्यांच्या प्रवाहातून आलेल्या गाळामुळे शेकडो योजने विस्तीर्ण असा गाळाचा प्रदेश तयार झाला होता. तिथे पाषाण अथवा मोठे शिलांखड मिळणे दुरापास्त होते. म्हणून सगळ्या नगरात कवेत घेणारी दगडाची तटबंदी उभारणे शक्य नव्हते. उत्तम पर्याय म्हणून, हिमालयातल्या अरण्यात विपुल प्रमाणात उपलब्ध असलेले देवदार, सुरुपर्ण व तत्सम कठीण काष्ठाचे रुंद आणि दीर्घकाळ टिकणारे वृक्षांचे ओंडके

तोडून, नदीच्या गतिमान प्रवाहात सोडून ते ओंडके पाटलीपुत्रात प्रशिक्षित हत्तीद्वारा अडविले जात. तदनंतर त्यांच्या दोन हात जाडीच्या जाडजूड फळ्यांपासून तयार केलेली मजबूत व भक्कम अशी दुहेरी लाकडी तटबंदी नगराभोवती उभारण्यात आली होती! शिवाय तटरक्षणासाठी नदीच्या पाण्याने भरलेले खोल खंदक होतेच. तटबंदीला एक मुख्य महाद्वार व अष्टदिशांनी इतर द्वारे होती, प्रसंगानुरूप त्यांचा वापर केला जात असे. त्या तटावरून आक्रमक शत्रूवर निकराचा हल्ला करणारी शस्त्रयोजना आणि यंत्रयोजनाही सज्ज ठेवली होती. भृशुंडी, शूल, धनुष्यबाण, धगधगते निखारे आणि तप्त तैलांचा शत्रूवर सहज व परिणामकारक मारा त्यावरून करता येत असे.

दारुवर्मा सौंदर्याचा भोक्ता होता. त्याने अत्यंत रेखीव मूर्तिशिल्पे अनेक मंदिरांतून आणि गोपुरांतून कोरविली होती. त्यासाठी लागणारा शुभ्र मृदू पाषाण मरू देशातून आणला होता. मध्यवर्ती राजप्रसादात चंदन, साग आणि शिसम यांच्या काष्ठांवर हस्तिदंताचे विलोभनीय नक्षीकाम तर दृष्ट लागण्यासारखे झाले होते. मंदिर व प्रासादाचे सोनेरी कळस, रमणीय उद्याने, आकर्षक कारंजे, सुंदर उपवने आणि नयनमनोहर पुष्पवाटिका तयार करून त्याने पाटलीपुत्र नगरीच्या सौंदर्याचा लौकिक वाढविला होता. महाराजांच्या नौकाविहारासाठी विस्तीर्ण जलाशयाची निर्मिती हा तर नगरीचा अनमोल ठेवा होता. अध्ययन व अध्यापनासाठी त्याने तयार केलेली विशाल वास्तू तर एखाद्या विद्यापीठाच्या तोडीची होती! थकलेले सार्थवाहक व पांथस्थांसाठी निवारा म्हणून सर्वलोकाश्रय मंडप उभारले होते, तर ग्रीष्म ऋतूच्या असह्य उष्म्यात तृष्णानिवारणासाठी जागोजाग प्रप्या अथवा शीतल जलकुंभांची सोय केली होती. शिशिर ऋतूतील गारठ्यापासून रक्षण करण्यासाठी प्रमुख स्थानी ऊब देणाऱ्या अग्निष्ठिकाची रचना होती. सार्थवाहकाचे पशुधन आणि अश्व यांच्यासाठी आसरे तयार करून तिथे गोग्रासाचीही व्यवस्था केली होती. स्नानगृहे व प्रार्थनागृहे आवश्यकतेनुसार बांधली होती. एकमेकांशी काटकोनात मिळणारे रुंद रस्ते हे तर नगरीचे वेगळे वैशिष्ट्य होते. खरेच दारुवर्मा हा प्रतिविश्वकर्माच होता. त्याने इंद्राच्या राजधानीशी स्पर्धा करणारी, प्रतिअमरावतीच जणू पृथ्वीतलावर निर्माण केली होती!

शरदोत्सव हा महाराज धनानंदांना अतिप्रिय असलेला विषय. शरद पौर्णिमा ही निश्चितच खूप आल्हाददायी असते यात काही शंकाच नाही. विधात्याने शरदाचे चांदणे हा संस्मरणीय चंदेरी ठेवा मानवजातीला देऊन कृतार्थ व उपकृतही केले आहे. टिपूर चांदण्यात न्हाऊन निघालेले सृष्टीचे मनोहारी रूप पाहावे ते शरद ऋतूमध्येच! मधाळ गोडी असलेला प्रसन्न शरद आणि त्यात पुनवेच्या चंद्राची दुधाळ रात्र! आधीच बहरलेल्या चित्तवृत्ती फुलवीत अंगांगातून रोमांच उभे

करणारी शरदातील पौर्णिमा साक्षात अमृतवर्षाव करीत असते! पाचूच्या रत्नाचा चमकदार गहिरा हिरवा रंग मला नेहमीच मोहवीत आला आहे, पण वर्षा ऋतूच्या जलधारांनी नुकतेच सचैल स्नान केलेली धरती, रसरशीत हरिद्रव्याने भरलेल्या हिरवाईचा गहिऱ्या हिरव्या रंगाचा शालू घालून जेव्हा समोर येते, त्या वेळी पाचूचे सर्व अलंकार त्या अलौकिक रंगापुढे फारच निस्तेज वाटत! ग्रीष्म आणि शिशिर ऋतूच्या संधिकालावर आलेला हा शरद ऋतू मोठा प्रसन्न असतो. तृप्तीचे अवीट समाधान देणारा हा ऋतू खरेच आनंदोत्सव करण्यासाठीच त्या सृष्टिनिर्मात्याने योजिलेला आहे!

धनानंद महाराज आधीच सुखासीन व विलासी जीवनाचे भोक्ते, त्यांना ही पर्वणी कशी सोडावी वाटेल? एरव्ही कृपण म्हणून ख्याती असलेला राजा धनानंद उत्सवकाळात मात्र मुक्तहस्ते राजकोश रिता करीत असे! राजनगरी मोठ्या उल्हासाने आणि नटूनथटून उत्सवाच्या स्वागतास सज्ज झालेली असायची नगरातील पुष्पवाटिकांतून घोळक्याने वावरणाऱ्या ललनांनी परिधान केलेले मोहक रंगछटांचे वेष आणि वाटिकेत फुललेले विविधरंगी फुलांचे ताटवे, या दोन्हीत कोणाच्या रंगांची उधळण अधिक चित्ताकर्षक आहे हे ठरविणे मोठे दुष्कर कार्य होते! नगरातील सर्व उद्याने, धर्मशाळा, आश्रयस्थाने व प्रशस्त मार्ग या वेळी गर्दीने फुलून जात असत. उत्सवाची पर्वणी साधण्यासाठी येणाऱ्या आप्त-स्वकीयांची क्षुधाशांती करण्यासाठी घरोघर नाना प्रकारच्या सुग्रास व्यंजनाची पाकसिद्धी करण्यात सुगृहिणी मग्न होऊन जायच्या. राजाचे मुखदर्शन व्हावे म्हणून आकर्षक साजशृंगार केलेल्या पुरंध्री आपापल्या प्रासादाच्या सौंधावरून मोठ्या कुतूहलाने मिरवणुकीतल्या राजाला पाहत असत. राजा धनानंददेखील त्यामुळे प्रसन्नचित्त होऊन मोठ्या डौलात व ऐटीत मार्गक्रमणा करी. मला तर वाटे की, राजा धनानंद यासाठीच तर शारदोत्सव मोठ्या आत्मीयतेने साजरा करीत नाही ना! पुष्करण्यांतील थुई थुई नाचणारे कारंजे आणि उपवनात स्वच्छंदपणे बागडणारे नवयौवन यांच्यातल्या चैतन्याची तुलना करण्याचा मोह अनावर होत असे! उपवनात शृंगारलेल्या दिमाखदार मंडपात नृत्यकलेत निपुण असलेल्या राजनर्तिका व नगरात आपल्या सौंदर्याने प्रख्यात झालेल्या गणिका, आलेल्या नगरजनासाठी आपल्या कलेचे विशेष प्रदर्शन सादर करीत असत. अविस्मरणीय सौंदर्य, स्वर्गीय संगीत आणि अद्वितीय नृत्याविष्कार प्रजाजनांच्या डोळ्यांचे अगदी पारणे फिटायचे! यमपट दाखविणारे फिरस्ते, सापांचे खेळ करणारे गारुडी, विविध सोंगे घेणारे बहुरूपी, पशुपक्ष्याची भाषा जाणणारे वनवासी व सांकेतिक भाषा जाणणारे मनकवडे हे सगळे आपापल्या परीने जागोजाग लोकांचे रंजन करीत असत. या सोहळ्यासाठी आलेल्या सर्वांचेच मुख्य आकर्षण म्हणजे

ही मिरवणूक होती. राजाच्या वैभवाचे, समृद्धीचे आणि सामर्थ्याचे अप्रत्यक्ष प्रदर्शनच त्याद्वारे होत असे. प्रशस्त राजमार्गावर केशर-कस्तुरी मिश्रित सुगंधी द्रव्याचा सडा टाकल्याने, मोहक सुगंधाचा दरवळ कित्येक दिवस आसमंतात भरून राहत असे!

पायांत चांदीचे तोडे, गळ्यात सोन्याची साखळी व घुंगरमाला, गंडस्थळावरील लखलखते जडावाचे बाशिंग, सुवर्णमेखला, हस्तिदंताच्या अग्रावरील सुवर्ण आवरण, मखमलीची जरतारी नक्षी असलेली बैठक आणि विविध अलंकाराने शृंगारलेला हत्ती! त्यावरील डौलदार सुवर्णांकित अंबारी! इंद्राच्या ऐरावतासारख्या सजलेल्या त्या गजराजाचा दिमाख काही वेगळाच असायचा. अंबारीत विराजमान झालेली, डोक्यावर झळाळता मुकुट, भरजरी रेशमी वस्त्रे व रत्नखचित आभूषणे परिधान केलेली राजाधिराज धनानंदाची, सस्मित मुद्रेची ऐटदार स्वारी! सोबत राजदंड हाती घेतलेला प्रतिहारी, रेशमाचे किनखापी छत्रे व चामरे उभारून चालणारे भरजरी पोशाखातील राजसेवक आणि शुभ्र रेशमी धाग्याच्या चवऱ्या ढाळणारे कंचुकीन!

मिरवणुकीचे सगळे वैभव केवळ अपूर्व व नयनरम्य असायचे. अग्रभागी केवळ राजध्वज असलेला आणि नखशिखांत आभूषणाने मढविलेला राजाचा शुभ्र अश्व आणि आम्ही सर्व अधिकारी दरबारी वेषात मुकुट शिरोधान करून आपापल्या अश्वावर आरूढ होत मंदगतीने मार्गक्रमणा करीत असू. मार्गावर सुगंधी पुष्पांचा वर्षाव करणाऱ्या सुंदर ललना व जयघोष करणारे पौरजन यांची एकच दाटी झालेली असायची! जणू पृथ्वीतलावरील सर्वोत्तम सौंदर्यच त्या मार्गावर एकवटले आहे की काय असे वाटायचे! आणि महाराजही सौंदर्याचे रसिक भोक्ते असल्याने त्यांना हा प्रकार खूपच हर्षदायी व रोमांचक वाटायचा. त्यांचे चित्त अतीव समाधानाने तृप्त व्हायचे! क्रीडा, मनोरंजन, उल्हास व चैतन्याने भारलेला शरदोत्सव संपला की एकूणच राजधानीला उदासीन शिथिलता यायची. शरदोत्सवात अल्पकालासाठीच का होईना लोक स्वप्नावस्थेत जगलेले असायचे!

नगरावर असा गोड काळिमा पसरलेला असताना आणि लोक बेसावध अवस्थेत असतानाच अचानक विजेचा लोळ पडावा तसे झाले! पर्वतक राजाने राजधानी पाटलीपुत्रास सैन्यासह वेढा दिला! आणि पाठोपाठ विघ्नाची दुसरी वार्ताही आली की, अकल्पितपणे आमची काही सैन्यपथकेही शत्रूस जाऊन मिळाली आहेत! सेनापती भागूरायण तर शरदोत्सव संपताच मृगयेसाठी दूरच्या अरण्यात गेलेला होता. नगराच्या संरक्षण पथकाचा प्रमुख अधिपती पण अत्यंत संशयास्पद रीतीने नगराबाहेरील शत्रूने कैद केला! हे सगळे कमी होते की काय म्हणून पूर्णत: उद्ध्वस्त करणारा वृत्तान्त आला की, नगरीच्या अभेद्य तटाचे मुख्य द्वार कुणा अज्ञात व्यक्तींनी सताड उघडल्याने, पर्वतकाच्या सैन्याचा लोंढा नगरात घुसून एकच हलकल्लोळ माजला!

हे वृत्त ऐकताच मी उभ्या उभ्या थरारलो, शरीरातला कण अन् कण त्वेषाने पेटून उठला, माझे बाहू शत्रूच्या नरडीचा घोट घेण्यासाठी स्फुरण पावत होते, म्यानातील अजेय खड्ग शत्रूच्या रुधिरासाठी अधीर झाले होते. हा महापराक्रमी राक्षस जिंवत असताना य:कश्चित असलेल्या पर्वतकाचे हे दु:साहस? कल्पनाही सहन न झाल्यामुळे माझ्या तोंडून शब्दही फुटत नव्हता. अंतर्बाह्य भडका उडालेल्या क्रोधाग्नीमुळे मी अक्षरश: वेडापिसा झालो! थरथरत्या हाताने आवेगात खड्ग उपसून मी उसळतच बाहेर पडलो, पण जीवसिद्धी आणि शकटदास यांनी रक्षकांच्या साहाय्याने सर्व बळ एकवटून मला रोखले आणि जवळजवळ बलपूर्वक खेचतच म्हणा, परत महालात आणून सर्व द्वारे बंद करविली! भयानक संतप्त अवस्थेतील माझ्या शरीरास नियंत्रणात आणण्यासाठी त्यांना खूपच प्रयास करावा लागला होता हे स्पष्टच होते, कारण सगळेच जण धापा टाकीत घामाघूम झाले होते! जिवाच्या आकांताने केलेल्या प्रतिकाराच्या अतिश्रमाने मलाही भोवळ आली.

चक्रवाताचा आवेग ओसरल्यावर सारे काही उन्मळून निपचित पडते, त्याप्रमाणे माझी बधिर अवस्था झाली होती. चतुर आणि समयसूचक जीवसिद्धीने मृदू शब्दांत माझे सांत्वन केले. सर्वांगाचा दाह होत असताना चंदनाचा शीतल लेप लावावा असेच त्याचे बोलणे होते. त्याने वस्तुस्थितीची यथार्थ जाणीव करून दिली आणि आततायीपणे अयोग्य कृती करून हौतात्म्य पत्करण्यापेक्षा, अशा कठीण प्रसंगी विवेक जागृत ठेवून कार्य करणे हेच अमात्य म्हणून माझे कर्तव्य असल्याची समज पण दिली! अरिष्ट निवारण्यासाठी प्रत्येक वेळी शक्तीच प्रभावी ठरते असे नाही, बुद्धिमान माणूस युक्तीने देखील त्या संकटावर मात करतो. शकटदास, चंदनदासादी जिवलगांनी पण जीवसिद्धीच्या बोलण्यास दुजोरा देत माझी समजूत काढली. हजारो इंगळ्या डसल्यागत माझ्या मनाला वेदना होत होत्या, शतश: विदीर्ण झालेल्या अंत:करणाने मी मंचकावर बसकण मारली. शरीराचा कंप थांबला, पण हृदयात सूडाग्नीचा वणवा पेटला होता! तितक्यात द्वाररक्षकासोबत अत्यंत भयभीत मुद्रेने माझे काही गुप्तचर धावतच आले, त्यांनी जे काही सांगितले ते ऐकून तर माझ्या पायाखालची धरतीच दुभंगली! पर्वतक राजाच्या क्रूर व पाशवी म्लेंच्छ सैन्यपथकाने महाराज धनानंदास राजमहालातून ओढून काढीत त्यांचा प्रांगणातच सर्वांसमक्ष शिरच्छेद केला! मस्तकात प्रचंड विस्फोट होऊन मी सुन्नबधिर अवस्थेत कोसळलो! किती काळ ती अचेतन अवस्था होती माहीत नाही. डोळे उघडण्याचा प्रयत्न केला तर जड झालेल्या पापण्यांमुळे ते अशक्य वाटत होते.

माझ्या प्राणप्रिय महाराजांची त्या अधमांनी नृशंस हत्या केली, अत्यंत देखणे व राजबिंडे रूप असलेले त्यांचे मुखकमल रक्ताळलेल्या अवस्थेत राजमहालाच्या प्रांगणात धूळ खात पडले. एखाद्या क्रूर कसायाने हंबरडा फोडत असलेल्या

गायीच्या मानेवर सुरी चालवावी तसे, म्लेंछानी सर्व सुकुमार नंदपुत्रांचे पण मोठ्या निर्दयतेने गळे कापले! ज्या राजस व लोभसवाणे व्यक्तिमत्त्व असलेल्या राजापुढे भल्याभल्या रथी-महारथीच्या माना झुकत असत, त्यांचे शरीर आज निष्प्राण कलेवर होऊन धरतीवर पडले होते! एक एक अजापुत्र यज्ञवेदीवर आणून बळी द्यावेत तसे एकेका राजपुत्रास तिथे आणून शिरच्छेद केला गेला. आता नंद घराण्याचा निर्वंश झाला ही खात्री झाल्यावरच तो नरमेध थांबला! अमानुषरीत्या हत्याकांड घडवून नंद घराण्याचे अस्तित्वच या पृथ्वीतलावरून पुसून टाकले गेले! जिथे राजा धनानंदाचा जयघोष मोठ्या आनंदाने उच्चरवात होत असे तिथे आज आक्रोश, किंकाळ्या आणि विव्हळत्या स्वरात करुण रुदन चालू होते!

मी तीव्र संतापाने पुनश्च उठण्याचा मोठ्या आवेशात प्रयत्न केला, पण शरीराने साथ दिली नाही! मी आश्चर्यचकित होऊन चंदनदासाकडे प्रश्नार्थक कटाक्ष टाकला आणि त्याच्या मागे उभ्या असलेल्या राजवैद्य अभयदासकडे लक्ष जाताच माझ्या गलितगात्र अवस्थेचा मला क्षणार्धात उलगडा झाला. माझा शीघ्रकोपी स्वभाव जाणून पुन:पुन्हा उसळून येणाऱ्या माझ्या शोकसंतप्त आवेगाला लगाम घालण्यासाठी, वैद्यराजांनी हेतुत: मला अर्धवट जागृत अवस्थेत ठेवले होते. मी त्या असहाय आणि अगतिक अवस्थेत निराश बनलो, स्वत:शीच बडबडत राहिलो, असे कसे झाले? हा आकस्मिक कुठाराघात कसा व कोणी केला? सगळी संरक्षण व्यवस्था अशी अचानक पंगू होऊ शकते का? एवढी प्रभावी गुप्तचर यंत्रणा कशी काय बधिर झाली? पर्वतकाच्या सैन्याने आम्हाला चाहूलसुद्धा न लागू देता पाटलीपुत्रास कसा वेढा दिला? सेनापती भागूरायण अशा मोक्याच्या वेळी नेमका नगराबाहेर कसा? उभेद्य तटाचे भक्कम दरवाजे कोणी उघडले व शत्रूला मुक्तद्वार करून दिले? निर्णायक क्षणी आमची काही सैन्यपथके शत्रूला सामील होतात म्हणजे काय? नेहमीच अचूक भविष्य सांगणारा जीवसिद्धी तर म्हणाला होता की, पाटलीपुत्रासाठी वर्तमान ग्रहस्थिती उत्तम आहे. व राज्य वर्धिष्णू होण्याचेही संकेत आहेत. ही त्याची भविष्यवाणी अशी कशी फोल ठरली?

मन एकसारखे आक्रंदत होते. एखादा वनराज शार्दूल तीक्ष्ण शरांनी विद्ध होऊन पिंजऱ्यात बंदिस्त व्हावा, तसे झाले होते. तर्कबुद्धीला कितीही ताण दिला तरी कोणत्याही प्रश्नाचे समाधानकारक उत्तर मिळत नव्हते. सर्व घटनाक्रम केवळ अनाकलनीय, अद्‌भुत आणि अकल्पित होता! हे भयकारी षड्यंत्र यशस्वी करण्यामागे नक्कीच कोणतीतरी अज्ञात पाशवी शक्ती कार्यरत होती, हे तर सूर्यप्रकाशाएवढे स्पष्ट होते! एरवी पर्वतकासारख्या क्षुल्लक व सामान्य राजाने असे दु:साहस करणे कालत्रयीही शक्य नव्हते. संपूर्ण आर्यावर्तात आपल्या

सामर्थ्याने दरारा निर्माण केलेल्या मगधराजाचा असा केविलवाणा अंत होणे हे एक प्रचंड मोठे आश्चर्य होते! मूषकांच्या टोळीने वनराज केसरीचा नायनाट करण्यासारखे अविश्वसनीय कृत्य होते ते! कोण असेल या सगळ्या भयकारी नाट्यामागचा सूत्रधार? कपटानेच हा होईना त्या कुटिल धूर्ताने निर्णायक विजय तर मिळविला होता.

शेवटी यशासारखे यश नसते आणि अपयशाहून वाईट काहीच नसते! राजनीतीच्या रणक्षेत्रात फक्त हिंस्र श्वापदे भक्ष्य शोधत वावरत असतात. धराशायी झालेला कोण आहे याचे त्यांना काहीच देणेघेणे नसते, मेलेल्यांची चिरफाड करून फडशा पाडणे एवढेच त्यांचे काम असते! उद्या इतिहास असेच म्हणेल की, केवळ अमात्य राक्षसाच्या दुर्लक्षामुळे, अक्षम्य दिरंगाईमुळे आणि असावध राहण्यामुळे मगध राज्याचा घात झाला! त्यामुळे मगधाच्या हितशत्रूंना रान मोकळे सापडले आणि दुर्दैवाने एका समर्थ राज्याची त्याच्या राजासकट त्यात आहुती पडली!

कदाचित माझे प्राक्तनच तसे असावे. तळपत्या सूर्यबिंबावर कृष्णमेघांची दाटी होऊन अंधकार पसरावा आणि भेसूर सावल्यांचे तांडवनृत्य सुरू व्हावे असे झाले होते. झालेल्या भीषण परिणामांचे दायित्व मी कसे नाकारू शकत होतो? दुर्दैवाचे असे दशावतार पाहण्यापेक्षा मला रणभूमीवर मृत्यू आलेला केव्हाही सुसह्यच झाला असता! आता जिवंतपणी यमयातना भोगणे हेच क्रमप्राप्त होते, अश्वत्थामासारखी मस्तकावर कायम भळभळती जखम घेऊन, दिवाभीतासारखे जगापासून तोंड लपवत उर्वरित आयुष्य कंठणे हेच माझ्या नशिबी आले होते! वेदनांचा जो आगडोंब मनात उसळला होता, तो कोणाला आणि कसा विदित केल्याने शमेल? एकाच उड्डाणात हिमालयाच्या गिरिशिखराला गवसणी घालून मान सरोवर गाठणाऱ्या हंसाचे पंख छाटले गेल्याची वेदना...! मदमस्त हत्तीच्या गंडस्थळास आपल्या कराल जबड्याने फोडून काढणाऱ्या व्याघ्रास आपण दंतविहीन झाल्याची वेदना...! एक मैल उंचीवरून हरित तृणात लपलेल्या सर्पास आपल्या तीक्ष्ण नजरेने हेरणाऱ्या गरुडास डोळे फोडल्याच्या वेदना...! असह्य वेदनेची आग व भावनांचा नुसता कल्लोळ उठला होता, पश्चात्ताप, अवमान आणि पराकोटीचे दुःख यामुळे नेत्रांतून अविरतपणे तप्त अश्रू वाहत होते!

मी अशा उद्विग्न आणि शोकाकुल अवस्थेत असताना, गुरुकुलातील माझा परममित्र व सहाध्यायी असलेला भास्कर धावत येताना दिसला. शरदोत्सवासाठी मी त्यास निमंत्रित केले होते म्हणून तो आलेला होता. या अनागोंदीच्या काळात तो नगरात कुठेतरी अडकला असावा. धावत येत मला त्याने कवेत घेतले. आम्हा उभयतांच्या मनाची स्पंदने आणि संवेदना प्रकटपणे व्यक्त करण्याची मुळीच आवश्यकता नव्हती. एकमेकांची व्यथा व वेदना मनोमन समजली होती,

मग सांत्वनाचा उपचार तरी काय करणार! बराच वेळ नि:स्तब्ध स्थितीत राहिल्यावर तो बोलता झाला. ‘‘मित्रा, मगधाच्या मर्मावर निर्णायक आघात करणारा हा आकस्मिक तीव्र हल्ला आणि सारे षड्यंत्र, पर्वतकाच्या साहाय्याने व आपल्या कुटिल नीतीने पूर्णत्वास नेणारा ‘आर्य चाणक्य’ नामक विप्र आहे! तो तक्षशिलेहून आपल्या चंद्रगुप्त नामक पराक्रमी शिष्यासह आलेला आहे. आणि त्याचे कुटिल डावपेच अत्यंत यशस्वी झाले आहेत, अल्प प्रमाणात रक्तपात करून त्याने सामर्थ्यशाली मगध राज्यास केवळ आपल्या बुद्धिवैभवाने पराजित केले आहे! राजा धनानंद व त्याचे सारे वंशज यांचे अस्तित्व आता पृथ्वीतलावरून संपुष्टात आले आहे. केवळ धनानंदाचा बंधू सर्वार्थसिद्धी हा एकमेव नंद वाचला आहे, तो कसातरी निसटून जाण्यात यशस्वी ठरला आणि अज्ञात स्थळी रवाना झाला आहे. पाटलीपुत्र नगरात एकच गोंधळ, संभ्रम आणि संशयाचे वातावरण असल्याने सर्व प्रजा भयभीत आहे. चंद्रगुप्तांचे सैनिक धनानंदाच्या समर्थकांना, अधिकाऱ्यांना आणि गुप्तचरांना शोधून काढून त्यांची कारागृहात बंदी म्हणून रवानगी करीत आहेत, शिवाय अशा बंदिवानांची स्वत: चाणक्य सखोल चौकशी करून त्यांची वर्गवारी करीत आहे! मात्र शरण आलेल्या सैनिकी पथकांना आश्वस्त करून अभय दिले जाते आहे! राज्यातील सर्वसामान्य जनता उदासीन व तटस्थवृत्तीने हे सारे पाहत आहे. कोणाचीही तीव्र प्रतिक्रिया नाही!

भास्करच्या निवेदनाने मला आश्चर्याचे धक्क्यावर धक्के बसत होते. सगळ्या सर्वनाशाला कारणीभूत हा तोच विद्वान ब्राह्मण होता ज्याचा राजा धनानंदाने भरसभेत अवमान केला होता. त्यामुळे चिडलेल्या चाणक्याने आपली शिखा मुक्त सोडून भरसभेत संपूर्ण नंदविनाशाची भीषण प्रतिज्ञा केली होती, हा तोच चाणक्य! गुंतागुंतीची व क्लिष्ट कुटिल नीती वापरणारा आणि यशस्वी कापट्य रचणारा हाच तो कौटिल्य होता, ज्याने भयानक पद्धतीने आपली प्रतिज्ञा पूर्ण केली होती! माझ्या डोक्यात लख्ख प्रकाश पडला. पण आता मी काळाचे चक्र उलटे फिरवू शकत नव्हतो अथवा त्यास थांबवूही शकत नव्हतो! उलटसुलट विचारांचे काहूर मनी चालले होते, पण कोणत्याच तऱ्हेने विश्लेषण आणि चिकित्सा मला करता येत नव्हती. एका फटक्यात होत्याचे नव्हते करणारी क्षणभंगुरता म्हणजे नेमके काय असते, त्याचा भयावह अनुभव मी घेत होतो, चाणक्याने प्रचंड दु:साहस केले आणि त्यात तो यशस्वीदेखील झाला होता, प्रत्यक्ष विजयश्रीने माला घातल्यावर त्या दु:साहसाचे रूपांतर साहसात झाले होते!

साहस आणि दु:साहस... सगळा शब्दांचा निर्जीव खेळ. साहस अयशस्वी झाले की ते झाले दु:साहस आणि नको ते भलतेच धाडस करूनही यशस्वी

झाला तर तो झाला साहसी! मला तर साहसाचे विलक्षण आकर्षण होते आणि माझ्या मते जो परिणामाची चिंता करतो, तो कसलेही साहसी कृत्य करूच शकत नाही! एखाद्या गोष्टीचा ध्यास घेऊन वेड्यासारखं त्याच्या मागे लागणारे लोकच इतिहास घडवीत असतात! कुठल्याही कृतीचे परिणाम जसे साधक असू शकतात. तसे ते बाधकही ठरू शकतात. मग त्या संभ्रमित अवस्थेत सापडणारी व्यक्ती अगतिक बनते व कोणतीही हालचाल करत नाही, अशा अधांतरी व निष्क्रिय अवस्थेत राहिल्याने तिचा अगदी त्रिशंकू होतो! त्यामुळेच मी अनेकदा अनुभवले आहे की, अगदी अनपेक्षितरीत्या, एखादा किरकोळ व्यक्तिमत्त्व असलेला सामान्य सैनिकदेखील युद्धामध्ये असामान्य पराक्रम करून जातो! काही प्रसंग तर असे येतात की, माणूस आयुष्यातली निर्णायक लढाई लढत असतो, परिस्थिती अकस्मात विपरीत बनलेली असते व विचार करून निर्णय घेण्याएवढा अवधी सुद्धा नसतो, अशावेळी केवळ साहसच त्याच्या मदतीला येते. प्रचंड इच्छाशक्ती आणि वज्रासम कठोर निर्धार असेल तर कोणासही अशा कठीणतम प्रसंगातून देखील केवळ साहसाच्या बळावर सुरक्षित बाहेर पडता येते. कमी असलेल्या सैन्यबळाचा विचार न करता, कुशल व साहसी सेनानी हे जाणून असतो की, धारदार आक्रमण हाच बचावाचा सर्वोत्तम मार्ग आहे! मग तो उपलब्ध साधनांनिशी आवेशाने शत्रूवर तुटून पडतो आणि युद्धदेवताही त्याच्याच गळ्यात विजयमाला टाकते! अशा निकराच्या युद्धात बुद्धिचातुर्य हे देखील एक अमोघ शस्त्र असते. किंबहुना डोके शांत ठेवून अचूक निर्णय घेणारा सेनानीच निर्णायक यश मिळवितो.

बुद्धीच्या चतुर योजनेने आपल्यापेक्षा बलाढ्य असलेल्या शत्रूचाही काटा काढता येतो, त्याची एक सुंदर रूपक कथा क्षपणक जीवसिद्धी सांगायचा. एका अरण्यात भेसूरक नावाचा क्रूर सिंह राज्य करत असे, तो रोज कोणत्याही प्राण्यावर झडप घालून त्याचा फडशा पाडीत असे. याचा फारच अतिरेक झाला, तेव्हा सर्व प्राणी त्याच्याकडे गेले आणि विनंती केली की, महाराज, आपण उदरभरणासाठी स्वैर शिकार करता त्यामुळे प्राणिजीवनाचा अनावश्यक नाश होतो आहे. आपल्या अकस्मात आघाताने पशूंची कुटुंबव्यवस्था विस्कळीत होते, त्याऐवजी आम्ही स्वत:हून दररोज एक प्राणी आपणाकडे पाठवू, त्यावरच आपण क्षुधाशांती करावी. भेसूरकाला ही आयती सोय फार चांगली वाटली. त्याने त्या प्रस्तावास संमती दिली. रोज स्वत:हून आलेला एक एक प्राणी संपवून सिंह संतुष्ट होत होता. एके दिवशी एका ससोबाचा क्रम आला. ससा खिन्न झाला. त्याने आपल्या कुटुंबीयांचा दु:खी अंत:करणाने निरोप घेतला. तो इवलासा प्राणी बुद्धिमान होता. विचारमग्न होत जड पावलांनी तो ससा भेसूरकाच्या गुहेकडे निघाला. वाटेत एक विहीर होती. तो ससा त्यात सहज डोकावला आणि त्यास

त्याचे प्रतिबिंब खोल पाण्यात दिसले. त्याच्या तल्लख मेंदूमध्ये एक क्लृप्ती विजेसारखी चमकली...! तो धावत व धापा टाकत सिंहराज भेसूरकासमोर उभा राहिला. त्याला भयकंपित अवस्थेत पाहून भेसूरक गरजला, काय रे सशा, काय झाले? ससोबा कातर आवाजात म्हणाला, महाराज, हे अरण्य त्वरित सोडा, आणि आपले प्राण वाचवा! एक महाभयानक सिंह या अरण्यात आला आहे व तो प्रचंड ध्वनी करीत डरकाळ्या फोडत आव्हान देतो आहे. तो सिंह फारच उग्र आहे, कृपा करून हे अरण्य सोडा व आपला जीव वाचवा, महाराज... ते ऐकून खवळलेला भेसूरक अधिकच क्रुद्ध होत म्हणाला, या सर्वशक्तिमान भेसूरकास आव्हान देणारा कोणता मूर्ख आहे ते मला त्वरित दाखव. ससोबा अधिकच गयावया करीत म्हणाला, महाराज, मी तर भयंकर घाबरलो आहे. माझी त्याचेजवळ जाण्याची हिंमतसुद्धा झाली नाही. मी आपणास त्याचे निवासस्थान दुरूनच दाखवेन. दया करा, महाराज! मोठ्याने हसत भेसूरक उद्गारला, ''ठिकाय चल दाखव तर खरे!'' ससोबा त्यास विहिरीजवळ नेतात व सांगतात की, तो महाभयानक सिंह आत आहे. भेसूरक प्रचंड गर्जना करीत विहिरीत डोकावतो आणि त्यास दुसरा सिंह पण तेवढीच प्रंचड गर्जना करीत आव्हान देत असल्याचे दिसते. मग बिनडोक भेसूरक भयानक क्रुद्ध होत त्याचेवर हल्ला करण्यासाठी विहिरीत झेप घेतो...! अशा रीतीने बलाढ्य व क्रूर असलेल्या भेसूरकाचा सशाने केवळ युक्तीने अंत केला! तुलनात्मक विचार करता, सिंहाच्या मानाने ससा किती तरी क्षुल्लक, पण बुद्धिचातुर्याच्या बळावर ससादेखील सिंहावर मात करू शकतो, हेच या कथेचे तात्पर्य आहे आणि ते मी कायम स्मरणात ठेवले होते. कारण आपल्यापेक्षा बुद्धिमान शत्रू असेल तर तो आपल्यावरसुद्धा मात करू शकतो. हे कधीच विसरून चालणार नव्हते! स्वसामर्थ्याबद्दल अति आत्मविश्वास असणे हे देखील घातक ठरू शकते हे कथेचे दुसरे तात्पर्यसुद्धा तितकेच महत्त्वाचे होते!

महाराज धनानंदाचे माझ्यावरचे कृपाछत्र अचानक हरवले. अवकाशात अत्यंत स्थिर असलेला ध्रुवतारा निखळल्यागत झाले. त्यांची अत्यंत निर्दयी पद्धतीने चाणक्याने हत्या घडवून आणली, नवनंदाना निष्ठुरपणे ठार मारून, नंद घराण्याचा दुष्ट चाणक्याने निर्वंश केला. माझे अंत:करण शतश: विदीर्ण झाले होते. एवढ्या मोठ्या मगध साम्राज्याच्या वर्मावर काही क्षुल्लक लोकांनी कुटिल व प्राणघातक आघात करून ते संपविले...! कल्पनेच्या बाहेर होते ते सगळे. क्षुद्र मुंगीने हत्ती मारावा, उंदराने सापास गिळावे, असे कसे अघटित घडले, या सर्व विध्वंसासाठी कोणी फार मोठे सामर्थ्य पणाला लावले होते का, अज्ञात व कल्पनातीत भयानक शस्त्रास्त्रे उपयोगात आणली होती का? प्रचंड मनुष्यबळ व अमाप द्रव्य या कामी खर्ची पडले का, या प्रश्नांपैकी एकाचेही उत्तर होकारार्थी

नव्हते! मग अशी कोणती दिव्यशक्ती चाणक्यास प्राप्त झाली होती की एका क्षणात सर्व चित्र पालटले, होत्याचे नव्हते झाले?

याचे उत्तर आहे बुद्धी! असामान्य बुद्धिमत्ता! त्या अलौकिक बुद्धिचातुर्याच्या जोरावर अचूक व काटेकोर नियोजन करीत, अत्यल्प हानी पत्करून कौटिल्याने निश्चित मोठा विजय मिळविला होता. महाभारत युद्धास प्रारंभ होण्यापूर्वी, कृष्णाकडे मदत मागण्यासाठी अर्जुन व दुर्योधन एकदमच पोचले, श्रीकृष्णाने सांगितले की मी दोघांनाही विन्मुख पाठविणार नाही. मी एकटा नि:शस्त्र असलेला एकीकडे, तर माझी विशाल शस्त्रसज्ज यदुसेना दुसरीकडे, यांपैकी ज्याला जे हवे ते मिळेल. अविचारी दुर्योधनाने उतावीळपणे विशाल यदुसैन्य घेतले तर हर्षभरित झालेला अर्जुन मात्र एकट्या नि:शस्त्र असलेल्या श्रीकृष्णास घेऊन आनंदाने निघाला! प्रत्यक्ष कुरुक्षेत्रावर अठरा अक्षौहिणी सैन्यास जे शक्य झाले नाही, ते एकट्या श्रीकृष्णाने केवळ बुद्धिचातुर्याच्या बळावर करून दाखविले, हा झाला नंतरचा इतिहास!

युद्धामध्ये बुद्धिचातुर्याचा वापर न करता केवळ शस्त्रबळाचा वापर केला की, उलट हानी होण्याचीच शक्यता अधिक असते. म्हणून मी प्रत्येक शस्त्र आणि अस्त्र पारखून घेऊन त्याचा समयोचित वापर करणार होतो. या अमात्य राक्षसास आज जरी चाणक्याने शक्तिविहीन केले असले तरी जोपर्यंत माझी बुद्धी मला साथ देत आहे, तोपर्यंत हा राक्षस शत्रूसाठी कृतांतकाळ आहे, साक्षात यमराज आहे! त्यास कोणत्याही शत्रूने भ्यालेच पाहिजे! व्याघ्र जखमी झाला की अधिकच हिंस्र आणि घातक बनलेला असतो. चाणक्याने मला जखमी केले होते. चंद्रगुप्ताच्या नरडीचा घोट घेण्यास मी आसुसलो होतो. चंद्रगुप्ताचा व चाणक्याचा अंतच मला शांत करू शकला असता! काही जिवलग मित्रांसह पाटलीपुत्रातील माझ्या वास्तव्याचे अन्य काहीच प्रयोजन नव्हते. नगरश्रेष्ठी चंदनदास, कायस्थ शकटदास, बहुरूपी गुप्तचर विराधगुप्त, राजवैद्य अभयदत्त, पाताळयंत्री बीभत्सक, निष्णात माहूत वर्वरक, धाडसी प्रमोदक आणि प्रख्यात वास्तुरचनाकार दारुवर्मा असे एकापेक्षा एक निष्ठावान आणि समर्पित सहचर सोबत असल्यामुळे कोणतेही कार्य शेवटाला नेण्याचे सामर्थ्य या राक्षसाच्या बाहूत आजही आहे! चाणक्या... तू कपटनीतीमध्ये कितीही निपुण असलास तरी 'शठम् प्रति शाठ्यम्' या न्यायाने उचित कृती करून मी तुला, तुझ्याच भाषेत प्रत्युत्तर देणार आहे. ज्या कपटाने महाराज धनानंदाची तू निर्घृण हत्या केलीस त्यापेक्षा दुप्पट क्रूरतेने चंद्रगुप्तास मी संपवणार आहे!... विक्राल सूडाग्नीच्या सहस्र जिव्हा एकसारख्या लवलवत होत्या! बहुमुखी वाल्मीकाच्या छिद्रातून असंख्य विषारी सर्प उसळून बाहेर पडत फूत्कारत होते! ज्वालामुखीतल्या उकळत्या शिलारसाचा स्फोटक उद्रेक होत होता! हा राक्षस

नावाचा वडवानल आता पूर्णपणे पेटला होता. सर्वकाही स्वाहा करूनच तो शांत होणार होता!

पण...! ...हे सगळे सत्य असले तरी युक्ती व बुद्धी वापरून, आणि सुव्यवस्थित नियोजन करूनसुद्धा रचलेले षड्यंत्र फोल ठरते, हा दुर्दैवी अनुभव आज मी घेत होतो. खरेच, भाग्य आणि दुर्भाग्य यांतील सीमारेषा एवढी अस्पष्ट असते की, मनुष्य दुर्दैवाच्या गर्तेत खोल खोल कधी गेला ते लक्षातदेखील येत नाही. तसे नसते तर मी इतकी वर्षे राखून ठेवलेले माझे ते विशेष अस्त्र 'विषकन्या'...! होय विषकन्याच! ते अचूक लक्ष्यवेध न करता असे कसेही वेडेवाकडे भरकटले नसते. यात त्या विषकन्या बनलेल्या मदालसेचा काहीही दोष नव्हता, तिने बिचारीने प्रामाणिकपणे व योजनेप्रमाणे आपले उद्दिष्ट साध्य केले. प्रज्वलित दीपकावर झेप घेऊन तिने ती ज्योती तर विझवली, पण आमच्या दुर्दैवाने ती चुकीची विझवली गेली. चंद्रगुप्त तर सुरक्षित राहिला, उलट पर्वतक मात्र नाहक मारला गेला! त्या विषकन्येचे स्वतःचे जीवनकार्यही त्या क्षणी संपले, ती अज्ञाताच्या प्रवासास निघाली, अदृश्य झाली! माझे दुसरे अमोघ शस्त्र होते, वैद्यशास्त्रातला चालताबोलता ज्ञानकोश असे ज्याला म्हणता येईल, तो माझा प्रिय सखा राजवैद्य अभयदत्त! त्यानेच तर जवळजवळ एक तपापासून मदालसेस, (ती एक निराश्रित अजाण बालिका होती) प्रयोग म्हणून कालकूट विषाचा मर्यादित अंश नित्यनेमाने सेवन करण्यास लावला होता. हळूहळू विषाचे प्रमाण वाढवीत नेऊन तिला अभयदत्ताने परिपूर्ण विषकन्या बनविले! अशी विषकन्या की, जिच्या नसानसातल्या रक्तासोबत विषारी द्रव्याचेही अभिसरण होत होते, व तिच्या शरीराच्या पेशीन्‌पेशी विषाक्त बनल्या गेल्या होत्या. दीर्घकालीन सवयीमुळे तिला प्रत्यक्ष काहीच त्रास नव्हता, पण जर तिच्या निकट सहवासात एखादी व्यक्ती आली त्याच्यासाठी ही मदालसा अत्यंत प्राणघातक ठरली असती! वैद्य अभयदत्ताच्या अथक प्रयत्नातून मी हे अघोरी अस्त्रे मिळविले होते. या विनाशक पण निर्णायक अस्त्राचा वापर विशेष प्रसंगी व विशेष व्यक्तीसाठीच मला करायचा होता, म्हणून ते राखून ठेवले होते. चंद्रगुप्ताशिवाय ती विशेष व्यक्ती अन्य कोणती असणार होती?

कर्णापासून कवचकुंडले हिरावून घेतल्यावर इंद्राने प्रसन्न होत त्यास, अत्यंत अमोघ व अत्यंत संहारक असलेली 'वासवी शक्ती' दिली होती; पण तिचा केवळ एकदाच वापर करता येत असल्यामुळे कर्णाने ती फक्त अर्जुनवधासाठी राखून ठेवली होती! भीमपुत्र घटोत्कच हा मायावी युद्ध करण्यात निष्णात योद्धा होता, त्याने अक्राळविक्राळ रूप धारण करून कौरवसेनेत हाहाकार माजविला होता. अनेक रथी-महारथी व बलशाली योद्ध्यांच्या प्रेताचा रणक्षेत्रावर खच पडला होता.

कौरवसैन्याचा तो भयानक विध्वंस खरोखर कल्पनातीत होता! दुर्योधनासह सगळे कौरव 'त्राही माम्' झाले होते! भयचकित झालेल्या दुर्योधनाने कर्णास विनवणी करून, सर्वांचे प्राण वाचविण्यासाठी अर्जुनासाठी राखून ठेवलेली ती वासवी शक्ती, त्या प्रलयंकारी घटोत्कचावर सोडण्यास बाध्य केले! वासवी शक्तीने अचूक वेध घेऊन महापराक्रमी घटोत्कचाचा अंत केला, पण इकडे कर्ण रिक्त मनाने व रिक्त भात्याने खिन्न होऊन शिबिरात परतला! त्याचे राखीव दिव्यास्त्र अकस्मात खर्ची पडले होते. अर्जुन सुरक्षित राहिला होता!

प्रदीर्घ काळापासून रक्षिलेली लावण्यवती विषकन्या मदालसा, जिचा निर्णायक क्षणी मला वापर करायचा होता ती अशा रीतीने निरर्थक ठरली. अनेक अडथळे ओलांडत अचूक लक्ष्य साधणारा जिव्हबाण, अनपेक्षितरीत्या दिशाहीन होऊन भरकटत जावा व त्याने भलत्याच लक्ष्याचा वेध घ्यावा, तसे झाले होते! पर्वतकासारख्या क्षुल्लक राजाचा अंत करण्यासाठी विनाकारणच माझे एक अमोघ शस्त्र वाया गेले! चंद्रगुप्तांची आयुष्यरेषा बळकट असावी आणि चाणक्यास दैव पूर्णत: अनुकूल असावे, त्याशिवाय असे होणे शक्यच नाही. दोघांच्याही कुंडलीत उच्चीचे ग्रह असलेच पाहिजेत! आणि इकडे दुर्दैव तर आमच्यामागे हात धुऊन लागले होते. मी विचार करकरून थकलो, पण मी निराश झालो नाही. 'प्रयत्नांती परमेश्वर' या मंत्रानुसार मला सतत मार्गक्रमणा करायची होती! प्रारब्ध नेईल तिकडे!

मला हे चांगलेच ठाऊक होते की, चंद्रगुप्तास घातपात करून संपविणे तेवढे सोपे नाही, चाणक्याच्या कडेकोट सुरक्षा यंत्रणेला भेदून हे उद्दिष्ट साध्य करणे म्हणजे मगरीने गिळलेले माणीक तिच्या जबड्यात हात घालून बाहेर काढण्यासारखे होते! शह आणि काटशहाच्या या जीवघेण्या खेळात कोण यशस्वी होईल ते सांगणे धाडसाचे ठरले असते. मी अत्यंत सूक्ष्मतेने माझ्या नियोजित कारस्थानाचा अभ्यास करीत होतो. एका एका तपशिलाचा पुन:पुन्हा आढावा घेऊन निश्चिती करीत होतो. मी रचलेले कपट कारस्थान यशस्वी होण्यास काहीही अडचण भासणार नाही अशी जय्यत तयारी तर झाली होती, आता केवळ मुहूर्त साधणे तेवढे बाकी होते.

आणि मिळाला! मुहूर्तदेखील मिळाला! जीवसिद्धीने सुवार्ता आणली की, येत्या आश्विन शुद्ध प्रतिपदेला शुभमुहूर्तावर महाराज चंद्रगुप्त व पर्वतकाचे बंधू महाराज वैरोचक पाटलीपुत्र नगरीत प्रवेश करून नंतर राजमहालात प्रविष्ट होणार आहेत. आली शुभघटिका समीप आली...! माझे मन आणि हृदय उत्सुकतेने उचंबळून येऊ लागले, माझी मर्माघाती योजना आता वेगाने आकार घेऊ लागली, मी अपेक्षित असलेले निष्कर्ष ऐकण्यास उतावीळ झालो होतो. माझ्या सावधचित

अंतर्मनाने संकेत दिल्याप्रमाणे केवळ एकाच योजनेवर विसंबून राहण्याऐवजी, लागोपाठ चार योजनांना अंतिम रूप देऊन चंद्रगुप्ताचा घातकी अंत करण्याचे निश्चित केले होते त्यामागे व्यवहारी तर्क असा होता की, संधी वारंवार मिळत नसते, आणि मिळालेल्या संधीचा पुरेपूर उपयोग करणे हेच तर कपटनीतीचे मुख्य तत्त्व होते. दुर्दैवाने माझा पहिला प्रयत्न अयशस्वी झाला तर शत्रूला सावध होण्याची उसंत न देता त्वरेने दुसरा, तिसरा व चौथा असे क्रमाने प्राणघातक वार करायचे नक्की केले. कोणत्याही परिस्थितीत शत्रूचे निर्दालन झालेच पाहिजे असे ते षड्यंत्र होते. माझे सारे बुद्धिकौशल्य आणि पटावरील आघाडीचे मोहरे मी या कुटिल डावात पणाला लावणार होतो.

सर्वप्रथम मी दारुवर्मा यास बोलावले. तो निष्ठावान वास्तुशिल्पी त्वरेने आला. पूर्ण एक प्रहर त्यास नियोजित कटाची इत्थंभूत माहिती दिली. माझे नियोजन पूर्ण विचारांती केलेले असल्यामुळे त्यात फारशा सुधारणा करण्याची दारुवर्मास आवश्यकता वाटली नाही. सर्व तपशील जाणून घेऊन तो कामास लागला. साधारणतः योजना अशी होती... नगराचा वास्तुकार आणि कुशल शिल्पी असल्यामुळे राजसभेत त्याचा उत्तम संपर्क होता. अनेक मंत्री व अधिकारी चाणक्याने जरी वश करून घेतले असले तरी, त्यांचेशी त्याचे विशेष सख्य आजही टिकून होते. चंद्रगुप्ताचा नगरप्रवेश हा मोठ्या थाटामाटात आणि नेत्रदीपक सोहळा करूनच साजरा होणार असल्याचे निश्चित झाल्याबरोबर, त्याने संबंधित अधिकाऱ्याशी संपर्क साधला. शोभायात्रा ज्या मार्गाने जाणार होती तिथे आकर्षक रोषणाईसह सजावट आणि एक भव्य प्रवेशद्वाराच्या निर्मितीची संकल्पना सर्वांसमोर प्रकट केली. दारुवर्माने स्वतःहून ते कार्य करण्याचा मानस व्यक्त केला. अर्थात तो त्याचा नित्य व्यवसायाचा विषय असल्याने आणि त्याच्याएवढा कुशल तंत्रज्ञ पाटलीपुत्रात तरी अन्य कोणी नसल्याने, त्या अधिकाऱ्यास देखील त्यामध्ये काही शंकास्पद वाटले नाही. अधिकाऱ्याची मूक संमती मिळवून दारुवर्मा वेगाने कार्यास लागला. आम्ही ठरविलेल्या कपटयोजनेप्रमाणे त्याने आकर्षक व भव्य प्रवेशद्वार निर्माण करण्यासाठी सुवर्णमंडित कलाकुसर व नक्षीकाम असलेले विशाल आकाराचे काष्ठस्तंभ उभारले. त्यावर तेवढीच भव्य आणि मोठ्या आकाराची व तितकीच आकर्षक कमान रत्नपर्णच्या तोरणमालेसह उभारली. दुरून पाहणाऱ्यांना एखाद्या गगनचुंबी प्रासादाचे ते प्रवेशद्वार अथवा भव्य मंदिराचे ते उत्तुंग गोपुर असल्याचा आभास होत होता. त्या कमानीलगत जमिनीखाली एक भुयार होते, पाटलीपुत्र नगरीत गुप्तमार्ग आणि अंतर्गत भुयारे यांचे मोठे जाळेच पसरले होते, ज्याचा निर्माता स्वतः दारुवर्माच असल्याने तळहातावरील रेषांएवढे ते सर्व त्याच्या परिचयाचे होते! त्या कमानीमध्ये एक यांत्रिक कळ बसविली

होती, जिचे नियंत्रण स्वत: दारुवर्मा भुयारात बसून करणार होता. चंद्रगुप्ताचा हत्ती त्या कमानीखाली येताच हत्तीवरील माहूत वर्वरक, जो माझाच विश्वासू चर होता, तो हत्तीच्या वेगाचा अंदाज घेत कमानीस बांधलेले रत्नपर्णाचे तोरण आपल्या अंकुशाने हलवून, हत्ती योग्य जागी आल्याचा दारुवर्मास इशारा देणार होता, तत्काळ 'ती' यांत्रिक कळ दारुवर्मा दाबणार होता व तत्क्षणी प्रंचड आकाराची ती अवजड कमान, हत्तीवरच्या अंबारीवर कोसळून चंद्रगुप्ताचा चिरडून अंत व्हावा, अशी नामी योजना केली होती! आणि यदाकदाचित काही अनपेक्षित घडलेच तर स्वत: वर्वरक अंकुशात लपवलेली सुरी उपसून चंद्रगुप्तावर प्राणांतिक हल्ला करून त्यास मार्गी लावणार होता. एकूणच चंद्रगुप्तास स्वसुरक्षा करण्यासाठी कसलीही संधी मिळणार नव्हती.

दुसऱ्या योजनेप्रमाणे जर चंद्रगुप्ताचे दैव फारच बलवत्तर असल्याने, तो वाचलाच तर माझा जीवश्चकंठश्च स्नेही राजवैद्य अभयदत्त, माझ्या आज्ञेनुसार व इच्छेनुसार स्वत:चा प्राण धोक्यात टाकून, चंद्रगुप्तास पेयातून जहाल विष देऊन साध्यसिद्धी करणार होता. मी त्यास या विषप्रयोगासंबंधी खूप सावध राहण्यास सांगितल्यावर तो हसत म्हणाला, "मित्रा... रसायने, अर्क, काढे, भस्मे, अरिष्टे, विषद्रव्ये, वनौषधी, अर्धविष, अतिविष व विषारी वनस्पती यांच्या सर्वांगीण ज्ञानप्राप्तीसाठी व मार्गदर्शन घेण्यासाठी संपूर्ण आर्यावर्तातून माझ्याकडे अनेक जण येतात. कारण तो माझ्या संशोधन आणि अभ्यासाचा विषय आहे.

"आयुर्वेदाप्रमाणे शस्त्रोक्त उपचार करण्यात मी जेवढा निष्णात वैद्य आहे, तितकाच विषयुक्त रसांचा संयमित प्रयोग करण्यातसुद्धा मी प्रवीण आहे. विष हे देखील प्रभावी औषध आहे, मात्र त्याची मात्रा व प्रमाण महत्त्वाचे. अल्पमात्र प्रमाणात विष रुग्णास देणे हा एक उपचारच आहे, पण योग्य चिकित्सा न करता विषाची अधिक मात्रा दिल्यास मात्र मृत्यू अटळ असतो! आयुर्वेद आणि वनस्पतिशास्त्र सांगते की, विषामध्ये अतितीव्र, तीव्र आणि सौम्य असे प्रकार आहेत. धातूंच्या संयुगापासून रासायनिक विषनिर्मिती होते, तर विषारी वनस्पतीच्या विविध घटकांपासून रसनिर्मिती केलेले विषसुद्धा प्रभावी असते. प्राण्यांच्या शरीरातून काढलेले विष देखील उपयुक्त ठरते. कालकूट, हलाहल, बचनाग, महाविष, वेल्लेतक, हैमवत, कलिंगक आणि मार्कट ही क्रमाने सौम्य होत जाणारी प्रचलित विषे आहेत! लेपन, सेवन आणि श्वसन यांद्वारा मनुष्याच्या शरीरावर त्यांचा प्रयोग करता येतो. मूर्च्छा, दीर्घनिद्रा व प्राणघात असे त्याचे नियंत्रित प्रकार आहेत." मी स्तिमित होऊन अभयदत्ताच्या या अनोख्या ज्ञानाची माहिती ऐकत होतो, आणि मनोमन खात्री पटली होती की, आपल्या नियोजित कारस्थानासाठी अभयदत्ताची केलेली निवड अगदी अचूक आहे!

माझ्या दुर्दैवाने हाही प्रयोग चाणक्याने ध्वस्त केला तर मात्र फार विचार न करता मी चंद्रगुप्तांवर थेट प्राणघातक हल्ला करण्याचे ठरविले होते. त्यासाठी माझा विश्वासू पण अत्यंत घातकी चर प्रमोदक याची नियुक्ती केली. कपटाने घातकी सशस्त्र हल्ला करून एकट्यानेच शत्रूला यमसदनी धाडण्यात तो फारच वाकबगार होता. प्रसंगी उत्कृष्ट बचाव, विद्युत्‌गतीने आक्रमण, यात तो प्रवीण होता. या बाबतीत त्याचे प्रसंगावधान व चापल्य निश्चितच कौतुकास्पद होते, म्हणूनच त्यास ही अतिशय नाजूक व जोखमीची कामगिरी दिली होती. चंद्रगुप्ताच्या महालात तो प्रविष्ट होणार होता आणि त्याचा विश्वासू सेवक बनून मधुर गोष्टी सांगत रंजन करता करता चंद्रगुप्त शय्यामंचकावर निद्रेच्या आधीन झाला की, प्रमोदकाने आपले कुकर्म कौशल्याने पार पाडायचे होते. विद्युत्‌गतीने कुठाराघात करून चंद्रगुप्ताचा निर्मम शेवट करायचे असे निश्चित केले होते...! माणसाची निद्रा ही त्याची जितकी मित्र असते तेवढीच शत्रूदेखील होऊ शकते, हे एक मोठेच आश्चर्य आहे! निद्रिस्त अवस्थेतील मनुष्य हा अर्धमृत अवस्थेत गेलेला असतो, बाह्य इंद्रिये जवळजवळ संवेदनशून्य झालेली असतात त्यामुळे मेंदूस सावधानतेचा संकेत मिळू शकत नाही आणि अशी अर्धमृत अवस्था घात करण्यासाठी खूप सोयीची ठरते! आम्ही तीच वेळ निवडली होती. निदर्यता, निष्ठुरता, अधमता, हे विषय सामान्यत: निषेधार्ह असले तरी, कपटनीती किंवा कूटनीतीमध्ये हे सारे क्षम्य असते, किंबहुना तेच महत्त्वाचे असते. येनकेनप्रकारेण कार्यभाग उरकणे हेच त्या वेळचे ईप्सित असते, बाकी सगळे गौण. प्रमोदकास विपुल द्रव्य देऊन संतुष्ट केल्याने तो उत्साहित होता. मी त्याचे यश चिंतून त्यास रवाना केले.

माझ्या दुर्दैवाचे दशावतार खरोखरच संपले नसतील तर माझी कोणतीही उपरोक्त योजना फलद्रूप होणे अशक्य होते. दूरदृष्टीचा सेनानायक रणक्षेत्रात शेवटचा प्रहार करण्यासाठी काही विशेष अस्त्र राखून ठेवतो, तसेच मी देखील माझ्या भात्यातून एक विशेष बाण काढून ठेवला होता, तो म्हणजे माझा दीर्घकालीन सान्निध्यात असलेला माझा एकनिष्ठ व आज्ञाधारक सेवक बीभत्सक! तो आपल्या निवडक व मोजक्या सशस्त्र सहकाऱ्यांसह, चंद्रगुप्ताच्या शयनगृहाच्या भिंतीमध्ये असलेल्या व मुद्दाम ठेवलेल्या पोकळीमध्ये गुप्त भुयारी मार्गाने येणार होता! दारूवर्माने खरेच स्थापत्याची कमालच केली होती, आकस्मिक संकटसमयी राजास आपल्या परिवारासह सुरक्षित बाहेर निघता यावे म्हणून ही प्रशस्त भुयारी मार्गाची गुप्त व्यवस्था होती. सुदैवाने या सर्व गुप्त मार्गाची मला पूर्वकल्पना होती, हे माझे सद्‌भाग्यच! राजपरिवाराच्या सुटकेसाठी योजलेल्या गुप्त मार्गाने जाऊन चंद्रगुप्तांची 'कायमची सुटका' करणार होता माझा बीभत्सक!

एखादा विजयी सेनानी जसा पदाती, अश्वदल, गजदल व रथदल या

चतुरंग सेनेचा कल्पक वापर करून शत्रूला नष्ट करतो, तसे चारही अंगाने माझे हे तिखट आक्रमण होते, किंवा असेही म्हणता येईल की, एकाच वेळी शूल, बाण, चक्र आणि गदा या चतुरस्त्र हल्ल्यातूनही वाचणारा माणूस हा दैवी अवतारच म्हटला पाहिजे, किंवा तो लोकोत्तर पुरुषच म्हणावा लागेल!

अत्यंत अधीरतेने मी अपेक्षित यशाच्या वार्तेची प्रतीक्षा करीत असतानाच वृषलाने-सेवकाने येऊन सांगितले की एक गारुडी आला आहे व तो अमात्यास सापाचे काही खेळ दाखवू इच्छित आहे. विचारमग्न असलेल्या मला, त्या निरोपाचे कसलेही आकर्षण नव्हतेच, त्यामुळे मी स्पष्ट म्हणालो, त्या गारुड्यास काहीतरी देऊन वाटेला लाव. मी सापाचा खेळ पाहण्यास तिळमात्रही उत्सुक नाही. वृषलाने तसा निरोप गारुड्यास दिल्यावर तो फारच गयावया करू लागला व म्हणू लागला की, अमात्यांनी एकवेळ संधी द्यावी, कुसुमातील रस शोषून आलेला हा भ्रमर जे बोलेल ते महाराजांनी ऐकावे...! सांकेतिक भाषेतला संदेश होता तो, माझा प्रिय चर विराधगुप्तच गारुड्याच्या वेषात आला होता. आता मला माझी माणसेसुद्धा ओळखू येईनाशी झाली म्हणायचे! कुसुमपूर अर्थात पाटलीपुत्रातील वृत्तान्त घेऊन विराधगुप्त येत असल्याचे पाहून मी अत्यंत हर्षभरित होऊन त्याचे स्वागत केले. माझ्या योजनांची फलश्रुती ऐकण्यास मी अगदी उतावळा झालो हातो!

पण...पण... उसळलेला चेंडू तेवढ्याच वेगाने जमिनीवर परत यावा, तसे झाले. माझ्या चेहऱ्यावरी उत्सुक भावाची जागा आधी आश्चर्याने, नंतर दु:खाने आणि आणि शेवटी क्रोधाने घेतली! दु:खावेगाने माझ्या तोंडून शब्दच फुटेनासा झाला. अपेक्षाभंगाचे दु:ख एवढे तीव्र असते ही अनुभूती मी प्रथमच घेत होतो. आणि मोठे आश्चर्य तर हे होते की, सर्व वाईट शक्यता गृहीत धरून, मी क्रमबद्ध आशा चार घातक योजना कार्यवाहीत आणल्या, पण त्या सर्वच्या सर्व धूर्त चाणक्याने व्यर्थ ठरवल्या. दैव इतके निष्ठुर असू शकते व ते केवळ चाणक्यासच अनुकूल असते, हे तर फारच अनाकलनीय होते. प्रत्येक वेळी चाणक्यास हवे तसेच फासे कसे काय पडतात, याचे गूढ काही उलगडत नव्हते! मी 'पुरुषस्य भाग्यम्' या वचनाचा अनुभव घेत होतो! यतो धर्मस्ततो जय: हे वचनदेखील माझ्या कार्यास लागू होत नाही? की माझी बाजूच मुळात धर्माची नाही? नक्कीच काहीतरी विसंगती होती, त्याशिवाय असे अघटित घडणे कालत्रयीही शक्य नव्हते! क्षपणक जीवसिद्धीस पुनश्च कुंडली मांडण्यास सांगावे लागेल व कुंडलीत ठाण मांडून बसलेल्या अनिष्ट ग्रहांची शांती करावी लागेल, तोपर्यंत अशा विघ्नवार्ता येण्याचे थांबणार नाही!

विराधगुप्त एक एक वृत्त कथन करीत होता, तसतसे माझे अंत:करण

तिळतिळ तुटत होते. महत्प्रयासाने जमवून आणलेले सगळे षड्‌यंत्र निमिषार्धात कोसळले होते. माझ्या डोळ्यांसमोर भयाण काळोख पसरला. विराधगुप्त बोलत होता व मी सुन्नबधिर अवस्थेत एकेक दृश्य मन:श्चक्षूने पाहत होतो. अत्यंत उद्विग्न होत मी हताश होऊन पुटपुटत बसल्याने विराधगुप्त म्हणाला, ''महाराज, हाती घेतलेले कार्य पूर्णत्वास नेईपर्यंत थांबू नये! जे लोक हाती घेतलेले कार्य सोडून देतात ते नीच श्रेणीचे असतात, जे अर्ध्यातून माघार घेतात ते हीनबुद्धीचे असतात, तर जे विजिगीषु वृत्तीने लढत कार्य पूर्णत्वास नेतात ते मात्र खऱ्या अर्थाने पूर्ण पुरुष असतात!'' विराधगुप्तांच्या त्या बोलामुळे त्राण संपलेल्या माझ्या शरीरात प्राण ओतण्याचे काम केले.

हतोत्साहित झालेला हा राक्षस 'पुनश्च हरिओम्' म्हणत कामाला लागला! कुटिल चाणक्याने एक आकस्मिक निर्णय घेतला त्यामुळे मात्र मी चमकलो होतो! चंद्रगुप्त आणि वैरोचनाच्या नगरप्रवेशाचा मुहूर्त त्याने एकाएकी बदलला व तो ऐनवेळी मध्यरात्रीचा ठरविला गेला. वास्तविक पाहता असा मध्यरात्रीचा मुहूर्त शुभकार्यासाठी अशुभ मानलेला असताना त्याने अशी अवेळ का निवडली असावी याचे मला कोडे पडले. शंकेची पाल मनात कुठेतरी चुकचुकली, तेवढ्यात विराधगुप्ताच्या पुढील निवेदनाने सर्व खुलासा झाला!

नगरप्रवेशाचा सोहळा अत्यंत नेत्रदीप झाला पाहिजे, पाटलीपुत्र नगरी सजली पाहिजे, असे सक्त आदेश चाणक्याने दिल्याने, सर्वजण कामाला लागले. नगरप्रवेशसाठी तटापासून राजमहालपर्यंतचा प्रशस्त रस्ता ध्वज, तोरणे आणि दिव्यांच्या रोषणाईने उजळून टाकण्यासाठी तसेच मुख्य प्रवेशद्वाराची कमान विशेष सजावट करून तयार करण्यासाठी चाणक्याने मंत्र्यासोबत चर्चा केली. चर्चेअंती त्यास खुलासा झाला की, अत्यंत कार्यतत्पर असलेला वास्तुशिल्पकार दारुवर्मा याने आधीच प्रवेशद्वार कमानीच्या कामास सुरुवातदेखील केली आहे, उर्वरित मार्ग सजावटीचे काम तेवढे शिल्लक आहे. यावर चाणक्याने साश्चर्य स्मित करीत दारुवर्मास बोलावून घेतले, आणि त्याची कामातील उल्लेखनीय तत्परता ही खूपच प्रशंसनीय असल्याचे व त्याच्या तत्पर कार्याबद्दल नक्कीच पुरस्कारप्राप्ती होईल असा विश्वास दिला. शिवाय त्याचा लवकरच उचित सन्मान करण्याचे तोंडभरून आश्वासनही दिले. त्याच्या या मानभावी बोलण्यामुळे आलेल्या पुढच्या आशंकेने मी मात्र मनोमन चरकलेलो...! कारण चाणक्याच्या त्या कुटिल बोलण्याचा खरा अर्थ अन्य कोणापेक्षा मलाच अधिक समजू शकला असता. आणि झालेही तसेच... विराध म्हणाला, कुशाग्र बुद्धी असलेल्या चाणक्यास दारुवर्माने स्वागतकमान उभारण्याबाबत केलेली अकारण घाई विसंगत वाटली. त्याने त्याची खोलात जाऊन वैयक्तिक चौकशी तर केलीच, शिवाय अवेळी

जाऊन त्याच्या मागे प्रवेशद्वारावरील स्वागतकमानीचे आणि परिसराचे तीक्ष्ण व शोधक नजरेने निरीक्षण केले आणि सर्वकाही त्याला सूर्यप्रकाशाएवढे स्पष्ट समजले!

नगरप्रवेशाची शोभायात्रा दृष्ट लागावी अशीच होती. सुवर्णाच्या आणि चांदीच्या अलंकारांचा साज दोन हत्तींवर चढवला होता. त्यांच्या मखमली बैठकीवर सोन्याची रत्नजडित अंबारी होती, आणि विशेष म्हणजे वैरोचक महाराज व चंद्रगुप्त दोघांचाही पोषाख तंतोतंत सारखा होता. त्यांनी परिधान केलेले राजमुकुट, दागिने हेसुद्धा एकसारखेच होते. दोघांच्याही गळ्यात इतक्या विविधरंगी पुष्पमाला होत्या की, त्यांचे मुखदर्शनसुद्धा होत नव्हते! दुरून पाहणाऱ्याना दोघांपैकी कोण चंद्रगुप्त व कोण वैरोचक ते सांगणेदेखील दुरापास्त झाले होते. राजमार्गावर दुतर्फा जमलेले आणि नटूनथटून आलेले नगरजन दोघांचाही उच्चरवाने जयजयकार करीत होते. अद्भुत, देवदुर्लभ व नयनरम्य अशा शोभायात्रेत सहभागी होण्याचे दुर्मिळ भाग्य त्यांना लाभले होते.

गजगतीने हळूहळू पावले टाकीत शोभायात्रा पुढे जात होती. प्रवेशद्वार निकट आले, भव्य कमानही दृष्टिक्षेपात आली होती, मंगलवाद्यांचा गजर अधिकच होऊ लागला आणि दोन्ही गजराज ऐटदार चालीने डुलत डुलत कमानीजवळ आले, तितक्यात ठरल्याप्रमाणे माहूत वर्वरकाने रत्नपदकाचे तोरण हलवून इशारा करण्यासाठी आपला अंकुश उंचावला, तो त्या गजराजास गर्भित इशारा वाटल्याने त्याची चाल मंदावली व तो किंचित थबकला आणि तितक्यात.... कडाड्कड असा प्रचंड आवाज करीत ती अवजड कमान माहुतावरच कोसळली! जणू पर्वतशिखराचा कडाच कोसळला असा भास झाला, आसमंत हादरून टाकणारा ध्वनी कितीतरी वेळ जाणवत होता. माहूत वर्वरक तर त्या घणाघाती आघाताने केव्हाच गतप्राण झाला. अवजड कमानीच्या प्रंचड ओझ्याखाली त्याचा देह ओळखू न येण्याइतका छिन्नविच्छिन्न झाला होता. अपेक्षेप्रमाणे हलकल्लोळ ऐकून दारुवर्मा कळीचा पोलादी दांडा तसाच हाती घेऊन परिस्थितीचे अवलोकन करण्यासाठी बाहेर आला... आणि चंद्रगुप्ताऐवजी माहूत ठार झाल्याचे विपरीत दृश्य पाहून त्याचे माथे भडकले व त्याने अंबारीत भेदरून बसलेल्या वैराचकाच्या मस्तकात, त्यास चंद्रगुप्तच समजून, हातातील कांबीने दातओठ खात जीवघेणा प्रहार केला व त्यास यमसदनी धाडले! दारुवर्माचे ते पाशवी कृत्य पाहून संतप्त झालेल्या सुरक्षा सैनिकांनी तलवारीचे सपासप वार करीत दारुवर्म्याचे तुकडे तुकडे केले.

काहीतरी भयानक घटना घडली आहे, या भयाने शोभायात्रेत अचानक विस्कळीतपणा आला. चंद्रगुप्तास घातपात झाल्याच्या आशंकेने भयग्रस्त झालेल्या

नगरजनास, चंद्रगुप्त सुरक्षित असून महाराज वैरोचकाचा घात झाल्याचे समजल्यावर सर्व काही स्थिरस्थावर झाले! सावरलेली जनता झालेल्या दुर्घटनेबद्दल उलटसुलट चर्चा करीत होती. पर्वतकापाठोपाठ त्याचा बंधू वैरोचकाच्या मृत्यूबद्दल हळहळ व्यक्त करीत होती, पण राजा चंद्रगुप्त सुखरूप असल्याबद्दल लोक मनस्वी आनंद व समाधान प्रकट करीत हाते. राक्षसाचा निकटचा मित्र म्हणून परिचय असलेल्या दारुवर्माने असे पापकृत्य का केले असावे, कोणाच्या सांगण्यावरून ते केले असेल, अशी कुजबुज आणि चर्चादेखील होत होती, दारुवर्मा कोणाचा घनिष्ठ स्नेही आहे ते सर्वानाच ठाऊक असल्याने, अर्थात सगळ्यांचा रोख अमात्याकडेच होता! पर्वतकाने चाणक्यास साथ देऊन नंदराजाचा अंत केलेला सहन न झाल्याने, अमात्य राक्षस पर्वतक कुटुंबीयांच्या हात धुऊन मागे लागले आहेत, असेही बोलले जात होते. एकंदरीत चाणक्यास जसे पाहिजे तसे इष्ट वातावरण तयार होत होते. पण ते माझ्यासाठी मात्र फार फार अनिष्ट होते! जनतेच्या रोषाचा धनी राक्षसानेच व्हावे ही चाणक्याची मनोकामना ईश्वरच पूर्ण करीत होता.. खरोखर, 'तेचि पुरुष दैवाचे....!'

◆

आचार्य चाणक्य

नंदांचा विनाश करणे आणि लोककल्याणकारी चक्रवर्ती साम्राज्याची स्थापना करणे हा माझा ध्यास बनला होता! त्यात केवळ सूडभाव नव्हता, तर त्यास एक नैतिक अधिष्ठानही होते. म्हणूनच तर मला सातत्याने यश मिळत गेले. कार्यसिद्धीसाठी अनपेक्षितरीत्या राजपुत्र चंद्रगुप्तासारखे रत्न हाती लागणे, हा खचितच योगायोग नव्हता, तर तो एक दैवी संकेत होता! आज सारा आर्यावर्त निद्राधीन झाला आहे, राजे-महाराजे सुखासीन बनले आहेत तर विद्वत्‌जन उदासीन आहेत. परचक्राची चिंता कोणासही नाही आणि राष्ट्रभावनेचा तर लवलेशही नाही! माझी क्षमता, विद्वत्ता आणि कौशल्य पणाला लावून मी हे नष्टचर्य संपवून एका समर्थ राष्ट्राची निर्मिती करणार आहे!

आचार्य चाणक्य...

सार्थवाहकांचा तांडा वस्तुविक्रयातून अपेक्षित धनप्राप्ती झाल्याने आता पाटलीपुत्र नगरीतून वैशाली नगरीकडे दीर्घ काळानंतर पुनरागमन करण्यास्तव प्रयाण करणार होता. कपिलनगरी, कान्यकुब्ज व पर्वतक राज्याच्या दक्षिण सीमेवरून मार्गस्थ होत ते इच्छित स्थळी प्रवेशणार होते. एक संन्यस्त वृत्तीचा यात्रेकरू म्हणून मी त्यांचे समूहात राहून प्रस्थान करणार होतो. अल्पावधीतच माझ्या संवादकौशल्याने आणि हस्तसामुद्रिकाच्या ज्ञानाने मी सर्वांनाच प्रभावित केले. हा एक साधासुधा संन्यासी नसून वेदविद्याप्राप्त द्विज असल्याची त्यांची मनोमन खात्री पटली व मला साहजिकच विशेष सन्मानाचे स्थान प्राप्त झाले. अर्थात प्रवास सुखमय झाला व मी निर्धास्त झालो हे वेगळे सांगण्याची आवश्यकता नाही. माझे आयुर्वेदातील वनौषधीचे ज्ञान व नाडीपरीक्षासुद्धा चांगलेच उपयुक्त ठरत होते. संतुष्ट झालेले व्यापारी सहचर मला त्याबद्दल मोबदला म्हणून सुवर्णमुद्रा, किंवा मौल्यवान धातू अथवा त्यांच्या संग्रहातील हवे ते घेण्यास विनंती करत, पण मी विनम्रतेने नकार देत असे. माझ्या अनासक्त वृत्तीमुळे तर त्यांचा मजविषयी असलेला आदर शतपटीने वाढत असे. प्रत्येकाच्या मनात मी एक वेगळे स्थान मिळविले होते. खरेच मनुष्यस्वभाव किती परस्परविरोधी मतांतरे दर्शवितो. कोणी काही प्राप्त व्हावे अशी वृत्ती प्रकट केली की त्यास विरोध आणि कोणी निरिच्छ असेल तर त्यास काहीतरी घेण्याचा आग्रह! जीवसिद्धी म्हणतो ते काही खोटे नाही. माणसाचे मन हे एक अजब कोडे आहे, विश्वरचनेच्या कोड्याएवढेच गूढरम्य! पृथ्वीतलावरील यच्चयावत प्राणिमात्राची शरीररचना किती गुंतागुंतीच्या रहस्यमय धाग्यांनी विणलेली आहे, याचा थांग लागणे केवळ अशक्य आहे. शरीर, अवयव, चेतना, प्राण, मेंदू, बुद्धी, मन आणि आत्मा या प्रत्येकाचे अस्तित्व स्वतंत्र आहे तरी ते एकजीव आहेत! आणि यांचा दृश्य व अदृश्य जगताशी असलेला संपर्क कोणत्या संवेदनशील प्रक्रियेतून व्यक्त स्वरूपात प्रकट होतो तो एक

अभ्यासाचा विषय आहे.

मला तर राहून राहून आश्चर्य वाटे की, आपल्या नित्य व्यवहाराचे नियंत्रण अवयवांच्या माध्यमातून होते, त्या अवयवांना निर्देश शरीराकडून मिळतात अन् शरीराच्या प्रत्येक हालचाली मेंदूकडून मिळणाऱ्या संदेशाद्वारे नियंत्रित केल्या जातात. मेंदूचा ताबा बुद्धीने घेतलेला, तर बुद्धीचा सुकाणू मनाच्या हातात! आणि हे सगळे केवळ सजीवाच्या प्राणामुळे अथवा चेतनेमुळे घडते. अशा चेतनेचे अस्तित्व निर्जीव पदार्थात असते का? ते कळण्याएवढी प्रगत संवेदना मनुष्यमात्रास आजतरी प्राप्त झालेली नाही, म्हणूनच निर्जीव पदार्थात चेतना नाही असे बिनदिक्कत म्हणायचे! कदाचित योगी अवस्था प्राप्त झालेल्या उच्च कोटीच्या सिद्ध पुरुषास ती आत्मज्ञानाद्वारा कळत असावी. पण सजीव आणि निर्जीव आणि यांच्यातली सीमारेषा फार ठळक नसावी असे माझे मत झाले होते. तशा कितीतरी विस्मयकारी घटना रोज घडतात. मन:पटलावर इच्छेनुसार दृश्यमान होणारा स्मृतिपट डोळे मिटलेले असतानाही प्रत्यक्ष कसा काय पाहता येतो? प्रसंग कितीही जुना असला तरी तो त्या पटलावर अतिशय सुस्पष्टरीत्या दिसू लागतो, येणाऱ्या भविष्यकाळातली स्वप्ने असतील तर तीदेखील चित्ररूपात पाहू शकतो! खरेच हा सत्याचा अचंबित करणारा आभास किती प्रत्ययकारी असतो. भूतकाळात घडलेले प्रसंग तर सत्य असतात, पण वर्तमानात डोळ्यांसमोर येणाऱ्या त्याच्या प्रतिमासुद्धा सत्याचा हुबेहूब आभास निर्माण करतात, जणू काही आत्ता पुन्हा तो प्रसंग घडतोय! परमात्मा, आत्मा, मन, बुद्धी, मेंदू, शरीर, चेतना व प्राण... सगळेच प्रश्न मिळून तयार होते एक मोठे प्रश्नचिन्ह!

माझे मन मागे जात त्या कटू स्मृतीवर स्थिरावले. धनानंदाने अकारण अनावस्था प्रसंग ओढवून घेतला होता. नंदवंशाचा समूळ नाश हेच आता माझे जीवितकार्य होते. राजसभेत प्रण करून मी शिखा तर मुक्त सोडली होती, पण आता डिवचलेल्या सर्पास मोकळे सोडणे चुकीचे ठरले असते. आणि मलाही प्रतिशोध पूर्ण झाल्याशिवाय स्वस्थता लाभणार नव्हती. इंदू शर्मा व सिद्धार्थक या माझ्या विश्वासू चरांना योग्य मार्गदर्शक सूचना व सर्व योजना विस्ताराने सांगून त्यांना पाटलीपुत्रातच मार्गी लावले होते. अनपेक्षित गतिरोध आलेच तर विचलित न होता कार्यभाग कसा साधायचा, निर्णायक क्षणी बुद्धिभ्रम न होऊ देता अपेक्षित हालचाली कशा करायच्या, कसोटीच्या प्रसंगी आत्यंतिक गुप्तता कशी पाळायची, शैथिल्य न येऊ देता अष्टौप्रहर दक्ष कसे राहायचे त्याचे उत्कृष्ट प्रशिक्षण त्या दोघांनाही अवगत होते. त्यामुळेच तर राजाच्या अंत:पुरापर्यंत आज त्यांचे हस्तक कार्यरत आहेत. नगरजन, रक्षक, पुरोहित, द्वारपाल, भांडारपाल, संन्यासी, श्रमण, भिक्खू, वणीज आणि अधिकाऱ्यात तसेच राजसभेतदेखील, स्थान पक्के

करून भेद निर्माण करण्यात माझ्या सहकाऱ्यांनी उल्लेखनीय प्रगती केली होती, हे विशेष!

माझ्या योजनेचा पूर्ण भर गुप्तचराची परिपूर्ण शृंखला निर्माण करण्यावरच आधारलेला होता. त्यातल्या त्यात राजपरिवारात गुह्ये जाणून घेण्यासाठी गुप्तचर म्हणून स्त्रिया विशेष उपयुक्त असतात याची जाणीव मला होती. जगाच्या पाठीवर कुठेही जा, पुरुषांची प्रमुख दुर्बल स्थाने म्हणजे कनक आणि कांता! आणि तो पुरुष जर राजकीय क्षेत्रातला असेल तर 'महत्वाकांक्षा' हे तिसरे दुर्बल स्थान! पुरुषांची ही तिन्ही कमकुवत स्थळे 'स्त्री' नामक मायावी अस्त्राचा वापर करून विनासायास अंकित करता येतात. अनेकदा तर स्त्री हे कपटनीतीमधले ब्रह्मास्त्र ठरलेले आहे! पटावरील हा मोहरा शत्रूचा अचूक लक्ष्यवेध करतो. कारण स्त्रीविषयाचा मोह नाही असा पुरुष जगात अगदी अपवादानेच आढळतो. सर्वच चतुर राज्यकर्त्यांनी कपटनीतीमध्ये सुंदर स्त्रियांचा प्रभावी वापर केलेला आढळतो! वाळवीने जसे वृक्षास आतून पोखरून काढावे तद्वत माझ्या स्त्री व पुरुष गुप्तचरांनी आज मगधाच्या राजयंत्रणेस अक्षरश: पोखरून काढले होते! केवळ एक शेवटचा मर्माघाती प्रहार आवश्यक होता, नंदाचे मगधराज्य कोसळण्यासाठी!

सार्थवाहकांचा तांडा मार्गक्रमण करीत होता. त्यांचेसोबत मी पुढे पुढे जात होतो, तर माझे मन मागे मागे रेंगाळत होते. मी पाटलीपुत्रातून नंदनाशाची भीष्मप्रतिज्ञा करून तर निघालो होतो, पण कार्य सिद्धीस नेण्यासाठी आता पुढे कुठे जायचे ते निश्चित नव्हते. मगधाच्या वायव्य सीमेवरील पहाडी प्रदेशाकडे माझी दृष्टी नकळत वळली होती. सार्थवाहकासोबतच प्रवास तसा कष्टाचा, पण तक्षशिलेच्या गुरुकुलात निष्ठेने केलेली योगसाधना व बलसंवर्धन आजही नित्य सरावाचेच असल्याने सर्वच प्रकारच्या ताणतणावापासून माझे शरीर व मन सुरक्षित असे. त्यामुळे कितीही योजने चालण्याचे श्रम मला जाणवत नसत. काही काळ नवीन मित्र बनलेल्या व्यापारी सार्थवाहकाचा सुखद सहवास घेतल्यानंतर, मी ठरल्याप्रमाणे माझी वेगळी वाट निवडली. त्या सर्व प्रवासी सुहृदांचा जड अंत:करणाने निरोप घेतला. शक्य झाल्यास पांचाल देशात त्यांच्या मुक्कामावर परत भेटण्याचा मनोदय व्यक्त केला. मला आता हिमालय साद घालत होता, भरतखंडातील सर्वच योगी मुनी व तपस्वी साधकाच्या मन:शांतीचे एकमेव ठिकाण म्हणजे नगाधिराज हिमालय! माझी पावले नकळत त्या दिशेने म्हणजे उत्तरेकडे वळली. तक्षशिलेस जाण्याआधी, अल्पकाळ का होईना त्या देवतात्मा हिमालयाच्या कुशीत राहून मी चित्तशुद्धी करणार होतो. त्या नीरव शांततेत माझ्या पावलांचा आवाज तेवढा येत होता. तळपत्या सहस्त्ररश्मीने आपले रथाश्वाचे वेग आता आखडून घेतले होते, व संध्याछाया मंद मंद गतीने हळुवार पावले टाकीत

अवनीतलावर उतरत होत्या.

दुरून श्वानाचे भुंकणे ऐकू आले, याचा अर्थ वस्ती कुठेतरी जवळच होती. त्या रोखाने वळलो असता, एका समतल भूखंडावर काही गोप युवक सामुदायिक क्रीडा करताना दिसले. जवळ असलेल्या शाल्मलीच्या वृक्षाआड लपून मी त्यांना व्यत्यय न येऊ देता त्यांचे निरीक्षण करीत असता, असे दिसले की, एक आकर्षक व्यक्तिमत्त्वाचा चौदा-पंधरावर्षीय युवक एका कातळावर वीरासन घालून बसलेला होता, जणूकाही एखाद्या सिंहासनावर राजाच स्थानापन्न झालाय अशा थाटात त्याचे ते बसणे होते. मी लक्षपूर्वक पाहिले तर खरेच त्यांचा राजा-प्रजा खेळ चालू होता. बाकीचे युवक प्रजा झाले होते आणि हा युवक राजा झाला होता! त्याची ऐट आणि रंगरूप अगदी लक्ष वेधून घेणारे होते व इतर गोपांहून ते कितीतरी भिन्न होते. अत्यंत उजळ गौरवर्ण, पाणीदार डोळे, सरळ नासिका आणि मदनासारखे सौंदर्य! त्याच्या अशा स्वरूपामुळेच इतर गोपांनी त्याला बहुधा राजा केले असले पाहिजे! महाराज चंद्रगुप्ताचा विजय असो...! गोपांच्या अशा ललकाऱ्यांनी त्या माळरानावर जणू चैतन्यच अवतरले होते. मी कुतूहलपूर्वक सस्मित मुद्रेने त्यांचा खेळ पाहत होतो. बराच अवधी गेला आणि सूर्यास्तानंतर सर्वजण खेळ आटोपता घेत निवासाकडे निघाले. मी अचानक पुढे होत त्यांच्यात मिसळून माझा परिचय दिला, सर्वजण माझ्याभोवती मंडलात उभे राहून लक्षपूर्वक ऐकू लागले. मी त्यांच्या खेळात राजा बनलेल्या चंद्रगुप्ताची विशेष चौकशी केली. कारण त्याच्या विशेष व्यक्तित्त्वामुळे मी त्याचेकडे आकर्षित झालो होतो. हे पाणी काही तरी वेगळे आहे असा संदेश माझे अंतर्मन देत होते. त्यामुळेच याचा पूर्ण छडा लावायचाच अशा निर्धाराने मी प्रयत्नास लागलो. मी त्यास म्हटले, "चंद्रगुप्त मी चाणक्य, तक्षशिलेचा एक शिक्षक आहे. मला अवगत असलेल्या सर्व विद्या तुला शिकवाव्यात असे माझे मन सांगत आहे, तू अध्ययनासाठी तयार आहेस का?" अतिशय आनंदाने त्याने होकार दिला आणि लगेच उद्गारला, "पण मातापित्याची संमती घ्यावी लागेल आचार्य. आपण त्यांचेकडे चला." पडत्या फळाची आज्ञा समजून चंद्रगुप्ताच्या पर्णकुटीकडे मी मोठ्या उत्सुकतेने निघालो. तिथेच तर सर्व रहस्यांचा भेद होणार होता!

मृद्कुंभातले शीतल जल प्राशन करण्यासाठी देऊन, त्या चंद्रमौळी पर्णकुटीत माझे स्वागत झाले. चंद्रगुप्ताचे आईवडील प्रौढ गोपाल होते. मोठ्या अगत्याने त्यांनी माझी विचारपूस केली व एका विद्वान ब्राह्मणाने त्यांच्या चंद्रमौळी पर्णकुटीला पदस्पर्श केल्याबद्दल आनंदही व्यक्त केला. त्या दोघांकडे पाहताच मी ताडले की, चंद्रगुप्तासारखा तेजस्वी व राजबिंडा पुत्र या झोपडीत आणि अतिसामान्य व्यक्तिमत्त्व असलेल्या या गोप दाम्पत्याचा असूच शकत नाही! मुख्य विषयाला

सरळ हात घालीत मी विचारले, "हे गोपाला... तुझा पुत्र चंद्रगुप्त हा सामान्य नाही, त्यास कुशाग्र बुद्धीचे जन्मत: वरदान आहे आणि सोबत राजस व्यक्तिमत्त्व पण आहे. योग्य प्रशिक्षण दिले तर त्यास पैलू पाडलेल्या हिऱ्याप्रमाणे अलौकिक रत्नाचे स्वरूप प्राप्त होईल. मी वेदशास्त्र, कला व सर्व विद्या जाणतो, आणि उत्तम शिक्षक असल्याने तू जर चंद्रगुप्तास अध्ययनासाठी काही काळ माझ्याकडे सोपविलेस तर त्यात त्याचे आणि तुमचे कल्याणच होईल."

माझे बोलणे दोघे मातापिता लक्षपूर्वक ऐकत होते, संचित मुद्रेने त्यांनी पृच्छा केली की, "आपल्या वचनावर आम्ही विसंबून राहावे का?" चंद्रगुप्त परत आपल्या जन्मग्रामी येऊन आम्हा वृद्धाचा प्रतिपाळ करेल का? त्यांच्या आशंकित मनास मी दिलासा देणार तेवढ्यात स्वत: चंद्रगुप्तच अधीरतेने म्हणाला, "तात, असे अप्रिय का बरे बोलत आहात? मी निश्चित मातापित्याच्या सेवेसाठी इथे परत येईन, आपण निश्चिंत असावे. आचार्यांचा प्रस्ताव माझी ज्ञानजिज्ञासा पूर्ण करणारा आहे, ती इथे गोपाळामध्ये राहून या माळरानावर कधीच पूर्ण होऊ शकत नाही, त्यामुळे माझा मानसही तोच आहे. आपण आशीर्वाद व अनुमती द्यावी. मी अध्ययनासाठी आचार्यांसोबत गुरुकुलात जाण्यासाठी उत्सुक आहे." चंद्रगुप्ताचे आश्वस्त करणारे ते मनोगत ऐकून गोपाची मुद्रा अतीव समाधानाने प्रसन्न झाली व त्याने माझ्या प्रस्तावास अनुकूलता दर्शविली. तसेच भोजन करून एक रात्र विश्राम करण्याची विनंतीही केली, अर्थात विनासंकोच मीही ती मान्य केली.

भोजनोपरांत निद्रेपूर्वी गोप दांपत्यासोबत गुजगोष्टी करताना माझ्या मनात बराच कालापासून जी आशंका मला अस्वस्थ करीत होती ती शेवटी व्यक्त केली. "हे गोपाला, मला प्रामाणिकपणे एक सत्य विदित कर, कारण त्याविषयी माझे मनात खूपच जिज्ञासा उत्पन्न झाली आहे, आणि शंकेचे काहूरही माजले आहे. चंद्रगुप्ताचे राजस मुखकमल हे तुमच्या गोपकुलात अजिबात शोभणारे नाही, आणि त्याच्या हस्तावरील व मुद्रेवरील सर्व सुलक्षणे तो राजकुलातील असल्याचे स्पष्ट दर्शवितात! त्याच्या हातावरील स्वस्तिकचिन्ह, मणिबंधाऱ्यावरील यवचिन्ह आणि उन्नत भालप्रदेशावरील स्पष्ट भाग्यरेषा हे सगळे वेगळेच काही तरी सांगत आहे व तो चक्रवर्ती सम्राट होण्याची पूर्ण संभावना आहे असे माझे मन सांगते! म्हणून असा पुत्र तुझ्या कुळात जन्मावा हे महद् आश्चर्यच म्हणावे लागेल! जर खरेच हा गोपकुलोत्पन्न असेल तर तुझे परमभाग्य, आणि जर तसे नसेल तर मग सत्य काय आहे ते मला सांग."

माझे संभाषण ऐकून त्याची द्विधा मन:स्थिती झाली. क्षणभर थांबून दीर्घ नि:श्वास टाकून तो म्हणाला, "हे विप्रवर, तुम्हासमोर असत्य कथन करण्याची माझी प्राज्ञा नाही. आपणास जी आशंका आली आहे ती सत्य आहे. चंद्रगुप्तासारखे

अनमोल रत्न या पर्णकुटीत जन्मास येणे कसे शक्य आहे? मला त्याचा लाभ पंधरा वर्षांपूर्वी एका पोर्णिमेच्या रात्री जवळच्याच ओसाड जागी असलेल्या पलाशाच्या झुडपाखाली झाला, कोणातरी पापिणीने या अभागी जीवास तसेच अरण्यात सोडून पलायन केले असावे, दैव बलवत्तर आणि केवळ आमचे सौभाग्य म्हणून त्या अर्भकांस हिंस्र श्वापदांनी भक्ष्य केले नाही. त्याचे रुदन ऐकून आम्ही त्याचे जवळ गेलो व बराच काल प्रतीक्षा करूनही कोणीच आले नाही म्हणून, हा श्रीकृष्णाचा प्रसाद समजून आम्ही त्यास सहर्ष स्वीकारले. पूर्णचंद्राच्या टिपूर चांदण्यात हा अचानक लाभ झाल्याने त्याचे नामकरणही चंद्रगुप्त असे केले! विशेष म्हणजे साध्या दुपट्यात लपेटलेल्या बाळाच्या हाताला हे सुवर्णपदकाचे मणिबंधन बांधलेले होते.'' असे म्हणत त्याने भूमीत पुरून ठेवलेले ते मणिबंधन काळजीपूर्वक काढून दिले. नंतर तो व्याकूळतेने म्हणाला, ''हे श्रेष्ठी... चंद्राप्रमाणेच अतिसुंदर असलेला आमचा हा काळजाचा तुकडा व आनंदाचा ठेवा उद्यापासून आपणाकडे सुपूर्द करीत आहोत, आम्ही चातकाप्रमाणे त्याची प्रतीक्षा करू! आम्हा दोघांचेही प्राण चंद्रगुप्तात गुंतलेले असतील...!''

राजलक्षण स्पष्ट असणारे ते रत्नपदकाचे मणिबंधन पाहून माझे नेत्र विस्फारले, खचितच हा कोणत्यातरी राजघराण्यात जन्म घेतलेला राजपुत्रच होता. याबद्दल आता माझ्या मनात कोणताही किंतु राहिला नव्हता, शंकेचे मळभ पूर्णपणे दूर झाले होते व सत्याचा शीतल चंद्रप्रकाश पसरला होता! आज मी दोन्ही बाहू पसरून भविष्याचे स्वागत करण्यास सज्ज झालो होतो!

आपला अंदाज व भाकीत खरे निघाल्याने मी प्रसन्नचित होऊन निद्रादेवीच्या अधीन झालो. मी मनोरथ अथवा दिवास्वप्ने कधीच पाहत नाही, पण त्या रात्री स्वप्नात मी चंद्रगुप्ताचा राज्याभिषेक सोहळा पाहिला, मगध सिंहासनावर चंद्रगुप्ताला अभिषिक्त होताना पाहून मला प्रतिज्ञापूर्तीचा अवर्णनीय आनंद होत होता! त्या अतीव सुखनिद्रेमुळे आज तर ब्राह्ममुहूर्तही टळला, पण मला जाग आली नाही! क्रौंच, सारस, गौराया, कोकीळ व काक पक्ष्यांच्या किलबिलाटामुळे जागृत झालो, मन तृप्त झाल्याकारणे अंमळ विलंबच झाला होता. घाईघाईत स्नानसंध्यादी सर्व आन्हिके उरकली व शुचिर्भूत होऊन प्रस्थानाची तयारी केली. आता वेळेचा अपव्यय करून चालणार नव्हते. संकल्पित साध्यप्राप्तीसाठी अत्यावश्यक असलेले अमोघ साधन हाती आले होते. कधी एकदा तक्षशिलेस पोचतो आणि हाती आलेले हे शस्त्र लखलखीत करून प्रयोगास सिद्ध करतो असे झाले होते! आता माझ्या जीविताचा आणि दिनचर्येचा केंद्रबिंदू केवळ चंद्रगुप्तच असणार होता. विलासी उन्मत मगधराज धनानंदाचा उच्छेद करून प्रजाहितदक्ष, कल्याणकारी आणि चक्रवर्ती साम्राज्य उभे करणारा, अजेय सम्राट चंद्रगुप्त सिंहासनावर

विराजमान झालेला, याचि देही याचि डोळा पाहणे हेच आता माझे जीवनसाध्य होते!

कुमार चंद्रगुप्तांची खडतर शिक्षा सुरू झाली, ओम भूर्भुवस्व: तत्सवितुर्वरेण्यम भर्गोदेवस्यधीमहि धियोयोन: प्रचोदयात...! गायत्री मंत्राच्या दिव्य मंत्रांजलीने उदयाचलावरील सूर्यबिंबास अर्ध्य देऊन झाले की योग, अश्वारोहण, खड्ग पदविन्यास, धनुर्वेद अभ्यास, मल्लविद्या आणि नियुद्ध या सर्व युद्धप्रकाराचा दोन प्रहरपर्यंत सराव व्हायचा! पण हळूहळू एक बलदंड शरीर आकारत होते, पिळदार स्नायूमुळे डौलदार झालेली शरीरयष्टी आणि प्रशिक्षणामुळे ओतप्रोत भरलेला आत्मविश्वास, यामुळे चंद्रगुप्तास आता वेगळेच तेज प्राप्त झाले होते. खरा राजकुमार दिसत होता तो!

युद्धकलेबरोबरच युद्धशास्त्र, नीतिशास्त्र, राज्यशास्त्र, वेदाभ्यास, खगोलविज्ञान, आणि शिष्टाचार यांचे शास्त्रोक्त शिक्षण जवळजवळ पूर्ण होत आले होते. मदनाची प्रतिकृतीच असलेला चंद्रगुप्त आता चतुरस्त्र अध्ययनामुळे परिपूर्ण पुरुष बनला होता. मधुर संभाषणकौशल्यामुळे त्याचा अन्य युवकांशी व्यापक स्तरावर संपर्क होता व तो त्या सर्वांना अतिप्रिय झाला होता. सहाध्यायी, प्रशिक्षार्थी, वनवासी, दुर्गम क्षेत्रावासी, गोपाल, गिरिजन आणि सामान्य पौरजन यांचेशी विशेष सख्य करून चंद्रगुप्ताने युवकाचा मोठा व सक्रिय समूहच तयार केला. तो त्यांचा नेता होता आणि भाग्यविधाताही होता! भिल्ल, पारधी, गोंड, किरात या गिरिजन जनजाती अत्यंत काटक, प्रामाणिक व निष्ठावान वनवासी जमाती होत्या. हिमालयाचे वायव्येकडील शेवटचे टोक असलेल्या हिंदुकुश पर्वताच्या पायथ्यापर्यंतच्या दुर्गम पहाडी प्रदेशात या सगळ्या जमातीच्या टोळ्या असत. वैयक्तिकदृष्ट्या अत्यंत शूर पण समूह म्हणून कसलीही शिस्त नसलेले ते विस्कळीत सैन्यच होते! मात्र उत्कृष्ट शरसंधान आणि मृगासमाज गतिचापल्य हे त्यांचे गुण मात्र वाखणण्याजोगे होते. भारद्वाज, मोर, चंडोल किंवा हंस पक्ष्यांची रंगीत पिसे हे त्यांचे मुकुट असत, तर मृगया केलेल्या व्याघ्रचर्माचे किंवा मृगचर्माचे कटिवस्त्र हेच काय ते त्यांचे वस्त्रसाधन असे. हिमालयाच्या सदाहरित वृक्षावर वाढलेल्या कोणत्या वेली चिवट असतात, कोणते वेत्र धनुष्यासाठी उपयुक्त असतात, त्याची प्रत्यंचा कोणत्या आन्त्रचर्माची असावी याचे अचूक ज्ञान त्यांना परंपरेने प्राप्त झालेले होते, आणि वनौषधींची त्यांची माहिती तर आयुर्वेदाएवढीच परिपूर्ण होती. अशा अनेक टोळ्यांतील युवक चंद्रगुप्ताने आपल्या संपर्कात आणून दूरदृष्टीने माझ्या गुरुकुलात प्रशिक्षणासाठी ठेवले होते. मी त्यांना युद्धकला व युद्धशास्त्र या विषयांत पारंगत केले आणि मुख्य म्हणजे शिस्तबद्ध केले. तसेच त्यांना पुराणकथा व नीतिकथा सांगत एकनिष्ठतेचे धडे

पण देण्यास मी विसरलो नाही. चंद्रगुप्ताने अशी अनेक पथके माझ्याकडून तयार करवून घेतली. त्यांचेकडून गुरुदक्षिणा म्हणून मी केवळ वचन घेतले. राष्ट्रकार्यास आवश्यकता भासेल तेव्हा कुमार चंद्रगुप्त तुम्हास निमंत्रित करील, त्या वेळी मात्र तन-मनाने आपापल्या शस्त्रानिशी सहभागी व्हावे! अर्थात राष्ट्रमंत्राने भारलेली ती युवा पिढी मोठ्या उत्साहाने वचनबद्ध होत असे.

तक्षशिलेचा राजा अंभी हा दुर्दैवाने अतिशय उच्छृंखल व चंचल स्वभावाचा तसेच स्वार्थी व आत्मकेंद्रित विचार करणारा राजा होता. त्याचे पंचनदातील पुरुराज पौरसाशी वैर होते. पराक्रमी पौरस अंभीपेक्षा सर्वचदृष्ट्या श्रेष्ठ होता, त्यामुळे प्रत्यक्ष रणभूमीवर त्याला आव्हान देण्यापेक्षा कुणाचे तरी साहाय्य घेणेच त्याला श्रेयस्कर वाटत असे. काट्याने काटा काढणे ही कूटनीतीतली यशस्वी चाल असते, पण स्वकीयाचा काटा काढण्यासाठी परकीयाची मदत घेणे हा नक्कीच आत्मघात असतो, हे त्या अपरिपक्व बुद्धीच्या अंभीला कोण सांगणार? कोणी सांगितले तरी अदूरदर्शी अंभीला त्याचे काय महत्त्व वाटणार? शेवटी त्याचा मानस यवनराज अलक्षसुंदर याच्या रूपाने पूर्ण झाला! उत्साहाने व अतीव आनंदाने त्याने पराक्रमी अलक्षसुंदरास निमंत्रित करून त्याचे मांडलिकत्वही स्वीकारायची तयारी दर्शविली. ‘विनाशकाले विपरीत बुद्धि’ म्हणतात ते हेच! मला सर्व वार्ता ज्ञात होत होत्या. पण मी हतबल होतो. तूर्त तरी कोणतीच प्रभावी यंत्रणा माझ्याकडे नव्हती. सांप्रतकाली पूर्ण आर्यावर्तात येणाऱ्या पराक्रमास सन्मुख होऊन प्रतिकार करण्याएवढे सामर्थ्य केवळ मगध सम्राटाकडेच होते. हिंदुकुशापासून ते पंचनदापर्यंत अनेक टोळ्या, जनपदे, व लहान लहान प्रांतांचे सामंत विस्कळीत अवस्थेत आपापले स्थान कुवतीनुसार सांभाळीत होते. एक ध्येय, एक धर्म, एक राष्ट्र अशी एकात्मता नसल्यामुळे तर हजारो योजने दूर असलेल्या प्रदेशातून यवनराजा अलक्षसुंदर आपली विजिगीषु सेना घेऊन आर्यावर्त पादाक्रांत करण्यास निघाला होता. कुठे तो विश्वविजयास निघालेली पराक्रमी अलक्षसुंदर... तर कुठे हा हीनबुद्धीचा कणाविहीन राजा तक्षशिलेचा अंभी! माझे मन उदास व्हायचे. राज्यशास्त्र तथा अर्थशास्त्राचा दीर्घकाळ सर्वांगीण अभ्यास झाल्याने, साहजिकच दूरदृष्टी, विवेकबुद्धी व राजनीती या क्षेत्रात मला चांगलीच गती होती. त्यामुळे बुद्धीचा आवाका व झेप इतरांपेक्षा कितीतरी पुढे असायची. माझे राजकीय तर्क अचूक ठरत.

प्रत्येक वेळी राष्ट्रप्रेम, राष्ट्रीय भावना, राष्ट्रवाद या विषयावर मी खूप आग्रही प्रतिपादन करीत असे. आश्रमातील विद्यार्थी आणि प्रशिक्षार्थी तसेच विद्यापीठातील माझे सहाध्यायी या सर्वांनाच माझी त्या बाबतीतील प्रखर मते माहीत होती. अभ्यासक्रमाव्यतिरिक्त मी विद्यार्थ्यांना देशाटन करण्याचा आग्रह करीत असे. आपल्या सांस्कृतिक आणि भौगोलिक सीमा जिथपर्यंत आहेत तेथील प्रदेशाचे वृत्त

अवश्य घेतले पाहिजे. येथील विद्यार्जन झाल्यानंतर पुढच्या आश्रमात प्रवेश करण्याआधी देशाटन केल्यास दृष्टी विस्तारते, विचार प्रगल्भ होतात, ज्ञानास प्रत्यक्ष अनुभवांचे कोंदण मिळते, आणि मुख्य म्हणजे आपल्या राष्ट्राची ओळख होते! आर्य संस्कृतीत परंपरेने तीर्थयात्रा आणि वानप्रस्थाश्रम ही दोन कर्तव्ये सांगितली आहेत, त्यांचा तोच व्यापक उद्देश आहे. प्रभू श्रीरामाने अरण्यवास पत्करला व दक्षिण टोकापर्यंत पसरलेल्या दंडकारण्याच्या विस्तीर्ण प्रदेशातून वानरसेना तयार केली. नल, नील, जांबवंत, सुग्रीव जटायू यांच्यासारखे सहकारी मिळविले आणि भारताचा इतिहास घडविला! महाभारतात देखील पांडवांनी बारा वर्षे वनवास आणि एक वर्ष अज्ञातवास स्वीकारला आणि भारताच्या टोकापर्यंत प्रवास केला, संपूर्ण भारतात ठायी ठायी प्रभू श्रीराम व पांडव यांच्या वास्तव्याच्या ऐतिहासिक खुणा दर्शविणाऱ्या कथा सांगणारे लोक भेटतात! मी तर म्हणेन की, रामायण आणि महाभारत यांमध्ये जिथल्या लोकांची आस्था आहे तो या राष्ट्राचा भाग आहे, तेच राष्ट्र आहे! राष्ट्र ही संकल्पना नेमकी कशाशी संलग्न आहे याविषयी सर्वसामान्य जनता तर अनभिज्ञ असतेच, पण राज्यकर्तेही संभ्रमित असतात. एखादा भूप्रदेश किंवा काही चतु:सीमेच्या आतील भूमी म्हणजे राष्ट्र आहे का? एखाद्या प्रतापी योद्ध्याने स्वपराक्रमाने अंकित करून घेतलेला प्रदेश अथवा राज्य म्हणजे राष्ट्र म्हणता येईल का? की समान धर्माचरण करणाऱ्या जनसमूहांचे एकत्रित वास्तव्य असलेला प्रदेश म्हणजे राष्ट्र असे संबोधित करता येईल? समान भाषा व वेष असलेल्या लोकांचे वसतिस्थान म्हणजे राष्ट्र असे होईल का? समान चालीरीती व एकसारख्या परंपरा असलेले लोक एकत्र आले की राष्ट्र तयार होते का? राष्ट्राची व्याख्या अशा ढोबळ अनुमानाने करता येत नाही. एखाद्या सुगृहिणीने विविध अन्नपदार्थ वापरून त्यावर अग्निप्रकिया करून मोठ्या कौशल्याने सुग्रास व्यंजन तयार करावे, तद्वत राष्ट्र घडण्याची जटिल प्रक्रिया अविरतपणे वर्षानुवर्षे होऊन राष्ट्र सिद्ध होत असते! या निर्मितीला प्रदीर्घ कालावधी लागतो, पण त्याचा विनाश मात्र अल्पावधीतच होऊ शकतो! त्याला कारणीभूत असते तृप्त मनोवृत्ती, आत्मवंचना, राष्ट्रहिताची घोर अवहेलना आणि राष्ट्रप्रेमाची उपेक्षा! आज राष्ट्र आणि राष्ट्रचिंतन हा विषय, संपूर्ण आर्यावर्तात दुर्लक्षित झालेला आहे, हा केवळ राष्ट्राचा दैवदुर्विलास आहे! आसेतुहिमाचलापर्यंतचा विशाल व पुरातन असलेला आर्यावर्त, हे एकजीव राष्ट्र आहे आणि त्याचे इतिहासदत्त दायित्व आमच्यावर आहे, ही राष्ट्रीय भावनाच लोप पावल्याने हा अनास्था प्रसंग ओढवला आहे.

दशराज्ञ युद्ध होऊन राजा भारताने देशात एकछत्री अंमल आणल्यामुळे, पूर्ण आर्यावर्तास भरतखंड हे नामाभिधान प्राप्त झाले, पण हा आता केवळ इतिहास झाला आहे. पृथ्वीतलावर आपल्या देदीप्यमान संस्कृतीमुळे विशेष स्थान असलेला

भरतदेश वर्तमानात स्वत:च निर्मिलेल्या रेशमी कोषात बंदिस्त झाला, सुखासीन बनला, याचे भान ना पौरजनास आहे, ना विद्वत्जनास आहे, ना राज्यकर्त्यांना आहे! राष्ट्रजीवनातला हा गतिरोध किंवा ही स्थितीप्रियता अत्यंत घातक असते, परिणामी राष्ट्राचे विघटन तर होतेच, शिवाय परचक्राचे संकटही उभे राहते आणि संकट कधीही एकटे येत नाही, संकटांची मालिकाच सुरू होते! कठोर व्यवहारी जगात क्षात्रतेजाचा अभाव ही दुर्बलता मानली जाते, सद्गुणांचा अतिरेक हा सगळ्यात मोठा दुर्गण ठरतो. मानवतेचे उच्च विचार क्षुद्र हिंसेनेही अत्यल्पकाळात विनासायास संपविता येतात, हे कठोर सत्य आहे! आपल्या सुसंस्कृततेची पातळी अवश्य उंचावर असावी, पण पाय मात्र वास्तवतेच्या भूमीवर घट्ट रोवलेले असतील तरच ते सयुक्तिक ठरते. हे कठोर सत्य आहे! दुर्बलाच्या शांतिमंत्राचे पाठ ऐकून घेण्याच्या मन:स्थितीत कोणीही नसतो. त्या भाषेमागे सामर्थ्याचे पाठबळ किती उभे आहे, ते समोरच्यास समजणे महत्त्वाचे असते, कारण त्यानुसारच तो उपद्रवमूल्य ठरवीत असतो. व्यावहारिक राजनीतीमध्ये उपद्रवशक्ती निर्णायक असते! रामायण काळापासून सामर्थ्य आणि संयम यांचे आदर्श संतुलन साधण्याचा आपल्या विवेकी पूर्वजांनी आटोकाट प्रयत्न केलेला आढळून येतो. दिव्य शक्ती व संहारक अस्त्रे केवळ संयमी आणि विवेकी व्यक्तींनाच आणि तेही पात्रतेनुसारच प्राप्त करता येत असत. त्यामागे आमच्या पूर्वजांनी मानवता, निसर्ग, नीतिमत्ता आणि पर्यावरण यांचा सांगोपांग विचार केलेला होता, जो सार्वकालिक प्रशंसनीय आणि अनुकरणीय होता. राष्ट्राच्या अस्तित्वासाठी भौगोलिक सलगता हा एक महत्त्वाचा निकष तर आहेच, पण परंपरा आणि संस्कृतीचे पूर्वापार धागे एकत्र गुंफून विकसित झालेली, व समान हितसंबध प्रस्थापित झालेली जीवनव्यवस्था हा राष्ट्राचा मूलाधार असतो. प्राकृतिक अस्तित्व जरी पृथक् पृथक् भासले तरी, अशी व्यवस्था जी जिव्हाळ्याच्या बंधनाने एकात्म झालेली आहे, ती रचना असलेला समाज म्हणजेच राष्ट्र! दुर्दैवाने आज राष्ट्रीय भावना किंवा राष्ट्रीय एकात्म जीवन यांचा अस्त झाला आहे, प्राण आहे, पण चेतना नाही अशा विकलांग अवस्थेत माझा देश संवेदनाहीन बनला आहे. त्यामुळेच तर संपूर्ण भरतखंड अलक्षसुंदराच्या येऊ घातलेल्या परचक्राविषयी निद्रिस्त अवस्थेत आहे. आता मलाच काहीतरी केलेच पाहिजे, अन्यथा इतिहास क्षमा करणार नाही! स्वत:ला राजनीतिज्ञ म्हणून घेणाऱ्या या कौटिल्याच्या तैलबुद्धीचा भरतदेशाला काय उपयोग? कदाचित हे अलौकिक कार्य करण्यासाठीच हा विष्णुगुप्त जन्मास आला आहे, असाच दैवी संकेत पण असावा!

अपेक्षेप्रमाणे अदूरदर्शी आणि संकुचित वृत्तीच्या राजा अंभीचे साहाय्य घेऊन अलक्षसुंदराने पौरस राजाला पराभूत केले व त्यास यवनांचे मांडलिकत्व स्वीकारण्यास

भाग पाडले. आता यवनांचा राज्यविस्तार दुआबापर्यंत म्हणजे थेट मगधाच्या सीमेला भिडला होता. या मातृभूमीशी, इथल्या लोकजीवनाशी, इथल्या संस्कृतीशी पूर्णत: अनभिज्ञ असलेल्या यवन सैनिकांनी एकच उच्छाद मांडला. परकीयाची पीडा काय असते त्याचे प्रत्यंतर आता प्रजेला येऊ लागले. कृषक व कृषी उत्पादने, गोपाल व गोधन, स्त्रिया व स्त्रीधन तसेच संचार व विचारस्वातंत्र्य लोप पावले. त्यामुळे पूर्ण राज्य म्हणजेच साक्षात नरक बनला. तक्षशिला विद्यापीठात शेकडो दुर्मिळ हस्तलिखित ग्रंथ अनेक पिढ्यांनी जतन करून सुरक्षित ठेवले होते. नारद, भृगू, पराशर, वसिष्ठ, याज्ञवल्क्य, कपिल, चार्वाक, सुश्रुत, चरक, भारद्वाज, अत्री, अगस्ती, शौनक, विश्वकर्मा या ऋषिमुनींनी आयुष्यभर चिंतन व संशोधन करून मिळविलेल्या विविध शास्त्रांच्या ज्ञानाचा हा अमूल्य ठेवा आता यवनांच्या नियंत्रणात गेला होता. त्यांच्यासोबत असंख्य शिल्पे, मौल्यवान अलंकार, अनेक विद्वान व कलाकार यांना अलक्षसुंदराने आपल्या यवनदेशात पाठवून दिले. परकीय सत्ता केवळ धन व साधनसंपत्तीचे शोषण करत नसून विद्वत्तेचे आणि ज्ञानभांडाराचे पण अमानुष शोषण करीत असते! एखादी जळू शरीरावर चिकटली की, पूर्ण रक्तशोषण झाल्याशिवाय ती जशी शरीरापासून विभक्त होत नसते, तद्वत यवनांनी भरतराष्ट्राचे सर्वांगीण शोषण आरंभिले होते. त्यांची वक्रदृष्टी आता मगधराजा नंदाच्या संपन्न राज्याकडे वळली होती व त्या दृष्टीने त्यांच्या हालचालीही सुरू झाल्या!

आतामात्र वेळेचा अधिक अपव्यय करणे हे सर्वनाशास निमंत्रित केल्यासारखे झाले असते. मनोमन काही निश्चय करून मी पूर्वतयारीस लागलो. शूर पौरसाचा पराभव का झाला होता, यावर तर बरेच चिंतन झालेले होते. राजाच्या अति आत्मविश्वासामुळे सैन्यात शिथिलता येते ही बाब लक्षात आली होती. धारदार शस्त्रांची धार कायम ठेवायची असेल तर त्यास सातत्याने परजून लख्ख ठेवावे लागते. मंदगतीच्या गजदलापेक्षा द्रुतगतीचे अश्वदल हे रणभूमीवरील गतिमान हालचालीसाठी प्रभावी ठरते, किंबहुना ते निर्णायकच ठरत असते. राखीव सैन्याचा विस्मित करणारा अनपेक्षित व अचानक प्रहार युद्धाचे पारडे फिरवू शकतो. शत्रूच्या मर्मस्थळाचा अभ्यास करून त्यांची समयोचित परिपूर्ण माहिती देणारी गुप्तचर यंत्रणा असणे खूपच आवश्यक आहे. अलक्षसुंदरने स्थानिक नावाड्याच्या मदतीने झेलम नदीच्या पात्राचा नेमका उतार शोधला व दुथडी वाहणारी नदी ससैन्य पार केली, गुप्तचर यंत्रणा सजग नसल्याने पौरसास हे वृत्त कळालेच नव्हते! आणि शेवटी जे व्हायचे तेच झाले. कचाट्यात सापडलेल्या पौरसाचा दारुण पराभव झाला. चतुरंग दलाच्या सुनियोजित रचना आणि विद्युत्गतीने हालचाली करण्यावर बरेच काही अवलंबून असते. सैन्यपथकावर नियंत्रण ठेवण्याचे

विशेष अनुशासनाचे प्रशिक्षण दिल्याने सैन्याचे श्रम कमी होऊन प्रहारशक्ती वाढते, ही यवनाची नावीन्यपूर्ण कल्पना अनुकरण करण्यासारखी होती. रणभूमीवर वैयक्तिक शौर्यापेक्षा सांधिक आक्रमणामुळे विजयाची शक्यता वाढते हेही चांगलेच लक्षात आले होते. समयसूचकता ही युद्धक्षेत्रावर अत्यंत महत्त्वाची ठरते, कारण रणभूमीवर काहीही अनपेक्षित घडू शकते व त्यातून मार्ग काढणारा सेनानायक हा प्रतिभाशाली, कल्पक आणि प्रसंगावधानी असला पाहिजे. पराक्रमी पौरस राजाच्या सैन्यदलातील गजदलाची अजस्र भिंत चालून येत असल्याचे पाहून, यवनसैन्याची तारांबळ उडाली होती; कारण त्यांना हत्ती हा प्रकार नवीनच होता, पण अलक्षसुंदर प्रसंगावधानी होता. त्याने मदमस्त हत्तीच्या शुंडी कापूस त्यांना नामोहरम करण्याचा धाडसी निर्णय घेतला, आणि खरेच पौरसावर तो मर्माघात ठरला. बिथरलेले जखमी गजदल आपल्याच सैन्यास तुडवीत मागे उधळले...!

चंद्रगुप्ताच्या वागण्या-बोलण्यातली प्रगल्भता मला आता चांगलीच जाणवत होती. एखादा कुंभकार गरगर फिरत असलेल्या काष्ठचक्रावर आकारास येत असलेल्या मृद्‌कुंभाकडे, आपल्या निर्मितीकडे ज्या उत्सुक नजरेने पाहत असतो, तसेच मीसुद्धा कलाकलाने विकसित होणाऱ्या माझ्या चंद्राकडे अनिमिष नेत्रांनी पाहत असे! गुरू द्रोणांना आपला प्रिय शिष्य अर्जुनास घडविताना काय संतोष व तृप्तीचा आनंद मिळाला असेल त्याची मी प्रत्यक्ष अनुभूती घेत होतो. गुरूपेक्षा शिष्य श्रेष्ठ निपजणे यातच गुरूचा विजय असतो...! सम्यक्‌ज्ञान, आकलनशक्ती, निरीक्षणबुद्धी आणि निर्णयक्षमता, या कोणत्याही आदर्श राजासाठी अत्यावश्यक असलेल्या कसोट्यांमध्ये चंद्रगुप्त पूर्णत: यशस्वी झाला होता. उद्दिष्टाची त्यास पूर्ण जाणीव होतीच आणि ते साध्य होण्यासाठी लागणाऱ्या साधनांची व मनुष्यबळाची जुळवाजुळव करण्यासाठी आवश्यक असणारे नेतृत्वगुणही त्याचेजवळ निश्‍चित होते. चारित्र्य व नीतिमत्ता याविषयी तर शंका बाळगण्याचे कामच नव्हते!

आता मला आता पाटलीपुत्राचे वेध लागले होते. बीजारोपण केलेल्या वृक्षास फलधारणा झाली का, झाली असल्यास ती किती प्रमाणात आहे, कशी आहे, अशा अनावर उत्सुकतेने कृषक जसा वृक्षाकडे मोठ्या अपेक्षेने पाहतो, तसाच मीही पाटलीपुत्राकडे आसुसलेल्या नजरेने पाहत होतो. बुद्धिबळाचा पट तर मांडला होता, मोहोरे पणास लावलेच होते, चाली मनात तयार होत होत्या, केवळ प्रधानास जेरबंद करून राजास कसा शह देता येईल त्याची व्यूहरचना प्रत्यक्षात करायची होती. शेवटी त्या पटावर दोन प्रतिभासंपन्न प्रधानांतच सर्वंकष युद्ध होणार होते. एक मी व दुसरा अमात्य राक्षस!

चंद्रगुप्तास विश्‍वासात घेऊन मी मानस व्यक्त केला आणि एक क्रमबद्ध व कालबद्ध योजना तयार केली. त्याचाच एक भाग म्हणून मी पाटलीपुत्र नगरीकडे

प्रयाण करणे आवश्यक होते. चंद्रगुप्तांच्या आधिपत्याखाली त्याच्या स्नेहरज्जूंनी बांधल्या गेलेल्या सहकाऱ्यांची संख्या लक्षणीय होती, आणि त्यांच्यात उत्तरोत्तर वाढच होत होती. पण व्यवहारी वास्तव लक्षात घेता केवळ हा स्नेह पुरेसा नव्हता, या निष्ठावान व निर्धन युवकांना आर्थिक संरक्षण देणेसुद्धा अनिवार्य भासत होते. शेवटी सैन्य हे पोटावरच चालते हे सत्य विसरून कसे चालेल? माझ्यासमोर दोन पर्याय होते. एकतर पुरुराजा पौरस यांच्या सैन्यात आपल्या पथकासह चंद्रगुप्ताने सामील व्हावे किंवा यवनराज अलक्षसुंदर याचे सैन्यात जावे. पौरस तर यवनाचा मांडलिक झाला होता, मग थेट यवनांच्या सैन्यातच सामील होणे चांगले! शिवाय त्यांची युद्धकलेतली गुह्ये पण जाणून घेता येतील, अशा दुहेरी हेतूने मी चंद्रगुप्तास त्याच्या सहकाऱ्यांसोबत यवनांच्या सैन्यात चाकरी स्वीकारण्यास सांगितले. आम्हा दोघांचेही भावविश्व एकाच पातळीवरचे असल्याने, त्यामागील हेतुविषय सांगण्यासाठी विशेष सायास करावा लागला नाही, सहज आणि सस्मित मुद्रेने त्याने प्रस्ताव स्वीकारला. आता मी निर्धास्त होऊन माझ्या प्रयाणाचा मुहूर्त निश्चित करण्याचे कामास लागलो. एखादा वनराज शार्दूल आक्रमण करण्यापूर्वी परिसराची चौफेर पाहणी करतो, तसे मगधराज धनानंदावर शेवटचा कुठाराघात करण्यापूर्वीचे ते माझे सिंहावलोकन होते! वर्मावर बोट ठेवून प्राणांतिक आणि निर्णायक आघात करण्यासाठी, कसलेला सेनानी जसा मागेपुढे होत अचूक हालचाली करून लक्ष्यवेध करतो, मला तसेच तर करायचे होते!

पुन्हा शेकडो योजने प्रवास करायचा होता, या वेळी मात्र कोणत्याही सार्थवाहकाच्या ताफ्यात सामील न होता मी आश्रमातील माझा एकनिष्ठ सेवक सत्यजित यास सोबत घेतले. रक्षक आणि सेवक असे दोन्हीचे दायित्व त्याजकडे होते. मधुरभाषी व गोष्टीवेल्हाळ असल्याने त्याचे सोबत मार्गक्रमणा सुकर होत होती. माझ्या मनात काय आहे ते केवळ एका दृष्टिक्षेपात जाणून घेण्याचे त्याचे कसब फारच वाखाणण्याजोगे होते. एकदा वाटेत माझ्या पायात एक वक्र कंटक घुसला, वेदनेने विव्हळत त्या पीडादायी झुडपाकडे मी एक कोपकटाक्ष टाकला. सत्यजिताने क्षणार्धात माझे मानस ताडले आणि त्या उपद्रवी काटेरी झुडपास समूळ निखंदून काढले! माझा स्वभाव म्हणा की माझ्या व्यवहाराचे सूत्र म्हणा, वरवरचा आणि अशाश्वत उपाय करणे मला कधीच मान्य नव्हते. व्याधी असो वा व्यथा, ती समूळ नष्ट केली नाही तर वारंवार पीडा देते. एकदा अचूक निदान झाले की त्यावरचा उपाय इतका प्रभावी असला पाहिजे की तिचा पुन:पुन्हा उद्‌भव अशक्य व्हावा! मग त्यासाठी कितीही सायास पडले तरी चालेल. सत्यजिताने ते काटेरी झुडूप समूळ निखंदून काढून तत्काळ कृती केली होती! नीतिशास्त्राचा अभ्यास करताना मला लक्षात आले होते की, आपल्या मार्ग निष्कंटक करणे याचा अर्थ,

केवळ मार्गातील कंटक दूर सारणे असा नसून त्याचे कारणही समूळ नष्ट केले पाहिजे!

या वेळी माझा परतीचा मार्ग पहाडी प्रदेशातून हेतुत: निवडला होता, कारण पर्वतक राजाच्या आधिपत्याखाली असलेला पूर्व हिमाचल प्रांत खरोखरच पृथ्वीवरील स्वर्गच होता! गगनाला गवसणी घालणारी उत्तुंग हिमशिखरे, पायथ्यालगतची सूचिपर्ण वृक्षांची गच्च झाडी, मधूनच डोकावणारी चिनार, देवदार, साल, शिसम, सुरू, ताल कदंब आणि तमाल वृक्षाची हिरवीकच्च वनराई! अवचितपणे प्रकट होत प्रसन्नचित्त करणाऱ्या रंगाची मुक्त उधळण करणारी, रानफुलांची विस्तीर्ण पठारे! कुशल चित्रकाराने आपल्या कुंचल्यातून फटकारे मारावेत तसे घटकेत रंग बदलणारे आकाशाचे मनोहारी रूप, मुक्तपणे हिरवळीवर चरणारे पुष्ट गोधन, डोंगरउतारावरून अल्लड बालिकेसम आतुरतेने धाव घेत झेपावणारे शुभ्र जलप्रपात! पुढे गतिमान होत वाहणारे नितळ व पारदर्शक पाण्याचे खळाळते निर्झर...! सूर्योदयापासून सूर्यास्तापर्यंतचा दिन कधी अस्तास गेला हे कळायचेच नाही. चार प्रहर चालण्याचे श्रम क्षणभरसुद्धा जाणवत नसत, त्या अवीट निसर्गसौंदर्यामुळे सगळ्या चित्तवृत्ती पुन्हा पुन्हा उल्हसित करणारा श्रमपरिहार होत असे!

संन्यस्तवृत्तीची जीवनशैली अंगीकारल्यामुळे दैनंदिन व्यवहारातील माझ्या गरजा फारच सीमित झालेल्या होत्या. अल्प आहार व अल्पनिद्रा एवढे पुरेसे असायचे. निवारा जेमतेम असला तरी तक्रार नसायची. शिवाय ध्येयासक्त मनाला कुठल्याही भौतिक प्रलोभनाची भुरळ पडणे हे केवळ अशक्य होते. कार्यसिद्धीचा प्रण व निश्चयाचे बळ मला कधीही विचलित अथवा दिशाभ्रमित होऊ देणार नव्हते! मार्गक्रमणा होत होत आम्ही पर्वतक राजाच्या राजधानीत पोहोचलो.

पांथस्थ नवीन आहेत व दीर्घ प्रवास करून आलेले आहेत असे अनुमान लावीत, नगरप्रवेश करताना काही स्थानिकांनी अगत्याने स्वागत केले व आमची आस्थापूर्वक चौकशीही केली. त्यांचेकडून आलेल्या सूचनेप्रमाणे आम्ही प्रशस्त महाकाली मंदिरात विश्राम घेण्याचे ठरविले आणि त्याप्रमाणे तिथे प्रविष्ट झालो. तिथल्या शाक्तपंथीय उपासकांनी निवास व भोजनाचा उत्तम प्रबंध केला. तेथील महंत एक वृद्ध तपस्वी होते व त्यांचा शिष्यगण परिवार बराच मोठा होता. एकूणच हे त्या नगरातील मोठे प्रस्थ असावे याचा मला अंदाज आला.

परिचय झाल्यानंतर 'चाणक्य' हे नाव पुन्हा पुन्हा उच्चारत महंत किंचित विचारात गढून गेल्याचे भासले. विस्मृतीत गेलेला काहीतरी संदर्भ ते शोधीत असावेत. अचानक आठवल्याप्रमाणे ते म्हणाले, "हे विप्रवर, आपण तक्षशिलेचे विद्वान चाणक्य तर नाही ना? मगधराज नंदाचा कोप होऊन अवमानित झाल्याने नंद विनाशाची कठोर प्रतिज्ञा करणारे ते आपणच आर्य चाणक्य का? तसे असेल

तर आपल्या विद्वतेचा सन्मान करण्याची संधी मिळणे हे आमचे अहोभाग्यच म्हणायचे!" नंतरच्या चर्चेतून अर्थातच, महंतावर माझ्या चतुरस्र ज्ञानाचा खूपच प्रभाव पडलेला दिसला. एखाद्याचे दृश्य व्यक्तिमत्त्व अतिसामान्य असले तरी ती व्यक्ती जर प्रतिभावंत असेल तर प्रत्यक्ष संवादातून त्याचे बुद्धिचातुर्य प्रकट होऊन, तो समोरच्या माणसास वश करून घेतो, मग तो समोरचा माणूस कितीही मोठ्या पदावर असला तरीही! महंत म्हणूनच तर माझे बोलणे एकाग्रतेने ऐकत होते व चर्चेत येणाऱ्या प्रत्येक मुद्द्यास संमतीदर्शक मान डोलावत होते. महंतांचा वैयक्तिक प्रभाव राजमंडळात तसेच महाराज पर्वतकावर देखील चांगलाच होता. त्यांचा राजप्रसादावर नित्य वावर असायचा.

आमच्या संभाषणातून मला समजले की, एक असाध्य व्याधी महाराज पर्वतकांना जडली होती. अनेक निष्णात वैद्यांनी विविध लेप, रस व भस्माची उपाययोजना केली, नाना प्रकारच्या दिव्य औषधीचे प्रयोग झाले, पण गुण आला नव्हता. पीडादायक व्याधीने महाराज संत्रस्त झाले होते. माझ्या आयुर्वेदिक ज्ञानाची योग्य ती जाणीव झालेल्या महंतांनी मला विनंती केली की, एकवेळ मी महाराजाची चिकित्सापूर्वक आरोग्य परीक्षा करावी व अचूक रोगनिदान करून उचित औषधोपचार करावेत, पडत्या फळाची आज्ञा समजून मी त्वरित होकार दर्शविला. कारण पर्वतक राजाची भेट घेणे हाच तर अंतर्यामी हेतू होता माझा! पुढे अपेक्षेनुसारच घडत गेले. नाडीपरीक्षा केल्यावर महाराज कफ प्रकृतीचे असल्याचे स्पष्ट झाले. आणि ही व्याधी त्यांच्या आंत्र आणि आंत्रपुच्छातील विषाणूच्या प्रादुर्भावाने झालेली होती हेही लक्षात आले. विरेचन आणि मर्यादित बस्ती प्रयोग केल्यामुळे, तसेच काही विशिष्ट दिव्य वनस्पतीचे नियमित रसप्राशन व बिल्वफलमज्जा व कुटजा यांच्या सेवनाने, याशिवाय आहारातील काही पथ्य पाळल्यामुळे महाराजांच्या शरीरातील पोषकद्रव्याचे संतुलन होऊन अल्पावधीतच शरीराने अनुकूल प्रतिसाद दिला व महाराज व्याधीमुक्त झाले! "कोणाच्याही मनात प्रवेश करण्याचा मार्ग पोटातूनच जातो' हे वचन निदान या वेळेपुरते तरी सत्य झाले! पर्वतक महाराजांच्या आनंदास पारावार राहिला नाही. आता मी त्यांच्या अत्यंत विश्वासाची व्यक्ती म्हणून स्थान प्राप्त केले होते. केवळ आयुर्वेदच नाही, तर सर्व शास्त्रे, विद्या आणि कला यातील माझी गती त्यांना विस्मित करीत असे, त्यामुळे प्रत्येक विषयात माझा सल्ला त्यांना मोलाचा वाटत असे.

सांप्रतकाळातील आर्यावर्तातील इतर राजे व महाराजे यांच्या प्रमाणेच महाराज पर्वतक हेही व्यसनाधीन, सुखलोलुप, स्त्रीलंपट आणि विलासी शासक असल्याने त्यांचे राज्य शासन अवरुद्ध व गतिहीन झाले होते. राजा अल्पमती आणि चंचल स्वभावाचा असल्याने धूर्त लोकांची मात्र चंगळ झाली होती. राजाला वश करून

घेण्यासाठी मला कसलेही विशेष प्रयत्न करावे लागले नाहीत. यथावकाश मी राजाचा व्यवस्थित बुद्धिभेद करून त्यास पूर्णत: माझ्या प्रभावाखाली आणून कार्यभाग साध्य करण्याचे कामी लागलो! पर्वतक राजा परबुद्धीने चालणारा असला तरी त्यास राज्यविस्तार करण्याची अपार लालसा होती. त्याची तितकी क्षमता नसतानाही तो लगतच्या मगधराज्याचा ग्रास घेण्याची त्याची तीव्र इच्छा वारंवार प्रकट करीत असे, मला फार वैषम्य वाटे. तिकडे यवनराजा भरतभूमीच्या विनाशास उद्युक्त झाला आहे, अनाचारी यवनांनी आपल्या अश्वदलाच्या टापाखाली सीमावर्ती प्रदेश भरडून काढला आहे, आर्य संस्कृतीचा अनमोल ठेवा असलेल्या ग्रंथसंपदेची विल्हेवाट लावली जात आहे, प्रजाजन यावनी अत्याचाराचा असह्य प्रहार झेलत आहेत...! त्यांचा प्रतिकार करणे तर दूरच राहिले, पण स्वत:ला राजे म्हणविणारे इथले शासक अत्यंत अदूरदर्शी निघाले, राष्ट्राचा विनाश अर्थात स्वत:चाच सर्वनाश ते उघड्या डोळ्यांनी पाहत स्वस्थ बसले आहेत, भरतभूमीचे केवढे हे दुर्दैव! अरण्यात अग्नीचे तांडवनृत्य एकदा सुरू झाले की, सगळ्याच वृक्षांना स्वाहा करूनच तो वडवानल शांत होतो, मग ते वृक्ष एकमेकांपासून कितीही दूर व पृथक असले तरी! अल्पकाळातच ही सगळी वस्तुस्थिती स्पष्ट होते, पण हे कळते त्या वेळी फार उशीर झालेला असतो. येणाऱ्या संकटाच्या किंवा अग्नीच्या धर्माची जाणीव होताच दूरदृष्टी असलेली जागृत माणसे तत्काळ सावध होतात. इथे तर ना कोणाकडे दूरदृष्टी होती ना कोणी जागृत अवस्थेत होते. सगळाच आनंदीआनंद होता! परिस्थितीची यथार्थ जाणीव नसलेला शासक हा एकप्रकारे राष्ट्रांशी द्रोहच करीत असतो. देशाचे शत्रू आणि असले राजे, हे दोन्ही पृथ्वीतलावरून नष्ट व्हायच्या पात्रतेचे असतात! वस्तुस्थितीच्या होत असलेल्या विदारक दर्शनामुळे माझा संताप आणि माझ्यावरचे दायित्व दोन्ही एकसारखे वाढतच होते!

पर्वतकास जाळ्यात ओढणे हे तसे सोपे काम होते, आमिषाला बळी पडून एखादे श्वापद जसे स्वत:च शिकार होते, तसेच राजा पर्वतकाच्या बाबतीत घडले. उतावीळ व हीनबुद्धी असलेला पर्वतक, त्यास मगधाचे अर्धे राज्य देण्याचे मान्य करताच मनोमन हरखून गेला! होय, मी त्यास निखालस असत्य वचन दिले, अगदी बिनधास्तपणे दिले! एक वेदविद्यासंपन्न ब्राह्मण, तक्षशिला विद्यापीठातील शिक्षक आणि नीतिशास्त्रातला पंडित असूनसुद्धा मी धडपडीत खोटे आश्वासन दिले! ज्यांना हा चाणक्य समजलाच नाही असे लोक माझ्या कृतीने अवश्य चिंतामग्न होतील, पण जे राज्यशास्त्र जाणतात त्यांना मात्र माझ्या या कृतीचा अचूक अर्थ कळालेला असतो. राजनीती ही जिह्म बाणाप्रमाणे असते. वक्राकार वळसे घेणाऱ्या गतीने पण वेगात जाऊन अचूक लक्ष्यभेद करणारा जिह्म बाण! त्याला मार्गक्रमण करताना जी वेडीवाकडी वळणे घ्यावी लागतात ती

सापेक्ष असतात, तात्कालिक स्वरूपाची असतात, अंतिम लक्ष्यप्राप्ती करण्यासाठी ते अपरिहार्य असते. तूर्त तरी माझे सावज राजा पर्वतक हेच होते! प्रमाद कोणीही करो, त्यास शासन तर झालेच पाहिजे. उलट उच्च स्थानावरील व्यक्तीने केलेला प्रमाद तर अतिशय गंभीर असतो, कारण त्याचे परिणाम त्यास वैयक्तिकरीत्याच भोगावे लागत नाहीत, तर त्याचे प्रभावमंडल जेवढे व्यापक असेल त्यातील सर्वांनाच त्याचे दुष्परिणाम भोगावे लागतात! म्हणून उच्च स्थानावरील व्यक्तीने चूक केली तर ती केवळ अक्षम्य असते. 'राजा कालस्य कारणम्' हे विधान राजाची क्षमता सुचविते, काळालासुद्धा बदलायला लावण्याचे सामर्थ्य राजामध्ये असते! हे जर खरे मानले तर माझ्या आक्षेपातील गांभीर्य लक्षात येईल.

पर्वतक राजा चुकला होता, त्याने राष्ट्र या व्यापक संकल्पनेबाबत घोर उदासीनता दाखवीत, केवळ सुखलोलुप व आत्मकेंद्रित वृत्ती दर्शविली होती. राष्ट्राभिमानाने ओतप्रोत भरलेल्या आणि नित्यनेमाने केवळ राष्ट्राचेच आराधन करणाऱ्या या चाणक्यास ते कसे सहन होऊ शकले असते? मगधराजा धनानंदापासून ते तक्षशिलेच्या अंभीपर्यंत, दूरवर पसरलेल्या विस्तीर्ण भारतीय भूप्रदेशातील सगळेच राजे-महाराजे निद्रिस्त अवस्थेत सुखेनैव लोळत होते, जणू गटारात लोळणारे ओंगळ व पुष्ट कीटकच! तेजहीन, निःसत्त्व आणि क्षात्रधर्माचा लोप झालेले कणाहीन प्राणी! अशांना राजा किंवा महाराज तरी कसे म्हणावे? मला तर या लोकांची घृणा वाटायची!

इकडे माझा साथी सत्यजित स्वस्थ बसलेला नव्हता, त्याने पर्वतक किती अस्थिरबुद्धी, व्यसनाधीन व स्त्रीलंपट राजा आहे हे परिपूर्ण माहितीसह वृत्त दिलेच होते. शिवाय त्याचा बंधू वैरोचक आणि पुत्र मलयकेतू हेसुद्धा कमी-अधिक प्रमाणात त्याच मालिकेतील मणी असल्याचे गुपितसुद्धा सांगितले होते. असले राज्यकर्ते आणि घाणीच्या रौरवात सुखेनैव वळवळणारे क्षुद्र कृमी-कीटक यांच्यात काही भेद करता येईल का? राजा हा विष्णूचा अंश असतो या पूर्वापार गृहीतकास निश्चितच जनाधार आहे, परंपरेने तशी श्रद्धाही रूढ झालेली आहे, पण ते काही शास्त्रसंमत विधान नाही, तो केवळ एक संकेत आहे! राजाप्रति सर्वसामान्य जनतेची आस्था दृढ करण्याचा तो एक सकारात्मक प्रयत्न आहे. सामान्यतः सुव्यवस्थेसाठी तसे संकेत रूढ असणे हे राज्यासाठी हितकारकच असते. पण याचा अर्थ असाही नाही की, प्रत्येक राजाला देवत्व प्राप्त झाले आहे. मग त्याची कर्तव्यच्युती झालेली असली तरी समाजाने ती विनातक्रार स्वीकारावी! अशा कठीण समयी तत्कालीन समाजात जे अभ्यासू चिकित्सक आहेत, संन्यस्त वृत्तीचे मार्गदर्शक आहेत, राष्ट्रहिताचा विचार असणारे राजनीतिज्ञ आहेत या सर्वांचे दायित्व अधिकच वाढत असते. देशकार्य हेच देवकार्य आहे हे समजून त्यांनी वस्तुनिष्ठ दिशादर्शनाचे उचित कार्य

केले पाहिजे, मग ते कितीही कठोर असले तरीही! असाच या संकेताचा अर्थ आहे, आणि तेच खरे धर्मपालन आहे! शेवटी धर्माचा अर्थ कर्तव्य असाच आहे ना!

उदात्त आणि शुद्ध हेतूने केलेल्या कूटनीतीमध्ये किंवा कपटप्रयोगात युद्धाप्रमाणेच सर्वकाही क्षम्य असते, हे व्यावहारिक सत्य आहे! तरीसुद्धा भावना आणि राजनीती यांना विभक्त करून कठोर निर्णय घेणे खूप कठीण असते. भावना...! मानवी मनाची एक प्रचंड गुंतागुंत. धाग्याचे एक टोक हाती आले तरी, पाहिजे असलेले दुसरे टोक सापडता सापडत नाही, मग अत्यंत नाइलाजाने कुठेतरी हे बंधन तोडूनच दुसरे टोक सुटे करावे लागते! हे कृत्य करणारा लौकिकदृष्ट्या कठोर ठरतो, पण त्यामागील हेतू पाहता त्याचे अंतरंग मृदूच आहे हे ध्यानात येते. मीदेखील असाच आहे, श्रीफलासारखा! वरून रुक्ष चाणक्य आणि आतून कोमल विष्णुगुप्त!

पाटलीपुत्रावरील नियोजित स्वारीसाठी पर्वतक राजाकडून सैन्यबळासह सक्रिय साहाय्य करण्याचे वचन तर मी घेतले. उतावीळ राजाची त्या दृष्टीने रचना करण्यास सुरुवातही झाली होती. राजा कसाही असला तरी, त्याचे पहाडी प्रदेशातील काटक सैन्य मात्र शूर होते. राजावरील त्यांची निष्ठाही अविचल होती. विशेषत: भृशुंडी प्रहारातील त्यांचे प्रावीण्य तर फारच अजोड होते. ते विलक्षण व अचूक अश्मफेकीचे प्रात्यक्षिक पाहून मला अतिशय विस्मय वाटला होता. त्यांच्या तीरकमठ्यातून निघणाऱ्या बाणांचा पल्ला जरी लांबवरचा नसला तरी तो अचूक लक्ष्य साधणारा होता. बाणांचा अविरत वर्षाव करण्याचे त्यांचे सांघिक कौशल्यसुद्धा वादातील होते. मैदानी प्रदेशातील युद्धात असेच चपळ सैन्य प्रभावी ठरते. मगधाच्या राज्यात पर्वतकाचे सैन्य प्रवेशण्यासाठी शोण आणि शरयू या दोन नद्यांचाच तेवढा अडसर होता. पण हा गतिरोधदेखील अगदी क्षुल्लक वाटाचा असा मोठा अडथळा तर अमात्य राक्षसाचा होता! शत्रूचे बलस्थान ज्याला कळले त्याला मर्माघातक प्रहार कुठे करायचा ते नक्की समजते. नंदराजाचे सर्वांत शक्तिशाली बलस्थान त्याची चतुरंग सेना नसून, विलक्षण प्रतिभाशाली, पराक्रमी व बुद्धिमान अमात्य राक्षस हेच होते! त्याच्या अविचल निष्ठेचे मला नेहमीच कुतूहल व अपार कौतुक वाटायचे. नंद घराण्यावरील त्याची निष्ठा पाहून मला पितामह भीष्माचेच स्मरण होत असे. किती आश्चर्यकारक साम्य होते दोघांत. कौतुकास्पद निष्ठा अनाठायी व अस्थानी ठेवण्याच्या दुर्दैवी इतिहासाची पुनरावृत्ती झाली होती! कालाय तस्मै नम: म्हणायचे... दुसरे काय! सर्व काही मनाप्रमाणे होत असल्याचे पाहून आम्ही पाटलीपुत्राकडे प्रयाण करण्याची राजास अनुमती मागितली. माझ्या तेथील वास्तव्यामुळे आणि सततच्या चर्चेमुळे तो इतका भारावलेल्या मन:स्थितीत होता की त्याने मी नको नको म्हणत असतानाही राजसभेत विशेष सत्कार करून 'पंडितश्रेष्ठ' ही बिरुदावली

आणि सन्मानाची वस्त्रे दिली, शिवाय आग्रहपूर्वक माझा सहकारी म्हणून सोबत आलेल्या सत्यजितास स्वत:जवळ ठेवून घेतले. अर्थात ते माझ्या पथ्यावरच पडणारे असल्याने विशेष आढेवेढे न घेता मी त्याच्या प्रस्तावास अनुमती दिली. आपल्या वाक्चातुर्याने सत्यजिताने महाराज पर्वतक आणि महंताचे मन जिंकलेलेच होते, आणि आता राजाश्रयामुळे त्याच्या कर्तृत्वास खूपच संधी उपलब्ध झाली होती. यापुढे राजाचा काही विपरीत मानस होऊन निर्णयबदल होणार नाही याबाबत मी अगदी निश्चिंत झालो, कारण माझा शिष्य सत्यजित तसे काही घडू देणार नव्हता त्यामुळेच मी आश्वस्त होतो !

मजल -दरमजल करीत कुसुमपूर अर्थात पाटलीपुत्राकडे प्रयाण करीत असता, शेवटी पहाडी प्रदेशास उतार लागला व ओळखीच्या खाणाखुणा दिसू लागल्या. इथेच या पठारावर तर मला चंद्रगुप्त नामक रत्न गवसले होते. टेकड्यांच्या परिसरात झाडी तोडून केलेले मोकळे मैदान व त्यात काही चंद्रमौळी पर्णकुट्या अजूनही तशाच होत्या. संध्याछायेत त्या कातळावर ऐटीत बसलेला चंद्रगुप्त जणू सिंहासनावरच बसला आहे असे मला दिसू लागले. भासच होता तो, पण आल्हाददायक होता! माझी स्वप्नपूर्ती याचि देही याचि डोळा मी पाहणार असे मला आश्वस्त करणारे ते दृश्य होते! उत्सुकतेने माझी पावले गोपालांच्या त्या लहानशा वस्तीकडे वळली. किंचित वार्धक्य आलेल्या चंद्रगुप्ताच्या प्रतिपालक दांपत्याने माझे मोठ्या अगत्याने स्वागत करीत अधीरतेने चंद्रगुप्ताचे क्षेमकुशल विचारले. त्यांना आधी वाटले होते की, तो माझ्या सोबतच आला आहे. पण मी सर्व वृत्तान्त कथन केला आणि त्याच्या प्रगतीचे व सर्वांगीण विकासाचे मनोहारी चित्र उभे केल्यावर त्या दोघांच्याही डोळ्यांत कृतार्थतेचे अश्रू तरळले. शक्यतो कमी कालावधीत व शीघ्र त्याची भेट होणार आहे असेही सांगितले आनंदित झालेल्या त्या मातापित्यांच्या पर्णकुटीत यथोचित पाहुणचार व रात्री विश्राम केल्यानंतर तेथून ब्राह्ममुहूर्तावर प्रस्थान केले. आता पाटलीपुत्र केवळ काही योजनेच अंतरावर होते. माझे लक्ष आता माझे जिवलग मित्र इंदुशर्मा तथा क्षपणक जीवसिद्धी व सिद्धार्थक यांचेकडे लागले होते. मी सोडलेले दोन बाण मगधराज नंदाच्या यंत्रणेत पक्के रुतून बसले होते यात काहीच शंका नव्हती! राजा धनानंद आणि अमात्य राक्षस यांच्या अंत:करणात विशेष स्थान निर्माण करून घेण्यात दोघेही कमालीचे यशस्वी झाल्याचे वृत्त आलेलेच होते, आता प्रत्यक्ष अनुभूती घ्यायची होती.

मोठ्या आतुरतेने मी पाटलीपुत्र नगरालगत असलेल्या जैनमुनींच्या आश्रमात प्रविष्ट झालो, आणि पूर्वानुभवाप्रमाणेच इथेही या वेदशास्त्रसंपन्न ब्राह्मणाचे स्वागतच झाले. जैनमुनींचा शिष्यपरिवार बराच मोठा होता. साधक आणि प्रचारक असलेल्या

अनेक स्त्री-पुरुषांचा तिथे असलेला मुक्त संचार, हा त्या आश्रमाचे नगरात असलेले प्रस्थ दर्शवत होता. जैन व बौद्ध संप्रदाय... आता त्यांचे अस्तित्व जाणवण्याएवढे ते सक्रिय झाल्याचे लक्षण होते. मी कर्मठ विप्र असल्याकारणे मला भोजनास्तव कोरान्न शिधा देण्यात आला. भोजनोपरांत चर्चेतून मी एक यात्रेकरू असून देशाटन करीत कुरुक्षेत्र, पुष्कर, मथुरा, काशी, आयोध्या करीत येथवर आलो, आता पाटलीपुत्राचे वैभव आणि कीर्ती अनुभवून दक्षिणापथाकडे प्रयाण करणार असल्याचे व्यवस्थित कथन केले. या कालावधीत मी इथेच राहावे, नगरातील अनेक श्रेष्ठी व अधिकारी निकट परिचयाचे असल्याने त्याचा मला लाभ होईल असे मुनिवरांनी सुचविले, व मोठ्या विनम्रतेने मी त्यास होकार दिला. मला तरी दुसरे काय हवे होते? जैन क्षपणक असलेला जीवसिद्धी पण त्यांच्या संपर्कात होताच! सिद्धार्थकाचा पण इथे संपर्क होणे सहजसाध्य होते. त्यामुळे माझ्यासाठी यापेक्षा सुरक्षित व योग्य स्थान दुसरे असू शकत नव्हते!

पाटलीपुत्रात मी प्रथमच येत होतो असे नव्हते, पण या वेळी नगरीची परिक्रमा खूपच निवांतपणे करता आली. भगव्या वस्त्राला संपूर्ण भारतवर्षातील लोक आदरयुक्त भावनेनेच सन्मान देतात तसेच इथेही होते, ब्राह्मण, संन्यासी, साधू, बैरागी तसेच जैनमुनी, क्षपणक, साधक, बौद्ध भिक्खू, प्रचारक व परिव्राजक या सर्वांना कुठेही मुक्त प्रवेश असायचा, आणि ते स्वाभाविकही होते, राजकीय स्थैर्यामुळे प्रजाजन आपापल्या नित्यकर्मात आणि व्यवसायात सुखेनैव प्रगती करीत होते. मगध राज्याच्या सीमेलगत असलेली राज्ये, वंगदेश, किरात, कामरूप, वैदेही, मद्रदेश, अंगदेश, कलिंग, कोशांबी, पंचनद, पुरू, मालव, काश्मीर आणि मरुप्रदेश, इथे एकतर मगधाचे अंकित असलेले राजे होते किंवा अतिशय निष्प्रभ राज्यकर्ते होते. एक पर्वतक राजा सोडला तर बाकी मगध सीमेला कुठूनही धोका होण्याचा संभव नव्हता. दक्षिणापथ हा दुर्गम आणि सुदूर दंडकारण्याचा प्रदेश असल्याने तसा दुर्लक्षितच होता. एकूणच भरतखंडातील सर्व राजे व राज्ये पृथक पृथक होती व अहंमन्य होती. राष्ट्रीय भावनेचा अभाव असल्याने सर्वांची शक्ती विभागली गेली होती. इथे एकछत्री, चक्रवर्ती व बलवान सम्राट कोणीही नसल्यानेच अलक्षसुंदरसारख्या यवन राजास भारतावर आक्रमण करण्याचा मोह झाला होता! केवळ ईर्ष्येपायी अलक्षसुंदर यास पौरसावर आक्रमण करण्यास निमंत्रण देणाऱ्या, तक्षशिलेल्या आत्मघातकी राजाला, अंभीला तरी काय दोष द्यायचा? अवघे राष्ट्रच कणाहीन झालेले व पौरुषत्व हरवून बसले होते! तक्षशिला ते मगधपर्यंतच्या विस्तीर्ण प्रदेशात अशा निर्बुद्ध राजाची रांगच रांग होती, जणू राष्ट्राला लागलेली वाळवी! या सर्वच कृमिकीटकांना ठेचून काढावेच लागेल आणि एक अलौकिक साम्राज्याची निर्मिती करावी लागेल, तरच आर्यावर्त परचक्रापासून सुरक्षित राहील,

अन्यथा फार फार उशीर झालेला असेल! कदाचित विष्णुगुप्तांवर विधात्याने हेच इतिहासदत्त दायित्व टाकले असावे.

माझे पहिले लक्ष्य अर्थात राजा धनानंद होते. प्राथमिक जुळवाजुळव तर उत्तम जमली होती. पेरलेल्या बीजांना आता अंकुर फुटत होते, चहूबाजूने उत्साहवर्धक वृत्त येत होते. आज प्रात:काली योगमुद्रा धारण करून चित्त एकाग्र केले, मनश्चक्षूसमोर योजनेचा पट उलगडला गेला. शांतपणे एक क्रमबद्ध आणि कालबद्ध असलेली परिपूर्ण योजना निश्चित केली. सर्वप्रथम शत्रूचे प्रमुख बलस्थान असलेले अमात्य राक्षस...! माझ्या चंद्रगुप्तास राक्षसासारखा निष्ठावान, पराक्रमी, चारित्र्यवान आणि कर्तव्यदक्ष अमात्य लाभला तरच तो यशस्वी चक्रवर्ती सम्राट बनू शकेल, याची पक्की खूणगाठ मी बांधलेली होती. माझे सर्व बुद्धिकौशल्य पणाला लावून राक्षसास अगतिक व असहाय करून, त्याचा तेजोभंग न होऊ देता चंद्रगुप्ताचे अमात्यपद स्वीकारण्यासाठी त्यास विवश करायचेच, हाच माझा प्रण होता! यासंदर्भात पुढील कुटिल नियोजनाचा क्रम ठरवला. सर्वप्रथम राक्षसाचा जनाधार व लोकप्रियता येनकेनप्रकारेण संपविणे हेच उद्दिष्ट ठेवले. तो बुद्धिमान तर निश्चित होता, पण स्वभावाने भाबडा होता आणि मधुरभाषी संवादक नव्हता, राजनीतिज्ञाला मुळीच न शोभणारा प्रकार! म्हणून तर तो कपटी आहे, कारस्थानी आहे अशी वदंता जाणीवपूर्वक करणे फार अवघड नव्हते. योजनापूर्वक तशी चर्चा सर्वत्र होऊन त्याचे चारित्र्यहनन होईल अशी चोख व्यवस्था अग्रक्रमाने करायची होती. निष्कलंक व चारित्र्यवान व्यक्तीच्या प्रतिमेचे सामाजिक खच्चीकरण करण्यासाठी, त्याच्याविषयी जनमानसामध्ये संशयाचे वातावरण निर्माण करावे, त्याच्या कारस्थानी स्वभावाची चर्चा घडवून आणावी, राजनीतीमध्ये हे करावे लागते. त्यासाठी प्रत्यक्ष पुरावाच लागतो असे काही नाही, परिस्थितीजन्य पुरावा जरी दाखवता आला तरी पुरेसे असते, नसता एकच गोष्ट वारंवार सांगत राहिली तरी ती कालांतराने लोकांना सत्य वाटू लागते. अशा गोष्टीवर त्यांचा चट्‌कन विश्वास बसतो! त्यामुळे आदरणीय व्यक्तीचे चारित्र्यहनन होऊन लोकांना त्यांच्याविषयी वाटणारा आदर आपोआप कमी करता येतो. एकदा आदर नष्ट झाला की द्वेष निर्माण करणे फारसे अवघड जात नाही, हा भेदनीतीचा मूलभूत पाठ मी विसरलो नव्हतो. त्यायोगे दोन प्रत्यक्ष लाभ होतात, एकतर आपले कपट लोकांच्या नजरेआड जाऊन दुर्लक्षित होते आणि कार्यास सिद्ध केलेले आपले अनुयायी शत्रूच्या तथाकथित कारस्थानी (?) वृत्तीचा नव्याने परिचय झाल्यामुळे सावध होऊन अधिक दक्षतेने काम करतात! कूटनीतीच्या खेळात आपण पराभूत झालो याचे शल्य बुद्धिमान व्यक्तींना, पायात घुसून तुटलेल्या कंटकासारखे सतत टोचत असते, मग ते तत्काळ प्रतिशोधाच्या भावनेत जाऊन घाईघाईत काही तरी असफल कारस्थान रचतात व अलगद जाळ्यात

अडकतात, हा माझा अंदाज अमात्य राक्षसाविषयी फारच अचूक ठरला! त्याने वैफल्याच्या गर्तेत जाऊन जे जे कारस्थान रचले, ते माझ्या दृष्टीने केवळ अपरिपक्व आणि बालिश बुद्धीचे प्रकार होते. प्रत्येक वेळी त्याच्यावरच डाव उलटला होता. मुळात अमात्य राक्षस हा कपटी, कारस्थानी स्वभावाचा किंवा कुटिलनीतीनिपुण राजकारणी अजिबात नव्हताच! अशा व्यक्तींना थोडे अनपेक्षित यश मिळाले की त्या बुद्धिमान राजनीतिज्ञास असा आभास होतो की, तो त्याच्या अद्वितीय कूटनीतीचा विजय आहे! मग तो भलत्याच हवेत तरंगत राहतो. आणि हेच तर इंगित होते की, सरळ स्वभावाचा अमात्य राक्षस वृथा अभिमानात राहिला व माझ्या मायाजालात पक्का अडकला! सारांश एवढाच निघतो की, प्रत्येक बुद्धिमान माणूस हा कपटी असतोच असे काही नसते! अमात्य राक्षसाचा हा कमकुवत पैलू समोर आल्याने माझे काम आणखीनच सुलभ झाले होते.

धनानंदाचा दुसरा बाहू होता सेनापती भागूरायण..! सृष्टिनिर्मात्याने शक्ती व युक्ती, धन व विद्या, पराक्रम आणि बुद्धिमत्ता अशा विरुद्ध प्रतिभांचे मिश्रण, सहसा एकाच व्यक्तिमत्त्वात होणार नाही याची बरीच काळजी घेतलेली आढळून येते! अजेय असलेला पराक्रमी सेनानी भागूरायण तरी त्यास अपवाद कसा राहील? जीवसिद्धी सांगत असे की, दोन प्रकारच्या माणसाचा बुद्धिभेद करणे सहज शक्य असते. एकतर तो चंचलवृत्तीचा असावा किंवा तो अतिमहत्त्वाकांक्षी तरी असावा! अशा लोकांच्या तथाकथित श्रेष्ठत्वाचा अहंगंड सुखावेल असे वक्तव्य सातत्याने केले की, कार्यभाग साधलाच समजा! वास्तवाच्या मैदानी प्रदेशातून बाहेर काढून त्याला संभ्रमाच्या घोर अरण्यात नेले की त्याचा सहजच फडशा पाडता येतो! कारण स्वत:ची स्तुती प्रिय नाही असा माणूस या पृथ्वीतलावर अजून तरी जन्माला यायचा आहे. माणसाच्या स्वभावाचा गुंता कसाही असू दे, पण भावभावनेचे असे सुटे धागे नेमके पकडून त्याचा जीवघेणा फास कसा गुंफायचा हे कूटनीती जाणणाऱ्यास शिकवावे लागत नाही. अशा वेळी अपरिहार्य असलेले कठोर, असे म्हटल्यापेक्षा निष्ठुर निर्णय घेताना फार हळवे होऊन चालत नसते! सेनापती भागूरायण हा नंदराजाचा निष्ठावान सेवक होता, बाहुबली योद्धा होता व स्वाभिमानी पुरुषही होता. आजवर त्याच्या आयुष्याचे सरळ रेषेत मार्गक्रमण झालेले असल्याने, तोच त्याचा स्वभावविशेष झाला होता! वक्राकार राजनीतीची वळणे त्यास अपरिचित होती. त्याची महत्त्वाकांक्षा तेवढी तीव्र नव्हती तरी श्रेष्ठत्वाचा अहंगंड मात्र अंगी पुरेपूर भिनलेला होता. आणि का नसावा? त्याचे शौर्य, पराक्रम व दिग्विजय यास आर्यावर्तात तरी तोड नव्हती! आजवर पराजयाचे तोंडही न पाहिलेला तो अजेय सेनापती होता! मगधराज धनानंदाचे हे दोन शक्तिशाली बाहू मला समूळ उखडून टाकायचे नव्हते, योजनेप्रमाणे काही काळ तरी त्यांना

बधिर व पंगू करून नंतर योग्य समयी ते बाहुबल आमच्या कामी लावायाचे होते. त्याशिवाय हे महानाट्य यशस्वीरीत्या पूर्ण होणार नाही, असे मनाला पुन:पुन्हा बजावत मी काळजीपूर्वक योजना आखण्यास आरंभ केला.

अपेक्षेप्रमाणे जीवसिद्धी नगराबाहेरील जैनमुनींच्या आश्रमात आला. मुनिवरांनी त्याचा परिचय करून दिला. अर्थात त्या परिचयाचे रूपांतर घनिष्ठ मैत्रीत होणारच होते! शतपावलीच्या निमित्ताने आम्ही नवीन (?) झालेले दोघे मित्र आश्रमापासून थोडे दूर चालत जाऊन गुजगोष्टी करीत असू.

आजही त्याने सिद्धार्थक, निपुणक व प्रियंवदा यांची प्रगती आणि अमात्य राक्षस व सेनापती भागूरायण यांची मन:स्थिती, तसेच मगध राज्यातील जनमताचा कानोसा व एकूणच सद्य:स्थिती यावरचा विस्तृत वृतान्त त्याने क्रमवार कथन केला. समग्र चिंतनातून स्वपक्षांच्या अनेक सूक्ष्म बाजूचा विचार झाला व प्रतिपक्षाच्या संभाव्य चालीचा स्थूलरूपाने अंदाज घेऊन चर्चा झाली. जीवसिद्धीच्या कार्यकुशलतेविषयी तर काही शंकाच नव्हती, तरीसुद्धा आम्ही दोघांनी मिळून संपूर्ण योजनेचा, त्यातील संभाव्य धोक्यांचा आणि आमच्या नियोजित कूटनीतीचा पुनश्च आढावा घेतला. त्यातल्या त्यात प्रियंवदेने केलेला मुरादेवीच्या अपत्याविषयीचा गौप्यस्फोट हा तर आम्हाला स्तिमित करणारा होता. माझे विचारचक्र वेगाने फिरत होते. जन्मताच त्यागलेला राजपुत्र... त्यास अरण्यात सोडणे... तेही पलाशाच्या झुडपाजवळ...! कोणा अज्ञाताने त्यास उचलणे...! तो जिवंत असल्याचे रक्षकांनी खात्रीपूर्वक सांगणे... निश्चितच कुठे ना कुठे चंद्रगुप्ताच्या जन्मकहाणीशी हे कथानक समांतर धावत होते! राहून राहून बाल चंद्रगुप्ताच्या मणिबंधावर बांधलेले ते रत्नपदक माझ्या दृष्टीसमोर येत होते.

एकवार मुरादेवीस ते पदक दाखवून खात्री करावी, असे माझ्यामधील विष्णुगुप्ताचे मृदू व भावनाप्रधान मन सांगत होते, तर कर्तव्यकठोर चाणक्याचे सावध मन त्यास ठाम नकार देत होते. राजनीतीच्या धूर्त कासवाने आपले मृदू अंग आकसून घेऊन त्यास व्यवहाराच्या कठीण कवचात ओढीत नेले होते! भावना आणि व्यवहार, सहृदयता व निर्दयता, विचार व विकार, कल्पना आणि वास्तव, योग्य व अयोग्य... यांच्या मध्यावर तोल सांभाळत उभे राहण्याचा कठीण प्रसंग जेव्हा जेव्हा आयुष्यात येतो, त्या वेळी घेतलेला कोणताही निर्णय हा विवेकी असेलच याची काहीही शाश्वती नसते. अशावेळी घेतलेला निर्णय बरोबर होता की नव्हता हे कालसापेक्ष व परिस्थितीसापेक्ष असते! तूर्तास तरी सुसंस्कारी विष्णुगुप्तांवर धूर्त चाणक्याने मात केली होती. अर्थात त्यामागील चिकित्सा आणि विश्लेषण तर्काला धरून होते म्हणा! जर मी सत्याची जाणीव मुरादेवीस करून दिली असती तर तिचे विव्हल मातृहृदय पुत्रदर्शनास अधीर

बनले असते, आणि अकाली गौप्यस्फोट झाला असता. शिवाय हे गुपित राजा धनानंद व चंद्रगुप्त दोघांनाही समजले असते, तर मानवी स्वभावानुसार 'रक्त हे पाण्यापेक्षा घट्ट असते' या व्यवहारी सत्याचा पुन:प्रत्यय आला असता! मी महत्प्रयासाने उभारलेले सगळेच महानाट्य रंगमंचासह कोसळले असते व त्यात चाणक्याची नंदविनाशाची प्रतिज्ञा खोल गाडली गेली असती! मला अतिरेकी व्यक्तिनिष्ठा कधीच मान्य नव्हती, अगदी चंद्रगुप्ताबाबत देखील नव्हती. माझी बांधिलकी विचाराशी होती, तत्त्वांशी होती. व्यक्ती ही माझ्यासाठी केव्हाही दुय्यम होती! जर अकाली गौप्यस्फोट झाला असता तर मग नको तो कौटुंबिक पाशांचा गुंता निर्माण होऊन, माझे मुख्य उद्दिष्ट असलेली राष्ट्रउभारणीची संकल्पना दूर राहिली असती. व्यापक राष्ट्रहितापुढे धनानंदाच्या मृत्यूचे मोल शून्यवत् होते. निश्चित केलेले साध्य सिद्ध करण्यासाठी मी ठरविलेल्या काटेकोर नियोजनास सूक्ष्म फट राहणेसुद्धा अत्यंत घातक ठरले असते. कौटिल्यास निर्वाणीच्या क्षणी असा जुगार खेळणे अजिबात परवडले नसते! मुरादेवीस वास्तव सांगून मला माझी सर्व व्यूहरचना पंगू करायची नव्हती. मी ते रत्नपदक मुरादेवीस न दाखविण्याचे तूर्त तरी निश्चित केले.

रत्नपदकाचे अमोघ अस्त्र मी भागूरायणासाठी राखून ठेवले. मुरादेवीशी असलेले ममत्व, ही त्याची दुखरी नस मी अचूक पकडली. गुप्तता राखण्याच्या अटीवर मी त्यास मुरादेवीचा पुत्र जीवित असल्याचे गुपित पुराव्यासह सांगणार होतो. मग नर्म भावबंधनात गुंतलेला भागूरायण अलगदपणे आमच्या जाळ्यात येणार होता! पित्याऐवजी आपली निष्ठा त्याने पुत्रास सहज अर्पित केली असती यात मला काहीच शंका नव्हती. तसा त्याचा बुद्धिभेद करणे हे आम्हाला मुळीच अवघड नव्हते. निष्ठा हा एक लोहधातूसारखा असा घट्ट पदार्थ आहे की जो विशिष्ट उष्मांकावरच नरमतो, तदनंतर मात्र त्यास कसेही वाकविता येते. आमच्या कूटनीतीच्या भट्टिकेत स्तुतीची फुंकर व असंतोषाचे इंधन टाकून प्रखर अग्नी प्रज्वलित केलेला असल्यामुळे, हे कठीण लोखंड तापवायला आम्ही सुरुवात केली होती! लक्ष्यप्राप्तीचा हेतू शुद्ध असेल आणि त्यामागील भावना निर्मळ असतील तर त्या प्राप्तीसाठी कोणताही कपटमार्ग त्याज्य नसतो. अगदी सर्वच पर्याय या वेळी खुले असतात आणि हे नीतीशास्त्रसंमत देखील आहे!

मी जीवसिद्धीच्या माध्यमातून सेनापती भागूरायणाची भेट निश्चित केली, अर्थात माझा खरा परिचय न देता एक अभ्यासू प्रवासी विप्र भेटणार आहे असेच सांगितले. सेनापतीने आमचे आदरपूर्वक स्वागत केले व आम्हास निकटच्या उच्चासनावर आसनस्थ केले. माझ्याकडे कटाक्ष टाकत जीवसिद्धीला उद्देशून सेनापती म्हणाले, "आपण जे बोलतात ते सर्वथा सत्य आहे मुनिवर, प्राप्त परिस्थितीत काय करावे याबाबत मला संभ्रम निर्माण झाला आहे. कृपा करून

योग्य ते मार्गदर्शन करावे.'' त्याच्या कथनातील प्रामाणिक भाव लक्षात घेऊन मी आविर्भाव टाळून सर्वकाही कसलाही आडपदा न ठेवता, स्वच्छ आणि प्रकट बोलून रहस्यभेद करायचे ठरविले.

''हे बाहुबली सेनाध्यक्ष, मी तक्षशिला विद्यापीठाचा अध्यापक चाणक्य तथा विष्णुगुप्त आहे!'' मी असे सांगताच क्षणभर तो चकितच झाला. राजसभेत भीषण प्रण करून शिखा बंधमुक्त करणारा तो विप्र आपल्या समोरच आहे हे वास्तव लक्षात येण्यास त्याला थोडा विलंब लागला. प्रश्नार्थक मुद्रेने त्याने जीवसिद्धीकडे पाहिले. मी प्रसंगास अधिक न ताणता भूमिका स्पष्टपणे व्यक्त करीत म्हणालो, ''हे महाबाहो, कोणत्याही देशाचा राजा व प्रधान हे दोघेही राजधर्माचे पालन करीत नसतील, जनहितासंबंधीचे नैतिक कर्तव्यदेखील विसरत असतील, तर अशा वेळी क्रमाने, स्थानाने आणि सामर्थ्याने श्रेष्ठ असलेल्या सेनापतीवरच राज्याची आणि प्रजेच्या हिताच्या रक्षणाची धुरा सांभाळण्याचे दायित्व येते, असे राज्यशास्त्र सांगते. सांप्रतकाल हा अशाच संक्रमणातून जात आहे. वंशपरंपरेने राजा झालेला धनानंद कर्तव्यच्युत व संवेदनशून्य शासक बनला आहे. प्रजेचा प्रतिपाळ करणे तर नाहीच, उलट त्यांचेवर करवसुलीसाठी अनन्वित अत्याचार करतो आहे. एकीकडे परधर्मी यवनांचा छळ अन् दुसरीकडे स्वधर्मी राजाचा अनाचार, यात आर्यावर्तातील बिचारी प्रजा मात्र होरपळून निघते आहे. राजाच्या निष्ठावंत मुत्सद्दी सहकाऱ्याचे अशावेळी प्रथम कर्तव्य हे असते की, राजाला वास्तविक परिस्थितीची योग्य शब्दांत जाणीव करून द्यावी, अपेक्षित परिणाम न झाल्यास नंतर त्यास दुर्लक्ष केल्यामुळे होणाऱ्या संभाव्य दुष्परिणामाची स्पष्ट शब्दांत कल्पना द्यावी. त्याचाही उपयोग न झाला तर मात्र शेवटी कठोर शब्दांत राजाची निर्भर्त्सना करावी! हे कर्तव्य म्हणून पार पाडावेच लागेल. आपली अनाठायी राजनिष्ठा व प्रजेठायी असलेले कर्तव्य यात उचित काय ते सेनापतीने ठरवावे. कोणा एका राजास एक व्यक्ती म्हणून आपण निष्ठा वाहिली आहे की, ती त्याच्या राजसिंहासनास वाहिली आहे, राष्ट्र की व्यक्ती, न्याय की अन्याय, धर्म की अधर्म, अविचार की विचार, विकार की विवेक, असे प्रश्न जेव्हा आपल्यासारख्यासमोर उभे राहतात व त्या वेळी राजहितापेक्षा प्रजाहित पाहणे हाच खरा धर्म आहे! महाभारतात पांडव अशाच धर्मसंकटात अनेक वेळा पडले होते, पण श्रीकृष्णाने त्यांना अजिबात मार्गभ्रष्ट होऊ दिले नाही. अधर्माची बाजू घेऊन लढणारे पितामह भीष्म, गुरू द्रोण व सख्खा भाऊ कर्ण यांचा त्याने पांडवांकरवी वध करविला! केवळ अन्यायाचा आणि अधर्माचा शेवट व्हावा म्हणून तर हे महाभारत झाले!

''राजा धनानंद स्त्रीलंपट, चंचल आणि धनलोभी आहे, अपार धनलालसेपायी

तो स्वत:च्या प्रजेवरच अत्याचार करीत आहे, सुखलोलुपतेचा अतिरेकी झाल्याने तो रंगमहालातील विलासात आकंठ बुडाला आहे. वास्तविक पाहता अशा भ्रष्ट राजाने राजसिंहासनाधिष्ठित होऊन धर्माचा, न्यायाचा आणि जनतेचाही उपमर्द करू नये आणि राजनिष्ठ लोकांची क्रूर चेष्टाही करू नये! विवेकी अधिकारी हा राजनिष्ठ असण्यापेक्षा राष्ट्रनिष्ठच असला पाहिजे. निर्णायक क्षणी योग्य निर्णय घेण्यास जर तो चुकला तर प्रजेचे व राष्ट्राचे अपरिमित नुकसान होते. परिणामी देशाची कधीही न भरून येणारी क्षती होते! हे महाबली भागूरायणा, मी आपली नंद घराण्यावरील अतूट निष्ठा जाणतो, त्या संदर्भात एक आश्चर्यजनक खुलासा करणे आवश्यक आहे, आणि तो केवळ आपणाजवळ करतो आहे. मुरादेवीचा पुत्र जीवित व सुरक्षित आहे! नंदवंशाचा शेवटचा दिवा सुखरूप आहे, मगधराज्याचा तो भावी नृप आहे आणि सुदैवाने तो पराक्रमी व कर्तृत्ववानही आहे. शुक्लेन्दुवत् वाढणारा तो राजपुत्र चंद्रगुप्त, या दशग्रंथी व सर्व शास्त्रांत निपुण असलेल्या आर्य चाणक्याचा प्रिय शिष्य आहे! तुझ्या राजनिष्ठेला कुठेही बाधा न येता, चंद्रगुप्तास राजसिंहासनावर बसवून हे दुराचारी पर्व संपविता येऊ शकते. आज मगधच नव्हे, तर संपूर्ण भरतखंड एका अस्थिर कालखंडातून जात आहे, सगळी पीडित प्रजा एका मुक्तिदात्याच्या प्रतीक्षेत आहे, कदाचित आपणच हा मुक्तिमार्ग प्रशस्त करावा असेच विधिलिखित असावे!''

माझे एकामागून एक कोसळणारे ते कडाडणाऱ्या विजेच्या लोळासम वक्तव्य, सेनानी भागूरायण विस्फारित नेत्राने आणि अवाक् होऊन ऐकत होता. कदाचित आश्चर्यातिरेकाने त्यास बधिरता आली असावी. स्वप्नातून जागृत झाल्याप्रमाणे तो बोलला, 'आचार्य' हे सर्व सत्य आहे का? मी त्यास शांत करून चंद्रगुप्तांचे जन्मरहस्य तपशीलवार सांगितले, संपूर्ण घटनाक्रम विदित केला, शिवाय ते खुणेचे रत्नपदक देखील काढून दाखविले, धनानंदाच्या हातावरील ते पदक त्यास बहुधा परिचित असावे. त्याने बराच वेळ त्याचे निरीक्षण केले व संमतीदर्शक भाव त्याच्या चेहऱ्यावर प्रकट झाले. मी हळूच नि:श्वास सोडलेला केवळ जीवसिद्धीलाच समजला! माझ्या लक्ष्यवेधी बाणाने अचूक लक्ष्यवेध केला होता. घट्ट हिम वितळण्यास आता वेळ लागणार नव्हता, आणि उर्वरित भेदकार्य करण्यास जीवसिद्धी सक्षम होता.

यथावकाश सेनापती भागूरायणाचे पूर्ण मतपरिवर्तन झाले. एकदा मतपरिवर्तन झाल्यावर मनपरिवर्तन व्हायला वेळ लागत नाही. आता त्याची धनानंदावर असलेली राजनिष्ठा खूपच सौम्य व पातळ झाली होती, किंबहुना ती आता नष्ट होण्याच्या मार्गावरच होती. चुकीच्या जागी निष्ठा अर्पित करणे म्हणजे दुराचारास मूक संमती देणे होय, हे त्याच्या चांगले लक्षात आले होते. माझ्या जीवनाची दोन

उद्दिष्टये होती. एक, धनानंदाचा प्रतिशोध घेणे व दुसरे एकसंध राष्ट्रनिर्माण! वैयक्तिक विषयात म्हणजेच माझ्या प्रतिशोधाच्या भावनेत भागूरायणास समाविष्ट करून घेणे आवश्यक नव्हते, पण राष्ट्रउभारणीचा विषय मात्र त्याच्या सरळ स्वभावास पटणारा होता, आणि त्यासाठी तो कसलेही दिव्य करण्यास तयार झाला होता. चंद्रगुप्तास चक्रवर्ती सम्राट करण्यासाठी तो आता कटिबद्ध होता! आता राहता राहिला दुसरा शक्तिमान बाहू-अमात्य राक्षस...! तल्लख बुद्धीच्या शूर राक्षसाचा बुद्धिभेद करणे तेवढे सोपे नव्हते, कदाचित ते शस्त्र आमच्यावरच उलटले असते! म्हणून जीवसिद्धी, सिद्धार्थक व निपुणक यांच्यासह एका निवांतस्थळी दोन प्रहरपर्यंत विचारविनिमय केला. कूटनीतीचा कळस गाठून राक्षसास जेरबंद करणे हे खरेतर खूप गुंतागुंतीचे व बुद्धीचा कस पाहणारे काम होते. आम्हा सर्वांच्या बुद्धिकौशल्याची ती परिसीमा असणार होती. पण तरीही अंतिम विजय आमचाच होता. यात मला तिळमात्रही शंका नव्हती, कारण मी करीत असलेले कार्य हे देवकार्य होते, धर्मकार्य होते तसेच ते राष्ट्रकार्यही होते! 'यतो धर्मस्ततो जय:' या त्रिकालाबाधित सत्यवचनाचा मला कसा विसर पडेल!

अपेक्षेनुसारच सर्वकाही घडले. अभेद्य पाटलीपुत्र नगरीचा भेद झाला होता. मुंगीने मेरुपर्वत गिळला होता. नंदाचा विनाश होऊन मगध राज्यावर आमचे नियंत्रण प्रस्थापित झाले. अमात्य राक्षसास परागंदा व्हावे लागले. पण स्वस्थ बसेल तो राक्षस कसला? डूख धरून बसलेल्या काळसर्पाप्रमाणे तो सूड उगविण्यासाठी तळमळत होता हे फक्त मीच जाणू शकत होतो...! आणि ती वार्ता येऊन धडकली, विषकन्येने पर्वतक राजाचा बळी घेतला! सर्वसामान्यासाठी हे वृत्त अकल्पित व अवाक् करणारे होते, परिचित लोक किंकर्तव्यमूढ आणि स्तब्ध झाले होते, निकटचे आप्तस्वकीय शोकमग्न होते! तर प्रजाजनावर एका अनामिक भयाचे सावट पसरले होते. अवघ्या पाटलीपुत्र नगरीत मी एकटाच तेवढा स्थितप्रज्ञ होतो निर्विकार आणि स्थिर! एखाद्याच्या मृत्यूच्या प्रतिक्रियांची आवर्तने किती वेगवेगळ्या स्तरांवर व्यक्त होत असतात ते मी तटस्थ वृत्तीने पाहत होतो. खूप जवळच्या माणसाच्या मृत्यूमुळे कोणावर दु:खाचा पहाड कोसळतो, तर कोणी अकस्मात निराधार झाल्याने भयव्याकूळ होतात. मृताच्या सहवासात, सान्निध्यात असणारे लोक हळहळतात. परिचयाचे लोक दु:खाने सुस्कारा टाकतात, आणि सर्वसामान्यजन 'अरेरे! वाईट झाले' एवढीच प्रतिक्रिया देतात! हितशत्रू वरवर दु:ख प्रकट करतात, तर शत्रू उघड आनंदित होतात! बाकीच्या दूर असलेल्या अपरिचितासाठी हे परदु:ख असल्याने ते त्यांना शीतळ असते त्यामुळे त्यांची प्रतिक्रिया केवळ औपचारिक असते. एका व्यक्तीच्या मृत्यूमुळे मनुष्याच्या भावविश्वाचे अनेक पातळ्यांवरून होणारे दर्शन मोठे विस्मयकारी असते! पर्वतक

राजाचा असा दुर्दैवी अंत झाल्याने क्षणभर मला वाईट वाटले... पण ते काही क्षणासाठीच, कारण यापेक्षा अधिक वेळ देणे कोणत्याही कठोर राजनीतिज्ञाला परवडणारे नसते. किमान चाणक्याला तरी ते नक्कीच परवडले नसते!

होय, मी काही काळ पर्वतक राजाचा मित्र होतो, स्नेहभावनेतून त्याने माझा यथोचित आदरसत्कारही केलेला होता, पण आमची मैत्री सहेतुक होती, दोघांच्या सोयीची होती, आमची एकमेकांकडून काही अपेक्षापूर्ती होणार होती, म्हणून झालेली ती सावध आणि स्वार्थी मैत्री होती! निरपेक्ष मैत्री हा मैत्रीचा सर्वोच्च शुद्ध प्रकार सहसा आपल्या बालवयातच अस्तित्वात असतो, त्या काळी जडलेली मैत्री आणि बालमित्र हेच खरेखुरे मित्र असतात, कारण लौकिक अर्थाने कोणताही मोह, स्वार्थ अथवा हेतू न ठेवता अत्यंत निर्मल अशा स्नेहरज्जूनी ही मैत्री घट्ट बांधलेली असल्यानेच ती चिरकाल टिकते व आयुष्यभर पुरते! बाकी व्यवहारी जगतात आपण प्रवेश केल्यानंतर झालेली मैत्री आणि जोडलेले मित्र हे प्रासंगिक नात्यातून तयार होतात त्यामुळेच ते तात्कालिक स्वरूपाचे असतात. समान परिस्थितीमुळे परस्परांवर अवलंबून असलेले लोक, एकमेकांचे हितसंबंध जपणारे मित्र बनतात. बहुतेक वेळा स्वार्थ, गरज आणि अपेक्षा या व्यावहारिक अपरिहार्यतेतून अशी मैत्री निर्माण होते! मैत्रीच्या अशा अनेक वेगवेगळ्या प्रेरणा असतात, त्यातूनच मित्राच्या आदर्श व्याख्येत आपण कोणाला किती स्थान द्यायचे ते स्थिती, प्रसंग व कालानुसार ठरत असते!

मैत्रीच्या या संदर्भाच्या चौकटीतच मी पर्वतक राजाचा मित्र होतो. परस्परपूरक साहाय्य आणि एकमेकांची गरज यावरच तर आमची मैत्री अवलंबून होती! थोडक्यात सांगायचे तर, साध्यप्राप्तीचे एक सोयीचे माध्यम या दृष्टीनेच आम्ही दोघेही आमच्या मैत्रीकडे पाहत होतो हे नाकारण्यात काही अर्थ नव्हता! नंदराज्य संपवून मगधराज्याच्या सिंहासनावर चंद्रगुप्ताला अभिषिक्त करणे हा माझा कृतसंकल्प होता, तर मगधाचे अर्धे राज्य व संपत्ती मिळविणे हे पर्वतकाचे एकमेव उद्दिष्ट होते. आम्ही दोघेही मगधराज्याचा पाडाव करायचा, या समान उद्दिष्टामुळेच मित्र बनलो. उभयतांचा शत्रू एकच असल्यामुळे आणि एकमेकांच्या सहकार्यानेच ही साध्यप्राप्ती शक्य असल्यामुळे आमचा स्नेह वृद्धिंगत झाला होता. समानशीले व्यसनेषु सख्यम्!

आम्ही विजयी झालो असलो तरी अमात्य राक्षस स्वस्थ नव्हता याचा मला पुरेपूर अंदाज होता. त्याच्या प्रखर राजनिष्ठेचे स्फुल्लिंग आता क्रोधाग्नीचा वणवा भडकविणार होते; आणि मग प्रतिशोधाच्या भावनेने ठासून भरलेला तो अग्निबाण बेभान होऊन सुटणार होता! मला त्या घातक प्रहारापासून चंद्रगुप्ताचा बचाव करायचा होता. सुडाने पेटलेला माणूस कोणत्याही थराला जाऊ शकतो, कारण

तो तेवढ्यापुरता मनोरुग्ण बनलेला असतो. प्रतिशोधाच्या भावनेने वेडा झालेल्या दुर्योधनाने, द्रोपदीची भरसभेत विटंबना केली होती. अश्वत्थाम्याने द्वेष आणि क्रोधाने अंध होऊन कोवळ्या पांडवपुत्रांवर ते निद्रिस्त असताना ब्रह्मास्त्रासारखे महाविध्वंसक अस्त्र सोडून पांडवाचा निर्वंश केला होता. अभिमन्यू व उत्तरेचा गर्भस्थ असलेला पुत्र परीक्षित हा केवळ श्रीकृष्णकृपेने त्या निर्मम हत्याकांडातून वाचू शकला! माझे काम तर त्याहून कठीण होते, प्रहार करणारा व प्रहार झेलणारा हे दोघेही सुरक्षित राहणे आवश्यक होते! मला राक्षस आणि चंद्रगुप्त या दोघांनाही वाचवायचे होते! तूर्तास अमात्य राक्षसाच्या धगधगत्या क्रोधाच्या ज्वालांची धग चंद्रगुप्तापर्यंत पोचणार नाही, याची मला काळजी घ्यावी लागणार होती. अमात्यांच्या भीष्मप्रतिज्ञेचे परिवर्तन मला कृष्णप्रतिज्ञेत करायचे होते. तसेच त्याचा क्रोध कसा आणि कोणत्या मार्गाने कमी करता येईल हेही ठरवायचे होते.

अमात्यांनी चंद्रगुप्तावर पहिला दाहक बाण विषकन्येच्या रूपात सोडला! गुरुकुलातील माझा परममित्र इंदू शर्मा अर्थात आत्ताचा क्षपणक जीवसिद्धी याने तातडीचा निरोप पाठविला होता, तो म्हणजे अमात्य राक्षस हे चंद्रगुप्तास कपटाने ठार मारण्यासाठी त्याच्याकडे एक विषकन्या पाठविणार आहेत! अशा प्रकारच्या विषकन्येशी संभोग होताक्षणीच तत्काळ विषबाधा होऊन पुरुष निष्प्राण होतो! या सप्ताहातच अमात्य ही योजना पूर्णत्वास नेणार आहेत. मी मनोमन चरकलो आणि क्षणार्धात सावध झालो, नकळत त्या विषयावर माझे मन केंद्रित झाले, आणि जीवसिद्धीच्या तत्परतेविषयी पण कौतुक वाटले. शत्रूच्या कपटाची पूर्वसूचना मिळणे म्हणजे त्याचा तो डाव पूर्णत: अयशस्वी होणे होय. तसे पाहिले तर जीवसिद्धी अशा अवांतर विषयाचा चालताबोलता विश्वकोशच होता. गुरुकुलात विद्याध्ययन करीत असतानाच तो निबिड अरण्यात चौकसबुद्धीने फेरफटका मारत असे. अनेक दुर्मिळ वनस्पती त्यांच्या गुणावगुणासह त्यास चांगल्या ज्ञात होत्या. तसेच सर्पादी विषारी कृमिकीटक यांचीही सखोल माहिती त्यात होती. तेथील वनवासी जनांत मिसळून त्याने आपले हे ज्ञानभांडार समृद्ध केले होते. त्याचे या विषयासंबंधातील बोल अचानक आठवले, एखाद्या गर्भवती स्त्रीस वृश्चिकदंश झाला व औषधी उपायाने त्या स्त्रीवरील विषारी प्रभाव जरी नष्ट केला, तरी गर्भात असलेल्या बाळावर मात्र वृश्चिकाचे विषसंस्कार होतातच! आणि मग त्या बालकात विशिष्ट प्रतिकारशक्ती निर्माण होऊन त्यास आयुष्यात कधीही वृश्चिकदंशाचे भय बाळगावे लागत नाही. कारण त्याच्या नसातून ते विष त्याच्या शरीरास परिचयाचे झालेले असते! त्या माहितीचा मथितार्थ मला आत्ता कळतो आहे. मानवी शरीरास विषाचा परिचय झाला तर त्यास विषबाधा होत नाही, कारण आता ते स्वत:च विषारी बनलेले असते! म्हणजेच विषकन्येची निर्मिती अशीच कृत्रिम असली पाहिजे,

विषाचा नियंत्रित प्रयोग सातत्याने करून ती निर्माण केली असावी! मी भयचकित झालो, कारण कुटिलनीतीचा गाढा अभ्यास असणाऱ्या या चाणक्यासमुद्धा असा भयानक प्रकार अज्ञात होता. शास्त्रीय ज्ञान वेठीस धरून निसर्गाविरुद्ध जाऊन, मानवी शरीरात असा अमानवी बदल करायचा हे फार फार घातक होते! याला प्रगती म्हणायचे की अधोगती म्हणायची? शत्रूला यमसदनास पाठविण्यासाठी असला अघोरी प्रकारही अस्तित्वात असू शकतो हे कोणाच्याही कल्पनेच्या पलीकडले होते!

तत्काळ सर्व आवश्यक त्या सूचना प्रतिहारीला देऊन काही विशेष चरांना निमंत्रित केले, आणि मी स्वत: चंद्रगुप्ताच्या भेटीस निघालो. नैतिकदृष्ट्या काहीही असो, पण कपटनीतीनुसार अमात्याचे हे नवीन शस्त्र योग्य होते. त्यांचे लक्ष्य मात्र चुकणार होते, कारण त्यांचा चंद्रगुप्ताविषयीचा अंदाज फारच चुकीचा होता. याचाच अर्थ त्याची गुप्तचर यंत्रणा आमचा खोलवर भेद करू शकत नव्हती. ही बाब नक्कीच दिलासा देणारी होती. चाणक्याचा पट्टशिष्य असलेला चंद्रगुप्त हा तरुण वयाचा होता, पण तो उच्छृंखल किंवा स्त्रीलंपट नव्हता. तो एक संस्कारी, संयमी व नीतिमान युवक असल्याने तारुण्यसुलभ विकारांपासून दूर होता. तो विवेकी युवक असल्यामुळे स्त्री ही केवळ उपभोगाचे साधन नाही, तसेच केवळ उपभोग घेणे हेच काही जीवनाचे साध्य नाही, हे तो पूर्णत: जाणून होता. विलास व सुखाचा अतिरिक्त भोग, याचा मनस्वी तिटकारा असलेला तो संतुलित पुरुष होता. त्याचे वस्तुनिष्ठ मूल्यमापन अमात्य करू शकले नाहीत आणि इथेच त्यांचे हे कपटनाट्य संपले!

चंद्रगुप्तास अमात्यांच्या नियोजित षड्यंत्राचा सर्व वृत्तान्त मी विस्ताराने सांगितला. पुढील योजनेचा तपशीलही कथित केला. संभाव्य राजनैतिक परिणामाची शक्यता आणि त्यावर प्रतिउपचार याचीही कल्पना दिली. तो स्तब्धपणे ऐकत होता. पण त्याला वाटलेले आश्चर्य त्याच्या चेहऱ्यावर स्पष्ट दिसत होते. योजनेतील राजकारणाचे पचन होण्यास त्याला खूप कष्ट पडत असावेत असेही जाणवले, पण त्याने मौन पाळत योजनेस मूक संमती दिली होती. मी परतलो आणि आलेल्या गुप्तचरांना काही सूचना देऊन त्यांपैकी एकाला सांकेतिक भाषेतील निरोप देऊन क्षपणक जीवसिद्धीशी तातडीने संपर्क साधण्यासाठी रवाना केले. मला पर्वतक राजाबद्दल किंचित कणव वाटली, कारण त्याचा फार करुण व दुर्दैवी अंत होणार होता! पण मी निग्रहाने तो विचार बाजूस केला. आलेले प्रत्येक संकट हे कर्तृत्ववान माणसासाठी एका संधीचे द्वार खुले करीत असते. या संभाव्य संकटातून माझ्या दूरदृष्टीला संधीची एक नव्हे, तर दोन द्वारे खुली होत असल्याचे स्पष्ट दिसत होते. अमात्य राक्षसाचा डाव त्यांच्यावरच उलटविण्याची नामी संधी आली होती. एकाच वेळी दोन सूचिबाण धनुष्याच्या प्रत्यंचेवर चढवून मी दोन वेगवेगळ्या लक्ष्याचा वेध

घेणार होतो!

नाहीतरी पर्वतकाची या महानाट्यातील भूमिका तशी संपलेलीच होती, आणि धनानंदाइतकाच दुराचरणी राजा म्हणून पर्वतकाचीही ख्याती होती. असे दुराचारी राजे भूतलावर जीवित असणे म्हणजे ते धरित्रीला केवळ ओझे होते. असल्या आत्मकेंद्रित व सुखलोलुप राजांनी तर आर्यावर्ताची घोर विटंबना चालविली होती. मद्यधुंद अवस्थेत जे स्वत: उभे राहू शकत नव्हते असे राजपुरुष राष्ट्र काय उभारणार? व्यसनाधीनतेने जो सर्वार्थाने दुबळा बनला आहे तो देशावर चालून येणाऱ्या परचक्राचा काय सामना करणार? आपल्यावर असलेले उत्तरदायित्व न ओळखता जे केवळ भोगलालसेत मग्न असतात अशा राजा-महाराजांसाठी एकच स्थान योग्य आहे, ते म्हणजे नरक....! नरकवासातच यांच्या पापांचे परिमार्जन झाले तर होईल, अन्यत्र नाही! माझी चीड आणि संताप हा वैयक्तिक नव्हता, तर त्याला राष्ट्रचिंतनाची, राष्ट्रहिताची व्यापक झालर होती. अवघे राष्ट्रच निद्रिस्त अवस्थेत पाहून माझ्यासारखा 'राष्ट्रप्रहरी' उद्विग्न झाला नसता तरच नवल! अमात्याने सोडलेल्या अमोघ अस्त्राची दिशा बदलून मी त्याच अस्त्राचा उपयोग करून योग्य तो लक्ष्यभेद करणार होतो. राजनीती वक्राकार गतीची व अस्थिर असली तरी राजनीतिज्ञाने मात्र स्थिरबुद्धी असावे लागते. बुद्धिबळात स्वत: चाली रचता येणे महत्त्वाचे तर आहेच, पण त्यापेक्षा प्रतिपक्षांच्या चाली ओळखून त्यावर मात करणे हे अधिक कौशल्याचे काम असते. मी अमात्य राक्षसाची चाल अचूक ओळखून त्यावर मातदेखील करणार होतो.

शेवटी ती अशुभ रात्र आली. होय, राजा पर्वतकासाठी ती निश्चितच अशुभ रात्र होती! खरेच काम-क्रोध-भय- मोह-मद आणि मत्सर, या षड्रिपूची संकल्पना हा भारतीय अध्यात्मचिंतनाचा मोठा अर्थपूर्ण आविष्कार आहे! मानवी जीवनात काय असायला पाहिजे यापेक्षा काय नसायला पाहिजे यावरचे ते मोठे चिकित्सक व मार्गदर्शक भाष्य आहे. आपल्या दार्शनिकांनी अगदी नेमक्या शब्दांत मानवी स्वभावातील कमकुवत स्थाने दर्शवून अंतर्मुख व्हायला लावले आहे! प्रत्येक माणूस या षड्रिपूंपैकी एकाच्या तरी मायाजालात कधीतरी बंदिवान होतच असतो, हे अगदी सत्य आहे, आणि कोणाच्या मान्य अथवा अमान्य करण्याने त्यात बदल होत नसतो. याला अपवाद जवळजवळ कोणीही नाही हेदेखील दुसरे सत्य आहे. षड्रिपूंतील प्रत्येक विकार मनुष्याच्या विवेकावर मात करण्याचा सातत्याने प्रयत्न करत असतो. सुसंस्कारित मनुष्य असेल तर मात्र त्यास निकराचा विरोध करून तो षड्रिपूंच्या आहारी जात नाही. पण असे निग्रही स्त्री-पुरुष अभावानेच आढळतात. राजा पर्वतक पूर्णत: विषयवासनेच्या आहारी गेलेला कामपिपासू पुरुष बनला होता. स्त्री ही केवळ पुरुषांच्या उपभोगाचे साधन आहे व ते मनमुराद भोगलेच

पाहिजे, अशी त्याची ठाम धारणा बनली होती. म्हणूनच राजधर्म विसरून तो कामांध राजा पशुतुल्य वर्तन करीत आपलीच प्रजा असलेल्या नवयौवना आणि तरुण स्त्री सावजाच्या नेहमी शोधात असे. याबाबत विशेष शोध घेऊन सहकार्य करणाऱ्या चरांचीही त्याने योजना केलेली होती. आज अशाच एका चराच्या संपर्कातून एक अत्यंत लावण्यवती मदनिका चित्ताकर्षक साजशृंगार करून राजमंडपात प्रविष्ट झाली. ठरल्याप्रमाणे जीवसिद्धीचा हस्तक, जो पर्वतकाच्याही विशेष मर्जीतील होता, तो तिला घेऊन गेला तो थेट राजा पर्वतकाच्या शय्यागृहाकडे! महाराज नित्याप्रमाणे नवयौवनेचा उपभोग घेण्यास सज्ज होतेच. प्रतिहारीने शय्यामंचाजवळ त्या सौंदर्यवतीस सोडले. आधीच मदिराप्राशनाने धुंद बनलेले महाराज त्या अप्रतिम लावण्यसुंदरीच्या मादक सौष्ठवामुळे बेभान झाले...!

त्या विषकन्येस काहीच कल्पना नव्हती की आपण ठरलेल्या योजनेप्रमाणे नेमके कोणास लक्ष्य केले आहे? समोरची व्यक्ती कोण आहे याविषयी ती पूर्णत: अनभिज्ञ होती. तिला मिळालेल्या प्रशिक्षणाप्रमाणे आणि निर्देशानुसार नेमून दिलेले कार्य शेवटास नेणे एवढेच तिला माहीत होते. प्रणयाच्या चरम सीमेवर पोचताच, प्रखर विषबाधेमुळे काळानिळा पडलेला राजा पर्वतक अल्पकाळ तडफडला व आचके देत त्याने प्राण सोडले! कार्यभाग पूर्ण झाला तशी तिने त्वरा करीत रंगमहालाबाहेर उभ्या असलेल्या प्रतिहारीकडे पूर्वनियोजनाप्रमाणे धाव घेतली. दोन अश्व तिथे आधीपासूनच तयार होते. एक प्रहर दौड करून रात्रीच्या नीरव शांततेत आणि घनघोर अंधारात ते विवक्षित स्थळी पोचले. माझ्या आदेशानुसार त्या विषकन्येची एका अज्ञात व सुरक्षित ठिकाणी रवानगी केली गेली व कडेकोट बंदोबस्तात तिला बंधक केले. कारागृहाच्या कराल दाढेत व खोल अंधार असलेल्या विवरात, एका कुटिल नाट्यातील शापित सौंदर्य असलेले पात्र आता जगाला कधीच दिसणार नव्हते! विषकन्या कोठे आहे याची चर्चादेखील कोणीच करणार नव्हते! आजतरी त्या अभागी सुंदरीचे भविष्य अधांतरी होते, पुढे तिचा नेमका कसा आणि कोणत्यावेळी वापर करायचा आहे, की तिला या जगातूनच नाहीसे करायचे आहे, याचे उत्तर खूप संदिग्ध होते. मलातरी या क्षणाला काहीही निश्चित सांगता येणार नव्हते!

इकडे पर्वतक राजाच्या नग्न कलेवराजवळ पर्वतकाने शय्यासोबत करण्यापूर्वी काढून ठेवलेली काही रत्नाभूषणे, एका चराने माझ्या पूर्वसूचनेनुसार उचलून माझ्या कक्षात आणून दिली. आज त्या आभूषणाचे काय करायचे, ते नक्की होत नव्हते, पण पुढेमागे त्यांचा निश्चितच उपयोग होणार होता. किंवा त्याचा समर्पक उपयोग कसा करून घ्यायचा ते मला ठरवावे लागणार होते. शेवटी निरुपयोगी व क्षुल्लक असे जगात काहीही नसते, फक्त त्याकडे पाहण्याची दृष्टी वेगळी

असायला पाहिजे. हे तर प्रत्यक्ष महाराज पर्वतकांचे दागिने होते!

सकाळी पर्वतकाच्या निवासस्थळी एकच हल्लकल्लोळ उठला. विषबाधेमुळे काळानिळा पडलेला चेहरा, जाड ओठांच्या कडांतून ओघळलेला गढूळ फेस व ऊर्ध्वाकडे लागलेले उघडे डोळे अशा विदारक अवस्थेतील महाराजांचा मृतदेह पाहून राजपरिवारात शोकाकुल वातावरण पसरले होते. युवराज मलयकेतूचा शोक तर अनावर होता. चंद्रगुप्त त्यास सांत्वना देण्याचा कसोशीने प्रयत्न करीत होता, पण त्याचा प्रयत्न तोकडा पडत होता. इकडे राजा पर्वतकाच्या सैन्यात मात्र चांगलीच अस्वस्थता जाणवता होती! सैन्यातील पथकप्रमुखांचे भयशंकित चेहरे वेगळाच संदेश देत होते. महाराज पर्वतकांचा अंत्यविधी राजकीय सन्मानात पार पडला. चंद्रगुप्ताने व मी स्वत: सर्वच व्यवस्थांकडे लक्ष देऊन हा अंत्यविधी योग्य रीतीने आणि व्यवस्थित होईल याची काळजी घेतली. अंत्यविधीसाठी जमलेल्या प्रजाजनांत मिसळून, माझा निष्णात चर निपुणक व त्याच्या हस्तकांनी, अमात्य राक्षसानेच विषकन्येचा अघोरी प्रयोग करून महाराज पर्वतकांची हत्या केली असल्याची कुजबुज मोहीम यशस्वीपणे चालवली होती. पाटलीपुत्र नगरीत आणि सर्व सैनिकांत राक्षसाच्या या घृणास्पद कृत्याची उघड निंदा होत होती! दहनसंस्काराच्या उपरांत सर्व विधी शास्त्रानुसार व उचित सन्मानाने यथासांग पूर्ण झाले. गंगा नदीच्या विशाल पात्रात महाराजांच्या अस्थी विसावल्या. पर्वतक राजाचा अध्याय संपला होता, तो आता एक इतिहास झाला होता!

त्याच दिवशी रात्रीच्या पहिल्या प्रहरी, नीरव शांतता असताना अचानक सेनापती भागूरायण युवराज मलयकेतूच्या निवासस्थानी आला. बराच वेळ दोघांमध्ये एकांतात चर्चा चालली होती; आणि ठरल्याप्रमाणे या नाट्याच्या अंकातील शेवटचा प्रसंग सुनियोजित ढंगाने पार पडला. सेनापती भागूरायणाने युवराज मलयकेतूला विश्वासात घेऊन सत्य काय आहे ते शपथपूर्वक कथन केले, आणि चाणक्यानेच कसा भयानक कुटिलतेने विषकन्येचा वापर करून महाराजांचा घात केला ते विस्ताराने स्पष्ट केले! आता मलयकेतूचासुद्धा कोणत्याही क्षणी घात होऊ शकतो हे मित्रकर्तव्य म्हणून त्याच्या कानावर टाकले! भयकंपित झालेला मलयकेतू विलक्षण घाबरला व अनपेक्षित चपळाई दाखवीत, तो त्वरा करून रातोरात राजपरिवारासह निवासस्थळ सोडून घाईघाईत निघून गेला! मलयकेतूने असे पलायन केल्याचे पाहून त्याच्या म्लेंच्छ सैन्याचा धीर सुटला व त्यांनीही तातडीने छावणी सोडली. तर पर्वतकाच्या मदतीस आलेले काही राजे आधी भयशंकित झालेले होतेच, ते देखील आपापल्या सैन्यपथकासह जिवाच्या आकांताने त्यांचे मागोमाग रवाना झाले! आता फार थोडे पहाडी सैन्य पर्वतकांचा बंधू असलेल्या वैरोचकासह उरले होते. पण तोदेखील भयभीत अवस्थेत होता आणि पळून जाण्याच्या मार्गावर

होता! मी प्रत्यक्ष जाऊन त्याचे सांत्वन केले आणि आता केवळ आपणच पर्वतक राजाचे उत्तराधिकारी आहात, त्यामुळे ठरल्याप्रमाणे संयुक्त राज्याभिषेक सोहळा संपन्न करू असे आर्जवी भाषेत स्पष्ट केल्याने वैरोचक आश्वस्त होत संतुष्ट झाला.

घटनांचा क्रम मनाजोगता होत असल्याने व लवकरच चंद्रगुप्तांचा राज्याभिषेक सोहळा संपन्न होणार असल्याने, अशा ऐतिहासिक सोहळ्यात व आयुष्यात एकदाच होणाऱ्या या अलौकिक प्रसंगी मातापिता, आप्तस्वकीय असणे हे आनंददायी ठरले असते. मी आजवर प्रतीक्षा केलेली होती ती योग्य घटिका होती, चंद्रगुप्त आणि मुरादेवी यांचे नाते जगाला सांगण्याची! चंद्रगुप्त हा गोपालपुत्र नसून राजकुमार आहे हे सत्य जनतेसमोर प्रकट करण्याची हीच योग्य वेळ होती! चंद्रगुप्ताचे पालपोषण केलेल्या गोपाळ मातापित्यांनाही समारोहासाठी निमंत्रित करायचे व हा अनुपम राज्याभिषेक सोहळा तसेच आपल्या पुत्राचे नवे रूप डोळे भरून पाहण्याची त्यांना संधी द्यायची, असे मी ठरविले. कुमार चंद्रगुप्तास त्याची ही लोकविलक्षण जन्मकहाणी सांगण्यासाठी मी आणि सेनापती भागूरायण एकांतात भेटलो. त्याच्या जन्माची व जन्मोत्तर घटनांची क्रमशः कहाणी त्यास विदित केली. साश्रू नयनाने आणि विलक्षण भावुक होत तो सगळे ऐकत होता. त्याला आपल्या जन्मदात्रीला, मातेला... मुरादेवीला भेटण्याची तीव्र इच्छा झाली. मग आम्ही येत असल्याची पूर्वकल्पना देऊन मुरादेवीच्या प्रसादाकडे प्रयाण केले. आमच्या आकस्मिक येण्याचे प्रयोजन माहीत नसल्याने ती आपली सखी प्रियंवदेसह भांबावलेल्या अवस्थेत प्रतीक्षा करीत होती. स्थानापन्न होऊन क्षेमकुशल विचारणा केल्यानंतर मुरादेवींना विषयाची कल्पना दिली. आजपर्यंत घडलेला घटनाक्रम व्यवस्थित समजावून सांगितला. सत्य आणि पुढे घडलेल्या घटना यांचे धागेदोरे मुरादेवीच्या मनात जुळत होते. आश्चर्य, हर्ष, वेदना, आनंद आणि दुःख यांचे अजब मिश्रण तिच्या चेहऱ्यावर क्षणाक्षणाला बदलत प्रकट होत होते. दरम्यान चंद्रगुप्त एकटक मुरादेवीच्या चेहऱ्याकडे पाहत होता, तर प्रियंवदा चंद्रगुप्ताच्या चेहऱ्याकडे स्तिमित होऊन पाहत होती! किती विलक्षण साम्य होते मुरादेवी आणि चंद्राच्या चेहऱ्यामध्ये! हा सुदैवी पुत्र मातृमुखी होता! आणि ते कोणाच्याही सहज लक्षात येत होते. माझ्या सत्यकथनास पूरक असलेला पुरावा म्हणून मी ते रत्नपदक काढून मुरादेवीच्या हाती दिले, आणि ते न्याहाळून पाहतानाच मुरादेवी मूर्च्छित झाल्या...! त्या क्षणी त्या मातेच्या मनात, दुर्दैवी भूतकाळ आठवून भावनेचा काय कल्लोळ उठला असेल, त्याची कल्पनाच केलेली बरी!

प्रियंवदेने जलपात्रातल्या शीतल जलाचा शिडकावा करून मुरादेवींना जागृत केले, त्यानंतर मोठ्या आवेगाने 'माझ्या पुत्राऽ' अशी साद घालत मुरादेवीने चंद्रगुप्तास मिठीत घेतले! चंद्राचे मस्तक गंगाजलापेक्षाही पवित्र असलेल्या मातेच्या

अश्रुजलाने अभिषिक्त होत होते. राजसिंहासनावर अभिषिक्त करण्यासाठी आणलेल्या सप्तसिंधूच्या जलापेक्षाही ते अश्रुजल निरतिशय पवित्र होते! सर्वच गोष्टींचा सर्वांनाच स्वच्छ खुलासा झाला होता. जणू आकाशातील मळभ संपून सहस्त्र किरणे उधळीत, रश्मी उदयाचलावर अवतरला होता! मी यथावकाश एक विशेष समारोह आयोजित केला व पाटलीपुत्रातील सर्व पौरजन, नगरश्रेष्ठी, दूत आणि अधिकारी यांना निमंत्रित करून चंद्रगुप्तांचे जन्मरहस्य व तो राजपुत्र असल्याचे मुरादेवीच्या प्रत्यक्ष उपस्थितीत घोषित केले. अपेक्षेप्रमाणे आश्चर्याचा धक्का ओसरल्यावर चहूबाजूने 'जयतु जयतु चंद्रगुप्त!' अशी उत्थापना देत सगळ्यांनी अविरत जयघोष सुरू केला. चंद्रगुप्ताने सस्मित मुद्रेने त्या जल्लोषाचा स्वीकार केला. मी नकळत नि:श्वास सोडला. आज मला कृतकृत्य झाल्याचे समाधान वाटले! जनक्षोभाचे भय नष्ट झाले होते. शेवटी जनतेला त्याच्या मनाजोगता राजपुत्र आणि मगध राज्याला भावी राजा मिळणार होता! आणि मलातरी दुसरे काय पाहिजे होते?

मी आनंदोत्साहात त्वरेने पुढील कामाला लागलो. राजपुरोहितास बोलावून घेऊन राज्याभिषेक मुहूर्त तसेच नगरप्रवेशाचाही शुभमुहूर्त निश्चित करण्यास सांगितले. त्याप्रमाणे आश्विन शुद्ध प्रतिपदा या शुभदिनी दुसऱ्या प्रहरी नगरप्रवेश आणि तदनंतर राज्याभिषेक सोहळा संपन्न करण्याचे ठरले. पण मधेच क्षपणक जीवसिद्धीच्या एक हस्तकाने संदेश आणला, त्यानुसार एका संकेतस्थळी प्रत्यक्ष जीवसिद्धी अस्वस्थ होऊन माझी प्रतीक्षा करीत असल्याचे वृत्त होते, म्हणून मी तत्काळ त्याची भेट घेतली. बराच वेळ त्याने येणाऱ्या संकटाचे सगळ्या पार्श्वभूमीसह विस्तृत विवेचन केले. सचिंत मुद्रेने आम्ही उभयतांनी त्यावर चर्चाही केली. कोणती उपाययोजना केल्याने राक्षसाचे नियोजित कपट समूळ नष्ट करून त्याच्यावरच डाव उलटविता येईल याचाही साधकबाधक विचार केला. समस्या एकच होती की, संकट नेमके कोणत्या स्वरूपात प्रकट होणार आहे याचा कसलाही सुगावा लागत नव्हता. आधीचे विषकन्येचे आलेले अरिष्ट निश्चित पूर्वकल्पना आल्याने टाळता आले, पण आता येणाऱ्या संकटाचा कसलाही तपशील हाती लागत नव्हता. अमात्य राक्षस निद्रिस्त अवस्थेत काहीतरी तुटक बडबडत की, 'दुष्ट चाणक्या, आता कसा वाचेल चंद्रगुप्त,' अमात्याच्या ध्यानी, मनी व स्वप्नी फक्त आणि फक्त चाणक्य आणि चंद्रगुप्तच असत, त्यामुळे 'मनी वसे ते स्वप्नी दिसे' या न्यायाने अजाणतेपणी त्यांचे मुखातून सत्य बाहेर पडले होते. त्यांनी काहीतरी नवीन कुटिल कारस्थान रचलेले होते इतकाच अंदाज आला होता. चंद्रगुप्तावर नवीन संकट कोसळणार हे नक्की झाले होते. पण काय? कोणते? केव्हा? कसे आणि कुठे? याचा काहीही उलगडा होत नव्हता, म्हणून तर नेमकी उपाययोजना करणे दुरापास्त बनले होते! मनाशी काही अंदाज बांधून आणि काही आराखडा नक्की करूनच

आम्ही परत निघालो.

मी परत आल्या आल्या चंद्राच्या सुरक्षेचा फेरआढावा घेतला, काही त्रुटी वाटल्याने किरकोळ बदलही केले. पण एकंदरीत असे आढळून आले की, आमची सुरक्षा यंत्रणा खरोखर भक्कमच होती. ही अभेद्य सुरक्षाव्यवस्था भेदून चंद्रगुप्ताचा घात करणे म्हणजे सापाने गरुडाच्या उंच घरट्यात प्रवेश करून त्याच्या पिल्लाची शिकार करण्याएवढेच दुरापास्त होते, किंबहुना ते अशक्यप्राय होते! तरीसुद्धा समोरचा शत्रू दुर्लक्ष करण्याजोगा नव्हता. तो कोणी सामान्य नव्हता, तर सुडाने पेटलेला साक्षात अमात्य राक्षस होता, हे विसरून चालणार नव्हते! मी तर लहानात लहान शत्रूलादेखील कधीही य:कश्चित मानले नाही व नजरेआडही होऊ दिले नाही. कारण प्रत्येकात काही ना काही उपद्रवशक्ती असते व तिचा प्रभाव परिस्थितीनुसार बदलत असतो यावर माझा विश्वास आहे. एखादा दुर्बल कीटक-जिवाणूसुद्धा, त्याला परिस्थिती अनुकूल झाली की चांगलाच तापदायक ठरतो याची जाणीव ठेवलीच पाहिजे.

इथे तर गाठ अमात्य राक्षसाशी होती! मी एकाग्र होऊन बराच वेळ चिंतन केले. समस्या गहन होती, कारण शत्रू आपले बेत अत्यंत गुप्त रीतीने सिद्धीस नेत होता. रोगाची अगदी प्राथमिक लक्षणेही दिसत नसतील तर कितीही निष्णात वैद्य असला तरी, तो आधी निदान व नंतर उपचार तरी काय व कसे करणार? सगळे ज्ञान, अनुभव आणि तर्कबुद्धी पणाला लावून मी, अमात्य राक्षस किती तऱ्हेने कुटिल डाव टाकू शकतील, त्या सर्व शक्यतांचा शांतपणे विचार करू लागलो. कपटनीती सांगते की, घात दोनच प्रकाराने करता येतो. समूहाने मिळून प्रकटपणे अकस्मात आघात करणे, अथवा छुप्या पद्धतीने एकट्यानेच घातपात करणे, असे दोनच घातप्रकार प्रचलित आहेत! त्यांपैकी सशस्त्र पथकांच्या साहाय्याने प्रकट आघात करण्याचा दु:साहसी मार्ग अमात्य निवडणार नाहीत याची मला खात्री होती, कारण त्यात यशाची पूर्ण हमी मिळणे अशक्य होते. शिवाय त्यात दोन्ही बाजूंना यशाची समान संधी होती. दुसरा छुपा आणि कपटी कुठाराघात मात्र एखाद्या निष्णात मारेकऱ्याकडून त्यांनी नक्कीच करविला असता. मग तशा सर्व शक्यतांचा मी क्रमाने परामर्ष घेतला. आमच्या व्यवस्थेला छेद देऊन असा घातपात कसा, कुठे, कधी आणि कोणाला करता येणे शक्य आहे त्या सर्व अपेक्षित व अनपेक्षित शक्यतांचा अंदाज घेऊ लागलो. अपेक्षित शक्यतांवर मात करण्यासाठी उभारलेली सुरक्षा यंत्रणा पुरेशी भक्कम होती, त्यामुळे आता अनपेक्षित शक्यतांचा समग्र विचार करणे चालू झाले.

छद्म वेषांतर करून एखादा गुप्तचर वार करू शकला असता. एखादा अपघात घडवून आणला जाऊन अंत करणे हेही शक्य होते. निकटचा सेवक,

दासी, रक्षक किंवा नित्य संपर्कात असलेली एखादी परिचित व्यक्ती शत्रूला वश होऊन घात करणे हेही संभव होते. अन्न किंवा पेयातून देखील विषप्रयोग होऊ शकला असता, किंवा अपहरण करणे हाही एक मार्ग उपलब्ध होता. तांत्रिक-मांत्रिकाद्वारा जादूटोणा, वशीकरण, मंत्रतंत्र आदी अघोरी उपाय करून अपाय करणे हा अघोरी पर्याय पण शिल्लक होताच!

राहू-केतू 'चंद्राला' ग्रासणार होते व 'चंद्रग्रहण'निश्चितच होणार होते, पण ते अल्पकाळ टिकणारे होते, याची मला पूर्ण शाश्वती होती. अमात्यांचे प्रत्येक कुटिल डाव त्यांच्यावरच कसे उलटविता येतील हे माझ्या बुद्धीसाठी तितकेसे मोठे आव्हान नव्हते, खरे आव्हान हे होते की, प्रत्येक आगामी संकटाची योग्य वेळी पूर्वसूचना कशी मिळवायची? माझे ज्ञानचक्षू आणि चर्मचक्षू सातत्याने त्या गोष्टीचा वेध घेत होते. मी क्षपणक, जीवसिद्धी, सिद्धार्थक व निपुणक आम्हा सर्वांच्या क्षमतेची, निरीक्षणबुद्धीची, तर्कबुद्धीची आणि उभारलेल्या गुप्तचर यंत्रणेची ही कसोटीच होती. आता आम्ही अधिकच सतर्कतेने आणि संशयाने सर्व व्यक्ती आणि घटना यांचेकडे पाहू लागलो. आमची सावधानता एके दिवशी फळाला आली. जनसामान्यात वावरणाऱ्या निपुणकाच्या एका चराने वृत्त दिले की, प्रमोदक नामक एक मनुष्य जो अमात्यांच्या बऱ्यापैकी निकटचा होता, तो माणूस गेल्या काही दिवसांत अचानकच मोठ्या प्रमाणात व्यय करतो आहे. वास्तविक पाहता त्याची आर्थिक क्षमता तेवढी नाही, पण बहुधा त्यास भूमीतले गुप्तधन सापडले असावे अथवा त्यास कोठूनतरी अचानक धनप्राप्ती झाली असावी असा अनुमान आहे. पण एकूणच सर्व प्रकार विसंगत वाटतो.

सुतावरून स्वर्ग गाठून धरतीवर परत येणे, हेच तर गुप्तचराचे वैशिष्ट्य असते. आणि अशा संवेदनशील परिस्थितीत तर कोणत्याही विसंगत घटनेकडे दुर्लक्ष करणे हा आत्मघात ठरला असता. मी त्वरा करीत त्या प्रमोदकाचा शोध घेऊन त्यास बंदिवासात टाकले. त्याला बोलते करण्यासाठी माझ्या निष्णात लोकांना फारसे प्रयास पडले नाहीत. अल्पकाळ प्रताडन करून मरणप्राय वेदना दिल्यानंतर तो पोपटासारखा बोलू लागला. त्याने जे सांगितले ते मला अनपेक्षित नव्हते, तरीसुद्धा अमात्यांच्या त्या अत्यंत दु:साहसी प्रयोगाचे आश्चर्य वाटल्याशिवाय राहिले नाही!

◆

मुरादेवी

मी शापित सौंदर्याची स्वामिनी मुरादेवी! विलक्षण सौंदर्यासह सुगंधी शरीर घेऊन जन्माला आलेल्या या 'मुरे'स भाग्यवान राजकन्या म्हणावे, की आर्यावर्तातील बलाढ्य मगधराज धनानंदाची पत्नी बनण्याचे सौभाग्य लाभलेली सुदैवी महाराणी म्हणावे? की जन्मताच आपल्या सुकुमार राजपुत्राचा त्याग करावा लागणारी दुर्दैवी माता म्हणावे? या यक्षप्रश्नाची उत्तरे मला कधीही मिळणार नाहीत. या अभागी मुरादेवीच्या दुर्दैवी कहाणीला अंत तरी आहे का? पिताविरह, पतीविरह आणि पुत्रविरह...! वैऱ्याच्याही वाट्यास असे दु:ख येऊ नये. लागोपाठ येणाऱ्या भयाण दु:खाच्या वणव्यात होरपळणारी ही मुरा म्हणजे एक चालतेबोलते जिवंत प्रेतच आहे!

मुरादेवी...

'स्त्रीजन्मा, ही तुझी कहाणी, हृदयी अमृत नयनी पाणी!' किती वास्तव वर्णन आहे स्त्रियांच्या जीवनाचे या काव्यपंक्तीमध्ये! स्त्री व पुरुष यांची सहमती, सहकार्य व सहवास यांतून मानवजन्माची लोमहर्षक व विलक्षण कथा साकार होत गेली. या सर्व प्रक्रियेत युगानुयुगापासून दुय्यम स्थान स्वीकारलेली स्त्री, ही विधात्याच्या अगम्य आणि मती गुंग करणाऱ्या खेळास नेहमीच शरण आलेली आहे. मानवी पुनरुत्पादन प्रक्रियेत स्त्रीवर पुरुषांपेक्षा अधिक दायित्व टाकून जगन्नियंत्याने अधिक विश्वास टाकलाय, की अधिक अन्याय केलाय हा कायम गुलदस्त्यात राहिलेला प्रश्न आहे. मातृत्वाचा झळाळता अलंकार पदरी, अन् मातृत्वाचा भार मात्र उदरी! निसर्गाने स्त्रीची अशी चमत्कारिक अवस्था केली आणि पुरुषास मात्र कुठेही गुंतवून ठेवले नाही. तो कायम मोकळा! ज्या क्षणी स्त्रीने गर्भ धारण केला, त्या क्षणी तिचे स्वातंत्र्य लयास गेले! तिच्या खाण्यापिण्यापासून ते मनमोकळ्या हालचाली करण्यापर्यंत बंधने येतात. तिच्यासाठी मग नीतिमत्ता, चारित्र्य व शुचिता यांच्या सुवर्णशृंखला तयार होतात व त्या बंधनांसोबत हळूहळू पुरुषी वर्चस्वालाही सुरुवात होते! या कलियुगापर्यंत तरी ही व्यवस्था अबाधित आहे. स्त्रियांसाठी सौभाग्याचे लेणे म्हणून मंगळसूत्र आले, सौभाग्य लक्षण म्हणून कपाळी कुंकू आले, स्त्रियांसाठी आदर्श आचारसंहिता आली, पण हे सगळे पुरुषी अहंकाराचे आणि पुरुषी वर्चस्वाचेच प्रतीक होते. पुरुषाच्या अस्तित्वाशिवाय स्त्रीचे अस्तित्व असणे, ही कल्पनासुद्धा समाज स्वीकारेनासा झाला. पुढे पुढे तर पतीशिवाय पत्नीचा जिवंत राहण्याचा अधिकारसुद्धा समाज अमान्य करू लागला. मृत पतीच्या कलेवरासोबत धर्मपत्नीने सती जाणे हा पवित्र स्त्रीधर्म मानला जाऊ लागला. पातिव्रत्य, कुलीनतेच्या व कर्तव्याच्या अभिशापात स्त्रीत्व दग्ध होऊ लागले!

मीसुद्धा एक स्त्री म्हणूनच जन्माला आले, हिमालयाची पर्वतराजी जिथून सुरू

होते तिथे, निसर्गाने मुक्तहस्ताने उधळण केलेल्या किरातराजाच्या पहाडी प्रदेशातला माझा जन्म. मी स्मृतीला कितीही ताण दिला तरी नाना रंगांच्या फुलाफुलांची पखरण असलेली क्षितिजापार पसरलेली दाट हिरवाई, मुग्ध यौवनेप्रमाणे खळाळून हसणारे शुभ्रजलाचे फेसाळ निर्झर, वृक्षाच्या गच्च पानाआड लपलेल्या पक्ष्यांचा कर्णमधुर गुंजारव, आभाळभर पसरलेले कृष्णधवल ढगांचे उडते पुंजके, क्षणार्धात नजरेआड होणारे सोनेरी मृगाचे कळप आणि डोंगरदऱ्यातला रानसुगंध भरून येणारे वारे...! प्रयत्न करूनही यापलीकडे माझी आठवण कधी गेलीच नाही. माझे शैशवसुद्धा, पुष्पवाटिकेत बागडणारे पाडस किंवा लतावेलीच्या पानाफुलांवरून स्वच्छंदपणे उडणाऱ्या फुलपाखराप्रमाणे निरागसपणे गेले. शिशु अवस्था संपून बाल्यावस्था कधी सुरू झाली आणि तीदेखील संपून मी यौवनाच्या उंबरठ्यावर कधी पाऊल ठेवले ते समजलेच नाही. मुग्ध कलिकेचे रूपांतर मोहक पुष्पात किती हळुवार व अलगदपणे होते, आणि तसे होताना बदल तरी किती प्रकारचा होतो! माझे स्वच्छंद बागडणे आता मंद मंद चालीत बदलले होते, आवाजातली कोवळीकता जाऊन कातरता आली, वागण्यातला अल्लडपणा जाऊन प्रौढपणा आला, मुग्ध भावदर्शी डोळे चंचल झाले, शरीरात गूढ हालचालींची स्पंदने व उत्तेजित करणारी कंपने सुरू झाली. दृष्टिक्षेप व पापण्यांचे अनाकलनीय विभ्रम होऊ लागले. संपूर्ण शरीरावर रोमांच फुलविणारे मोरपीस फिरल्याचा आभास होत होता. एका अनामिक ओढीने या नवीन बदलाचे स्वागत करण्यास मी केव्हाच सिद्ध झाले होते! आणि हो, माझ्यातल्या दोन रहस्यांचा उलगडाही मला आरशात पाहून अवचितच झाला. माझा बांधा तर अत्यंत वळणदार व सुडौल बनलाच होता, पण आधीच सुंदर असलेल्या चेहऱ्यावर यौवनाचे जे नवतेज पसरले होते ते खचितच मनमोहक होते! कमनीय बांध्याच्या या षोडशीचे हे लावण्य कुणालाही वेड लावील असेच झाले होते. आरशात मी पाहत असलेली प्रतिमा ही मुरेचीच होती की कोणती उर्वशी, रंभा, तिलोत्तमा माझ्याकडे पाहून मंदस्मित करीत उभी आहे, असा संभ्रम व्हायचा! आरशातल्या माझ्या प्रतिमेला माझीच दृष्ट लागेल की काय असेही क्षणभर वाटायचे! पुष्पवाटिकेत शतपावली करताना वायुलहरींवर दरळवणारा केवडा-बकुळीचा सुगंध मन प्रसन्न करीत असे.

एकदा प्रियंवदेने कानाशी लागत एक माझे गुह्य मला सांगितले, "सखे, तुझ्या सहवासात केवळ पुष्पवाटिकेतच नाही, तर अगदी महालातसुद्धा तू जेव्हा वावरतेस, तेव्हा जिथे मंद मंद सुगंधी लहरी दरवळत असतात, जणू तुझे शरीर म्हणजे एक सुगंधी अत्तराची कुपी आहे! ग्रीष्म ऋतूच्या असह्य उष्णतेत जीव कासावीस झाल्यावर, अचानक शीतल जलशिंपनामुळे जसा आल्हाददायक गारवा उत्पन्न होतो, तशी प्रसन्नता तुझ्या अलौकिक शरीरातून येणाऱ्या सुगंधाने येते बघ!"

मी आश्चर्यातिरेकाने पाहतच राहिले, मला माझ्या स्वत:च्याच सुगंधाचा परिचय नव्हता? दिव्याखाली अंधकार म्हणतात ते असे. किंवा अगदी कस्तुरीमृगासारखी माझी अवस्था झाली म्हणायची, अवघ्या जगाला वेड लावणाऱ्या सुगंधाचा ठेवा कस्तुरीग्रंथीच्या रूपात जवळ असूनही ती हरिणी जशी अनभिज्ञ असते, तसेच मीसुद्धा माझ्या सुगंधी शरीराविषयी पूर्णत: अनभिज्ञ होते. खरेच किती दुग्धशर्करा योग म्हणायचा हा...! भुरळ पाडणाऱ्या सौंदर्याला जोड मिळाली ती वेड लावणाऱ्या सुगंधाची! ही मुरा खरेच अपार भाग्यशाली होती आणि तो पुरुषही तितकाच भाग्यवान असणार होता, ज्याला ही सुगंधी सौंदर्याची कुपी मनसोक्त उपभोग घेण्यासाठी प्राप्त होणार होती; आणि मगधराज धनानंद तो भाग्यशाली पुरुष होता!

प्रियंवदा... माझी जिवाभावाची चतुर सखी, हिची सोबत तिची ओळख झाल्यापासून आजतागायत कायम आहे. माझ्या मनीचे गुज आणि गुह्ये फक्त तिलाच माहीत असतात. आमची गट्टी इतकी जमली होती की बाकीच्या मैत्रिणी तिची चेष्टा करीत, 'मुरा जाईल आपल्या राजकुमाराबरोबर मग प्रियंवदे, तुझे कसे होईल गं?' ती हसून म्हणत असे, ''मी तर सावलीसारखी मुरेसोबत आहे व राहीन, एखादेवेळी राजकुमार देखील मुरादेवीला सोडून देईल, पण मी नाही सोडणार!''

मगधराज्याचा प्रतापी सेनानी भागूरायण दिग्विजय करीत निघाला होता आणि त्याने आमच्या लहानशा राज्याच्या सीमेवर सामर्थ्यशाली मगधसेना उभी करून शरण येण्याचे आवाहन केले. माझ्या पित्याने, किरातराजाने युद्ध करून नष्ट होण्यापेक्षा त्याच्याशी सख्य करण्याचे ठरविले, आणि सन्मानपूर्वक नजराणा आणि त्यापेक्षाही मौल्यवान असलेली त्याची लाडकी मुरा मगधनृपतींना अर्पण केली! अर्थात आपल्या सुकन्येचे भविष्य आणि हित लक्षात घेऊनच त्यांनी हा दूरदर्शी निर्णय घेतला होता. सेनापती भागूरायणही संतुष्ट झाला आणि त्याने मोठ्या सन्मानाने हा अनमोल नजराणा महाराज धनानंदाना सादर केला. भागूरायणाने अतिशय आदरपूर्वक माझी विशेष व्यवस्था ठेवली होती, त्या वेळी नकळत आमच्यात आपुलकीचे अकृत्रिम स्नेहबंधन निर्माण झाले! प्रियंवदा आणि मी, आम्हा दोघींनाही एकमेकींचा विरह कधीच सहन होणार नव्हता हे जाणून पिताश्रींनी माझी सखी व पाठराखीण म्हणून प्रियंवदेला माझ्यासोबत कायमचे पाठविले होते.

राजमहालात आल्यापासून काही सप्ताहांतच प्रियंवदेला तिथल्या सगळ्या परिस्थितीचा अंदाज आला. परंपरा, संकेत, रूढी, प्रथा आणि रिवाज हे समजण्यास तिला वेळ लागला नाही. त्याशिवाय राणीवशातील राण्या, पट्टराणी सुनंदादेवी या सर्वांच्या आवडीनिवडी, गणिका, सेविका, नृत्यांगना, वृषला, प्रतिहारी, रक्षक, बल्लव, द्वारपाल यांचे जाण्यायेण्याचे वेळापत्रक, एवढेच नाही तर हा अद्वितीय रंगमहाल उभारणारा वास्तुशिल्पी दारुवर्मा याचीदेखील खूप स्तुती

करून तिने ओळख करून घेतली होती. प्रत्यक्ष महाराजांचा परिचय, तिने अपेक्षेपेक्षा मर्यादित कालावधीत कसा करून घेतला ते तिचे तिलाच ठाऊक! प्रियंवदेचे कान तर एवढे तिखट होते की, भिंतीपल्याडचे संभाषण ती सहज ऐकू शकते की काय अशी शंका उत्पन्न व्हावी! राणीमहालातल्या इत्थंभूत गोष्टी व चर्चा तिला अचूक कळायच्या. एखादे कर्णपिशाच तर तिला वश झाले नाही ना, असेच काहीतरी असावे. लाघवी बोलणे, क्रियाशीलता आणि समयसूचक वर्तन यामुळे प्रियंवदा सर्वांना प्रिय झाली होती!

अर्थात धनानंद महाराजाची स्त्रीलंपट कामुकता व विलासी वृत्तीदेखील तिच्या लक्षात आलीच होती. तसेच इतर राण्याचा मुरादेवीविषयीचा मत्सरही तिने व्यवस्थित जाणला होता. आपल्या सखीला, म्हणजेच मला दीर्घकाळ सुखात ठेवण्याचा ती पराकाष्ठेचा यत्न करायची, कारण माझ्या आनंदसौख्यातच तिची तृप्ती असायची. महाराजांना कायम रंगमहालात गुंतवून ठेवण्यासाठी ती इतके नूतन प्रयोग सुचवायची की, ते ऐकून मीच दंग होत असे. वात्सायनाला तरी ही शृंगारातली अनोखी विविधता माहीत होती का, असेच मला राहून राहून वाटे. पुरुषांना मोहपाशात कसे जखडून ठेवायचे याचे उपजत ज्ञान मला होते आणि त्यात प्रियंवदेची भर, मग काय? राजा धनानंद कमलदलात एखादा भृंग बंदिस्त व्हावा तसा माझ्या रंगमहालात बंदी झाला. खरेच त्या वेळी मगधराजा माझ्या मिठीत तर अवघे मगधराज्य माझ्या मुठीत होते! प्रियंवदेने सूचित केल्याप्रमाणे आता मला विश्राम घेऊन चालणार नव्हते, महाराणी सुनंदादेवीच्या आधी मला मगधाचा वंशज द्यायची घाई झाली होती आणि त्याकरिता महाराजांचे पुरेसे सान्निध्य व सहवास मिळणे, किंबहुना इतर राण्यांना ते न मिळणे हाच आमचा विशेष प्रयत्न असायचा!

अष्टौप्रहर महाराज माझ्या शय्यामंचकावरच पहुडलेले असायचे, त्यांना मदिरेपेक्षाही तीव्र धुंदी माझ्या सहवासाची आहे हे आता मला चांगलेच ज्ञात झाले होते; आणि त्याचा परिपूर्ण लाभ मी घेत होते. साहजिकच राज्यशकट चालविण्यासाठी महाराजांना वेळच मिळत नसे आणि त्यांची तशी इच्छाही नव्हती आणि माझीही नव्हती! पण राज्यकारभार दक्षतेने सांभाळणारे अमात्य राक्षस मात्र राजाच्या या आसक्तीमुळे खूपच अस्वस्थ होते. अनेकदा त्यांनी प्रतिहारीकडून व रंगमहालाचे द्वाररक्षक यांचेकडून महाराजांविषयी वृत्त घेतले होते, हे मला प्रियंवदेनेच सांगितले. पूर्वपरवानगी घेऊन माझ्यासमक्ष त्यांनी महाराजांची भेटही घेतली, आणि राजसभेतील त्यांची उपस्थिती किती अनिवार्य आहे ते परोपरीने विनविले; पण माझा मोहपाश इतका चिवट निघाला की अमात्य जाताक्षणी महाराज ते सर्व विसरून पुन्हा माझ्या बाहुपाशात विसावले!

आता आम्हा दोघींच्या लक्षात एक गोष्ट आली होती, अमात्य राक्षस हे

आमच्या मार्गावरील कंटक आहेत आणि त्यांना कसेही करून महाराज धनानंदांना माझ्या मोहपाशातून मुक्त करायचे होते. संकटाची जाणीव होताच आम्ही सावध झालो. वेळीच जर उपाययोजना केली नाही, तर सगळे काही व्यर्थ होणार होते. अमात्य राक्षस इतके कर्तव्यकठोर आणि रुक्ष भासले की आम्हा दोघींनाही त्यांच्या अंतरंगाचा काहीच ठाव लागेनासा झाला होता. त्यांच्यातली काही उणीव सापडली तर ती राजसभेतूनच सापडेल, अशी आम्हा दोघींचीही खात्री झाली, मग विलंब न करता सेनापती भागूरायणास प्रियंवदेने मोठ्या कौशल्याने निरोप देऊन भेट ठरविली. क्षेमकुशल झाल्यावर मी मूळ विषयाला हात घातला व अमात्यांविषयी रोष प्रकट केला. मी आणि महाराज यांच्यात वितुष्ट आणण्याचा अमात्य कसा प्रयत्न करीत आहेत याची कल्पना दिली. अमात्याच्या गूढगंभीर स्वभावाचे आकलन न झाल्याचेही सांगितले आणि त्यांच्या स्वभाव विशेषत्वाबद्दल जाणून घेण्याची उत्सुकताही दर्शविली. आमचे संभाषण ऐकून, काहीसा सचिंत होत भागूरायण विचारात पडला. अमात्य राक्षसाची आकांक्षा नेमकी कोणत्या स्वरूपाची आहे यावर त्यालाही संभ्रम होत होता. पण राक्षस दिसतो तसा सरळ नाही, काहीतरी गूढ महत्त्वाकांक्षेने तो सतत प्रेरित असतो हे नक्की, असे त्याचे प्रांजळ मत होते. अमात्य या सर्वोच्च पदावर असूनही राक्षस अस्वस्थ आहे, याचाच अर्थ त्याची आसुरी महत्त्वाकांक्षा त्यास स्वस्थ बसू देत नसावी असा होतो. तसे असेल तर मग त्याची पुढची महत्त्वाकांक्षा निर्विवादपणे स्पष्ट होत होती, आणि ती खचितच मगधनरेशांसाठी शुभंकर वार्ता नव्हती! इतिहासात अनेकदा असे घडले आहे की, राजापेक्षाही अधिक सामर्थ्यवान झालेला सहकारी हा राजास घातक सिद्ध झालेला आहे आणि इतिहासाची पुनरावृत्ती होत असते! आमच्या दृष्टीसमोरचे अंधकाराचे पटल त्वरित दूर झाले व सत्य लखलखीतपणे दिसू लागले!

प्रियंवदा कामास लागली. महाराजांच्या शक्यतो निकट जाण्याचा प्रयत्न करू लागली. अल्पकाळात कोणाचाही विश्वास संपादन करण्याच्या कलेत ती पारंगत होतीच. अधूनमधून महाराजही हास्यविनोद करीत तिच्याशी गुजगोष्टी करू लागले. मी सुहास्य मुद्रेने हे मायावी नाट्य पाहत असे, हळूहळू महाराजांसोबत कानगोष्टी करण्यापर्यंत तिने मजल गाठली, आणि निकट सहवासातून ती महाराजांचा बुद्धिभेद करण्याच्या यत्नास लागली. अमात्यांना महाराजांची किती चिंता असते व ते वारंवार खंत व्यक्त करतात की, महाराज राज्यकारभाराकडे लक्ष देईनासे झाले आहेत असा लाडिक सूर लावत तिने तक्रार करण्यास सुरुवात केली. एकदोन वेळा महाराजांनी हसून दुर्लक्ष केले. प्रियंवदेने आपला हेका सोडला नाही. ती परत सांगू लागली की, राजसभेतसुद्धा बभ्रा होत आहे की महाराज

मुरादेवीच्या कच्छपी लागलेत! वाटल्यास राणीवशात त्याबाबत आपण कानोसा घ्यावा म्हणजे लक्षात येईल, वगैरे कथन केल्यावर मात्र महाराज गंभीर झाले. प्रियंवदेने राणीवशाचे नाव हेतुपूर्वकच घेतले, कारण तिथली मुरादेवीविषयीची मत्सरी कुजबुज कानी आली होतीच, त्या गोष्टीचा तिने असा धूर्त उपयोग करून घेतला. एकदा किल्मिष मनी आले की त्याचे विषात रूपांतर व्हायला कितीसा वेळ लागतो? आम्ही कूर्मगतीने मार्गक्रमण करीत महाराजांच्या मनात असुरक्षेचे व पर्यायाने शंकेचे सावकाश बीजारोपण करीत होतो.

एके दिवशी शेवटचा आघात करण्याचे ठरविले, मुरेने महाराजांसमोर शोकाकुल व भयसंतप्त होण्याचे उत्कृष्ट नाटक करीत मोठ्या भावविव्हलतेने आवाहन केले. अमात्य राक्षस कपटनीतीने महाराजांचा घात करून सार्वभौम होण्याचा कट कसा करीत आहेत आणि त्यामुळेच योजनापूर्वक ते महाराजांना माझ्यापासून दूर करण्याचा कसा प्रयत्न करीत आहेत हे मोठ्या तळमळीने व्यक्त केले. एकदा का महाराज मुरादेवीपासून दूर गेले की त्यांचा घात करणे राक्षसास सोपे गेले असते. आम्हाला अपेक्षित असलेला स्फोट झाला, पण तो फारच विपरीत होता, तो चक्क आमच्यावरच उलटला! इतके दिवस विनातक्रार सर्वकाही ऐकून घेणारे महाराज अचानक उग्रस्वरूप धारण करते झाले. अमात्य राक्षसाच्या अतूट राजनिष्ठेवर शंका घेतल्याबद्दल, अत्यंत असभ्य भाषेत त्यांच्या लाडक्या मुरेस अद्वातद्वा बोलत त्यांनी रंगमहाल सोडला, तो पुन्हा कदापि तिथे परत न येण्याची शापवाणी उच्चारतच. मुरादेवीवर तर आकाशच कोसळले होते अन् मलाही सीतेप्रमाणे धरणीमाता आपल्या उदरात सामावून घेईल तर बरे, असे प्रकर्षाने वाटू लागले. प्रिय राणी मुरादेवी व अमात्य राक्षस यांतून महाराजांनी अमात्य राक्षसाची निवड केली होती. आसक्तीवर कर्तव्याने मात केली होती, की चंचल स्वभाव तो चंचलच म्हणायचा? विकारावर विचाराने विजय मिळविला होता, की आमच्या दुर्दैवाने अचानक उचल खाल्ली होती? कारण काहीही असो, आमचा दारुण पराजय झाला होता, हा आमच्या योजनेचा निराश करणारा शेवट होता. ध्यानीमनी नसताना आकस्मिकपणे, अंत नसलेल्या खोल अंधकारमय गुहेत आमचा प्रवास सुरू झाला होता. विधिलिखित देखील कदाचित असेच असावे...! सगळे काही अनाकलनीय व अनपेक्षितच घडले होते!

शोकनाट्याचा हा शेवट नव्हता, तर ही सुरुवात होती, ती आता नुकतीच सुरू झाली होती. दुर्दैवाचे दशावतार प्रकट होत मुरादेवीची यापुढे अधिकच होरपळ होणार होती. संकटे एकटी कधीच येत नाहीत, त्यांची मालिकाच सुरू होते या सत्यवचनाची अनुभूती आम्हाला लवकरच येणार होती. आणि...आणि... धरणीकंप म्हणावा की अत्यानंद मानावा अशी द्विधा मन:स्थिती करणारी बातमी

आली. मुरादेवी गर्भवती आहे! मगधराजाचा अंश उदरी वाढत होता, आणि इकडे महाराज तर रुष्ट होऊन निघून गेलेले! भंगलेले काचपात्र व दुभंगलेले मन दोन्ही जोडणे दुरापास्तच नाही, तर केवळ अशक्य! साऱ्या राणीवशात तर महाराजांसोबत मुरादेवीच्या दुराव्याची वार्ता केली होतीच. त्या वृत्तामुळे अचानक धनप्राप्ती व्हावी तसा महाराणी सुनंदेस आनंद झाला नसता तरच नवल! महाराज तर काय चंचलवृत्ती असलेले स्वच्छंदी भ्रमरच होते. त्यांच्या जवळ मुरादेवीऐवजी असंख्य पर्याय होते; आणि अश्वत्थांची एक पारंबी तुटल्याने त्या अश्वत्थवृक्षाचे काय बिघडते? पुरुषांना मायापाशात अडकविण्याची कला एकट्या मुरादेवीसच प्राप्त होती असे थोडेच आहे? अपेक्षेप्रमाणे महाराणी सुनंदेच्या कच्छपी महाराज लागलेच. मायाजालाच्या गोड काळिम्यात उच्छृंखल धनानंद पुन्हा आकंठ बुडाला. नाट्याच्या पहिल्या अंकावर पडदा पडला होता आणि पुढचा अंक सुरू झाला. तो आमच्यासाठी फार भयकारी होता.

सवतीमत्सराचा प्रलयंकारी प्रत्यय आम्हाला येणार होता. मुरा ही एक चंचल वृत्तीची सुंदर वृषला आहे, महाराज अनवधानाने तिच्या मोहजालात गुरफटले गेले, महाराजांचा त्यात काहीच दोष नाही! कारण अशा मायावी सौंदर्याची भुरळ कोणत्याही पुरुषास पडत असते. वाईट एकच होते की, महाराज तिच्या आहारी जाऊन तिचा अवास्तव अधिकार मान्य करू लागले होते! अन्यथा गांधर्वविवाहाने पत्नी झालेली स्त्री राणी कशी काय होऊ शकते! शिवाय ते शास्त्रसंमतही नाही! एक अंगवस्त्र यापलीकडे तिचे स्थान ते कोणते? किरातराज तरी काय, एक असंस्कृत, अशिक्षित व रांगडा माणूस. अशी रानटी माणसे पराभूत झाल्यावर सूडाग्नीने धुमसत असतात व दीर्घद्वेषी बनतात! प्रतिशोधाच्या भावनेतून त्याने मुरेची योजना करून राजाचा घात करण्याचे कपट रचिले असावे! महाराज योग्यक्षणी सावध झाले म्हणून बरे झाले, अन्यथा मोठाच अनर्थ घडला असता! लघुबुद्धीचा, कच्च्या कानाचा, लघुदृष्टीचा, चंचलवृत्तीचा, आत्मकेंद्रित, संशयात्मा मनुष्य एकदा कलला की त्यास कलंडण्यास काय वेळ लागतो? मुरेविषयी पुरेपूर द्वेषभावना महाराजांचे मनात ठासून भरली गेली. एक असत्य वारंवार सांगत राहिले की ते शेवटी सत्यच भासू लागते! आमच्या हितशत्रूंनी दारूगोळा तर जमविला होता. आता केवळ बार उडविणेच बाकी होते.

मातृत्व...! स्त्रीत्वाची परिपूर्णता! गर्भधारणा म्हणजे परमेश्वराने गर्भाशयाच्या मखमली पेटीत अलगदपणे ठेवलेला अमूल्य ठेवा. मातेचा प्रत्येक श्वास आणि नि:श्वासातला निसर्गदत्त अधिकारी! उदराच्या उबदार काळोखातली शीतल प्रकाशशलाका! नऊ मास तनामनाशी एकरूप झालेला हा पिंड जसजसा वाढतो तसतशी स्त्रीची अनिवार उत्सुकता वाढत जात तिला मातृत्वाचे वेध लागतात.

होणाऱ्या असह्य प्रसववेदना पण अशावेळी तिला सुसह्यच वाटतात, कारण ती हवीहवीशी वाटणारी वेदना असते, हसरे दुःख असते! स्वतःच्या अंशास नवीन रूपात प्रकट होताना पाहून मातेस कृतकृत्य झाल्याचे जे समाधान होते ते कोणत्याही भाषेतील शब्दात व्यक्त करणे कठीण आहे. खरेच नवनिर्मितीचा आनंद केवळ अवर्णनीय असतो. बालपणी अंगणात बीज पेरल्यावर त्यातून निघालेला इवलासा कोवळा अंकुर पाहून मन किती हरखून जायचे! त्या वेळी निर्मिती वगैरे काही माहिती नसलेल्या निरागस बालमनास देखील आनंदाचा अंकुर फुटायचा!

स्तनपान करणारे नवजात अर्भक हा त्या क्षणी स्त्रीचा पृथ्वीमोलाचा दागिना असतो. तृप्त मनाने बाळाला अमृतपान करणारी माता अतीव समाधानाने कृतार्थ झालेली असते. अर्धोन्मिलित डोळ्यांनी त्या स्वर्गीय सुखाची अनुभूती घेण्यात तिला विलक्षण आनंद होत असतो. म्हणूनच त्या सुखकर अनुभवासाठी मी अत्यंत आतुर बनले होते. महाराज धनानंदाचे प्रतिरूप कसे असेल, या कल्पनेत प्रहरचे प्रहर गेलेलेसुद्धा मला कळत नसत. अशावेळी सखी प्रियंवदा मला वर्तमान विश्वात परत घेऊन येत असे. महाराज धनानंदाचा दुःखदायी विरह एकीकडे तर त्यांचे अंशरूपातले सुखदायी अस्तित्व दुसरीकडे, अशा दुधारी पेचात मी सापडले होते. नवोन्मेषाच्या स्वागतासाठी नेत्र आसुसले होते, पण त्याच नेत्रांत अविरत अश्रुधाराही होत्या! विधात्याने हा कसला ऊनसावलीचा खेळ मांडला होता? एका हाताने भरभरून देत दुसऱ्या हाताने त्याहून कैकपट काढून घेणे, हे कोणते कोष्टक होते? राजकुमारी, प्रियराणी ते परित्यक्ता... ही कसली दैवगती? पतीने त्याग केल्याचे दुःख अधिक की पुत्रसौख्याचा आनंद अधिक याचे उत्तर देता येईल का? होणारा बाळ भाग्यशाली राजपुत्र आहे म्हणू, की राजाने नाकारलेला अभागी जीव आहे म्हणू?

माझ्या जिवाची घालमेल फक्त प्रियंवदाच समजू शकत होती. महाराज धनानंदाच्या कानी ही शुभवार्ता जाईल अशी तिने व्यवस्था करूनही आम्हाला अपेक्षित प्रतिसाद मिळाला नाही. उलट या बातमीचे पडसाद विपरीत येत आहेत, ही बाबही प्रियंवदेच्या तीक्ष्ण नजरेतून सुटली नाही. विशेषतः पट्टराणी सुनंदादेवी तर अशामध्ये खूपच सक्रिय झाल्याचेही तिच्या लक्षात आले. महाराणी सुनंदेच्या निकटवर्ती वर्तुळात संचार असलेल्या काही दासी व सेविका तिने आधीच वश केलेल्या होत्या. अजूनही कूस उजवत नसलेल्या सुनंदादेवीचा क्षोभ उत्तरोत्तर उग्र स्वरूप धारण करू लागला होता. सवतीमत्सराने पेटलेली स्त्री आणि जखमी व्याघ्री या दोहींमध्ये कोण अधिक हिंस्र आहे, ते कोणालाच सांगता येणार नाही. महाराणींच्या महालात कूट कारस्थानाचा खल सुरू झाला, वेगवेगळी अपरिचित

माणसे तिथे वावरताना दिसू लागली. नैराश्याच्या जंगलातून सूडघेऊ श्वापदे बाहेर पडू लागली होती! नंद घराण्याच्या वंशाच्या दिव्यास प्रज्वलित होताक्षणीच मालवून टाकण्याचे अश्लाघ्य कारस्थान शिजत असल्याचे हादरवून टाकणारे वृत्त समजल्यावर मात्र प्रियंवदा खूपच अस्वस्थ झाली, घायाळ हरिणीप्रमाणे ती सैरभैर झाली. या घोर संकटातून मुरादेवी आणि तिच्या बाळास सुखरूप कसे तारता येईल या एकाच चिंतेत ती व्यस्त राहू लागली. कुशाग्र बुद्धीच्या प्रियंवदेने मनाशी काहीतरी ठरवून निर्णय घेतला व ती संकल्पित रचना पूर्ण करण्याचे कामी लागली. मला विश्वासात घेत तिने सर्व योजना व्यवस्थित समजावून सांगितली. प्रियंवदेने घेतलेला निर्णय व्यवहारी होता, दूरदर्शी होता, पण माझ्यासाठी मात्र तो जीवघेणा वज्राघात होता!

शेवटी ती काळरात्र आली, माझ्या प्रसववेदना तीव्र होत गेल्या व एका राजस पुत्रास मी जन्म दिला. भान हरपून व सगळ्या वेदना विसरून मी त्याचे गोड रूपडे पाहतच राहिले. अक्षरश: माझे इवलेसे प्रतिरूपच मी पाहत होते. त्या नवजात अर्भकास स्तनपान करण्याचेही भान मला राहिले नाही. माझी ही कातर आणि भावविवश अवस्था प्रियंवदेने जाणून मला जागृतावस्थेत आणले. बाळाचे स्तनपान करून होते न होते तोच तिच्या इशाऱ्यानुसार दोन शस्त्रधारी रक्षक पुढे आले. प्रियंवदेने बाळास माझ्याकडून जबरीने ताब्यात घेतले व ती त्यांचेसोबत चालू लागली. माझा दारुण आक्रोश मला ध्वनितसुद्धा करता येत नव्हता. काळीज फाटून जाईल अशा तीव्र वेदना आतून होत होत्या, पण मी हतबल होते. अगतिक होते. त्या क्षणी तरी पूर्णत: निराधार झाले होते!

दारुवर्माने प्रियंवदेला कधीतरी सांगितलेला एक गुप्त मार्ग जो रंगमहालातून थेट नगराबाहेर जात होता, त्याचे प्रवेशद्वार कळ दाबताच उघडले गेले. मी भयातिरेकाने नेत्र विस्फारून पाहतच राहिले, पूर्ण पुरुष उंचीचा सहज चालत जाण्याएवढा तो प्रशस्त भुयारी मार्ग होता! प्रियंवदा आणि ते दोन काळपुरुष माझ्या बाळास दुपट्यात लपेटून निघताच एक अस्फुट किंकाळी माझ्या ओठातून बाहेर पडली. मी बाळाला परत हिसकावून घेत आवेगाने उराशी धरले. होणाऱ्या वियोगाच्या कल्पनेने घायाळ पक्षिणीसारखी माझी तडफड चालू होती. मागे एकदा महाराज धनानंदाचे माझ्या शय्यामंचकावर तुटून पडलेले रत्नपदकाचे मणिबंधन मी जपून ठेवले होते, ते कसेबसे त्याच्या इवल्याशा मनगटावर बांधले. राजवैभवाची तेवढी एकच खूण मी त्या अभागी राजपुत्रास देऊ शकत होते! क्रूर दैत्यासमान भासणारे ते तिघेजण बाळाला घेऊन जाताच गुप्तमार्गाचे दार बंद झाले. दारावर हताशपणे डोके टेकून मी किती काळ अश्रुधारांना मुक्त वाहू दिले ते माहीत नाही. माझ्याभोवती भयाण काळोख व सुन्न करणारी बधिरता आणि एक मोठे शून्य याशिवाय काहीही नव्हते! मातृपितृविरह, पतीविरह व आता

पुत्रविरह... माझ्या दैवात आणखी काय काय वाढून ठेवले आहे? पूर्वजन्मातील माझे असे कोणते दुष्कृत्य किंवा कोणते पाप या जन्मी अशा भयानक स्वरूपात समोर उभे ठाकले? एकापाठोपाठ एक तीक्ष्ण अग्राचे सूचीबाण खोल खोल हृदयात घुसत होते! असह्य वेदनेने मूर्च्छित होऊन मी त्या कराल गुहेच्या द्वाराजवळ उन्मळून कोसळले!

शुद्धीवर आल्यावर प्रियंवदेने हृदय शतश: विदीर्ण करणारी पुढची कथा कथन केली, आणि त्या अश्राप बाळजीवाच्या भवितव्याच्या आशंकेने मी भयव्याकूल झाले. कोणी वाचविले असेल माझ्या पाडसाला? त्याचे संगोपन कसे होईल? आता कधीतरी माझ्या दृष्टीस तो पडेल का? शंकेच्या वारुळातल्या सहस्र मुंग्या अविरत डंख मारीत होत्या! विवंचनेचे वृश्चिक वारंवार विषारी दंश करीत होते! पण प्रियंवदेने मला आश्वस्त केले की बाळ सुखरूप आहे. दोन्ही रक्षकांनीही त्यास शपथपूर्वक दुजोरा दिला. प्रियंवदा सांगू लागली, पौर्णिमेच्या शुभ्र चंद्रप्रकाशात आम्ही नगराबाहेर पडल्यावर जंगलाचा रस्ता धरला. बराच वेळ चालल्यानंतर, टेकडीच्या पायथ्याशी जवळच एक गोपवस्ती दिसली. त्यातील एका पर्णकुटीपासून हाकेच्या अंतरावर असलेल्या पलाशाच्या झुडपाआड दुपट्यात लपेटलेले व शांत झोपलेले बाळ हळुवारपणे ठेवून आम्ही जवळच दबा धरून बसलो, अपेक्षेप्रमाणे थोड्याच वेळात बाळ रडायला लागले. नीरव शांततेत तो आवाज खूपच मोठा भासत होता. तो ऐकून त्या पर्णकुटीतून एक गोप त्या रोखाने आला. बाळाला पाहून विस्मयचकित झालेल्या गोपाने आपल्या सहचारिणीस हाका मारल्यावर एक गोपी हळूहळू पर्णकुटीबाहेर आली व त्या दोघांनी हर्षभरित होत बाळास उचलून घेतले. आसपास कुणी आहे का याचा बराच वेळ शोध घेऊन थकल्यानंतर ते पर्णकुटीकडे बाळाला घेऊन गेले. आता बाळाचे रुदन शांत झाले आहे याची खात्री झाल्यावर आम्ही आल्यामार्गे परतलो.

माझ्या अश्रुधारात खंड पडला नव्हता. मन सारखे आक्रंदत होते, हुंदके चालूच होते. दु:खाचे अनावर उमाळे येत होते, उरावर धोंडा ठेवून काळजाचा तुकडा गंगामातेच्या प्रवाहात सोडताना महाराणी कुंतीची काय अवस्था झाली असेल, त्याची प्रत्यक्ष प्रचिती आज मी घेत होते! किती दुर्दैवी साम्य होते आम्हा दोघींत. दोघींचेही पुत्र हे राजसिंहासनाचे खरे उत्तराधिकारी असलेले ज्येष्ठ राजपुत्र! असे असूनही, दोघांच्याही नशिबी जन्मत: विजनवास आला. इतिहासाची ही कशी विपरीत पुनरावृत्ती म्हणायची? नुकत्याच जन्मलेल्या अर्भकांचा त्याग करावा लागणे हे शब्दात व्यक्त करणे सोपे आहे, परंतु प्रत्यक्षात त्या यातना सहन करणे हे सहनशक्तीच्याही पलीकडले असते. माझे दु:ख कोणाला सांगतासुद्धा येणार नव्हते. आतल्या आत घुसमटूनच त्याचा अंत होणार होता. कुठून अवदसा

आठवली व महाराजांचा रोष ओढवून घेतला? काय म्हणून प्रियंवदेचा तो घातकी सल्ला स्वीकारून सर्वनाश करून घेतला? आसुडाचे जीवघेणे फटके मनाच्या चिरफळ्या उडवीत होते! स्वत:च्या शृंगानीच घात झालेल्या बाराशृंगी मृगाप्रमाणे मी रानवेलीच्या जाळीत अडकून तडफडत होते! दोष तरी कुणाला देऊ? किरातराज पिता सुबाहूला, सेनापती भागूरायणाला, महाराज धनानंदांना, अमात्य राक्षसांना, सखी प्रियंवदेला, महाराणी सुनंदेला की माझ्या दैवाला? आणि दोषी कुणीही असले तरी कठोर शिक्षा मात्र केवळ मलाच भोगायची होती, तीही मूकपणे!

कालौघात स्मृती क्षीण होतात हा नियमच आहे. स्मृती...! रसरशीत फळांना आतून कोरणारा कृमी? की त्याच फळांना टवटवीत करणारा शीतल जलाचा शिडकावा? माणसाची द्विधा मन:स्थिती उत्पन्न करणारा एक छद्मी घटक. स्मृती म्हणजे, व्यस्त जीवनचक्रात अचानक डोकावणारा एक अनाहूत धूमकेतू, सूर्यबिंबाकडे झेपावणारा. अल्पजीवी असलेला झुबकेदार पिसारा असलेला हा शुभंकर तेजस्वी उल्कापिंड आहे, की ज्याचे दर्शन अशुभ मानले जाते असा पुच्छतारा? कालांतराने हा धूमकेतू नष्ट होतो, पण दीर्घकालासाठी लखलखीत अस्तित्वाची जाणीव देऊन जातो! स्मृतींचे हे अस्तित्व मानवासाठी वरदान की शाप? ते रोमांचित करणारे आहे की काळीज चिरत जाणारे आहे ते मात्र व्यक्तिसापेक्ष असते. माझ्यासाठी तरी स्मृतिमंजूषा उघडणे म्हणजे वेदनेचा विखारी डंख मारणाऱ्या, हजारो माश्यांचे आग्यामोहोळ उठविणे होते! माझ्या काळजात झालेली पुत्रवियोगाची जखम अश्वत्थाम्याच्या जखमेसारखी अनंतकाळ भळभळत राहणार होती. माझ्यासोबतच या दु:खांतिकेचा आता शेवट होणार होता...! यापुढे मुरादेवीचे चालतेबोलते शरीर म्हणजे एक जिवंत कलेवरच असणार होते, प्राण असून आत्मा हरवलेले, इंद्रिये असून संवेदना संपलेले, सगळे काही असून काहीही नसलेले! एकदम रिक्त!

प्रियंवदेने सर्वकाही ठरलेल्या योजनेप्रमाणे पूर्णत्वास नेले. तिचा व्यापक संपर्क आणि कौशल्य यांची कसोटीच होती ती! राणीमहालात तर भिंतीलाही कान असतात, पण तिने स्वत:हून व्यवस्थित तपशीलवार वार्ता पसरविली की, मुरादेवी प्रसूत झाल्या, त्यांना पुत्ररत्नाचा लाभही झाला होता, पण जन्मदरिद्री व कर्मदरिद्री असलेल्या मुरादेवीने मृत अर्भकास जन्म दिला! प्रसववेदनेच्या अतीव श्रमाने तिचे सर्व त्राण हरवले होते. अर्धवट ग्लानी असलेल्या अवस्थेतच तिला सोडून आम्ही दोन द्वाररक्षकांना सोबत घेऊन पुढील विल्हेवाट लावली. दुर्दैवी मुरादेवीच्या नशिबातच सुख नाही, दुसरे काय! असा सविस्तर वृत्तान्त तिने दु:खाचा मोठा नाट्यमय अभिनय करीत महाराणी सुनंदेस सांगितला. सुनंदादेवींनी वरकरणी सहानुभूतीदर्शक कटाक्ष टाकला, पण त्यात तरळणारी समाधानाची छटामात्र त्यांना लपविता आली

नव्हती! आता महाराज धनानंदापर्यंत निरोप तर व्यवस्थित जाणार होता आणि प्रणयधुंद व मद्यधुंद अवस्थेत राहणारे महाराज झाल्या प्रसंगाची साधी चौकशीही करणार नाहीत याचीही पूर्ण खात्री होती. कारण आता महाराणी सुनंदादेवीस विजयाची नशा, तर महाराजांना सुनंदेस होणाऱ्या अपत्याचा पिता असल्याची धुंदी चढली होती! नंद घराण्याला व मगधराज्याला मिळणाऱ्या उत्तराधिकाऱ्याची, प्रथम वारसाची दोघेही मोठ्या आतुरतेने प्रतीक्षा करीत होते. त्या अपार आनंदापुढे दुर्दैवी मुरेच्या दुःखाकडे पाहण्याची सवड कोणाला होती?

◆

क्षपणक जीवसिद्धी

मी इंदू शर्मा... चाणक्याचा सहाध्यायी, आजचा छद्म वेशातील क्षपणक जीवसिद्धी! चाणक्याच्या भीष्मप्रतिज्ञेचा मला मुळीच विस्मय वाटला नव्हता, विष्णूच्या करारी स्वभावाचा उत्तम परिचय केवळ मलाच होता. राजनीतीशास्त्रातील क्षमतेमुळे त्याचे अलौकिक स्थान निश्चित झालेले होते. बुद्धिचातुर्य पणाला लागणाऱ्या कुटिल डावपेचात आम्हा दोघांनाही रस होता, पण प्रत्यक्ष व्यवहारात ते आणणे यात मी निष्णात होतो. म्हणूनच तर भेदनीतीच्या इतिहासातील सर्वोच्च आविष्कार आम्ही घडवू शकलो! कल्पक योजकता आणि अचूक नियोजन यांचा सुरेख मेळ घालीत शत्रूला जेर करून आम्ही कार्यभाग उरकला. अमात्य राक्षसाचा अत्यंत विश्वासू मित्रसुद्धा चाणक्याचा गुप्तचर असणे यापलीकडे आणखी कोणते यश असते? 'साम, दाम आणि दंड' या शस्त्रापेक्षाही प्रभावी शस्त्र म्हणजे 'भेद'! हा माझा लाडका सिद्धान्त काळाच्या कसोटीवर खरा उतरला होता!

क्षपणक जीवसिद्धी...

दैवगती आणि विधिलिखित...! आयुष्यभर सावलीसारखा पाठलाग करणारी जोडी! आपले भाग्य व दुर्भाग्य यांची मांडणी करणारी पण मानवी आकलनशक्तीच्या परिघाबाहेरील रचना म्हणजेच प्रारब्ध! याचा निर्माता कोण? भूत-भविष्याचा निर्णय करणारी ही गूढ शक्ती कोणती? तशी शक्ती असेल तर ती मूळ स्वरूपात न दिसता, तिचे केवळ परिणामस्वरूप अस्तित्वच का जाणवते? आणि या सगळ्या विश्वनिर्मितीचा उद्देश काय? त्यात मानवी जीवनाची नेमकी भूमिका कोणती? आकाशस्थ ग्रहगोल जर यास कारणीभूत असतील तर मग त्यांच्यावर तरी नियंत्रण कोणाचे? चराचर जीवसृष्टीचे अस्तित्व हेच एक न संपणारे अनेकपदरी नाट्य आहे, एक अंक संपला की पुढचा सुरू...! अंत नसलेले नाट्य... व आपण सर्वजण त्या रंगमंचावर वावरणाऱ्या सूत्रबद्ध कठपुतळ्या! न दिसणाऱ्या पण सतत जाणवणाऱ्या त्या नियंत्याने गती दिलेले हे कालचक्र कधीच थांबत नाही, अव्याहत गतीने विश्वाचा तोल संभाळत ते फिरत असते. किती काळासाठी ते फिरत राहणार आहे ते एक परमेश्वरच जाणो. पण हाच वेगवान काळ माझ्यासाठी मात्र क्षणभर थबकला असावा, अन्यथा माझे संथगतीने व्यतीत होणारे जीवन, अचानक दिशा बदलत एका जगड्व्याळ कूटनाट्यात प्रविष्ट झाले नसते. माझी त्या नाट्यातील भूमिका सूत्रधाराच्या, म्हणजेच माझा मित्र विष्णुगुप्ताच्या हातात होती आणि प्रत्यक्ष काळच या नाट्याचा प्रेक्षक म्हणून समोर बसलेला होता. माझ्या आयुष्यातील एक महत्त्वाचा कालखंड वेगळा काढून, पुन्हा माझे जीवन पूर्ववत करण्यासाठी तो काळ जणू वाटच पाहत थांबला होता! निदान आतातरी मला तसे म्हणावेसे वाटते. काळ थबकला असला तरी मला मात्र थांबून चालणार नव्हते, विष्णुगुप्ताने माझ्यावर सोपविलेले ऐतिहासिक दायित्व पूर्ण केल्यावरच मला विश्राम मिळणार होता. त्यानंतरच मला माझा पूर्ववत जीवनक्रम सुरू करता येणार होता. संथ जीवनाला मिळालेल्या एका

अभूतपूर्व कलाटणीमुळे माझा वर्तमानकाळ आणि भविष्यकाळ दोन्ही अचानक बदलले होते. नाहीतरी माझ्यासारख्याच्या सामान्य जीवनात असे काय भव्यदिव्य घडले असते? दगडाच्या सान्निध्यात राहून परिवर्तन थोडेच होत असते? परीसस्पर्श झाला तरच लोखंडाचे सोने होते!

विष्णुगुप्त माझ्या जीवनात आला तो क्षण माझे स्वातंत्र्य संपविणारा होता म्हणू, की माझ्या जीवनाचे सोने करणारा होता म्हणू...? मला निश्चित सांगता येत नव्हते. लोकांची सर्व विषयांतली जिज्ञासा पूर्ण करणारा मी पंडित इंदू शर्मा माझ्याच प्रश्नावर निरुत्तर होत होतो. मी इंदू...! इंदू शर्मा! विष्णुगुप्त चाणक्याचा जिवलग सखा, हितचिंतक, पाठीराखा बोलतो आहे... नाव कोणतेही द्या, भावार्थ एकच आहे. काही माणसे आपल्या आयुष्यात वादळ बनून येतात, त्यांचा झंझावात एवढा प्रचंड असतो की, त्यांच्यापुढे आपल्या अस्तित्वाचे प्रयोजनच राहत नाही, इतके आपण त्या व्यक्तिमत्त्वात पूर्णत: एकरूप होऊन जातो. आपले मन, बुद्धी आणि शरीर आपल्या नियंत्रणात केवळ नाममात्र राहते, त्यांचा ताबा केव्हाच त्या विलक्षण व्यक्तिमत्त्वाकडे गेलेला असतो! संमोहन कलेविषयी मी ऐकून होतो, आपल्या संमोहनविद्येच्या बळावर मोहित करून हवे तसे काम करून घ्यायची ती अजब विद्या आहे. पण काहीजण असे काही गारुड निर्माण करतात की, त्यामुळे भारावलेल्या अवस्थेत गेलेला माणूस पूर्णत: स्वेच्छेने व कायमचा त्याचा अंकित बनतो! मला विष्णुगुप्ताने असेच अक्षरश: व्यापून टाकले होते.

विष्णुगुप्त माझ्या आयुष्यात आला आणि माझे पुढचे जीवन आमूलाग्र बदलले. गुरुकुलात त्याची भेट झाली. प्रथमदर्शनी तरी कोणालाही त्याच्याविषयी काही ममत्व वाटण्याजोगे त्याचे रूप नव्हते. एक साध्यासुध्या चेहऱ्याचा किंवा अनाकर्षक चेहऱ्याचा म्हणा, हा युवा ब्राह्मण नजीकच्या भविष्यात भरतखंडाचा इतिहास बदलून टाकणारा भाग्यविधाता आहे असे कोणी भाकीत केले असते तर त्या क्षणी ते कोणासही खरे वाटले नसते, उलट ते हास्यास्पद वाटले असते! श्यामवर्ण, दातांमध्ये जाणवणारी मोठी फट, उभट चेहरा, या सगळ्यामध्ये चट्कन लक्ष वेधून घेत असत ते त्याचे वेगळेच तेज असणारे विलक्षण बोलके डोळे! काहीजणांची संपूर्ण देहबोली केवळ डोळ्यांवाटे व्यक्त होते. समोरच्या माणसाच्या मनाचा खोल ठाव घेणारी भेदक दृष्टी हेच तर विष्णुगुप्ताचे वैशिष्ट्यपूर्ण सामर्थ्य होते! त्याची निरीक्षणक्षमता एवढी अफाट होती की, एकाच दृष्टिक्षेपात त्याला सगळे काही लख्ख दिसायचे! त्यामुळे प्रतिवाद करणाऱ्यास तो कुठलीही संधी मिळू देत नसे... छे, हे प्रकरणच जगावेगळे होते! कुशाग्र बुद्धी, एकपाठी स्मृती, ज्ञानसंपादनाची अनिवार लालसा, सर्वच शास्त्रांत अचंबित करणारी गती, आर्य आणि आचार्य असल्याचा सार्थ अभिमान, राजनीतीशास्त्रात निपुण, प्रखर

राष्ट्रवादी आणि ध्येयपूर्तीसाठी कितीही कष्ट उपसायची तयारी! हे सगळे गुण एकाच व्यक्तीत असावेत हा चमत्कार नव्हता काय? मी एवढा निष्णात हस्तसामुद्रिक ज्योतिषी आहे, पण मला विष्णूच्या हातावरील रवीच्या उंचवट्याकडे जाणारी ठळक भाग्यरेषा आणि मानसरेषेवरील पताका, यांचा समन्वय सांगणारा गूढार्थ कधी लक्षात आला नाही!

विष्णू माझा जीवश्चकंठश्च मित्र कधी बनला व मी त्याच्या गळ्यातला ताईत कधी बनलो ते समजलेच नाही. मधुर बोलून लोकांना संमोहित करण्याची अद्भुत कला, ही मला मिळालेली दैवजात देणगी होती, तरीसुद्धा विष्णूचे बोलणे तासन्तास ऐकावेसे वाटे, कारण एकतर त्याचा प्रचंड व्यासंग, सखोल चिंतन आणि हृदयाला हात घालणारे आर्जवी बोल! खरेच माणूस पट्टीचा वक्ता नसेल, त्याचे संवादकौशल्य जरी कमी असले तरी, त्याचे बोलणे जर अंत:करणापासून निघालेले असेल, तर ते श्रोत्याच्या काळजाला हात घालणारे व अत्यंत प्रभावी असते! श्रोत्यांच्या मनाचा ठाव घेण्यासाठी त्यास वेगळ्या वक्तृत्वकौशल्याची मुळीच आवश्यकता नसते. कारण त्याचा प्रत्येक शब्द हृदयातून निघालेला असतो. प्रत्येक विषयावर विष्णूची मते एकदम ठाम असत, चिंतन करून निर्णय घेण्यास त्याला कदाचित वेळ लागला तरी एकदा तो झाल्यावर मात्र त्यात कालत्रयी बदल होत नसे. त्याचा तो वज्रनिर्धार त्याच्या बोलण्यातून स्पष्ट जाणवत असे.

मगधराज धनानंदाने भर राजसभेत अवमान केल्याने खवळलेला चाणक्य-विष्णुगुप्त नंदविनाशाची घोर प्रतिज्ञा करून माझ्या निवासस्थानी आला, आणि पुढील महानाट्याची अकल्पितपणे नांदी झाली! या महानाट्याचे भरतवाक्यही आता तोच म्हणणार, याविषयी माझ्या मनात तरी कुठलाही संदेह नव्हता. मूढमती धनानंदाने साक्षात नागाच्या बिळात हात घातला होता, परिणाम भोगणे तर आता अटळ होते. कौटिल्य चाणक्याच्या कूटनीतीचे दातेरी चक्र आता गतिमान होण्यास सुरुवात झाली होती. त्याच्या वरवर शांत भासणाऱ्या चेहऱ्याआड उकळता ज्वालारस खदखदत होता, काहीतरी निश्चित योजना आकार घेत होती. कुठेतरी शून्यात टक लावून पाहत, अचानक शांततेचा भंग करीत तो म्हणाला, "इंदू..., तुला यापुढे इंदू शर्मा या नावाने वावरता येणार नाही. नियोजित नाट्यातील एक पात्र म्हणून तुला छद्म वेषांतर करावे लागेल. एक विरक्त संन्यासी, जैन क्षपणक म्हणून यापुढच्या काळात जगाला तुझी ओळख असेल," त्वरित माझे नावही बदलून त्याने क्षपणक जीवसिद्धी असे नूतन नामकरणही केले! त्याला नकार दर्शविण्याची माझी प्राज्ञा नव्हती. तो माझ्यासाठी आदेशच होता. पण तो निखळ प्रेमाचा होता, ते स्वखुशीचे बंधन होते! मी दशग्रंथी ब्राह्मण

असूनही मला आता जैन संन्यासी व्हावे लागणार होते. एकदा मित्रासाठी कोणतेही दिव्य करायचे ठरल्यावर तसे रूपांतर करणे ही क्षुल्लक बाब होती म्हणा! जैन संन्यासी... मी स्वत:शीच हसलो!

कमी-अधिक दोनशे वर्षे झाली असतील या विचारधारेला. वैदिक धर्माचा विपर्यास होत कर्मकांडात त्याचे परिवर्तन झाले होते. नाना प्रकारच्या संहिता, यज्ञयाग, मतांतरे आणि कर्मठता यांनी वैदिक धर्मात प्रचंड वैचारिक गोंधळ माजला होता. त्यामुळे त्याविरुद्ध वैचारिक उद्रेक झाला नसता तरच नवल! मोक्षप्राप्ती, देव आणि मृत्युपरांत जीवन हे सर्व थोतांड आहे, एकदा का हा देह भस्मिभूत झाला की सर्वकाही संपले! त्यामुळे मिळालेले आयुष्य व्यर्थ न घालता, कारणी लावावे व दुर्लभ असलेल्या मनुष्यजन्माचे सार्थक करावे, कारण पुन्हा जन्म नाही! अशी मुळावर घाव घालणारी बंडखोर नास्तिक मांडणी लोकायत व बुद्धिप्रामाण्यवादी असलेली दार्शनिक मंडळी करीत होती, ज्यात 'अजित केशकम्बली' आणि 'चार्वाक' आदी प्रमुख होते, त्यांनी वैदिक धर्मावर प्रखर हल्ले चढविले. थोड्याफार फरकाने असाच निरीश्वरवादी विचार 'कात्यायन', 'संजय बेल्थीपुत्र' आणि 'मक्खली गोसाल' यांनी मांडला. एकूणच वैदिक परंपरेत निर्माण झालेल्या वैचारिक विडंबनास आणि विकृत कर्मकांडांना हादरे बसण्यास सुरुवात झाली होती. तशातच महावीर जैन आणि गौतम बुद्ध यांनी आपापल्या वस्तुनिष्ठ विचारांनी आणि निरिच्छ वागण्याने समाजावर प्रभाव पाडला होता. त्यांचे श्रमण आणि भिक्खू तर अत्यंत सत्शील व निरपेक्ष भावनेने राहत असत. सर्वसंगपरित्याग करीत आणि दैनंदिन व्यवहारात कठोर दिनचर्या करून त्यांनी लोकांत आदराचे स्थान मिळविले होते. त्यातल्या त्यात जैन क्षपणकास तर खूपच कडक बंधने होती. त्यांना पंचशीलाचे पालन करावे लागत असे. अहिंसा... ता देखील विलक्षण प्रामाणिकपणे पाळावी लागत असे. सूक्ष्म जीवजंतूंचे हवेमध्ये मोठ्या प्रमाणावर अस्तित्व असते, म्हणून तोंडाला कायम फडके बांधायचे! त्याच पद्धतीने पाणी देखील तीनतीनदा गाळूनच प्यायचे, नकळतसुद्धा हिंसा होऊ नये म्हणून! सत्य... श्रमणाने नेहमी सत्यवचनच करावे, कितीही प्रतिकूल परिस्थिती असेल तर केवळ सत्याचीच कास धरावी, असत्यवचनाने तपोभंग होतो! अस्तेय... जैनसाधक व क्षपणकांनी दुसऱ्याच्या वस्तूचा चुकूनही लोभ बाळगू नये, अपरिहग्रह... द्रव्यादी साधनांचा संग्रह न करणे हा जैन श्रमणाचा सहज स्वभाव झाला पाहिजे! आणि ब्रह्मचर्य... संसाराच्या मोहातून सर्वार्थाने बाहेर पडण्यासाठी कामवासनेवर निग्रहाने विजय मिळवावा, स्त्रीचा सहवास पूर्णत: टाळावा! या पंचतत्त्वांचे क्षपणकास कटाक्षाने पालन करावे लागे, त्यात कसलीही तडजोड नसे. त्याशिवाय, उपवास (कडकडीत निर्जली उपवास करावा जेणेकरून देहास कष्ट देता येतील), अवमोदीरिका

(भुकेपेक्षा कमी म्हणजे अगदी नाममात्र खाणे), उपोसथ (झालेल्या चुकांची प्रांजळपणे कबुली देणे), भिक्षुकी (भिक्षांदेही करूनच उदरभरण करावे, स्वत: अन्न शिजवून खाऊ नये), आणि सर्वांत कठीण म्हणजे कायाक्लेश! (शरीरास क्लेश देणे हेही सत्कर्मच आहे, सर्व ऋतूंत अनवाणी चालणे, केशलोचन म्हणजे स्वहस्ते शरीरावरील सर्व केस उपटून काढणे, कठोर तप व उपवास यातून होणारे आत्मक्लेश मनाचे शुद्धीकरण करतात!) ही दुसरी पंचमहाभूते जैन क्षपणकावर स्वार होत असतच! मला त्या सर्वांची जाणीव होती.

वास्तविक पाहता ही विचारसरणी कितीही आदर्श असली आणि उच्च मूल्यांची जोपासना करीत असली तरी, अतिरेकी अहिंसा आणि टोकाची विरक्त भावना... या सद्‌गुणांच्या अतिरेकामुळे क्षात्रतेज कमी होत होते. लोक त्या विचारास बळी पडत असल्याने भविष्यात फारच प्रतिकूल स्थिती निर्माण होणार होती, किमान संरक्षणात्मक बचाव करण्याएवढे तरी क्षात्रतेज आवश्यक आहे, हे माझे प्रांजळ मत होते. तरीदेखील मोठ्या निग्रहाने मी जैन क्षपणक बनण्याची ती कठीण परीक्षा देण्यास तयार झालो, कारण माझ्या क्षपणक बनण्यामुळे मला सर्वत्र मुक्तपणे संचार करता येणे शक्य होणार होते, व आमचा संकल्पित कार्यभाग उरकता आला असता!

योजनेप्रमाणे अमात्य राक्षसाच्या अंतर्वर्तुळात प्रवेश करून विश्वासार्हता प्राप्त करण्यासाठी मी सखोल विचार करू लागलो. वेषांतर हा माझ्यासाठी विवंचनेचा विषय नव्हता, मुख्य चिंता होती ती पूर्ण योजना यशस्वी होण्यासाठी लागणारे कुशल मनुष्यबळ. मला माझ्या भेदनीतीवर पूर्ण विश्वास होता, किंबहुना त्याशिवाय शत्रूला अतिशय अल्प श्रमात नामोहरम करण्याचा दुसरा कोणताही रामबाण उपाय नाही, हे माझे ठाम मत होते. उन्मत्त हत्ती विध्वंस करीत बेभान होऊन निघाला असता, त्यास छोट्या अंकुशाद्वारे मर्मावर, म्हणजे त्याच्या गंडस्थलावर प्रहार करून नियंत्रणात आणता येते! त्याचा स्पष्ट अर्थ असा की, शत्रू कितीही बलाढ्य असो, त्याचे मर्मस्थान अचूक हेरणे व त्यावर प्रहार करणे हेच अत्यंत महत्त्वाचे असते. मात्र हे शोधकार्य आणि मर्माघात केवळ निष्ठावान, समर्पित आणि चतुरस्त्र प्रतिभा असलेल्या गुप्तचर सहकाऱ्याच्या यंत्रणेद्वाराच शक्य होते! चाणक्याने अगदी अचूक गणित मांडले होते, बलशाली मगधाचे मर्मस्थान अमात्य राक्षस हेच होते! त्यामुळे मी एकदा राक्षसाचा विश्वास तेवढा संपादन केला की, माझी भेदनीती त्वरित कामास लागणार होती; पण ते वाटते तेवढे सोपे व सरळही नव्हते. राक्षस हा अत्यंत कर्तव्यकठोर आणि दक्ष अमात्य होता. तो नुसता रणांगणावरील कुशल योद्धाच नव्हता, तर राजनीतीच्या पटावरील बुद्धिमान खेळाडूही होता. सहजासहजी कुठल्यातरी पाशात त्याला अडकविणे हे स्वप्नरंजनच नाही, तर ते अशक्यप्रायच

होते! मला एक माझे उद्दिष्ट साध्य करण्यासाठी त्याच्या कडेकोट बंदोबस्ताला छेद देत मार्ग काढायचा होता. भेदनीतीच्या खेळात जेवढे आव्हान मोठे तेवढे मला अधिक स्फुरण चढायचे. मी हे आव्हान स्वीकारले, कारण इच्छा असेल तिथे मार्ग असतोच असतो! सर्पराज तक्षकाच्या भयाने परीक्षित राजाने विस्तीर्ण जलाशयात एकखांबी महाल बांधला व आता आपण सुरक्षित आश्रय घेतला असे त्याला वाटले.

पण तक्षकाने बोरामधून अळीच्या रूपाने जाऊन जलमहालात जाताच मूळ रूप धारण केले व कडाडून दंश करून परीक्षित राजाचा अंत केला! गुप्तचराचे कामदेखील असेच असते. शत्रू म्हणजे शत्रू! तो उघड रूपात असो की सुप्त रूपात असो, त्याचा विनाश हेच अंतिम ध्येय. कोणत्याही रूपाने अथवा रूपांतराने किंवा कसल्याही उचित-अनुचित मार्गाने व कशाचाही विधिनिषेध न बाळगता मर्मस्थानावर अंतिम प्रहार करून शत्रूला संपविता आलेच पाहिजे! राजनीतीच्या क्षेत्रात दया, माया, क्षमा, शांती, प्रेम, उपकार व भावना हे शब्द मोठे उपद्रवी मानले जातात. कठोर राजकीय व्यवहारात तर या शब्दांचे मूल्य शून्य असते. राजा जर यांपैकी कोणत्याही पाशात अल्पकालासाठी जरी गुंतला तरी त्याचे स्खलन तर होतेच, शिवाय ते त्याच्या आत्मघातास देखील कारण होते! चाणक्याच्या या परखड बोलाचे मला नित्य स्मरण व्हायचे!

मला गुप्तचरांचे जाळे विणण्यासाठी प्रशिक्षित सहकाऱ्यांची तीव्र आवश्यकता भासू लागली. निपुणक व सिद्धार्थक तर सोबत होतेच, पण तेवढे पुरेसे नव्हते. कारण राजा धनानंद, राणीमहाल, अधिकारी व मंत्री, सैन्य, पथके, नगरश्रेष्ठी, व सामान्यजन इतक्या विविध ठिकाणी चरांचा नित्य संचार असणे आवश्यक होते. त्याशिवाय राज्यातील भ्रष्ट अधिकारी आणि मंत्री यांच्यावरसुद्धा लक्ष ठेवण्याची सूचना होती. कारण विष्णूचे ठाम मत असायचे की, सत्तावर्तुळात भ्रष्टाचार होतोच होतो, जळातला मासा कधी पाणी पितो हे जसे आपणास कळत नसते तसेच हे होत असते! एवढी व्यापक यंत्रणा उभी केली तरच संभाव्य घटनांचा मागोवा घेणे शक्य होते. शत्रूची गुह्ये शोधणे, दुर्बल स्थाने शोधणे, वदंता पसरविणे, जनमानसाचा कानोसा घेणे, आणि वृत्तान्त योग्य समयी देणे, या सर्व कामासाठी समर्पित भावनेने काम करणारे, तीक्ष्णबुद्धी, मधुरभाषी, चतुर, बहुरूपी, प्रसंगावधानी, कष्टाळू व निष्ठावान सहकारी मला गुप्तचर म्हणून पाहिजे होते.

माझा शोध सुरू झाला. मी जैन क्षपणक असल्यामुळे माझा मुक्तसंचार होता. अन्य जैन श्रमण व काही बौद्ध भिक्खूही माझ्या संपर्कात होते, माझ्या फलज्योतिष व हस्तसामुद्रिक या विषयातील ज्ञानामुळे अमात्य राक्षस तर प्रभावाखाली आलेले होते, त्याशिवाय काही मंत्री, सामंत व प्रमुख नगरजनदेखील विशेष संपर्कात होते.

नंदाच्या कैदेतून सुटलेले काही बंदिवान पण उपयुक्त ठरत होते, कारण कारागृहात राहिल्यामुळे नंदाविषयी असलेला त्यांचा तीव्र द्वेष आमच्या कामी येत होता. ज्यांच्यावर राजाकडून अन्याय अत्याचार झालेला होता अशा प्रत्येक नगरजनाच्या आम्ही संपर्कात येण्याचा प्रयत्न करीत होतो. राजसभेतील मंत्र्यात असलेली स्पर्धा पण आमच्या पथ्यावर पडत होती. अंत:पुरातील राण्यांची भांडणे व सवतीमत्सर यांचा आम्ही आतली माहिती काढण्यासाठी मोठ्या चलाखीने उपयोग करत असू. त्यासाठी भरपूर द्रव्य देऊन गणिका, वृषला आणि सेवक यांचे सहकार्य सहज मिळविता येत असे. अनेक संन्यासी, क्षपणक आणि भिक्खू यांचा राज्यात मुक्तसंचार असल्याने आमचे अनेक बहुरूपी चर त्या वेषात विनासायास वाट्टेल तिथे जाऊन माहिती घेत. रस्त्यावर खेळ करणारे, नकलाकार, गारुडी, फुटकळ विक्रेते... अशांची यादी कितीतरी मोठी होती! जितकी माणसे मिळतील तितकी कमी होती, पण जी कार्यरत होती तीदेखील कमी नव्हती. सीमेबाहेरून आर्थिक रसद व्यवस्थित येत होती, पण ती कोणाकडून येत होती ते देवाला आणि चाणक्यालाच ठाऊक!

आमच्या प्रयत्नास परिस्थितीसुद्धा अनुकूल होत होती. जनमानसात राजाविषयी अप्रियतेची भावना पसरली होती, विशेषत: कृषक वर्ग हा राजा धनानंदाच्या करप्रणाली व करवसुलीच्या पद्धतीवर प्रचंड असंतुष्ट होता. वास्तविक पाहता राज्याच्या अर्थव्यवस्थेचा मूलाधार कृषी हाच होता, राज्याचे जवळपास निम्मे उत्पन्न कृषिकरातूनच मिळत असे. बाकी वाणिज्य कर, खनिज उत्पादन, वृक्ष वनस्पती, पशुधन, खंडणी व नजराणे हे सगळे दुय्यम आर्थिक स्रोत होते. त्यामुळे राज्यासाठी अत्यंत आदर्श अर्थव्यवस्था उभारणे हे नवनवीन प्रदेश जिंकण्यापेक्षा अधिक महत्त्वाचे होते! आणि मला आज आश्चर्य आणि अभिमान या गोष्टींचा वाटतो आहे की, राज्यशास्त्र व नीतीशास्त्र यांत प्रावीण्य मिळविलेला माझा मित्र विष्णू तथा चाणक्य कौटिल्य हा अर्थशास्त्र (एकूण संपादित भूमीवरील राज्यव्यवहार, सर्वच नियोजन आणि आचारसंहिता या अर्थाने ते अर्थशास्त्र होते!) विषयावरदेखील अधिकारवाणीने अत्यंत अभ्यासपूर्ण मत मांडत असे! त्याने या रुक्ष विषयातसुद्धा नवीन मानदंड निर्माण केले होते. मला तर त्या व्यापक विषयात मुळीच रस नव्हता आणि गतीही नव्हती. मी तसा प्रयत्नही कधी केला नव्हता, पण विष्णू जे काही सांगायचा त्यातील काही मोजके व ठळक मुद्दे मात्र आजही माझ्या स्मृतीत आहेत. राजाने कसे वागावे, प्रजेसाठी कल्याणकारी योजना, अधिकाऱ्यांची कर्तव्ये, मंत्री सेनाध्यक्ष व अमात्य यांचे दायित्व, सैन्यदल रचना आणि व्यूह, इतर राजांशी व्यवहार, अंतर्गत व बाह्य सुरक्षा, विधी, न्याय, शिक्षा आणि दंडक, व्यापार व कृषीसंबंधी नियम, राजकोश वृद्धी इत्यादी असंख्य विषयांवर विष्णू भरभरून बोलत असे!

जनसंपर्क हा एक मोठा गमतीचा विषय आहे. गुरुकुलात असताना सहाध्यायी माझ्याकडून भविष्य जाणून घेण्यास खूप उत्सुक असत, आणि जेव्हा मी व्यवहारी जगतात पाऊल ठेवले तेव्हा तर पदोपदी मला माझ्या ज्येतिषविद्येची गरज भासू लागली. कारण इच्छुकांचा रेटाच एवढा जबर होता की, अनिच्छेने का होईना मला सर्वांचे समाधान करणे भाग पडायचे. त्यामागे मानसिकता अशी होती की, मानव प्रजाती वर्तमानकाळात स्वस्थ व स्थिरचित वृत्तीने राहूच शकत नाही. भविष्य जाणून घेण्याची अपार उत्सुकता मला सर्वत्र दिसते, कोणीही त्यास अपवाद नाही! शकुन-अपशकुन, शुभ-अशुभ, शौच-अशौच अशा कितीतरी कल्पना जनमानसात खोलवर रूढ झाल्या आहेत. म्हणून तर माझ्यासारख्या ज्योतिष जाणणाऱ्याचा कुठेही प्रवेश सुलभ होतो आणि लोकप्रियताही लाभते. त्यामुळे मला जनसंपर्कासाठी वेगळे प्रयास कधी करावे लागले नाहीत. एखाद्या कार्यास आरंभ करताना अमात्य राक्षस देखील मला तत्कालीन ग्रहस्थिती विचारायचे, मुहूर्त पाहूनच कोणताही महत्त्वाचा निर्णय घ्यायचा हा त्यांचा दंडकच होता! शुभ-अशुभ, शकुन-अपशकुन यावर त्यांचा फारच विश्वास होता. कर्तृत्ववान मनुष्याचे यशदेखील शेवटी दैवाधीन असते, असे ते निक्षून सांगत! अमात्यांना रत्नसंग्रहाचाही छंद होता. अनेक मौल्यवान रत्ने, माणीक, नीलम, पाचू व मोत्ये त्यांचे संग्रही होते, मीही त्यांची ही लालसा शक्यतो अधिकाधिक वाढेल असेच संभाषण करीत असे, न जाणो उद्या याचाही काही उपयोग होईल! अमात्य धनू राशीचे होते व त्यांचा राशीस्वामी गुरू होता, त्यामुळे मी त्यांना त्या राशीला शुभफल देणारे, तेजस्वी पुष्कराज रत्न संग्रहात न ठेवता अंगठीरूपात परिधान करावयास लावले, त्याचे त्यांना फारच अप्रूप वाटले होते. रत्नसंचयाच्या बाबतीत, किंबहुना त्यांच्या सर्वच विचारास मी पूर्ण अनुकूलता दर्शवत असे, त्यामुळे अल्पावधीतच मला अमात्यांच्या विशेष सहाकाऱ्यांत स्थान मिळाले. यथावकाश माझा परिचय अमात्यांचे घनिष्ठ मित्र असलेले श्रीमंत नगरश्रेष्ठी चंदनदास व लेखनिक कायस्थ शकटदास यांचेशी झाला. त्या दोघांची अमात्यांवर अतूट निष्ठा होती. त्यांना अमात्य राक्षसापासून विभक्त करणे, हे गायीच्या आचळापासून दूध पिणाऱ्या वासरास विभक्त करण्याइतकेच कठीण काम होते. या दोन्ही मित्रांकडे विशेष लक्ष देण्याची व त्यांचेशी सख्य करण्याची सूचना मी सिद्धार्थकास दिली.

सिद्धार्थकाच्या साहाय्याने माझे गुप्तचरांचे जाळे हळूहळू व्यापक होत होते. फळास आतून कृमी जसा पोखरून काढतो तसे माझे चर राज्यास चहूबाजूंनी पोखरत होते. सर्वांत प्रथम मी हे ताडले होते की, धनानंदाच्या लहरी व अन्यायी राज्यकारभारास लोक कंटाळले आहेत. राजाची व्यसनाधीनता, स्त्रीलंपटता आणि जाचक करवसुली यामुळे तो जनतेमध्ये अप्रिय झाला होता. नगरात साजरे होणारे उत्सव, उद्याने,

अग्निष्टिका, पुष्करण्या, धर्मशाळा, मठ व आश्रम-जिथे जिथे लोकसमूह होत असे तिथे तिथे राजाच्या अनैतिक वर्तनाची चर्चा होऊन अनाचाराबद्दल तीव्र निषेध व्यक्त व्हायचा व आमच्या ते पथ्यावरच पडायचे. माझे चर अशा सार्वजनिक ठिकाणी जनसामान्यात मिसळून लोकांना अशा चर्चेला उद्युक्त करायचे आणि राजाविरुद्ध असंतोषाचा अग्नी अधिकच प्रज्वलित करायचे. हे एवढे विकोपाला गेले होते की, उद्रेकाचा स्फुल्लिंग पडायचा अवकाश, भडका निश्चित उडणार होता! राजाविषयी मत कलुषित झाले असले तरी अमात्य राक्षसाविषयी मात्र जनमत खूपच अनुकूल होते, त्यांच्याकडे अतीव प्रेमाने व आदराने लोक पाहत, आमच्या दृष्टीने ही एक मोठीच समस्या आमच्यापुढे होती. राक्षसाचा जनाधार कमी कसा करायचा ते सध्यातरी अनुत्तरित होते!

धनानंदाच्या अंत:पुरातून येणारे वृत्त समाधानकारक होते. राजाचा मनापासून द्वेष करणारी प्रियंवदा नामक मुरादेवीची दासी अंत:पुरातील वृत्तान्त नियमितपणे माझ्या चरास देत असे. सिद्धार्थकाच्या हस्तकास प्रियंवदेच्या व्यापक संपर्काची कल्पना आली होती. तिचे सर्व माहिती काढून घेण्याचे कसब त्यास चांगलेच खटकले होते. सातत्याने इतकी माहिती संकलित करण्याचा तिचा प्रयत्न निश्चितच वेगळी दिशा दर्शवत होता. ती काहीतरी हेतू मनात ठेवून हे काम करीत असली पाहिजे अथवा कोणासाठी तरी ती गुप्तचराचे कार्य करीत असावी, या संशयाने अधिकाधिक चिकित्सक व संशयाच्या नजरेने पाहत आमच्या हस्तकाने तिच्याशी सलगी वाढविली आणि विश्वासात घेऊन तिच्या अंतरंगातला धनानंदाविषयीचा द्वेष जाणून घेतला. समान उद्दिष्टाची प्रचिती आल्याने हळूहळू प्रियंवदा आमची विश्वासू व परिपूर्ण हस्तक म्हणून अंत:पुरात वावरू लागली. धनानंद मदिरा आणि राजस्त्रियांच्या सहवासात कायम गुरफटलेला असे. केवळ राजकोषात निरंतर वृद्धी होत आहे ना, एवढीच त्याची पृच्छा असे! बाकी राज्यशकट अमात्य राक्षसावर तर राज्यसुरक्षा सेनापती भागूरायण याचेवर सोपवून राजा निर्धास्तपणे विलासी सुखोपभोगात मग्न झाला होता.

मुरादेवीच्या दुर्दशेस राजा धनानंद व राक्षस कारणीभूत आहेत हे तथ्य भागूरायणास प्रियंवदेने कथित केल्यापासून सेनापती व्यथित झाले आहेत, ही सुवार्ताही माझ्या चराने तत्परतेने दिली व त्याची पार्श्वभूमी पण सांगितली. सेनापती भागूरायण आणि मुरादेवीचा विशेष लोभ होता, पहाडी प्रदेशाचा राजा व मुरादेवीचा पिता असलेल्या सुबाहूने भागूरायणास आपला पुत्रच मानले होते, त्यामुळे मुरादेवीविषयी तो हळवा व भावविवश असायचा, हेही मला ज्ञात झाले होते. मुरादेवीच्या शोकांतिकेची अधिक माहिती मिळणे आवश्यक वाटत होते, त्या दृष्टीने प्रियंवदा हा महत्त्वाचा स्रोत ठरला असता. चरांना तशा सूचनाही दिल्या

होत्या. या सततच्या प्रयत्नाचे व अचूक तर्काचे फलितसुद्धा आम्हाला लवकरच मिळाले. एक मोठाच गौप्यस्फोट प्रियंवदेने केला. मुरादेवीने मृत अर्भकास जन्म दिला हे असत्य असून तिचा पुत्र कुठेतरी अरण्यात सुरक्षित व जीवित आहे. नवजात राजपुत्राच्या जीवितास धोका होण्याच्या शक्यतेमुळे मृत अर्भकाची कथा हेतुपूर्वकच पसरविली होती, हे तिने ठामपणे सांगितले! ती स्वत: त्या घटनेची साक्षीदार होती, त्यामुळे ते वृत्त निखळ सत्य होते. प्रदीर्घ कालावधी होऊन गेलेला असल्याने ती त्या ठिकाणाचा अचूक ठावठिकाणा सांगण्यास मात्र असमर्थ होती. या अचानक झालेल्या माहितीच्या घबाडयोगाने मी तर हरखूनच गेलो!

माझे पुढचे लक्ष्य अर्थातच सेनापती भागूरायण हे होते! अभेद्य वाटणाऱ्या तटबंदीला अगदी थोडीशी जरी फट सापडली की तिथे भगदाड पाडायचे हेच तर भेदनीतीचे सार होते! कसलेला मल्ल जसा कौशल्याने प्रतिस्पर्ध्याच्या पट काढतो किंवा निष्णात वैद्य अचूक नाडीपरीक्षा करून प्रभावी उपचार करतो तसेच गुप्तचरास देखील एखाद्याचे मर्म कळले की त्याच्या वर्मावर बोट ठेवून त्यास हवे तसे वाकविता येते! त्यामुळे समोरच्या माणसास पूर्णत: अंकित करता येऊन त्याचे मतपरिवर्तन करणे सोपे जाते. एखाद्याचे मतपरिवर्तन होत नसेल तर किमान त्याला विचलित तरी नक्की करता येते! नंतर अशी विचलित झालेली व्यक्ती क्रमश: अनुकूल करून घेता येते, हाच तर भेदनीतीचा पाया होता!

भागूरायण सरळ वृत्तीचा भाबडा सेनानी होता. राजनीतीच्या भलत्या वक्रगतीची फारशी जाणीव नसलेला तो साधा शिपाईगडी होता. रणभूमीवर शौर्याची पराकाष्ठा करून विजय मिळवायचा, यापलीकडे सहसा त्याची बुद्धिमत्ता उपयोगात येत नसे. मी सिद्धार्थकास योग्य त्या सूचना देऊन सेनापतीच्या दिमतीस ठेवले. सिद्धार्थकानेही आपल्या काही विश्वासू चरांची विविध कार्यात नियुक्ती केलीच होती. त्याचा निपुणक नामक चर यमपट दाखवून गल्लोगल्ली फिरत लोकांचे रंजन करीत नवनवीन माहिती जमवीत असे. त्याचे आकर्षक हावभाव आणि मनोरंजक संभाषण यामुळे लोक आकर्षित होत असत. अमात्यांचीही स्वत:ची गुप्तचर यंत्रणा कार्यरत होती. त्यांचे गुप्तचर राज्याच्या संभाव्य शत्रूच्या मागावर सोडलेलेच होते. सीमावर्ती राज्यात तर ते जाळे खूपच प्रभावशाली होते, त्यामानाने अंतर्गत धोका त्यांना कमी वाटत असल्याने राज्यात तशी विशेष यंत्रणा नव्हती. आमच्या दृष्टीने ती मोठीच जमेची बाजू होती. तरीही काही संदिग्ध व्यक्तींचा आसपास वावर असल्याचे मला सारखे जाणवायचे! मला त्यांच्या स्थानिक चरयंत्रणेचा भेद करता आला नाही, तरीही मी साशंक होतो व सावधही होतो. अमात्यांचे संभाव्य चर कोण असू शकतात ते मी काकचक्षूंनी धुंडाळीत होतो. कूटनीतीमध्ये असे चर हाती लागले तर त्यांना कसे हाताळायचे आणि पुढे त्यांचा

सुयोग्य वापर प्रतिहेर म्हणून कसा करायचा ते आम्हाला चांगले अवगत होते.

मला राहून राहून चाणक्याची आठवण येत होती. गुप्तचर या विषयात किती अचूक निरीक्षण व चौफेर अभ्यास होता त्याचा! किती आणि कशाप्रकारे हेरगिरी करता येते याचा वस्तुनिष्ठ पाठच त्यांचेकडून आम्हाला मिळाला होता. चाणक्याने चरांचे वर्गीकरण केलेले पाहण्यासारखे होते, कापटीक म्हणजे पोटार्थी व लोभी असलेले, जे पोटात शिरून माहिती मिळविण्यात तरबेज आहेत असे शिक्षार्थी! उदास्थित म्हणजे जे पूर्वाश्रमी संन्यासी होते व आता गृहस्थ बनले आहेत असे धूर्त लोक! गृहपतिक म्हणजे ज्यांचा दाखविण्यासाठी व्यवसाय शेती आहे, पण ते गुप्तचराचे काम करतात असे छद्म लोक! वैदेहक म्हणजे जे पूर्वी व्यवसाय करीत, पण त्यांचे दिवाळे निघाल्याने संत्रस्त झालेले आहेत असे चरकार्य करण्यास सहज उद्युक्त होणारे! तापसी म्हणजे ढोंगी साधू किंवा बनेल संन्यासी हे उत्कृष्ट गुप्तचर होऊ शकतात! सत्री म्हणजे कोणताही पाश नसलेले मांत्रिक किंवा छा छू करणारे तांत्रिक! तीक्ष्ण म्हणजे धनलोभाच्या आकर्षणाने वाट्टेल ते दुष्कृत्य करण्याची तयारी असलेले लालची! रासद म्हणजे उलट्या काळजाचे निर्दयी आणि विषप्रयोग करण्यात कुशल असलेले घातकी हत्यारे! भिक्षुकिणी म्हणजे संन्यासी किंवा परिव्राजका असलेल्या चतुर स्त्रिया, ज्यांचा वावर उच्चपदस्थ व्यक्तींकडे असल्यामुळे चर म्हणून अत्यंत उपयुक्त असतात! गुप्तचरांना हस्तसामुद्रिक विद्या, मुखपरीक्षा, वशीकरण, इंद्रजाल, शकुनविद्या, पक्षीभाषा, सांकेतिक भाषा, आणि वेषांतरप्रावीण्य असणे आवश्यक असते! ज्यायोगे तो कुठेही सहज संचार करू शकेल व उपयुक्त वृत्त मिळवू शकेल. राज्यांतर्गत शिकाऊ चर नेमावेत तर सीमावर्ती भागात व परराज्यात मात्र राजनिष्ठेची परीक्षा झालेले विश्वासू चर पाठवावेत! निष्ठा नसलेले, शत्रूस मिळालेले, प्रतिहेरगिरी करणारे व व्यसनासक्त झालेले किंवा तत्सम उपद्रवी होऊ शकणाऱ्या चरांचे कठोरतेने निर्दालन करावे, प्रसंगी देहान्त शासन द्यावे! धन्य आहे चाणक्याच्या अफाट निरीक्षणाची व त्याच्या विलक्षण कूटनीतीची! गुप्तचर हे राजाचे चक्षू असतात आणि त्यांच्याद्वारा शत्रूची परिपूर्ण माहिती मिळणे म्हणजेच अर्धे युद्ध जिंकणे होय...! हे चाणक्याचे लाडके मत होते, आणि ते खरेही होते. आम्ही रचलेल्या कूटनीतीच्या प्रयोगाचे फलस्वरूपात आता स्वत: सेनापती भागूरायणच आम्हाला वश होणार होता! म्हणून त्या आघाडीवर अधिक प्रयास करण्याची आवश्यकता नव्हती. सर्वकाही शिजले होते, वाढपी तयार होते, आता प्रतीक्षा केवळ आचार्य पाटलीपुत्रास येण्याचीच होती. आम्ही सगळेच आतुरतेने त्यांची वाट पाहत होतो... अधीर झालो होतो!

◆

सेनापती भागूरायण

मी भागूरायण! सामर्थ्यवान मगधराज्याचा दिग्विजयी सेनापती! माझ्या सैन्यात दहा सहस्त्र हत्तींचे विशाल गजदल आहे हे ऐकूनच भयकंपित झालेला अलक्षसुंदर परतला होता! मी जीवित असेतो पाटलीपुत्राचा पाडाव होणे कालत्रयीही शक्य नव्हते, पण ते अघटित घडले ते केवळ माझ्या संमतीने! महाराज धनानंदाचे झालेले अध:पतन आणि अमात्यांचे संशयास्पद वागणे त्यास कारणीभूत होते, शिवाय मुरादेवीची दुरवस्था केवळ अमात्यामुळेच झाली होती! मी उद्विग्न अवस्थेत असताना आचार्य चाणक्य आले. त्यांचा निर्मळ हेतू व प्रखर राष्ट्रवादामुळे माझ्यात आमूलाग्र परिवर्तन झाले! नंदराज्य संपवून चंद्रगुप्तास राज्याभिषेक करणे मलाही आवश्यक वाटू लागले. म्हणूनच मी देखील आर्य चाणक्याच्या महानाट्यात महत्त्वाची, पाटलीपुत्राच्या पाडावाची आणि मलयकेतूचा बुद्धिभेद करण्याची निर्णायक भूमिका यशस्वीरीत्या पार पाडली!

सेनापती भागूरायण...

सैन्यशक्ती नसलेला राजा म्हणजे पंखविहीन पक्षी किंवा दंतहीन व्याघ्र! शेवटी राज्य आणि राजा यांचे अस्तित्वच मुळी सैन्यावर असते. ज्या राजाचे सैन्यशक्तीकडे दुर्लक्ष झाले त्याने स्वत:चा आत्मघात करून घेतला आहे, असे निश्चित समजावे. मगध सैन्य अजेय होते, कारण त्यांचा सेनानी दिग्विजयी होता. मगध सैन्याचा दरारा अवघ्या भारतवर्षात होता, त्याचे कारण सैन्यातील सर्वच दले पूर्ण क्षमतेने प्रहारसिद्ध असत. मगध सैन्य वर्धिष्णू होते, कारण सैनिक संतुष्ट होते, आणि हे जे सर्व काही गौरवास्पद होते, त्याला कारण होता केवळ हा सेनापती भागूरायण! शत्रूचा कर्दनकाळ आणि मित्रांचा रक्षक! सामर्थ्यशाली सेना म्हणजे नुसते चतुरंग सैन्य असून चालत नाही, केवळ प्रचंड संख्याबळ हे सैन्याचे बलस्थान नसते. बलाढ्य गजदल, चपळ अश्वदल, वेगवान रथदल व सशस्त्र पदाती यांच्या जोडीला, सेनापतीवर अनन्यसाधरण निष्ठा असलेले दलप्रमुख आणि सैन्य आवश्यक असते! अशा सैन्याचे नेतृत्व करणारा सेनानी किती कल्पक आणि धाडसी आहे, त्यावरच त्या सेनेचे सामर्थ्य आणि यश अवलंबून असते. बारा अक्षौहिणी सैन्यसंख्या असूनही कौरवांना विजय प्राप्त न होण्याचे कारण, त्यांना योग्य युद्धनेतृत्व मिळाले नाही हे होय! त्यांच्या प्रत्येक सेनापतीचे मर्मस्थान हेरून श्रीकृष्णाने त्यांना चुका करायला भाग पाडले, म्हणून तर पांडवांचा विजय झाला.

रणांगणावर सेनानींची व्यूहरचना व निर्णयक्षमता खूप महत्त्वाची ठरते, तसेच विविध सैन्यपथकांच्या समयोचित आणि विद्युत्वेगी हालचाली निर्णायक ठरत असतात. इतिहास साक्षी आहे. संख्येने अल्प असूनही, जर सैन्यास कुशल सेनापती लाभला असेल तर त्याच्या अतुलनीय साहसाने आणि कल्पक युद्धनेतृत्वामुळे लढाईचे पारडे फिरलेले आहे! प्रत्येक रणभूमीवर मी व्यूहरचनेचे नवनवीन प्रयोग केलेले आहेत. शत्रूच्या पायदलावर अश्वदलाने, अश्वदलावर रथदलाने, तर रथदलावर गजदलाने हल्ला करावा, या रणनीतीने मी कित्येकदा आक्रमक

शत्रुसैन्याचा धुव्वा उडवलेला आहे. गुप्तचरांकडून आलेल्या वृत्तानुसार शत्रुसैन्याच्या कमकुवत पथकावर सर्वशक्तीनिशी समग्र हल्ला केला की, विरुद्ध सैन्याची दाणादाण उडते असा माझा नेहमीचा अनुभव होता. सैन्याची दंडाकार (बाणासारखी तिरकी रचना), सर्पाकार (एकात एक अशी वर्तुळे), मंडलाकार (सर्व बाजूंनी बहिर्मुख असलेली), असंहत व्यूह (पृथक् पृथक् रचना, शत्रूला भ्रमित करण्यासाठी), या प्रकारच्या प्रसंगोचित विविध व्यूहरचना करून मी शत्रूला 'दाती तृण धरून' शरण येण्यास भाग पाडले आहे! आज पूर्ण आर्यावर्तात, सेनापती भागूरायण ससैन्य चालून येत आहे असे दिसताच, शत्रू शस्त्रत्याग करणे अधिक श्रेयस्कर मानतो ते त्यामुळेच!

राजा धनानंदाला माझ्या युद्धकौशल्याची जाणीव होती म्हणूनच राज्यसुरक्षा हा विषय पूर्णत: माझ्यावर सोपवून महाराज निर्धास्त होते. इतका नि:शंक विश्वास टाकणारा आमचा राजा निश्चितच मोठ्या मनाचा होता. अमात्य राक्षसांचाही माझ्यावर तेवढाच विश्वास होता. ते स्वत: रणनीतीनिपुण लढवय्ये होते व राज्यशकट चालविण्यास तितकेच सक्षम होते म्हणूनच ते सर्वांचा श्रद्धाविषय होते. आम्हा दोन बळकट रथचक्रांवर मगधराज्याचा रथ स्थिरगतीने मार्गस्थ होत होता. सुरुवातीस सर्वकाही व्यवस्थित वाटले होते, पण काळाच्या मनात काही वेगळेच शिजत होते...!

व्यापार आणि कृषी ही दोन क्षेत्रे आमच्या राज्याच्या उत्पन्नाचा मुख्य स्रोत होते. त्यातून मिळणारे राजस्व हा राजकोशाचा मुख्य भाग होता. त्यांपैकी कृषक हा घटक अत्यंत अनिश्चित असलेल्या पर्जन्यावर अवलंबून असल्याकारणे, त्यांचेकडून नियमितपणे करभरणा होईलच असे नव्हते. ही वस्तुस्थिती ज्ञात असतानाही महाराजांच्या आदेशावरून खूपच कठोरपणे करवसुली होत असल्याच्या वार्ता एकसारख्या येत होत्या. मी काहीसा अस्वस्थ होऊन अमात्यांना त्याची कल्पना दिली. अमात्य काहीसे रुष्ट होत म्हणाले की, 'अन्य क्षेत्रात अधिक्षेप न करता सेनाध्यक्षांनी आपले दायित्व सांभाळणेच इष्ट आहे. सेनाप्रमुख या नात्याने सैन्यदलाच्या काही समस्या उद्‌भवल्या असतील तर त्याचे निराकरण अवश्य करू. महाराज धनानंदाचेच आदेश आहेत व त्यानुसारच राजाचे महसूल विभागाचे कार्मिक लोक करवसुली करीत आहेत!' अमात्य काही वेगळे बोलले नाहीत, राजशिष्टाचाराच्या संकेतानुसारच बोलले. पण का कोणास ठाऊक, मला ते अवमानास्पद वाटले. वास्तविक आम्हा दोघांचाही दर्जा समानच होता, पण आज अमात्यांचे बोलणे थोडे अहंमन्यपणाचे भासले! सेनापतिपदापेक्षा अमात्यपद उच्च श्रेणीचे व अधिकाराचे आहे असेच जणू त्यांना सुचवायचे होते!

सैन्यात काही अस्थायी पगारी सैनिक होते, आवश्यकतेनुसार त्यांना आम्ही

मोहिमेत घेत असू, अशापैकी बरेचजण कृषक परिवारातले होते. एकेदिवशी त्यांच्यापैकी काहीजणांनी, करवसुलीत त्यांचेवर महसूल कार्मिकाकडून झालेले अनन्वित अत्याचार कथन केले. अमानुष मारहाण... तीही माझ्या सैनिकाला? मी मनोमन संतप्त झालो. पण तक्रार करायची कुठे..? हा यक्षप्रश्न मला सोडविता येत नव्हता. उत्तरोत्तर हे प्रकार वाढतच होते, सामान्यजन तर उघड उघड राज्यकारभाराविषयी असंतोष व निषेध व्यक्त करीत होते. महाराजांच्या अतृप्त धनलालसेने त्यांना पूर्ण संवेदनशून्य बनविले होते, तर अनावर कामवासनेने त्यांना अंध बनविले होते! अहोरात्र गणिका आणि भोगदासी यांच्या वेढ्यात महाराज चेतनाहीन झाले होते. बधिर झालेल्या माणसात चेतना तरी कुठून येणार? आणि अगतिक बनलेले अमात्य हे सगळे उघड्या डोळ्यांनी पाहून त्याकडे डोळेझाक करीत होते. तसे पाहिले तर त्यांना संबंधितांना योग्य ती समज देण्याचे सर्वार्थाने अधिकार होते, तरीसुद्धा उपकारकर्त्या धनानंदावर आक्षेप घेण्याचे धैर्य त्यांच्यात नव्हते! ऋणाच्या ओझ्याखाली कर्तव्यबुद्धी हरवलेला असहाय व गलितगात्र झालेला अमात्य मी पाहत होतो! मला त्यांची चीड आली आणि मी स्वत:वर देखील चिडलो होतो!

इकडे राजकोषात वेगाने वृद्धी होत होती, पण राजाविषयी विद्रोह देखील वाढत होता. प्रजेमध्ये घृणा होती, तिरस्कारही होता! तशातच माझ्या उद्विग्नतेत भर पडली ती मुरादेवीच्या रुदनाने. अमात्य राक्षसाच्या कारस्थानामुळे तिची दुर्दशा झाली होती, व महाराज धनानंदाने मुरादेवीचा त्याग केला होता! किरात राजाची कन्या, माझी मानसभगिनी व मगधनरेशाची राजपत्नी असलेल्या मुरादेवीला वृषली ठरवून तिच्या दुर्गतीस कारणीभूत असलेल्या अमात्य राक्षसाचा आणि भ्रमरवृत्तीच्या चंचल महाराजांचाही मला राग आला. किरातराजा सुबाहूने मला पुत्रासमान मानले होते व मांडलिकत्व स्वीकारून आपली कन्या मगधराज धनानंदास अर्पण केली होती, माझ्या साक्षीने त्यांचा गांधर्वविवाहदेखील झाला होता. मुरादेवीचे व माझे नाते किती भावस्पर्शी आहे त्याची पूर्ण कल्पना असतानाही अत्यंत बेपर्वाईने महाराजांनी माझ्या भावनेवर निष्ठुर प्रहार केला होता. मला काय वाटेल याची तमा न बाळगता केला होता!

तशा विमनस्क अवस्थेत व उद्विग्न मन:स्थितीत मी बसलो असताना जैन क्षपणक जीवसिद्धी भेटण्याची अनुमती मागत आहे, असा प्रतिहारीने निरोप आणला. जीवसिद्धी हा अमात्य राक्षसाचा विश्वासू स्नेही आहे याची मला माहिती होती, त्यामुळे माझ्या कपाळावर सूक्ष्म आठी उमटली, पण चट्‌कन सावरत मी त्यास भेटण्याची अनुमती दिली, कारण तो ज्योतिषविद्येचा गाढा अभ्यासक होता, सद्य:स्थितीत त्याचे उत्तम मार्गदर्शन झाले असते. शेवटी मला ग्रहयोग अनुकूल आहेत की नाहीत हेही जाणून घेणे महत्त्वाचे होते. जीवसिद्धी आसनस्थ झाल्यावर मी त्यास अमात्याकडील

क्षेमकुशल विचारले, नंतर सध्याची ग्रहदशा जाणून घेण्यासाठी ज्योतिष्यशास्त्र काय सुचविते ते सांगण्याची विनंती केली. तो बराच काळ माझ्या चेहऱ्याकडे लक्षपूर्वक पाहत होता, जणू त्यास काही संकेत माझ्या कपोलरेषांवर दिसत असावेत असे वाटले. नंतर तो हळूच नि:श्वास टाकून म्हणाला, "तूर्तास तरी काही भय नाही, पण भविष्यात असेच दैव आणि अशीच ग्रहस्थितीत राहील याची काही शाश्वती नाही. मित्रग्रह असलेले बुध व मंगळ पुढील काळात प्रतिकूल होण्याची अधिक शक्यता आहे. त्यामुळे होणारा मनस्ताप टाळण्यासाठी शीतल 'चंद्रकोर' मस्तकी धारण करणाऱ्या महादेवाची उपासना करणे सेनापतीस इष्ट राहील!" त्याचे ते अलंकारिक भाषेतील बोल ऐकून मी अबोल राहून त्यास प्रत्युत्तर दिले. ते पाहून व माझी व्यग्र मुद्रा पाहून तो उत्तरला, "मला वाटते की, मी चुकीच्या समयी प्रविष्ट झालो आहे. आपण सचिंतावस्थेतून मुक्त झाला नाहीत असे दिसते. त्यामुळे मी माझी समस्या कथन करून आपणास अधिक चिंतित करणे अशा समयी तरी उचित नाही." जीवसिद्धी अन् समस्या? मी चमकलो, व चट्कन सामान्य होत आर्जवी स्वरात म्हणालो, "क्षमस्व मुनिवर! आपला उपमर्द करण्याचा किंवा उपेक्षा करण्याचा माझा कसलाही हेतू नव्हता. कृपया आपण विचलित न होता आपणास काय समस्या आहे ते सांगा, मी यथाशक्ती व यथामती त्याचे निराकरण करण्याचा अवश्य प्रयत्न करीन!" माझी उत्कंठा आता चांगलीच शिगेला पोचली होती.

"हे सेनापती भागूरायण, अमात्याचा आणि माझा जिव्हाळा सर्वविदीतच आहे. आम्ही क्षपणक म्हणजे संन्यासी माणसे, राजनीतीबाबत नेहमीच उदासीन व अलिप्त असतो, पण जनसामान्यांच्या संपर्कात ज्या ज्या वेळी येतो तेव्हा, 'त्यांच्या दु:खात सहभागी व्हा' या अरिहंतांच्या संदेशाचे स्मरण सातत्याने ठेवतो. दु:ख दोन प्रकारचे असते-एक सहजदु:ख, जे नैसर्गिक असते म्हणून दैवाधीन असते; तर दुसरे लादलेले दु:ख, हे मात्र बलात्कारी असते व मानवनिर्मित असते! दैवजात दु:ख दूर करणे अशक्य कोटीतले आहे, पण मानवाने निर्माण केलेली पीडा नक्कीच निवारता येते. तुम्हा उच्चपदस्थ अधिकाऱ्याजवळ कोणी सामान्यजन आपली ही व्यथा व वेदना सांगू शकत नाही, कारण त्या पीडेचे कारण असलेल्या व्यवस्थेचा तुम्ही स्वत: एक भाग असता! त्यामुळेच जनसामान्याजवळ हे दु:ख व्यक्त करण्याचे धारिष्ट्य नसते, मग ते आमच्याजवळ येऊन मन मोकळे करतात व धुमसणाऱ्या संतापाला वाट करून देतात! मगधराजाचे महसुली कार्मिक प्रजेवर प्रच्छन्न अत्याचार करीत आहेत, राजसभा व मंत्री त्यात हस्तक्षेप करण्यास तयार नाहीत आणि सर्वांत महत्त्वाचे म्हणजे, जनतेला राजापेक्षाही अधिक श्रद्धेय असलेले अमात्य राक्षस मौन धारण करून आहेत! अशा निर्वाणीच्या प्रसंगी मौनाचा अर्थ मूकसंमती असाच होत नाही का? हे सेनापती, आपणच आता अग्रेसर होऊन यातून मार्ग काढावा, मी तर

अमात्यांच्या निष्क्रिय भूमिकेपुढे त्यांचा घनिष्ठ मित्र असूनही हतबल झालो आहे!''

मधुरभाषी जीवसिद्धी आज शब्दबाण सोडीत मला घायाळ करीत होता, त्याला काय ठाऊक मीसुद्धा या प्रकरणात त्याच्याइतकाच हतोत्साहित झालेला आहे ते! मी माझे हे मनोगत मोकळ्या मनाने प्रकट केले आणि अमात्यांच्या या अपराधास क्षमा नाही, तसेच इतरही अनेक आक्षेप त्यांचेवर आहेत हेही स्पष्ट केले. माझ्या या भाष्यावर जीवसिद्धी किंचित चकित झाल्याचे व त्याचे डोळे लकाकल्यासारखे भासले, पण त्याचा चेहरा निर्विकारच होता! जीवसिद्धीने निरोप घेत, पुनश्च भेट घेण्यास उत्सुक असल्याचे सांगितले.

आता अमात्यांविषयी माझ्या मनातील आदरभाव तर संपलाच होता, उलट मन तिरस्काराने उद्विग्न झाले! अमात्याचे नैतिक पतन झाले होते, राज्यशकट सुयोग्यरीत्या चालविणे हे दायित्व त्यांचेच होते, पण दुर्दैवाने त्यांची कार्यक्षमता संपली होती व इच्छाशक्तीचाही लय झालेला स्पष्ट दिसत होता. आता कोणत्याही परिस्थितीत अमात्य राक्षस त्या अमात्यपदावर असणे योग्य नव्हते, राजा धनानंदाच्या पापकर्मात त्याचाही अप्रत्यक्षरीत्या वाटा होताच ना! विचार करून करून मला मस्तकशूल झाला. आता विश्राम आवश्यक होता. सिद्धार्थकाच्या मुलायम हस्तमर्दनाने माझा मस्तकशूल नेहमी शांत होत असे. सिद्धार्थक...! मुरादेवीच्या सखीने, प्रियंवदेने आग्रहाने गुणविशेषता सांगून माझ्या सेवेत पाठविलेला हा गुणी सेवक. त्याचा हस्तस्पर्श व त्याचे मधुर संभाषण, यांपैकी कोणते अधिक मृदू आहे हा प्रश्न पडायचा! त्याला पुराणातील अनेक कथा व शेकडो रूपककथा मुखोद्गत होत्या, वीणावादनाच्या स्पंदनासम नादमधुर आवाजातल्या त्या कथा श्रवण करताना मस्तकशूल कुठल्या कुठे नाहीसा व्हायचा!

आताही त्याने वज्रदंत हत्तीची कथा सांगितली. एका अरण्यात पिंगलक नावाच्या सिंहाचे राज्य होते. सर्व पशू त्याचे आज्ञेत राहत. पिंगलकांचे काही सल्लागार मंत्रीदेखील होते, आणि वज्रदंत नामक महाप्रचंड हत्ती सेनानी होता. नावाप्रमाणे त्याचे व्रजासारखे दंत होते व तो निष्ठेने चाकरी करीत असे. त्याचा दराराही मोठा होता. वज्रदंतामुळेच शत्रूची त्या अरण्यात प्रवेश करायचीसुद्धा इच्छा व्हायची नाही, एवढा तो पराक्रमी होता. मंत्र्यांमध्ये चतुरक नावाचा कोल्हा अत्यंत धूर्त होता, सदासर्वकाळ तो पिंगलक राजाच्या कानी लागत अवतीभोवती राहायचा व अशा तऱ्हेने तो राजाचा सर्वांत अधिक विश्वासपात्र मंत्री बनला होता. चतुरकाने पिंगलकास सांगण्यास सुरुवात केली की, महाराज, प्रत्येक वेळी सीमोल्लंघन करून कष्टपूर्वक लहान लहान पशूंची शिकार करण्यापेक्षा, आपल्याच अरण्यातील विपुल पशुधनांपैकी एखाद्या मोठ्या पशूची शिकार केली तर ते अधिक लाभदायक कमी श्रमात साध्य होत राहील, आणि आपण जंगलाचे राजे आहात, त्यामुळे कोणी

आक्षेप घेणारही नाही. पिंगलकास ते पटले व त्याने अरण्यातील मोठ्या प्राण्यांची शिकार करण्याचा सपाटा लावला. एकदोन वेळा तर हत्तीचीही शिकार केली! आपल्याच प्रजेवर व परिवारावर होत असलेला अन्याय वज्रदंतास सहन झाला नाही, तो पिंगलकास जाब विचारण्यास गेला तर चतुरकाच्या इशाऱ्यानुसार पिंगलक इतर सिंहासोबत वज्रदंतावरच तुटून पडला! कसाबसा जीव वाचवून तो महापराक्रमी वज्रदंत हत्ती अरण्याबाहेर पडून अंतर्मुख होऊन विचार करू लागला. माझ्या आजवरच्या राजनिष्ठेचे हेचि फल काय मम तपाला? मी किती अज्ञानी होतो की मला हे कधी समजलेच नाही की, अयोग्य व्यक्तीवर निष्ठा ठेवणे हे शेवटी आपल्याच नाशास कारणीभूत होते! कर्तृत्व आणि पराक्रम या गोष्टींना राजाच्या लहरीपुढे शून्य किंमत असते! आजवरचे जीवन व्यर्थ गेले... असा उद्वेग व शोक करीत तो पश्चात्तापदग्ध वज्रदंत हत्ती अरण्याबाहेर पडला!

सिद्धार्थकाची कथा संपली. माझा मस्तकशूल पण केव्हाच संपून, एका वेगळ्याच विचारचक्राने त्याची जागा घेतली होती! सद्य:स्थितीला एवढी अचूक लागू होणारी रूपककथा सांगणारा सिद्धार्थक कोण असेल? तो मनकवडा तर नव्हता ना? किती सूचक वास्तवदर्शन होते त्याच्या कथनात. वज्रदंताच्या ऐवजी मीच तिथे आहे अशी क्षणभर कल्पना केली व माझे अंग एकदम शहारले. निद्रेच्या अपेक्षेने मंचकावर पहुडलो होतो, तर अनपेक्षितरीत्या डोळे खाड्कन उघडले गेले होते! पुन:पुन्हा माझ्या दृष्टीसमोर पिंगलक सिंह, चतुरक कोल्हा व वज्रदंत हत्ती येत होते, आणि पाठोपाठ राजा धनानंद, अमात्य राक्षस व मी असे चेहरे दृश्यमान होत होते!

बलभद्र, शीलभद्र व सुधन्वा हे माझे सहकारी प्रामाणिक व स्थितप्रज्ञ वृत्तीचे पण स्पष्टवक्ते असल्याने काही दिवसांपूर्वीच त्यांनी महाराज धनानंदाच्या दुराचरणाविषयी जनतेत असलेल्या असंतोषाची मला कल्पना दिली, आणि प्रजाजनातील असंतोष ज्ञात होऊन राज्यावर एखादे परचक्र येण्याची शक्यता वाढते, असा सूचक इशाराही दिला. अर्थात मला त्याची काही नावीन्य वाटले नाही, पण त्यांची अस्वस्थता मात्र प्रकर्षाने जाणवली. एकंदरीत वासनेने, सत्तेने आणि धनलोभाने अंध बनलेला राजा धनानंद धृतराष्ट्राच्या मार्गाने जात होता व गांधारीसारखी पट्टी डोळ्यावर बांधून मागोमाग अमात्य चालत होते! या प्रवासाचा शेवट कौरवाप्रमाणेच 'संपूर्ण विनाश' असाच होता.

माझ्या खड्गाच्या आणि व्यूहरचनेच्या शक्तीने अनेक प्रबळ शत्रूंचे मी सहज निर्दालन केले होते, व ते मला अतिशय आवडायचे, पण या अंतर्गत व्यूहातून कशी सुटका होईल हे मात्र मला समजत नव्हते! माझ्यासारख्या सूचीबाणासारखा सरळमार्गी प्रवास करणाऱ्या सैनिकास, राजनीतीच्या पटावरील

तिरक्या चाली अजिबात आवडत नाहीत, किंबहुना त्याची शिसारीच वाटायची. माझी मती अगदी बधिर झाली होती. दोन वाटा फुटलेल्या मार्गावर अगतिक होऊन उभ्या असलेल्या पांथस्थाप्रमाणे माझी अवस्था झाली होती. कोणता मार्ग स्वीकारू? शेवट तर अज्ञातच आहे, आणि परत फिरणे तर त्याहून वाईट! काही केल्या उत्तर मिळत नव्हते, ठीक आहे, परमात्मा जशी बुद्धी देईल तसे करू, असे म्हणून मी नि:श्वास टाकला.

शत्रुसैन्याचा वेढा पाटलीपुत्र नगरास पडला, कधी नव्हे तो शत्रू मगधराजाच्या राजधानीच्या निकट येऊन आव्हान देतो आहे, हे आश्चर्यच घडले म्हणावे लागेल. कारण अमात्य राक्षसासारखा कर्तृत्ववान प्रशासक आणि माझ्यासारखा पराक्रमी सेनानी, हे चंद्र-सूर्य असल्यावर आमच्या राजधानीकडे वाकड्या नजरेने पाहण्याचे कोणी साहस करेल ही कल्पनाच हास्यास्पद होती! नगराच्या विस्तीर्ण तटबंदीला भेदून, पर्वतकासारख्या सामान्य कुवतीच्या राजाने मूठभर म्लेंच्छ सैनिकांचे साहाय्य आणि आचार्य चाणक्याचे मार्गदर्शन या तुटपुंज्या बळावर पाटलीपुत्राचा पाडाव केला हेच मुळात अकल्पित, अद्‌भुत व अविश्वसनीय होते, पण ते सत्य होते, आणि ते घडलेही होते केवळ माझ्यामुळेच! आज हा गौप्यस्फोट जर कोणी केला तर त्यावर कोणाचा विश्वास तर बसणार नाहीच शिवाय लोक त्यास वेड्यात काढतील!

माझ्या सरळमार्गी आयुष्यात वाकडी वळणे येण्याचे प्रसंग तसे दुर्मिळच म्हणावे लागतील. आणि माझ्या स्वभावाला पण ते फारच विसंगत दिसले असते. क्षत्रियांच्या भाषेत सांगायचं तर, सूचीबाण हा सरळ गतीत वेगाने जात लक्ष्यभेद करतो, तर जिह्मबाण वक्राकार गतीने पण निश्चित दिशेकडे जात लक्ष्य गाठतो. या दोन्ही बाणांत जो ठळक फरक आहे तोच फरक माझ्या आणि आचार्य चाणक्याच्या स्वभावात आहे, नीती व गतीमध्ये देखील आहे! आमच्या स्वभावाची तुलनाच करायची झाली तर, मी भाबडा नाही, पण हळवा आहे; अमात्य राक्षस भाबडे नाहीत, हळवेही नाहीत, पण संवेदनशील मनाचे आहेत. आचार्य चाणक्य तर यांपैकी कोणत्याही प्रकारात येत नाहीत, ते एक अजबच रसायन आहे! भावभावना कोळून प्यालेले ते कर्तव्यकठोर पुरुष आहेत, शिवाय त्याला विद्वत्तेची जोड मिळाल्याने त्यांच्याविषयी आदर, भय, कुतूहल आणि प्रशंसा असा मिश्र भाव कोणाच्याही मनात तयार होतो. त्यांच्या रुक्ष चेहऱ्याला न शोभणारी अशी त्यांची ओघवती रसाळ वाणी मात्र वातावरण प्रसन्न करीत असते. मूळ मुद्दा न सोडता आग्रहाचे संभाषण अत्यंत मृदू शैलीत कसे करावे याचा ते आदर्शपाठ होते. लाघवी भाषेत नेमके मत मांडून समोरच्या व्यक्तीस संभ्रमात टाकण्याचे त्यांचे कौशल्य कौतुकास्पद होते. पण त्यांचे उद्देश मात्र नेहमीच स्पष्ट आणि स्वच्छ असत,

सत्याच्या नैतिक बळावरच ते कुठल्याही संवाद आणि चर्चेत यशस्वी होत असत; आणि तसे वचनही आहे की, सत्य आणि धर्म जिकडे असेल त्याच बाजूचा विजय होतो!

माझी व आचार्यांची पहिलीच भेट माझ्या कायम स्मरणात आहे, माझ्या मनातली अस्वस्थता अचूक ओळखून त्यांनी त्या वेळी माझ्या मर्मावरच बोट ठेवले होते! महाराज धनानंदाविषयीचा माझ्या मनातला आदरभाव कमी झालेला होता, त्याला कारणीभूत स्वयं महाराजच होते. स्वत: भोगविलासात रममाण होऊन प्रजेवर अत्याचार करणाऱ्यास 'विष्णूचा अंश' कसे म्हणावे? ज्या मुरादेवीस किरातराजाने मला मानसपुत्र मानून माझ्याकडे विश्वासाने सोपविले होते, आणि तिचा गांधर्वविवाह माझ्या साक्षीने महाराज धनानंदासोबत संपन्न झाला होता, त्या मुरादेवीचा निष्ठुरपणे त्याग करून तिला एका तपाचा एकांतवास भोगायला लावणाऱ्या राजा धनानंदाविषयी माझ्या मनात रोष निर्माण झाला होता. आणि महाराजांच्या सगळ्या तिरस्करणीय गोष्टींकडे अमात्य राक्षस ज्या अलिप्तपणे पाहत होते त्याचीही मला चीड आलेली होती. एकटे अमात्य वगळता राजधानीत कोणीही धनानंदावर संतुष्ट नव्हते, कुठे प्रकटपणे तर कुठे कुजबुजीच्या रूपात जनता असंतोष व्यक्त करीत होती. कोणत्याही राज्यातील प्रजा अस्वस्थ होण्याची कारणे दोनच असतात. एकतर जनतेच्या विवंचना संपत नसल्या तर किंवा शासकावरील अविश्वास वाढीस लागला तर! अशा अवस्थेत पाटलीपुत्रात कुठल्याही क्षणी विद्रोहाचा भडका उडणे शक्य होते!

तरीदेखील माझी राजनिष्ठा अभंग होती, मी राजा धनानंदावर रुष्ट होतो, पण माझा रोष तितक्या टोकाचा नव्हता, नंद घराण्यावरची माझी निष्ठा अविचल होती. मी बधत नाही असे पाहून आचार्यांनी शेवटचे रामबाण अस्त्र काढले. गोपनीयता राखण्याच्या अटीवर त्यांनी मुरादेवीचा पुत्र जीवित असल्याची धक्कादायक बातमी सांगितली! मी त्या वृत्ताच्या सत्यततेविषयी संशय व्यक्त केल्यावर मला त्यांनी मणिबंधावर बांधायचे ते रत्नपदक दाखविले, आणि सर्व कहाणी तपशिलाने सांगितली. वाटल्यास प्रियंवदेकडून मागील घटनाक्रम तपासून घेण्याचीही सूचना केली. इतका प्रामाणिक खुलासा झाल्यामुळे शंकेचे मळभ आता दूर झाले होते. चंद्रगुप्त हा नंदराजाचाच अंश असल्याने माझी नंद घराण्यावरची निष्ठाही अबाधित राहणार होती; आणि मुरादेवीसही उशिरा का होईना मी न्याय देऊ शकलो असतो. मला अंतर्मुख करून विचार करण्यास आचार्यांनी बाध्य केले होते. त्यांचे मंतरलेले शब्द अजूनही कानात गुंजन करतात. 'हे सेनाध्यक्षा..! भागूरायण नामक व्यक्तीने भावनेच्या आहारी जाणे समजू शकते, पण सेनापती भागूरायणास भावनेच्या आहारी न जाता आपले कर्तव्य पार पाडावेच लागेल. कारण त्याची निष्ठा कोण्या एका

नंदराजाच्या ठायी नसून नंदाच्या सिंहासनाशी आहे! प्रजेस पीडादायक ठरलेल्या अनाचारी राजाचा नाश करण्यासाठी ईश्वरी अवतार झाल्याचा आपला इतिहासच आहे. राजा धनानंद हादेखील नष्ट होण्याच्याच पात्रतेचा आहे, त्यामुळे कसलेही किल्मिष मननी न धरता मगधसेनानीने प्रजेसाठी आपले कर्तव्य पार पाडलेच पाहिजे; आणि हाच तर खरा सत्यधर्म आहे! त्यात कसलाही राजद्रोह नाही! प्रजाहितदक्ष राजा नसेल तर निष्ठेपेक्षा केव्हाही कर्तव्य हेच सर्वतोपरी श्रेष्ठ आहे.' आचार्यांचे ते हृदयापासून आलेले बोल मला अंतर्मुख करून गेले. शेवटी त्या संन्यस्तवृत्तीच्या शिक्षकांचा कसलाही स्वार्थ दिसत नव्हता, जी काय दिसत होती ती फक्त तळमळ!

शिशुपालाच्या पापाचे घडे भरत आले होते, त्याचा अंतकाळ समीप आला होता! कोळ्याच्या जाळ्यात अडकलेल्या भक्ष्याप्रमाणे, राजा धनानंदाभोवती मृत्यू आपले जाळे विणत होता. चोरपावलाने येणाऱ्या या प्राणांतिक संकटाची जाणीव त्यास अजिबात नव्हती! माझा विश्वासू सहकारी सिद्धार्थक याचेही मत आचार्यास अनुकूल असेच होते. एकदा तत्त्व मान्य झाले की, तपशील ठरायला वेळ लागत नाही. एखाद्या लोहचुंबकाने लोह ओढून घ्यावे तद्वत आचार्यांनी मला आकर्षून घेतले होते. मग आम्ही सर्वांनी मिळून योजना केली, महाराज धनानंद राज्यशकट सांभाळण्यासाठी अमात्यावर विसंबून होते, तर अमात्य सुरक्षेच्या विषयात माझ्यावर पूर्णत: अवलंबून होते, आणि मी...? धनानंद महाराजाच्या मजबूत शृंखलेतील मी कच्चा दुवा होतो! भक्कम साखळीत एक कडी जरी कमकुवत असेल तर तिथे शृंखला सहज तोडता येते! ती तयारी तर पूर्णत्वास गेली होती. मगधराजावर निर्णायक प्रहार करण्याआधी आवश्यक असलेली वातावरणनिर्मिती करण्यासाठी आचार्यांनी आपली गुप्तचर यंत्रणा पाटलीपुत्र नगरीत आधीपासूनच सिद्ध ठेवली होती.

ठरलेल्या योजनेप्रमाणे मी ऐनवेळी मृगयेसाठी दूर जाणार होतो, सोबत माझे सैन्यातले निवडक सहकारीसुद्धा असणार होते. त्यामुळे निर्नायकी अवस्था प्राप्त होऊन सैन्यात शिथिलता निर्माण होणार होती. हातघाईच्या लढाईत सैन्यात गोंधळ उडवून देण्यासाठी ही शिथिलता खूपच उपयुक्त ठरणार होती. त्या दिवशी नगराच्या द्वाररक्षणाचे दायित्व असलेले पथक सिद्धार्थकाच्या नियंत्रणात राहून काम करणार होते. त्यामुळे सूचनेनुसार, म्हणजे ऐन मोक्याच्या क्षणी तटबंदीचे मुख्य द्वार उघडता येणार होते. नगरात जाणारे काही गुप्तमार्ग मला ठाऊक होते, ते मी आचार्यांना समजावून सांगितले. त्या मार्गाने काही सैन्यपथके थेट नगराच्या अंतर्भागात प्रविष्ट होऊन कर्णे, तुताऱ्या व शिंगे वाजवीत कर्कश ध्वनी निर्माण करून नगरजनास व सुरक्षासैनिकास भयभीत करतील, ही आचार्यांची कल्पना पण नामी व नावीन्यपूर्ण होती. तर काही निवडक सैन्य अमात्य राक्षस आणि इतर मंत्री यांची निवासस्थाने

हेरून त्यांना वेढून टाकणार होते. अमात्य जर संतप्त होऊन प्रतिकार करण्यासाठी बाहेर आलेच, तर त्यांना नि:शस्त्र करून त्यांच्याच प्रासादात बंदिवान करायचे निश्चित झाले. कोणत्याही परिस्थितीत त्यांचे प्राणरक्षण झालेच पाहिजे असा सक्तीचा आदेश आचार्यांनी दिलेला होता. चंद्रगुप्त आणि त्याचे सशस्त्र वनवासी सैन्य गोंधळलेल्या तटरक्षकांचा समाचार घेणार होते. जे सैनिक शस्त्रानिशी प्रतिकार करतील ते सोडून बाकी सर्वांना कैद करायचे ठरले. काहीही झाले तरी ते माझेच सैनिक होते, म्हणून अपरिहार्य असेल तरच रक्तपात व्हावा, अन्यथा तो टाळावा ही माझी सूचनाही कटाक्षाने पाळली गेली. शेवटी क्रूर म्लेंच्छ सैनिक थेट राजमहालात घुसून राजा धनानंदास बंदिवान करणार होते!

दरम्यानच्या कालावधीत कोणाही नगरजनास तटबंदीच्या बाहेर जाता येणार नव्हते. शरण आलेल्या सैनिकांना मात्र नि:शस्त्र करून, अभय देऊन तात्पुरते ताब्यात घ्यायचे ठरले. सर्वकाही विद्युत्‌गतीने पार पाडून, नगरातील सर्व सेवासुविधा विनाविलंब पूर्ववत कार्यरत करून घेण्यासाठी विशेष पथकाची योजना केली होती. कारण सामान्यत: लोक शांतताप्रिय आणि स्थितीप्रिय असतात, त्यांना फार मोठा विध्वंसक बदल नको असतो, म्हणून नगरातील सर्व परिस्थिती तातडीने पूर्वपदावर आली पाहिजे असे माझे निक्षून सांगणे होते, आणि त्याचे पालनही झाले. या सर्व मोहिमेत प्रामुख्याने अश्वारूढ सैनिकांचाच सहभाग असणार होता, त्यामुळे गतिमान हालचाली करता येणे शक्य होणार होते!

आचार्य माझ्या व्यूहरचनेवर संतुष्ट झाले आणि त्यांनी माझ्या योजनेची काटेकोर अंमलबजावणी देखील केली. म्हणूनच तर एखाद्या मोठ्या वृक्षावरील पक्व झालेले फळ अलगदपणे हातात पडावे तसे, राजधानी असलेले पाटलीपुत्र नगर सहज हाती आले! अपेक्षेप्रमाणे सर्वकाही व्यवस्थित पार पडले. योजनेनुसार राजा धनानंदास बंदिवान करण्याचे ठरले होते, पण धनानंदवधाची प्रतिज्ञा केलेल्या आचार्यांनी त्याचा भीषण अंत करविला आणि राजवंशातील एकही वारस शिल्लक ठेवला नाही. सर्वांचा शिरच्छेद केला! नंदांचा निर्वंश करून चंद्रगुप्तांचा मार्ग निष्कंटक तर केलाच, शिवाय आपली घोर प्रतिज्ञादेखील त्यांनी पूर्ण केली! राजनीतीचा हिडीस चेहरा दृश्यमान झाला होता!

मी मुरादेवीस आणि चंद्रगुप्तास ते रहस्य सांगण्यास उत्सुक होतो, पण आचार्यांनी नकार दिला. आणि योग्य समयी सर्व खुलासा होईल असे आश्वासन दिले. एव्हाना आचार्यांचा स्वभाव काही अंशी परिचित झाला होता, त्यामुळे चंद्रगुप्तजन्माचा रहस्यभेद विलंबाने करण्यात देखील काहीतरी राजकारण असावे असे मी गृहीत धरले. शेवटी कुटिल राजनीती हे क्षेत्र आपले नाही हे उमजून मी स्वस्थ राहण्याचे ठरविले. इकडे आचार्यांची प्रतिज्ञापूर्ती झाली आणि तिकडे अमात्यांनीही

चंद्रगुप्ताचा त्याच पद्धतीने घात करण्याचा प्रण केला. दोन माजलेले बलिष्ठ सांड फुरफुरत एकमेकांना प्राणांतिक धडका देत होते, जणू आकाशातील दोन विशाल कृष्णमेघ परस्परांशी भिडून कडाडत्या विजांचा वर्षाव पृथ्वीवर करत होते! किंवा दोन मदमस्त झालेले महाकाय गजराज शुंड उभारून आणि तीक्ष्ण सुळे रोखत भयानक धडक घेण्यास सरसावले आहेत असे वाटत होते! दोन समतुल्य शक्तींची आणि कडवट निष्ठेची ती स्पर्धा होती. कुणीही माघार घेण्यास तयार नव्हता. दोघांनाही अंतिम विजय हवा होता, पण स्पर्धेत एकाचा पराजय तर होणारच होता. तूर्तास तरी आचार्यांचे पारडे जड भरले होते. अमात्यास पूर्णत: बेसावध ठेवून त्यांची सगळी यंत्रणा कुचकामी ठरवत, आचार्यांनी पाटलीपुत्र नगरी अमात्यांकडून हिसकावून घेतली होती, कसलाही भीषण रणसंग्राम न करता! नागाच्या फण्यावरील नागमणी अलगद हिरावून घेतल्याप्रमाणे! त्यामुळे घायाळ अमात्य अधिकच आक्रमक बनले. आचार्य चाणक्यांनी नंदराजांना कारस्थानाने मारले तर अमात्यही चंद्रगुप्तास घात करूनच मारण्यास टपले होते. दोघेही कपटनीतीनेच एकमेकांवर मात करणार होते, तरीपण दोघांच्या कृतीमागे असलेला उद्देश खूपच वेगवेगळा होता. एकजण विनाशकारी राज्य संपवून कल्याणकारी राष्ट्र निर्माण करण्याचा हेतू ठेवून कार्यरत होता, तर दुसरा आंधळ्या स्वामिनिष्ठेसाठी आणि संकुचित सूडभावना मनी ठेवून, द्वेषभावनेने पेटला होता. अर्थात ज्याचा हेतू शुद्ध आहे त्याचीच कोणतीही कृती क्षम्य असणार होती! अमात्य राक्षसांचा हेतू क्षुद्र व मलिन होता, तर आचार्य चाणक्य भव्य स्वप्न पाहत होते, त्यामुळे विधात्याचा कौल स्पष्ट दिसत होता, जो माझ्या विवेकी मनाला भावला होता!

अमात्यांना जितके अघोरी उपाय करता येणे शक्य होते तितके करून झाले. विषकन्येचा प्रयोग असफल ठरला. नगरप्रवेशाच्या मुहूर्तावरच चंद्रगुप्ताचा अपघाती मृत्यू घडवून आणण्याचा प्रयत्नही अंगलट आला. प्रमोदक व बीभत्सक हे छुपा प्राणघातक हल्ला करणार होते, त्यांनाच केविलवाणा मृत्यू आला. देव पाठीराखा असला आणि दैव बलवत्तर असले की सगळ्याच संकटातून व अरिष्टातून मनुष्य सुखरूप बाहेर पडतो. चाणक्य आणि राक्षस दोघांनीही आपली बुद्धिमत्ता व कौशल्य पणाला लावले होते, पण विधिलिखित चंद्रगुप्ताला अनुकूल होते! सर्वच्या सर्व घातपातातून चंद्रगुप्त सुखरूप राहिला. खरे म्हणजे गुप्त षड्यंत्र रचून घात करायचा, ही कसली लढाई होती? युद्धात असंख्य जखमा होऊनही प्राणाची पर्वा न करता, शौर्य आणि पराक्रमाची पराकाष्ठा करणारे योद्धे मला वंदनीय वाटत, पण कपटाने वार करणारे काळपुरुष मुळीच आवडत नसत. त्यांचेविषयी मला अतीव घृणा वाटायची! घडलेल्या सर्व दुर्घटनांचा मी अंतर्मुख होऊन विचार करू लागलो तसतसा मला, स्वेच्छेने मृत्यूस कवटाळलेल्या

दारुवर्मा, वर्वरक, प्रमोदक व बीभत्सक या मारेकऱ्यांविषयी सहानुभूती वाटू लागली. ते देखील आपल्या प्राणाची आहुती देणारे निर्भय सैनिकच नव्हते का? त्यांची अविचल निष्ठा हीच तर त्यांची प्रेरणा होती, लढणाऱ्या सैनिकाची तरी दुसरी काय प्रेरणा असते? परिणामाची चिंता न करता दिव्याच्या ज्योतीवर झेपावणे, एवढेच माहीत असलेल्या पतंगाप्रमाणे बलिदान करणारे, ते सर्वजण लढाऊ सैनिकच होते ना? स्वत:हून स्वत:स संपविणारे, ठरलेल्या उद्दिष्टासाठी ज्वालेवर झेप घेत भस्मिभूत होणारे ते मृत्युंजयी वीरच होते! युद्धाचा प्रकार कोणताही असो, शेवटी ते युद्ध असते आणि त्यात सहभागी असलेले सगळेच जण योद्धे असतात! मग काहीजण गुप्तचरासारखे अज्ञातवासात राहून झिजत झिजत अस्तंगत होतील, तर काहींचा मृत्यू कसा, कुठे आणि कोणत्या क्रूर पद्धतीने होईल ते सांगता येणे अशक्य असते! तरीसुद्धा त्यांचे मरण हे वीरमरणच असते. ध्येयपूर्तीसाठी जाणीवपूर्वक स्वत:चा जीव द्यायचा यापलीकडे कोणता मोठा त्याग असू शकतो? त्या सर्वांची समर्पित भावना ही एकसारखी असते. त्यात श्रेष्ठ-कनिष्ठ असा भेद करणे किमान माझ्यासारख्या सेनानीस तरी शोभनीय नव्हते!

आचार्यांच्या आदेशानुसार मी युवराज मलयकेतूस भयभीत करून पलायन करण्यास उद्युक्त केले हे खरे आहे. महाराज पर्वतकांचा घात विषकन्येची योजना करून अमात्य राक्षसांनीच केला, अशी चहूकडे वदंता पसरली होती. यापुढे मलयकेतू पाटलीपुत्रात राहणे आचार्यास इष्ट वाटत नव्हते. राज्यविभाजन करून त्यास अभिषिक्त करणे हे तर त्यांना कधीही मान्य नव्हते! आणि मलयकेतू कसा का असेना, पण त्याच्या पिताश्रींबरोबर माझे ऋणानुबंध जुळले होते. म्हणून कोणत्याही कारस्थानात त्याचा बळी जाऊ नये ही माझी सदिच्छा होती! मी आचार्यांची आज्ञा शिरसावंद्य मानून मलयकेतूचा बुद्धिभेद केला, पण महाराज पर्वतकाप्रमाणेच आचार्यांच्या संभाव्य षड्यंत्रात त्याचाही विनाकारण बळी जाऊ नये, अशी सद्भावनाही व्यक्त केली. माझ्या बोलण्याचा मथितार्थ आणि गर्भित इशारा लक्षात येताच भ्रमचित्त झालेला मलयकेतू खरोखरच भयकंपित झाला, आणि फारसा विचार न करता रातोरात त्याने पाटलीपुत्र सोडले! चंद्रगुप्ताचा मार्ग पूर्णत: निष्कंटक झाला होता! राजकारणात निखळ विजय मिळण्यासाठी दोन गोष्टी आवश्यक असतात. एकतर स्वत:चे सामर्थ्य उत्तरोत्तर वाढले पाहिजे किंवा शत्रूचे वरचेवर घटत गेले पाहिजे. अमात्यांची दोन्ही बाजूने कोंडी झाली होती. स्वत:चे जिवलग सहकारी एकामागे एक संपले. याउलट चाणक्याचे शत्रू कमी होत तो बलवान होत होता. आपली सर्वच अस्त्रे फोल ठरल्यामुळे आणि चाणक्याचे वाढते सामर्थ्य पाहून मनस्वी निराश झालेले अमात्य, वैफल्यग्रस्त भावनेने भुयारी गुप्तमार्गाने पाटलीपुत्र नगरीच्या बाहेर पडले असे वृत्त नगररक्षकाने मला दिले. आता या नगरात

राहणे त्यांच्या दृष्टीने निरर्थकही होते म्हणा! एकेकाळी पुष्पपाकळ्यांच्या वर्षावात, जयघोषाच्या निनादात आणि मोठ्या वैभवाने ज्या नगराच्या प्रशस्त राजमार्गावरून मिरविले होते त्याच नगरातून चोरटेपणे, रात्री भुयारी मार्गातून बिळातल्या उंदराप्रमाणे पलायन करावे लागणे हा केवढा दैवदुर्विलास होता! काळाचा महिमा आगाध आहे!

तत्पूर्वी माझ्या आयुष्यातला एक चिरस्मरणीय प्रसंग घडला. राणी मुरादेवीच्या आयुष्यातली काळोखी रात्र संपून उदयाचलावर सहस्रकिरणाची उधळण करीत सूर्योदय झाला होता. मगधाधिपती महाराज चंद्रगुप्ताची ती आता सन्माननीय राजमाता बनली होती. मनुष्यजीवनात किती म्हणून स्थित्यंतरे यावीत? राणी मुरादेवीने ती सर्व अनुभवली होती. उत्तुंग शिखरावरून कडेलोट व्हावा आणि पुन्हा सर्वोच्च स्थानी यावे असला चढउतार किती जीवघेणा असतो? तरीदेखील मुरादेवीने ती अवघड वाटचाल यशस्वी केली! पुत्रवियोगाचे अपार दुःख सहन करून आज माझी भगिनी मोठ्या राजवैभवात चंद्रगुप्ताची राजमाता झाली. मला कृतकृत्य झाले होते! आणि माझी राजनिष्ठाही अबाधित राहिली होती. चंद्रगुप्त हा मगधराज नंदवंशाचा एक दिवा होता. अमात्य राक्षस जरी मुरादेवीस उच्चकुलीन मानत नव्हते तरीही ती एका राजाची राजकन्या होती हे विसरून कसे चालेल? चंद्रगुप्त राजबिंडा होता, व्यासंगी होता, सुसंस्कृत होता, पराक्रमी होता आणि मुख्य म्हणजे तो महापंडित आचार्य चाणक्याचा पट्टशिष्य होता! मगधाच्या राजसिंहासनावर अभिषिक्त होण्यासाठी आणखी कोणती गुणवत्ता हवी होती? मी तर आता राजा चंद्रगुप्ताच्या दिग्विजयासाठी व त्यास आर्यावर्ताचा चक्रवर्ती सम्राट बनविण्यासाठी अत्यंत अधीर झालो होतो. माझी सर्व युद्धकला, पराक्रम, बुद्धी आणि काया त्याच्यासाठी समर्पित करण्यास सिद्ध झालो होतो!

अमात्य पाटलीपुत्र नगरीचा त्याग करून कुठे जाणार, याचे अगदी अचूक अनुमान आचार्य चाणक्यांनी केले आणि ते तंतोतंत खरे ठरले! अमात्य राक्षस हिमाचलाच्या पहाडी प्रदेशात युवराज मलयकेतूच्या आश्रयास गेले होते. अर्थात क्षपणक जीवसिद्धी सावलीसारखा त्यांचेसोबत होताच. मलयकेतूच्या मनात राक्षसाविषयी असलेला पूर्वग्रह भागूरायणाने याआधीच दूर केलेला होता. त्यामुळेच मलयकेतूने त्यांचे स्वागत केले, कारण आता दोघांचा शत्रू समान आणि एकमेव होता- आर्य चाणक्य...! आता चाणक्याचा नायनाट झाल्याशिवाय हे दोन्ही त्रस्त समंध शांत होणार नव्हते!

महाराज चंद्रगुप्त व आचार्यांनी माझेशी एकांतात चर्चा केली, त्याप्रमाणे आम्ही तीन आघाड्यांवर मोर्चेबांधणी केली. अमात्यांच्या मनात अजूनही एक आशा धुगधुगत होती की, नंदवंशातील एकमेव जीवित असलेली व्यक्ती म्हणजे सर्वार्थसिद्धी! ज्याने पूर्वीच राजपरिवाराचा आणि राजधानीचा त्याग करून वानप्रस्थाश्रम

स्वीकारला होता. त्याचा शोध घेऊन नंदवंशाचा हा शेवटचा दीप व राक्षसाची शेवटची अंधूक आशा, दोन्ही एकदाच विझवून टाकणे हे काम करणे अत्यावश्यक झाले होते. माझ्या सैनिकांतील एक सशस्त्र शोधपथक या कामी लगोलग रवाना झाले. मला पूर्ण विश्वास होता की, आता बिचारा सर्वार्थसिद्धी वानप्रस्थातून थेट स्वर्गलोकात प्रयाण करणार होता! राज्यातील व राजधानी पाटलीपुत्रात अजूनही वास्तव्य करून असलेले व स्वत:स नंदसमर्थक किंवा अमात्यसमर्थक म्हणविणारे पौरजन व इतर लोक बरेच होते. त्यांना शोधून काढण्यासाठी आम्ही निष्णात गुप्तचर निपुणक याची नेमणूक केली होती. आता तो आपल्या सहकाऱ्यांसह जनतेत मिसळून त्यांचा मागोवा घेणार होता. तर मी स्वत: युवराज मलयकेतूच्या आश्रयास जाऊन त्याचा पूर्ण विश्वास संपादन करून त्याचा वारंवार व हवा तसा बुद्धिभेद करणार होतो. कारण त्याचा पुढील कपटनाट्यात, आचार्यांच्या रचनेप्रमाणे खूप उपयोग होणार होता. कल्पिताहून अद्‌भुत असे ते षड्‌यंत्र होते मी तर आश्चर्यचकितच झालो होतो. अनेक सुटे संदर्भ व गुंतागुंतीची रचना यांची एवढी सुसंगत मांडणी केवळ आचार्यच करू जाणे!

योजनेप्रमाणे यथावकाश मी पाटलीपुत्र सोडले. नि:शंकपणे मलयकेतूने माझे स्वागत केले. कारण त्यास सावध करून मी त्याच्यावर येऊ घातलेल्या प्राणसंकटाची योग्य वेळी सूचना केल्यामुळे तर त्याच्या जीविताचे रक्षण झाले होते, आणि तो देखील हे कदापिही विसरणे शक्य नव्हते! शिवाय त्याचवेळी मी त्यास हेही सूचित केले होते की, योग्य समय येताक्षणी, संधी साधून मीदेखील आपणाकडे येणारच आहे! त्यामुळे कसलीही पूर्वपीठिका मला तयार करावी लागली नाही व माझा उद्देश पूर्णत: सफल झाला! पूर्वनियोजित रचनेप्रमाणे आता माझे मुख्य काम मलयकेतू आणि राक्षस या दोन ग्रहांची अनिष्ट युती न होऊ देणे व शक्य झाल्यास मलयकेतू आणि अमात्य यांच्यात वितुष्ट आणणे असे होते. अविवेकी व शीघ्रकोपी मलयकेतू आणि सतत तेजोभंग झाल्यामुळे भावनाप्रधान व हळवे बनलेले अमात्य, या दोघांत सध्याच्या अनुकूल परिस्थितीमुळे वितुष्ट आणणे सहज शक्य होईल अशी मला खात्री वाटत होती. हळूहळू माझ्यातला सरळमार्गी योद्धा, आता आचार्यांच्या तालमीत राहून बुद्धिबळाच्या पटावरील तिरकस चालीही शिकत होता! अशक्य ते शक्य करायचे असेल तर चाणक्यनीतीला पर्याय नाही असे आता माझेही मत बनले होते.

आता हेच पाहा ना, आचार्यांनी किती बेमालूम गुप्तचर योजना केली होती, अगदी डोळ्यातले काजळ काढून घ्यावे तसे...! क्षपणक जीवसिद्धी हा चाणक्याचा परममित्र, तो अमात्यांचा विश्वासू सल्लागार! तर सिद्धार्थक हा चाणक्यशिष्य, माझा निकटचा सोबती! आणि मी स्वत: मलयकेतूच्या अत्यंत जवळचा हितचिंतक!

वाहव्वा, याला म्हणतात कूटनीतीचा छद्मी खेळ! आचार्यांच्या राजनीतीला मी मनोमन दंडवत घातला. खरी गुंतागुंत तर पुढेच होती. मनोवैज्ञानिक युद्ध पेटले होते, आचार्यांना कोणत्याही परिस्थितीत दुरभिमानी अमात्य राक्षसाची संपूर्ण शरणागती पाहिजे होती, तीही अमात्यांचा तेजोभंग करून पाहिजे होती, मानभंग करून नाही! त्यांना सन्मानपूर्वक चंद्रगुप्तांचे अमात्यपद स्वीकारायला लावायचे होते. अमात्यांना वाकवायचे होते, मोडायचे नव्हते! अमात्य राक्षस मानी होता. तो जर हतबल झाला, अगतिक झाला तरच ते शक्य होते. एखाद्या विषयात शक्यतेची 'शक्यता' अल्प प्रमाणात जरी दिसली तरी आचार्यांना ती पुरेशी वाटायची! सुतावरून स्वर्ग गाठायचे त्यांचे तंत्र अद्‌भुत होते. त्यामानाने युवराज मलयकेतूचा बुद्धिभेद करणे हे पुष्कळच सुकर कार्य होते. त्याचा शीघ्रकोपी व अविवेकी स्वभाव मला या कामी खूप साहाय्यभूत ठरणार होता. क्षपणक जीवसिद्धी म्हणायचा ते खरे होते, एखाद्याचे मन कोणाविषयी कलुषित करायचे असेल तर सर्वप्रथम त्याच्या मनात संशयाचे पिल्लू सोडून द्या, ते आपोआप मोठे होत राहील! मग वेळोवेळी व प्रसंगानुसार त्याला अशा गोष्टी सांगायच्या की, ज्यात पंचाण्णव टक्के सत्य व केवळ पाच टक्के असत्य असेल. पण ते मिसळून कथन करताना आपण जणूकाही पूर्ण सत्य सांगत असल्याचा आभास निर्माण करायचा. परिणामत: आपल्याविषयी कोणतीही शंका न येता, त्याच्या मनात आपण इच्छिलेली त्या व्यक्तीविषयीची द्वेषभावना मात्र निश्चितपणे वाढू लागते! याला म्हणतात भेदनीती! या तत्त्वांशी पूरक म्हणून तो पंचतंत्रातील एक सुंदर रूपककथा सांगायचा.

नैमिषारण्यात शार्दूलक नामक सिंह राज्य करीत असे. चतुरक नावाचा कोल्हा त्याचा सचिव सल्लागार होता. एकदा दूरवर फिरत गेलेल्या कोल्यास एका विस्तीर्ण गवताळ कुरणात, एक संजीवक नामे महाप्रचंड बैल चरताना दिसतो. त्याची लांबलचक अणकुचीदार शिंगे, मजबूत शररीरयष्टी पाहून कोल्हा मनाशी काही योजना ठरवतो, त्याच्या एक लक्षात आलेले असते की, सिंह आणि बैल हे एकमेकांशी अपरिचित आहेत. दोघांना एकमेकांचे भय दाखवून सान्निध्यात ठेवले, तर सत्तासमतोल निर्माण होत आपले स्थान कायमचे स्थिर व बळकट राहील! मग तो हळूच त्या बैलाजवळ जातो व म्हणतो, "हे वृषभराज, आपण सामर्थ्यवान आहातच, पण दुर्दैवाने आपल्यापेक्षा बलिष्ठ असलेल्या आमच्या राजाचा हा प्रदेश आहे. महाराज अत्यंत कोपिष्ट आणि क्रूर आहेत तेव्हा आपण इथून निघून जावे हेच उत्तम!" बैल घाबरून जाण्यास निघतो तर पुन्हा चतुरक त्यास म्हणतो, "तूर्त घाई करण्याचे कारण नाही, कारण मी त्यांचा सचिव आहे, म्हणून मी आपली व शार्दूलक वनराजाची मैत्री करून देतो. नंतर आपण या अरण्यातील विस्तीर्ण हिरव्या कुरणाचा सुखेनैव उपभोग घेऊ शकाल." संजीवक बैल हा प्रस्ताव मोठ्या संतोषाने

स्वीकारतो. त्यास तिथेच थांबायला सांगून चतुरक कोल्हा वनराज शार्दूलकाजवळ जाऊन म्हणतो, "महाराज, एक फार मोठे संकट येत आहे. आपल्यापेक्षा भयानक असलेला एक प्राणी इकडे आक्रमण करण्याच्या तयारीत आहे. मी अक्कलहुशारीने त्यास तुमचे भय दाखवून तूर्त थांबविले आहे, व त्यास तुमच्याशी संघर्ष न करता स्नेही बनण्यात अधिक लाभ असल्याची खात्री करून दिली आहे. आपणासही असा पराक्रमी प्राणी मित्र म्हणून लाभला तर आपला दरारा व लौकिक निश्चित वाढेल."

एकमेकांविषयी असे भयाचे वातावरण निर्माण करून चतुरक कोल्हा संजीवक आणि शार्दूलक यांची मैत्री घडवून आणतो. कालांतराने दोघांत खरेच मैत्री व आदरभाव निर्माण होत ते एकमेकांचे घनिष्ठ स्नेही बनतात व आपोआपच चतुरकास दुय्यम-तिय्यम स्थान प्राप्त झाले. डाव अंगलट आलेला पाहून चतुरक विचार करू लागतो आणि भेदनीतीच्या साहाय्याने दोघांत वितुष्ट कसे आणता येईल, याचा सतत विचार करीत संधीची प्रतीक्षा करतो. एके दिवशी वनराज एकटे आहेत असे पाहून मोठ्या दुःखी स्वरात म्हणतो, "महाराज, मला क्षमा करा. मी फार मोठी चूक केली आहे." शार्दूलक कुतूहलाने विचारतो की, "का रे बाबा, असे नेमके काय घडले आहे तुझ्या हातून?" चतुरक भयकंपित आवाजात उत्तरतो, "राजन, आपल्या जिवास त्या संजीवकापासून धोका आहे. मी माझ्या कानाने ऐकले आहे की तो संजीवक बैल, आपण निद्रिस्त अवस्थेत असताना पोटात तीक्ष्ण शिंगे खुपसून आपला घातकी अंत करून तो राज्य ताब्यात घेणार आहे! क्षमा असावी महाराज, मीच खरा पापी आहे. आपणास अशा नीच प्राण्याची ओळख करून दिली...!" पश्चात्तापदग्ध स्वरात कोल्हा म्हणाला. झाले, सिंहराज शार्दूलक चिंतित झाले. संशयग्रस्त बनले, संजीवकाच्या प्रत्येक हालचालीत त्यांना आता दोष दिसू लागला...! चतुरकाने असाच संशय संजीवक बैलाच्या मनात पेरला व त्यास क्रूरकर्मा शार्दूलकापासून जीव वाचविण्याचा व्यवहार्य सल्ला दिला! चतुरकाने यशस्वी बुद्धिभेद केला होता. संशयाचे भूत दोघांच्या मनात उभे केले आणि एके दिवशी अपेक्षेप्रमाणे दोघे एकमेकांपासून विभक्त होत दूर झाले! रूपककथा प्राण्यांची होती तरी त्यातून निघणारे तात्पर्य मानवासाठी होते, व्यवहारातील वास्तव दर्शविणारे होते. माझ्यासाठी पण तो आदर्शपाठच नव्हता काय? कारण माझे संकल्पित कार्य त्याच स्तराचे होते. मलयकेतूचा बुद्धिभ्रंश करणे, त्यास विचलित करणे आणि शेवटी त्यास राक्षसापासून दूर करणे, हेच तर मला करायचे होते, अगदी त्या कथेतल्या चतुरकाप्रमाणे!

मी अमात्य राक्षसाची भेट घेण्याचे ठरविले, कारण आता आम्ही एकाच पक्षात होतो आणि उद्देशही समान होते. कपटी चाणक्याचे निर्दालन करणे आणि मगधच्या सिंहासनावरून चंद्रगुप्तास खाली खेचून तिथे महाराज धनानंदाचे बंधू

सर्वार्थसिद्धी यांची पुन्हा प्रतिष्ठापना करणे! अमात्य माझ्यावर बरेच रुष्ट झालेले दिसले, कारण पाटलीपुत्रावर प्राणसंकट आलेले असता मी मृगया करण्यात मग्न होतो, आणि नगराची सुरक्षापथके एवढी निष्क्रिय कशी होऊ शकतात? तटबंदीचे द्वार उघडणारे घरभेदी कोण होते? त्यांच्या मनातून अजूनही संशयाचे निराकरण झालेले नव्हते आणि त्या दुर्दशेस केवळ मीच कारण होतो, असे त्याच्या मनात पक्के ठसले होते. मी त्यांना स्पष्ट सांगितले की, 'आम्ही साधी शिपाई माणसे, आपल्या राजकारणातले फारसे काही आम्हाला समजत नाही, त्यामुळे अजाणतेपणी झालेल्या आमच्या चुकांकडे तुम्ही संशयाने पाहणे योग्य असले तरी ते सत्य नाही.' चाणक्याने मुरादेवी हे आमचे कमकुवत स्थान असल्याचे अचूक हेरून, चंद्रगुप्त हा मुरादेवीचा पुत्र असल्याची खात्री करून दिली होती, त्यामुळेच तर आम्ही सर्वकाही विसरून चंद्रगुप्ताच्या व चाणक्याच्या आज्ञेत राहण्याचे ठरविले. पण लवकरच माझा भ्रमनिरास झाला, कारण चंद्रगुप्त हा केवळ नामधारी राजा बनला होता. सर्व सत्ता आणि निर्णय तर चाणक्याच्या हाती होते! चाणक्यास कोणाच्याही निष्ठेविषयी थोडासा जरी संशय आला की त्यास देहदंडाची कठोर शिक्षा ही ठरलेली! अशा परिस्थितीत आपले भवितव्य सुरक्षित राहूच शकत नाही याची खात्री पटली होती. म्हणून मी विचारपूर्वक आणि पश्चात्तापदग्ध अंत:करणाने आपणास सत्य विदित केले आहे. 'मी सेनापती भागूरायण, रणमैदानावरील एक सैनिक आहे, जे बोलतो ते स्पष्ट आणि वस्तुनिष्ठ बोलतो, याविषयी तरी आपल्या मनात खात्री असावी. अमात्य!'

इतके वस्तुनिष्ठ आणि भावपूर्ण बोलणे केल्याने अमात्य सद्‌गदित झाले. त्यांना माझ्या प्रामाणिकपणाविषयी यत्किंचितही संदेह राहिला नाही. मी अमात्यास अर्धसत्य सांगून त्यांची दिशाभूल करण्याचे पातक केले होते, पण महाभारतात सत्यवचनी युधिष्ठिराने देखील साक्षात गुरूला, द्रोणाचार्यांना 'नरो वा कुंजरो वा...!' असे अर्धसत्य सांगून फसवणूक केली नव्हती का? निश्चितपणे केली होती. पण त्याचे तसे बोलणे हे सत्य आणि धर्माच्या विजयासाठी केलेले क्षम्य पातक होते! मी तरी वेगळे काय केले? भरतराष्ट्राच्या उत्थापनाचे भव्य स्वप्न पाहणाऱ्या व त्यासाठीच निरिच्छ भावनेने आराधना करणाऱ्या आर्य चाणक्याच्या आणि चंद्रगुप्तांच्या बाजूनेच धर्म आणि सत्य उभे होते, म्हणूनच मी तो क्षम्य अपराध केला!

युवराज मलयकेतूला आज दहा महिने होत आल्यानंतरही महाराज पर्वतकाच्या मृत्यूचे दु:ख विसरता आले नव्हते, उलट आपण प्रतिशोध घेऊ शकलो नाही, ही व्यथा त्यांना अधिकच अस्वस्थ बनवीत होती. अमात्य राक्षसासारखा विद्वान आणि पराक्रमी पुरुष येऊन मिळाल्यामुळे त्यास आता विशेष बळ प्राप्त झाले

होते. अमात्य वेगाने कामास लागले होते. मलयकेतूची पहाडी सैन्यपथके तर तयार होतीच, त्यांच्या सोबत नवीन मित्र सैन्यासह जोडण्याचे काम अमात्यांनी मोठ्या कौशल्याने पूर्ण करीत आणले होते. अमात्याचे विविध राजे व सामंत यांचेशी असलेले पूर्वसंबंध या कामी उपयुक्त ठरले होते. काश्मीर, पारसिक, म्लेंच्छ, गुर्जर, मालव आणि पुरू सैन्य मदतीला घेण्यात अमात्य यशस्वी झाले होते. पाटलीपुत्रावर हल्ला करण्याच्या संभाव्य रचनेचे नियोजन पूर्णत: अमात्यांकडे सोपविले गेले होते आणि त्याहून योग्य माणूस दुसरा कोणी असणे शक्यही नव्हते. त्यामुळेच तर मी सारखा बेचैन होतो. मलयकेतूचे वाढते बळ आणि राक्षसाचे बुद्धिचातुर्य अशी अभद्र युती होणे हे अजिबात पथ्यकारक नव्हते. तातडीने काहीतरी केले पाहिजे. मी सतत संधीच्या शोधात होतो आणि ती सापडली...!

संधी सापडली... असे म्हणणे हा केवळ उपचार होता. अनेक वेळा संधी निर्माण करावी लागते व नंतर मी सापडल्याचा बोभाटा करावा लागतो...! हे अजब कूटतंत्र केवळ आचार्यच करू जाणे, माझ्या तरी ते तर्काबाहेरचे काम होते, हे प्रांजळपणे मान्य करण्यात मला कसलाही संकोच नाही! अमात्य राक्षस हेच एकमेव लक्ष्य आहे हे निश्चित झाले होते, त्यामुळे आमच्या नियोजित चक्रव्यूहाचा केंद्रबिंदू तेच होते. मी आणि जीवसिद्धी तर तिथे कार्यरत होतोच, शिवाय आमच्या दिमतीला काही निवडक सहकारी असावेत अशी पूर्वीच योजना झाली होती. मगधसेनेच्या गजदलातील पिलखाना प्रमुख, ज्याच्याकडे सर्व हत्तींचे पालनपोषण आणि प्रशिक्षण अशी जबाबदारी होती तो भद्रभट, त्याच्याप्रमाणेच अश्वदलातील निवडक अश्वांच्या देखरेखीची जबाबदारी असलेला अधिकारी पुरुषदत्त हे दोघेही सैन्यव्यवस्थेच्या संबंधातून माझ्या निकट आलेले विश्वासू अधिकारी होते. त्यांना मी आमच्यात सामील करून घेतले. त्याचप्रमाणे नगररक्षक पथकाचा मुख्य असलेला सरदार चंद्रभान, याचा शूर भाचा डिंगरात आणि माझ्याच नात्यातील एक पराक्रमी क्षत्रिय बलगुप्त यांनाही सगळी कल्पना देऊन मी आपलेसे केले होते. याशिवाय माळव्याचा राजा लोहिताक्ष आणि कलिंगचा विजयवर्मा हेही तयार झाले. मगधराजाचा एक जुना निष्ठावान सेवक असलेला राजसेन कोणत्याही क्षणी आमच्याकडे येण्यास तयार होता. माझ्या अनुकूल संकेतानुसार आचार्यांनी त्या सर्वांना एकत्र केले व त्यांनी नेमके काय करायचे आहे त्याच्या आवश्यक त्या सूचना दिल्या. त्याप्रमाणे सर्वांनी मलयकेतूचा सेनापती शिखरसेन याच्याकडे संपर्क साधला व आम्ही चाणक्याचा पक्ष सोडून तुमच्याकडे आश्रयास आलो आहोत असा सांगावा पाठविला. तसेच कृपा करून आम्हास कोणत्याही परिस्थितीत अमात्य राक्षसाच्या पथकात ठेवू नका, अशी विशेष विनंतीही केली. सेनापती शिखरसेनास ती विशेष विनंती फारच अजब

वाटली व त्याने युवराज मलयकेतूच्या कानावर ती टाकली, मलयकेतू देखील विस्मयचकित झाला, कारण त्या सर्वांना ज्ञात होते की, आमच्या युद्धमोहिमेचे सूत्रधार अमात्य आहेत आणि त्यांच्याच आधिपत्याखाली सेना पाटलीपुत्राकडे कूच करणार आहे, असे असताना त्या लोकांनी कटाक्षाने अमात्याचे नाव का टाळले असावे? खरेतर तेसुद्धा पूर्वाश्रमीचे मगधसेनेतले अधिकारी होते व त्यांनी अमात्य राक्षसांच्या अधीन राहूनच तिथे काम केलेले असताना, अशी विशेष सूचना देण्यामागे काय रहस्य असावे? त्यांना अमात्य राक्षस या नावाचा इतका तिटकारा किंवा दुस्वास का वाटावा? कुठेतरी पाणी मुरते आहे अशी शंका उद्‌भवण्यासाठी एवढे कारण पुरेसे होते.

मलयकेतूचा आधीच संशयी स्वभाव आणि त्यात समोर आलेली ही संशयास्पद भूमिका! मलयकेतू अस्वस्थ झाला नसता तरच नवल! मलयकेतूने त्या सर्व अधिकाऱ्यांना विस्ताराने त्याचे कारण कथन करण्यास सांगितले. सर्वांनी राजास एकांतात सर्व वृत्त देण्याचे मान्य केले, त्याप्रमाणे त्यांचेकडून स्पष्टीकरण असे आले की, पाटलीपुत्रात क्लिष्ट राजकीय घडामोडी अत्यंत वेगात होत आहेत, नंदनिष्ठ मंडळी पुन्हा एकत्र येत आहेत. महाराज धनानंदाचा पुत्र असलेला चंद्रगुप्त हा शेवटी नंदवंशाचाच दिवा आहे. तेव्हा झाले-गेले विसरून जाऊ! आपण सर्व नंदघराण्याच्या निष्ठावान मंडळींनी एकत्र येऊन, मगध राज्याचे वैभव पुनश्च प्रस्थापित केले पाहिजे! अशी मानसिकता तयार होत आहे. विशेष म्हणजे अमात्यदेखील त्या निष्ठावानांपैकीच एक आहेत व त्यांचे वैर महाराज चंद्रगुप्ताशी नसून कुटिलबुद्धीच्या चाणक्याशी आहे. तेव्हा चंद्रगुप्तासह सर्वांनी एक व्हावे आणि या कामी अमात्यांनी पुढाकार घ्यावा, असे मानस तयार होत असल्यामुळे आम्ही केवळ महाराज मलयकेतूशी एकनिष्ठा ठेवू इच्छितो. म्हणूनच अमात्य राक्षस आम्हास नको आहेत, कारण उद्या काही विपरीत घडलेच, तर विपरीत कशाला... उद्या चंद्रगुप्त व अमात्य एक झाले तर त्यांचे सोबत आमच्यावरही आपणाकडून स्वामिद्रोहाचा शिक्का बसू नये असे वाटते!

अपेक्षेप्रमाणे खूपच अस्वस्थ झालेल्या मलयकेतूने मला ही गुंतागुंतीची समस्या उलगडून सांगण्याचा आग्रह केला, त्याच्या मनात गोंधळ उडालेला स्पष्ट दिसत होता व त्याच्या अल्पमतीवर पण असह्य ताण पडल्याचे दिसत होते. मी आश्वासक मुद्रेने त्यास सांत्वना देत मोठ्या शहाजोगपणे म्हणालो, ‘‘महाराज, वरवर पाहता या प्रकरणी तथ्य वाटले तरी अमात्य राक्षस हे अत्यंत अनुभवसंपन्न व्यक्तिमत्त्व आहे, त्यांच्याविषयी कोणताही विकल्प मनात आणण्यापूर्वी पूर्ण खात्री करून घेणे हेच व्यावहारिकदृष्ट्या उचित राहील!’’ युवराज मलयकेतूच्याच्या डोक्यातला संशयाचा किडा तसाच वळवळत ठेवण्यास मी अजिबात विसरलो

नाही! मलयकेतूने तरीही पृच्छा केली की, अमात्य अशी दुहेरी निष्ठा कशी ठेवू शकतात? मी उत्तरलो, ''महाराज, राजनीतीमध्ये शक्य आणि अशक्य असे काहीही नसते. व्यक्ती तितक्या प्रकृती असतात आणि प्रकृती तितक्या प्रवृत्ती असतात! हे सर्व प्रसंगानुरूप बदलतही असते, त्यामुळे धोरणी राजा भूतकाळाचे स्मरण ठेवतो, वर्तमानाचे चिंतन करतो, तर भविष्याचा वेध घेत आपली कार्यशैली ठरवीत असतो! अमात्य राक्षसाचा भूतकाळ आणि वर्तमानकाळ तर आपणास माहीत आहेच. त्यानुसार भविष्यात त्यांच्या काही योजना असू शकतील हे आपण ओळखून असले पाहिजे. आजतरी केवळ शंका आणि संदेह असेच याचे धूसर स्वरूप आहे. वास्तव समजण्यासाठी आणखी कालावधी जाऊ द्यावा लागेल, पण सगळ्याच बऱ्यावाईट शक्यता गृहीत धरून सावध असलेले केव्हाही उत्तम!''

मी मलयकेतूच्या मनातील संदेहाचा खुंटा हलवून बळकट केला. त्याची गढूळ झालेली दृष्टी निवळली असली तरी नजरेत असलेली अस्वस्थता मात्र स्पष्ट दिसत होती व जाणवतही होती. संदिग्धता निर्माण करून मी मलयकेतूला चांगलेच विचलित केले होते! आता तो अमात्य राक्षसाच्या प्रत्येक कृतीकडे आणि बोलाकडे संशयानेच पाहणार होता. संशयाचे भूत त्याच्या मानेवर पक्के बसले आहे ही खात्री वारंवार करून घेणे, एवढेच माझे काम उरले होते!

◆

चंद्रगुप्त

आचार्यांच्या काटेकोर नियोजनाप्रमाणे सर्वकाही तंतोतंत घडले. मला मगधाचे राजसिंहासन प्राप्त झाले, अमात्य राक्षसासारखा चतुरस्त्र अमात्यही लाभला, भागूरायणासारखा दिग्विजयी सेनानी तर होताच आणि मुख्य म्हणजे माझ्या प्रिय मातेच्या, मुरादेवीच्या कुशीत मला जाता आले! हे सगळे अप्राप्य असलेले वैभव केवळ आचार्य चाणक्यांमुळेच लाभले, आचार्यांच्या परीसस्पर्शामुळे माझ्या जीवनाचे सोने झाले! अन्यथा हा चंद्रगुप्त खेळत बसला असता त्या गोपाळाच्या संगतीत खोटा खोटा राजा होऊन कुठल्यातरी माळरानात! कुशाग्र बुद्धिमत्तेच्या जोरावर प्रबळ राजाचादेखील पराभव करता येतो, मुंगीदेखील हत्तीला मात देऊ शकते हे आचार्यांनी सिद्ध करून दाखविले. मला चतुर्वेद, विद्या, कला आणि शास्त्रांचे सर्वांगीण प्रशिक्षण देऊन राजनीतीच्या क्षेत्रातही त्यांनी पारंगत केले. राष्ट्रधर्माची खरी ओळख करून दिली व माझ्यातले नेतृत्वगुण जोपासून कल्याणकारी राज्य करण्यास सिद्ध केले. जयतु आचार्य चाणक्य!

चंद्रगुप्त...

डोळे मिटणे... या एकाच प्रक्रियेचे किती अर्थ होतात. कायमचे डोळे मिटणे म्हणजे चिरनिद्रा! काही प्रहराच्या काळासाठी मिटणे ही झाली निद्रा, अल्प काळासाठी मिटणे म्हणजे ती झाली डुलकी, तर डोळे मिटूनही जागृत असणे म्हणजे विचारात गर्क होणे! मी असाच डोळे मिटून गतकाळाच्या आठवणीत विहरत होतो. कितीही मागे मागे जात स्मरणशक्तीला ताण दिला, तरी माझी आठवण पर्णकुटीबाहेरील अंगणात बागडणाऱ्या गोवत्सासोबत बागडणारा बालक चंद्रगुप्त... यापलीकडे जात नव्हती. गोजिरवाण्या गोवत्सासोबत खेळताना शेवटी मीच थकून जायचो, पण ते स्वच्छंदी वासरू मात्र अविरतपणे बागडायचे, हे दृश्य मात्र पक्के लक्षात राहिले होते. रात्री चांदण्यांचा आकाशात टांगलेला चांदवा बघत, मातेच्या उबदार कुशीत कधी निद्राधीन झालो ते मला कळायचेच नाही. निरभ्र आकाशातील चमचमणारे तारे माझे कुतूहल जागृत करीत असत, नाना प्रश्न विचारून मी मातापित्यांना भंडावून सोडत असे व तेही यथाशक्ती आपापल्यापरीने माहिती देत. चंद्र-ताऱ्यांच्या काही काही कथा सांगून ते माझे समाधान करीत असत. त्यांनी सांगितलेली ध्रुवताऱ्याची कथा मला आजही चांगली स्मरते. राजा उत्तानपाद व राणी सुनीतीचा मुलगा असलेला हा ध्रुवबाळ, राजाच्या नावडत्या राणीचा पुत्र होता. एके दिवशी राजाच्या मांडीवर बसलेल्या ध्रुवबाळास आवडती राणी पाहते आणि मत्सराने पेटून ती राजा उत्तानपादाच्या मांडीवरून ओढून काढते व त्यास हुसकावून लावते. रडत रडत ध्रुवबाळ आईकडे जातो, तेव्हा ती माउली त्यास आपले गाऱ्हाणे देवापुढे मांडण्यास सांगते. ध्रुवबाळ घनघोर तपश्चर्या करून देवास प्रसन्न करून घेऊन आपली व्यथा मांडतो, तेव्हा देवाधिदेव त्यास वरदान देतात की, तुला विश्वातले असे अढळ स्थान प्राप्त होईल की तेथून तुला कोणीही कधीही स्थानभ्रष्ट करू शकणार नाही...! अवकाशात आणि विश्वात अनेक विध्वंसक बदल होतील, उलथापालथ होत राहील, पण ध्रुवाचे, म्हणजेच

तुझे स्थान मात्र तारांगणात कायम अचल आणि स्थिर असेल. सप्तर्षी तारकासमूहाजवळ असलेला तेजस्वी तारा म्हणजेच हा ध्रुवतारा! आपल्या स्थानापासून कधीही न ढळणारा! खरेच, मनुष्याला आपल्या जीवनात असे अढळ व देदीप्यमान स्थान युगानुयुगे दिगंत कीर्तीच्या रूपात मिळणे हीच खरी मोक्षप्राप्ती असते!

आज आचार्यांबरोबर तक्षशिलेस येऊन पाच वर्षे झाली, शैशव संपून तारुण्याचा उमेदीचा काळ इथेच सार्थकी लागला होता. होय, जीवनाचे सार्थक झाले असेच मी म्हणेन. डोंगरदऱ्यात असलेले माझे चिमुकले गाव, त्यात असलेली मोजकी गोपांची घरे आणि रानावनात गायींच्या खिल्लारांसह बागडणारे माझे सवंगडी, याशिवाय तिथे बाह्य जगताचा कधी स्पर्श होण्याची मुळीच शक्यता नव्हती. विधिलिखित म्हणा की सुदैव म्हणा, त्या दिवशी आचार्य चाणक्यांच्या पदस्पर्शाने जणू माझे भाग्य उजळले. एक उच्चशिक्षित विद्वान गुरू स्वतःहून चालत माझ्या जन्मग्रामी येतो काय व मला सोबत घेऊन तक्षशिलेस प्रयाण करतो काय... तिथे स्वतःचे अध्यापनकौशल्य पणास लावून माझ्यासारख्या अशिक्षित व असंस्कारित गोपपुत्रास सर्व शास्त्रे, कला आणि विद्या यांमध्ये निष्णात करतो, यास सुदैव नाही तर काय म्हणायचे? मला तर राहून राहून आश्चर्य वाटते की, आचार्यांनी माझीच निवड का बरे केली असावी? माझ्या राजबिंड्या स्वरूपामुळे की तरतरीत बुद्धिमत्तेमुळे? सर्व गोपमित्र मला नेहमीच वेगळे व राखीव स्थान देत असत त्यामुळे आपण कोणीतरी विशेष आहोत असे वाटण्याजोगे ते वय होतेच म्हणा! तरीसुद्धा त्या विशेषत्वाची खरी जाणीव आचार्यांनीच करून दिली. त्या दिवशी पठारावरील खडकावर आमचा खेळ रंगला होता, माझ्या गोपाल सवंगड्यांनी राजा-प्रजा खेळ खेळण्याचे ठरविले. राजाला सिंहासन पाहिजे म्हणून एकाने धावतपळत जाऊन एक जीर्ण मृगजीन आणून त्या पाषाणावर अंथरले. एकाने राजमुकुटाचे प्रतीक म्हणून झोकदार मोरपीस माझ्या माथ्यावर बांधले आणि एकच गलका करीत माझ्या नावाचा जयघोष करीत मला राजा म्हणून त्या पाषणारूपी सिंहासनावर बसविले. मीही ऐटीत वीरासन घालून राजा बनलो. अमात्य बनलेल्या एका गोपाने राजसभेच्या कार्यास शुभारंभ करण्यासाठी माझी विनम्रतेने अनुमती मागितली. स्मितहास्य करीत मी कामकाज सुरू करण्याची अनुमती दिली. पहिली तक्रार समोर आली ती दोन गोपाल मित्रांची कहाणी होती.

एकाच्या आईने आज सकाळी त्याच्या आवडीचे स्वादिष्ट अपुप केले होते. ते पलाशपात्रात गुंडाळून तो गोप गाईवासराचे खिल्लार घेऊन नित्याप्रमाणे त्यांना चरण्यासाठी निघाला, वाटेत त्याचा मित्र असलेला हा दुसरा गोप भेटला. दोघे मिळून दूर डोंगरांच्या पायथ्याला आपापल्या गायी कुरणात सोडून, शाल्मलीच्या एक वृक्षाच्या थंडगार छायेत पहुडले. अपुपाच्या दरवळणाऱ्या मंद सुगंधाने जाग

आलेल्या दुसऱ्या मित्राच्या तोंडाला पाणी सुटले व एक एक करीत त्याने ते सर्व अपुप अधाशीपणे फस्त केले. तो निद्रेचे सोंग घेऊन पुन्हा पहुडला. काही वेळ गेल्यावर पहिला गोप जागा झाला, आणि बघतो तर काय त्याची अपुप असलेली पडशी रिकामी...! त्याने मित्रास विचारले, पण त्याने हात वर केले व पडशीमध्ये अपुप असल्याचे त्यास माहीतदेखील नव्हते असे सांगितले! उदास झालेल्या गोपास पुरेपूर खात्री होती की तो खोटे बोलतोय, पण त्यास खोटे कसे ठरवावे यावर त्याला काही सुचत नव्हते. दोघांत दुपारपासूनच कुरबुर सुरू झाली होती. राजसभेचा खेळ सुरू झाला तेव्हा तर ते चांगले हमरीतुमरीवर आले होते. रक्षक बनलेल्या गोपास आयतेच भांडण सापडले व त्यांनी त्या भांडणाऱ्या दोघास राजा बनलेल्या चंद्रगुप्तासमोर, म्हणजेच माझ्यासमोर आणले होते.

माझ्या अंगात त्या दिवशी काय संचार झाला होता कोणास ठाऊक? पण मोठ्या आत्मविश्वासाने मी न्यायाधीशाची भूमिका वठवीत होतो. आरोप असलेल्या गोपास मी खडसावून विचारले, तर तो म्हणाला, "महाराज, असे काहीच घडले नाही. मुळात आम्ही दोघे आज एकत्र नव्हतोच! सगळी कपोलकल्पित कथा आहे झालं! कसचे अपुप अन् कसचं काय...?" त्या त्रस्त गोपास मी पृच्छा केली की, तू म्हणतोस अशी घटना घडली, तर त्या समयी कोणी साक्षीला उपस्थित होते का? त्याने नकार देत हताश मुद्रेने सांगितले, "महाराज, एका शाल्मलीच्या वृक्षाखाली एकांतात हे सर्व घडले." तत्क्षणी मी उत्साहाने हसलो, "अरे, मग तो वृक्षच साक्षीदार आहे ना. जा, त्यास राजसभेत घेऊन ये!" विचलित होत तो उत्तरला, "हे राजन, अचल असलेला वृक्ष इथे चालत कसा येईल?" यावर मी सस्मित मुद्रेने त्यास म्हणालो, "तू जा, तो निश्चित येईल, त्यास ही राजाज्ञा आहे असे सांग." शंकित मनाने तो त्रस्त गोप गेला. बराच वेळ झाला तरी परत न आल्याने मी त्या दुसऱ्या गोपास संचित स्वरात विचारले, "काय रे, आणखी किती वेळ लागेल त्यास परत येण्यास?" तर तो अनवधानाने उत्तरला, "थोडा वेळ लागेल महाराज, कारण ते ठिकाण खूपच दूर आहे." माझी मुद्रा प्रसन्न बनली. थोड्याच वेळात वृक्षाकडे गेलेला गोप परत आला. खिन्न स्वरात सांगू लागला, "महाराज, मी खूप विनवणी केली, तरी त्या वृक्षाने कसलाच प्रतिसाद दिला नाही, मग मी परतलो...!" मी त्यास म्हटले, "अरे बाबा, तो वृक्ष केव्हाच इथे येऊन साक्ष देऊन गेला." मग मी पहिल्या लबाड मित्रास उग्र चेहरा करीत विचारले, "काय रे... तुला ते ठिकाण खूप दूर आहे हे कसे काय समजले? तुझा तर काही संबंध नव्हता, आज तर तुम्ही एकत्रसुद्धा नव्हता ना? मुकाट्याने गुन्हा मान्य कर, नाहीतर शिक्षेस पात्र ठरशील!" सगळ्या सभेने टाळ्यांचा कडकडाट करीत माझ्या चातुर्याचा आणि विलक्षण न्यायबुद्धीचा उचित सन्मान केला. असा जयघोष चालू असतानाच आचार्य

अचानक तिथे प्रकटले!

अवरोध संपल्यावर प्रवाह जसा वेगाने पुढे जातो तशी माझ्या संथ आयुष्यास गतिमान कलाटणी मिळाली. मी तक्षशिलेस आचार्यांच्या गुरुकुलात प्रशिक्षणार्थी म्हणून आलो. एकाग्रतेने आणि समरस होऊन मी सर्व विषयांत जी गती घेत होतो ती पाहून ते नेहमीच प्रसन्नचित्त होऊन मंदस्मित करीत म्हणत, "चंद्रगुप्ता... माझी निवड अगदी अचूक होती हे तू सिद्ध केले आहेस. कुशाग्र बुद्धीचा शिष्योत्तम लाभणे हे गुरूचे पुण्यच असते! माझ्या त्या पुण्यापेक्षाही मला संतुष्ट करणारी बाब ही आहे की, मी तुझ्या ललाटावर भरतखंडाचा भाग्योदय पाहत आहे, मला ते अधिक आनंददायी वाटते. एक लक्षात ठेव, एक ना एक दिवस तुला यवनांच्या आणि स्वकीय, पण निष्क्रिय बनलेल्या राजेलोकांच्या तावडीतून हा देश मुक्त करायचा आहे व आर्यावर्ताचा चक्रवर्ती सम्राट म्हणून मग सिंहासनावर अधिष्ठित व्हायचे आहे!" आचार्य असे काही प्रकट बोलले की, मी अस्वस्थ होत असे. "आचार्य...! माझी तेवढी पात्रता नाही. मला आपल्या छायाछत्राखालीच राहण्यात आनंद वाटतो." असे मी म्हणालो की, त्यावर मंद मंद स्मित करीत ते उत्तरले, "हा विनय एकवेळ तुला शोभतो, पण राजा चंद्रगुप्ताला काही तो शोभणारा नाही! राजाने राजासारखेच राहिले व बोलले पाहिजे. तुझे उद्दिष्ट निश्चित झालेले आहे व तू आता सर्वार्थाने गुणसंपन्न व राजनीतिनिपुण झाला असल्याने असा भावनाप्रधान अभिनिवेश बाळगण्याची आवश्यकता नाही. उलट नेहमी आत्मविश्वासपूर्ण भाष्य करणे हेच तुझ्या व्यक्तिमत्त्वास अधिक शोभते. व्यवहारातील सत्य परिस्थिती जाणून घेत अग्रेसर होऊन, समूहाचे नेतृत्व स्वत:च करायचे असते. ते कोणी आपणास प्रदान करील याची प्रतीक्षा, अंगी नेतृत्वगुण असलेली व्यक्ती कधीच करीत नाही! त्यासाठी पुरेपूर आत्मविश्वास, समयसूचकता, सर्वसामान्यापेक्षा उच्च पातळीवरची दृष्टी व अचूक निर्णय घेण्याची क्षमता नेत्यांमध्ये असावीच लागते. तुझ्या प्रशिक्षणात म्हणूनच तर मी आवर्जून राजनीतीशास्त्र आणि राजशिष्टाचार यांचा समावेश केला होता." आचार्यांचे ते प्रदीर्घ उद्बोधन मला खूपच आत्मविश्वास देऊन गेले. आता माझ्या डोळ्यांसमोर उद्दिष्टाचा स्वच्छ आणि प्रशस्त मार्ग लख्ख दिसत होता!

शस्त्रास्त्रे आणि अश्व हे माझे प्रिय विषय होते. त्यांतील माझे प्रावीण्य पंचक्रोशीतील सर्वांनाच ज्ञात झाले होते. अर्थात त्यामागे आचार्यांचे कठोर परिश्रम कारणीभूत होते, व मी देखील तितक्याच तन्मयतेचे सर्वकाही आत्मसात करून आचार्यांचे श्रम सत्कारणी लावले होते. तक्षशिलेच्या परिसरातून आश्रमात आचार्यांकडे आलेले प्रशिक्षणार्थी साहजिकच माझ्याकडे आकर्षित झाले. त्यातील पर्वतीय प्रदेशात राहणाऱ्या तरुणाकडे मी लक्ष केंद्रित केले. वनवासी, भिल्ल, पारधी,

गोंड, किरात आदी भटक्या जमातीतून आलेले हे युवक खूपच काटक आणि कष्टाळू असत, म्हणून त्यांच्याशी अधिकाधिक संपर्क वाढवीत संभाव्य लढाऊ पथकाचे मी पूर्वनियोजन करीत होतो. वनवासी व ग्रामस्थांना अश्वपरीक्षा चांगलीच असते हे त्यांच्या सहवासातून माझ्या लक्षात आले होते. उत्तम अश्वाची लक्षणे त्याचा रंग, लव, भोवरे, शेपूट, खुरे, चाल इत्यादी अनेक घटकांवर आधरित असते. अवलक्षणी घोडे पण ओळखता आले पाहिजे. पाठीवर भोवरा असलेले घोडे तसे अशुभच मानले जात असे, कारण ते 'लाभले तर सोन्याचे ताट, नाहीतर स्मशानाची वाट' असा संकेत रूढ झालेला होता. संपूर्ण शुभ्र रंगाचे घोडे आणि त्याचे कान तेवढे काळे, असा श्यामकर्णी घोडा खूप सुलक्षणी! एकाच पायाचा रंग वेगळा असणे अशुभ समजावे, असा अश्व संकट आणतो! सर्वांत शुभलक्षणी अश्व म्हणजे पंचकल्याणी किंवा देवगणी. त्याचे चारही पाय शुभ्र, खुरामागे चट्टा, डोळे घारे, कपाळावरचा भरपट्टा पांढरा असून दोन्ही नाकपुड्यांपर्यंत आलेला, तोंडाखालून दोन्ही पायांच्या मधोमध आलेली केसाची गोम किंवा कंठावरण! अशा सुलक्षणांनी युक्त असलेला श्यामकर्णी अश्व धन्याचा भाग्योदय करतो. मात्र खुरामागे केसांचा झुबका असलेलं, दोन्ही डोळ्यांत भोवरा असलेलं किंवा एकाच नाकपुडीपर्यंत पांढरा पट्टा आलेले घोडे मात्र अवलक्षणी असते. डोळे, खुरे आणि शेपटीवरून नराची; तर कान, मान व नाळ यांवरून मादीची परीक्षा करतात. घोड्याची चाल डौलदार असावी, ती दुडकी नसावी. पारसिक परदेशातील अबलख अश्व, मरुकच्छमधील चपळ अश्व आणि दक्षिणापथातील मध्यम उंचीचे काटक अश्व युद्धात उपयोगाचे आहेत. हे अमूल्य असे अश्वपरीक्षेचे ज्ञान मला त्यांच्या सोबत संवाद करताना प्राप्त झाले होते. ज्याचा मला पुढे खूप उपयोग झाला. वनवासी सहकाऱ्यांची अपुरी साधने आणि आर्थिक दुर्बलता हे मात्र चिंतेचे विषय होते. तूर्तास तरी जास्तीत जास्त युवकांशी निकटचा परिचय करून घेणे, आत्मीयतेने त्यांच्या कुटुंबीयांत संबंध ठेवणे, सर्वांशी जिव्हाळ्याचे नाते निर्माण करणे हा एकच उद्योग मी करीत होतो.

एके दिवशी आचार्य गंभीर होत म्हणाले, "चंद्रगुप्ता... माझे चित्त आता पाटलीपुत्र राजधानीकडे लागले आहे. इथे परकीय यवनाची जशी अघोरी सत्ता आहे तशीच तिथे दुराचारी राजा धनानंदाची अत्याचारी सत्ता आहे. दोन्हीकडील प्रजेला मुक्तिदात्याची प्रतीक्षा आहे. म्हणूनच मी तिथून तक्षशिलेस येताना काही व्यूहरचना आखून माझे काही स्नेही त्या कार्यास लावले होते. सुदूर अंतर असल्याने तिथे प्रत्यक्षात काय घटना घडल्या आहेत याचे मला काहीच वृत्त मिळत नाही. त्यास्तव आता माझे तिथे जाणे अनिवार्य झाले आहे. आखून दिलेल्या योजनेप्रमाणे इथे जसे सुनिश्चित कार्य तुझ्या माध्यमातून होत आहे, तसेच

तिथे माझा जिवलग मित्र इंदू शर्मा तथा क्षपणक जीवसिद्धी याने काय प्रगती केली आहे ते जाणून घेण्यास मी उत्सुक झालो आहे. मी जाऊन परत येण्याच्या कालावधीत मात्र एक महत्त्वाचे धोरणी कार्य करायचे आहे. तू तुझ्या शूर शिलेदार मित्रांसह काहीही अनमान न करता यवनसैन्यात प्रविष्ट हो. एक लक्षात ठेव, शस्त्रे आणि अश्व यांचेवर एकदा आपले स्वामित्व निश्चित झाले की, त्यांच्यासह कुठल्या दिशेने तोंड फिरवायचे ते आपल्या स्वाधीन असते! तोपर्यंत मिळालेल्या अवधीत शस्त्रांना धार लावून घेण्यास काहीच हरकत नाही. एखाद्याची चाकरी करणे म्हणजे त्यास निष्ठा अर्पण करणे नव्हे! तूर्त यवनाची चाकरी करणे, ही एक तात्कालिक स्वरूपाची आणि शुद्ध व्यावहारिक स्वरूपाची तडजोड आहे. तुझी सैन्यपथके हे काही तुझे चाकर नाहीत, त्यातील प्रत्येकाशी वैयक्तिक जिव्हाळ्याचे संबंध तू निर्माण केल्यामुळे, आजमितीस हे सर्वजण तुझ्याशीच निष्ठावान आहेत व पुढेही कायम राहतील याची मात्र काळजी घे.'' मी सचिंत होत म्हणालो, ''पण आचार्य, इतक्या मोठ्या संकल्पित कार्यसिद्धीसाठी आपली उपलब्ध यंत्रणा खूपच तोकडी वाटत नाही का? साधने व मनुष्यबळ यांत असलेला मोठा असमतोल आपण कसा काय संतुलित करणार? आपणास अन्य कोणत्या तरी शक्तिमान राजाचे साहाय्य घ्यावे लागेल.'' आचार्य हसत उत्तरले, ''बरोबर आहे, कार्य तर खूप मोठे आणि कठीण आहे म्हणूनच ते करण्यात पुरुषार्थ आहे! कार्यसिद्धीसाठी लागणारे बळ आणि साथ देणारे सहकारी कमी क्षमतेचे आहेत म्हणून कार्यसिद्धी होणारच नाही, हा समज अत्यंत चुकीचा आहे. संख्याबल अथवा साधनबल यांच्या जोरावरच यश मिळते असे काही नाही. योजकता, बुद्धिचातुर्य आणि थोडेसे अनुकूल दैव यांच्या साहाय्यानेही नेत्रदीपक विजय मिळविता येतो. तुझा उडालेला गोंधळ नष्ट करणारी व उत्तम तात्पर्य असलेली रूपक स्वरूपातील एक नीतिकथा सांगतो.''

दंडकारण्याच्या अंतर्भागात घनदाट वृक्षराजी असलेल्या क्षेत्रातील, एका तमाल वृक्षावर चिमणा-चिमणीचे घरटे होते. चिमणीने त्यात नुकतीच आपली अंडी घातली होती. वज्रदंत नामक एक मदमस्त हत्ती थैमान घालीत तिथे आला व त्याने आपल्या बलशाली शुंडेद्वारे एका झटक्यात तमाल वृक्षास उपटून फेकले, अर्थात चिमणीच्या अंड्यांचाही नाश झाला. हताश व शोकमग्न चिमणी आपल्या घरट्याची आणि अंड्यांची झालेली दुर्दशा पाहून सूडबुद्धीने पेटून उठली. ती तशा बेचैन व शोकसंतप्त अवस्थेत असताना एक मधुर गुंजन करणारी मक्षिका गुणगुणत तिच्या जवळ आली. चिमणीच्या करुण रुदनाने तिचे हृदय हेलावले. दिलासा देत मक्षिका म्हणाली, ''हे बघ चिमणे, जे घडायचे होते ते घडून गेले. तुझी फुटलेली अंडी काही आता परत येणार नाहीत. तू वृथा शोक करू नकोस. त्याऐवजी आपण त्या पिसाट हत्तीला चांगली अद्दल कशी घडेल याचा विचार करू. काष्ठकूट नावाचा तीक्ष्ण

चोच असलेला चपळ पक्षी आणि मेघनाद नामक बुद्धिमान बेडूक हे दोघे माझे परममित्र आहेत, आपण त्यांची मदत घेऊ.'' त्याप्रमाणे त्या दोघींनी काष्ठकूट पक्ष्यास आणि मेघनाद बेडकास सर्व कहाणी विदित केली. ती ऐकल्यावर, 'संकटसमयी धावून येत नाहीत ते मित्र, मातापित्यांना वृद्धापकाळी आधार न देणारे पुत्र, आणि दु:खाच्या प्रसंगात दिलासा न देणारी पत्नी, हे काय कामाचे?' असे म्हणत दोघेही प्रतिशोध घेण्यासाठी साथ देण्यास तयार झाले. मेघनाद बेडकाने केलेल्या नियोजनानुसार आधी मक्षिकेने वज्रदंत हत्तीस तो निद्रिस्त अवस्थेत असताना आपल्या मधुर गुंजनाने जाग आणायची. निद्रेच्या धुंदीत असलेल्या वज्रदंताने डोळे उघडताक्षणी काष्ठकूट पक्षाने चपळाई करून आपल्या तीक्ष्ण चोचीने त्याचे डोळे फोडून त्यास अंध करायचे. वज्रदंत वेदनेने धडपडत उठून सैरावैरा धावेल तेव्हा मेघनाद बेडकाने आपल्या सहकाऱ्यांसह एका खोल दरीजवळ डराव डराव असा सतत ध्वनी काढायचा. त्यामुळे वज्रदंतास वाटेल की त्या दिशेकडे तलाव आहे. मग तहानेने व्याकूळ झालेला तो हत्ती हेलपाटत तिथे येईल व त्याचा कडेलोट होईल! या नामी योजनेप्रमाणे अगदी तंतोतंत घडले. उन्मत्त वज्रदंताचा त्या खोल दरीत कडेलोट होऊन शेवट झाला!

''कथेचे तात्पर्य तुझ्या लक्षात आले असेलच. मात्र चंद्रगुप्ता, तू आता चाणक्याचा शिष्य शोभतोस खरा! तू व्यक्त केलेली शंका निश्चितच व्यवहारी आहे, पण या नीतिकथेप्रमाणेच आपणास जे कोणी साहाय्य करण्यास तयार आहेत त्याचा कौशल्याने उपयोग करून घेऊ. जगात टाकाऊ असे काहीच नसते व निरुपयोगी असे कोणीही नसते, हे कायम स्मरणात असू दे! रामसेतू उभारण्यात चिमुकल्या खारीचा वाटा तो काय असणार होता! पण प्रभू रामचंद्रांनी तिला क्षुद्र प्राणी न समजता खारीच्या पाठीवरून प्रेमाने हात फिरवीत प्रोत्साहनच दिले. जिथून आणि जे कोणी आपणास यथाशक्ती साहाय्य करतील त्या प्रत्येकाचे सहकार्य आपल्यासाठी अमूल्य आहे. माझ्या डोक्यात पण तशीच काहीतरी कल्पना आहे, पाहू या किती प्रमाणात यश मिळते ते. आणि हो...! तुझ्या मातापित्यांना भेटून पुढे जाणार आहे, तेव्हा काही विशेष निरोप?'' मी हसतच म्हणालो, ''आचार्य, काय निरोप द्यायचा ते मी सांगणे आवश्यक आहे का?'' प्रसन्न होत मला शुभाशिष देऊन आचार्य पाटलीपुत्राकडे मार्गस्थ झाले.

ठरल्याप्रमाणे सर्वकाही व्यवस्थित पार पडले. अलक्षसुंदराच्या स्थानिक क्षत्रपास भेटून मी माझ्या सैनिक पथकासह त्यांच्यात सामील झालो. माझ्या सैनिकांचे वैयक्तिक कौशल्य आणि चापल्य वाखाणण्याजोगे होतेच. त्या प्रत्येकास नवीकोरी शस्त्रे व चपळ अश्व मिळाले! काही प्रमाणात आर्थिक विवंचनाही दूर झाली. सेनानीचा विश्वास संपादन करून मी माझ्या पथकात नवनवीन युवकांची

भरती करीतच होतो. यवनाची रणभूमीवरील सामूहिक कृती व शिस्त ही खूपच निर्णायक ठरत असे, हा नवीनच अनुभव मला मिळाला. त्यांची व्यूहरचना बचावात्मक कधीच नसायची. प्रखर आक्रमण हाच उत्कृष्ट बचाव असतो यावर त्यांचा विश्वास असायचा. राखीव सैन्यपथकाद्वारे मोक्याच्या क्षणी घणाघाती प्रहार करणे हाही एक अद्‌भुत व नावीन्यपूर्ण अनुभव होता. रणभूमीवर वैयक्तिक शौर्यापेक्षा सामूहिक शिस्त व पराक्रम यास यवनसैन्यात अधिक मोल होते. सैनिकांचे पोलादी शिरस्त्राण व भक्कम चिलखत ही संरक्षक साधने खूपच उपयुक्त होती. विस्तीर्ण नद्यांची पात्रे योग्य उताराच्या जागा शोधून व अत्यंत कल्पक यंत्रणा योजून पार करण्याची कला देखील यवनाकडून शिकण्यासारखी होती. गजदल त्यांचेकडे नव्हतेच, बहुधा त्यांच्या यवनप्रदेशात हत्ती हा प्राणी नसावा किंवा चपळ हालचालींसाठी अवजड गजदल उपयुक्त नाही असे वाटल्याने त्यांनी ते उपयोगात आणले नसावे. उंचेपुरे, विशाल स्कंधाचे, श्वेत वर्णाचे व भुऱ्या केसांचे ते यवन सैनिक त्यांच्या उंच शिरस्त्राणामुळे अधिकच भीतिदायक वाटत असत! पण तेसुद्धा माझ्या पहाडी सैनिकांच्या वैयक्तिक चापल्यावर आणि सांघिक युद्धकौशल्यावर संतुष्ट होते.

आचार्यांचा आदेश, त्यांचे दूरदृष्टीने घेतलेले निर्णय, व काटेकोर नियोजन यामध्ये अधिक्षेप करण्याची माझी प्राज्ञा नव्हती व तशी इच्छाही नव्हती. तरीही सर्वथा परके असणारे यवन, हे कितीही शूरवीर असले तरी त्यांची अल्प काळासाठीच का होईना चाकरी करावी लागणे हे मला लज्जास्पद वाटायचे. आपली मानखंडना होत आहे हे शल्य वारंवार जाणवायचे! अशा दुश्चित्त अवस्थेत असताना, आचार्यांचा करारी चेहरा समोर दृश्यमान होत म्हणायचा, 'चंद्रगुप्त...! शासकाने उदात्त आणि निर्मळ हेतूने केलेले दुष्कृत्य हेदेखील सत्कृत्यच असते. लौकिक अर्थाने ती कृती निषेधार्ह वाटली तरी अंतिमत: ते हितकारकच असते. त्यामागचा हेतू शुद्ध असल्याने सर्वकाही क्षम्य ठरते! राजाला सातत्याने दुहेरी भूमिकेत जगावे लागते, व्यक्ती म्हणून स्वत:चे हळवे भावविश्व असणारा आणि शासक म्हणून भावनाविहीन कठोर निर्णय घेणारा! अशा दुधारी शस्त्रावर त्यास चालायचे असते. मार्गदर्शकावर आणि गुरूवर अपार श्रद्धा व परिपूर्ण विश्वास ठेवून, केवळ कर्तव्यपालन करणे हेच शिष्याचे जीवन असते. कोपिष्ट जमदग्नी मुनींनी परशुरामास आपल्या मातेचा वध करण्याचा आदेश देताक्षणी परशुरामाने तत्काळ आपल्या परशूने साक्षात मातेचा शिरच्छेद केला होता! या उग्रभीषण घटनेचा शेवट गोडच झाला ना? एका कर्तव्यकठोर शिष्योत्तमाचे ते उदाहरण मी गुरुकुलात शिक्षार्थींना अनेकदा कथित केलेले आहे. कारण माझ्या प्रियशिष्यांनी कधीही कर्तव्यापासून ढळू नये हाच बोध यातून घ्यावा हाच त्यामागे उद्देश असे.' आचार्यांचे हे धीरगंभीर बोल ऐकल्यानंतर मनातील सर्व संभ्रम क्षणार्धात दूर होऊन

नव्या उमेदीने मी कार्यसिद्धीचा संकल्प पुनश्च करीत असे!

माझ्या सैन्यपथकाच्या पराक्रमाची चुणूक यवनास लवकरच पाहायला मिळाली. देवतात्मा हिमालयाच्या हिमाच्छादित कुशीत स्वस्थ पहुडलेले सुंदर काश्मीर राज्य हे भूलोकीचे नंदनवनच! या स्वर्गीय भूमीकडे यवनांचे लक्ष गेले, त्यांचे पांढरे पाय आता कश्यपमुनींच्या पदस्पर्शाने पावन झालेल्या या पवित्र देवभूमीवर पडणार होते. तक्षशिलेचा अंभी, पुरुराज पौरस व पंचनदातील राजे या सर्वांना मांडलिकत्व स्वीकारण्यास भाग पाडल्याने, यवन सैन्यास गर्व झाला होता व ते आता उर्वरित आर्यावर्त पादाक्रांत करण्याचे स्वप्न पाहत होते. त्याचाच एक भाग म्हणून यवन क्षत्रपाला काश्मीर अंकित करून घेण्याचा अनावर मोह होत होता, अतिशय दुर्गम असलेल्या पर्वतरांगात वसलेले काश्मीर जिंकणे म्हणजे नक्राने गिळलेले माणीक जबड्यात हात घालून काढण्याएवढेच दुष्कर काम होते. त्यास वस्तुस्थितीची जाणीव करून द्यावी असे मला आधी वाटले होते, पण धोरणी मन जागृत असल्याने त्याने मौन पाळण्याचा उचित सल्ला दिला. काश्मीरवर आक्रमण करण्याचा यवनांच्या तयारीत मी व माझे सैन्यपथक सामील झालो. दमछाक करणारे तीव्र चढउतार, क्षणार्धात अश्वासकट खोल दरीत लोटणाऱ्या निसरड्या अरुंद वाटा, एका क्षणात होत्याचे नव्हते करणाऱ्या उंचावरून कोसळणाऱ्या दगडमातीच्या दरडी, आणि निबिड अरण्यात वारंवार रानभुरळ पडल्याने सतत चुकणारे रस्ते या वारंवार संत्रस्त करणाऱ्या तापदायक प्रकारामुळे यवनसैन्य प्रचंड वैतागले होते! आणि हे सर्व कमी होते म्हणून की काय, निमिषार्धात झाडामागून प्रकट होत विषारी अग्रे असलेल्या बाणांचा वर्षाव करून झपाट्याने अंतर्धान होणाऱ्या छुप्या वनवासी टोळ्या! काश्मीरचा राजा आणि राजधानी तर अजून दूरच होती, निर्णायक लढाईच्या आधीच यवनसैन्य अर्धमेले झाले होते! शेवटी माघार घेणे क्रमप्राप्तच झाले आणि माज उतरलेले यवनसैन्य परतीच्या मार्गाला लागले.

पण कुठे होता परतीचा मार्ग? दिशाहीन अवस्थेत यवनांची भटकंती होऊ लागली. असाच आणखी वेळेचा व्यय झाला असता तर चाहूल घेणाऱ्या शत्रुसैन्याच्या छुप्या टोळ्यांनी सर्वांचा फडशा पाडला असता. क्षत्रप जेरीला आला व त्याने माझ्याकडे मदत मागितली, कारण माझी सैन्यपथके अशा पहाडी प्रदेशातूनच आलेली होती, त्यांना हे सर्व प्रकार नित्य सरावाचे होते. माझे तरबेज वनवासी सैन्यपथक माझ्या इशाऱ्यानिशी कामाला लागले. मागोवा घेण्याच्या विलक्षण इंद्रियक्षमतेच्या जोरावर त्यांनी परतीची वाट अचूक शोधून काढली व सर्व यवनसैन्यास सुखरूप बाहेर काढले! यवन क्षत्रपाने उपकृत झाल्याच्या भावनेने मला आलिंगन दिले. सैन्यसंख्या, उन्माद किंवा शस्त्रे यांच्या बळावर प्रत्येक

लढाई जिंकता येते हा त्याचा भ्रम चांगलाच नष्ट झाला होता! आणि संख्येने अल्प असूनही परिस्थितीला अनुकूल करून घेऊन मोठ्या सैन्यासससुद्धा जेरबंद करता येते हा युद्धशास्त्रातील नवा पाठ मला मिळाला! शक्तीच्या असंतुलनामुळे निर्माण झालेला माझा न्यूनगंड नाहीसा झाला, आता मी नि:शंक मनाने आचार्यांच्या संकल्पित व्यूहरचनेस गती देणार होतो.

आज पाच-सहा वर्षांचा कालावधी लोटला, पण आचार्यांचे काहीही वृत्त नव्हते, किंवा कसलीही सूचनाही नव्हती, त्यामुळे मी सचिंत झालो होतो, तेवढ्यात सत्यजित आल्याचा सांगावा आल्याने मी हर्षभरित होत उभा राहिलो. आचार्यांना प्रवासात सोबत करण्यासाठी मीच माझ्या त्या सहाध्यायास आग्रहपूर्वक पाठविले होते. तो सावलीसारखी आचार्यांची पाठराखण करील याची मनोमन खात्री होती, कारण तो होताच तसा 'बटू वामन, छोटी मूर्ती पण मोठी कीर्ती' असलेला माझा विशेष सहकारी! तो आल्याबरोबर त्याची कडकडून ऊरभेट घेतली, जणू भरतभेटच झाली होती म्हणा ना! आचार्यांचा क्षेमकुशल वृत्तान्त त्यास मी मोठ्या अधीरतेने विचारला, पण त्याने आचार्यांची बऱ्याच कालवधीपासून भेट नसल्याचे सांगून विस्मयचकित केले. नंतर सर्व घटनाक्रम सांगितल्यावर तो पर्वतक राजाकडे आचार्यांच्या अनुज्ञेने राहिला होता आणि पर्वतक राजाने मोठ्या सन्मानाने त्यास राजसभेत स्थान दिल्याचे सांगितले. आचार्यांच्या तेथील अल्पनिवासातच राजा पर्वतक आचार्यांना कसा अधीन झाला व त्याने मगधावरील स्वारीसाठी पूर्ण सहकार्य देण्याचे मान्य केले ते सर्व सत्यजिताने विस्ताराने कथन केले. मी मनोमन आचार्यांच्या अद्‌भुत क्षमतेला व राजनीतीला प्रणाम केला! संभाषणचातुर्याने आपलेसे करीत दुष्कर कार्यसुद्धा सुकर कसे करावे, कितीही समस्या असल्या तरी त्यातून व्यवस्थित मार्ग कसा काढायचा, पाशवी शक्तीबरोबर लढताना युक्त्या-प्रयुक्त्या यांचा योग्य अवलंब कसा करावा यांचे प्रशिक्षण घ्यावे ते आचार्यांकडूनच! असलेल्या मर्यादा ओळखून शत्रूचा शत्रू तो आपला मित्र, या कुटिलनीती सूत्राप्रमाणे त्यांनी पर्वतक राजास आपलेसे करून घेऊन माझ्यावरचा मोठाच ताण कमी केला होता. एका दुराचारी राजाला संपविण्यासाठी दुसऱ्या स्वैराचारी राजाची मदत घेणे म्हणजे, परस्पर काट्याने काटा काढणे होय! राजनीती ही खरेच वारांगनेप्रमाणे अस्थिर व चंचल असते, आणि तिथे सव्य-अपसव्य, नैतिक-अनैतिक किंवा योग्य-अयोग्य असे काहीही नसते, सारे काही क्षम्य असते!

सत्यजितने दिलेला पुढील निरोप मात्र गंभीर होतो. कोणत्याही क्षणी तक्षशिला सोडून सैन्यपथकासह पर्वतकाच्या सैन्यात सामील व्हावे लागणार होते. आणि प्रामुख्याने हा संदेश देण्यासाठीच त्याच्या येण्याचे प्रयोजन होते. याचा अर्थ रणदुंदुभी वाजू लागण्यास आता अगदी अल्प अवधी होता. कोणत्याही क्षणी रणक्षेत्र

पेटण्याची शक्यता होती. आचार्य आता शेवटचा निर्णायक घाव घालण्यासाठी सिद्ध झाले होते! माझे बाहू आता संन्यस्त खड्ग उपसण्यास उत्सुक बनले. वीरश्रीने शरीरात संचार केला होता, मी मनाने तर पाटलीपुत्रास केव्हाच पोचलो होतो, केवळ प्रत्यक्ष जाणे एवढेच शिल्लक होते.

कालचक्राची गती थांबविणे अथवा ते उलटसुलट कसेही फिरविता येणे ही शुद्ध कविकल्पना आहे हे मी चांगले जाणतो. पण असा कल्पनाविलास करून मनोराज्यात विहार करणे हा प्रत्येक माणसाचा एक विरंगुळा असतो! गत आयुष्यात अप्राप्य झालेले यश, भूतकाळातील प्रमाद, जाणता-अजाणता केलेल्या चुका या सर्वांचे परिमार्जन करता आले तर...! किंवा भविष्यातील अपेक्षित इच्छापूर्ती, देदीप्यमान यशाचे स्वप्न आणि सुखाची शाश्वती यांची खात्री करून घेता आली तर...! अशी कल्पना करण्यात प्रत्येकालाच एक अनोखा आनंद मिळत असतो. यातील मनोरंजनाचा भाग सोडला तर, खरेच असे काही करता आले असते तर... तर मनुष्य आणि देव यांतील अंतरच संपले असते! वर्तमान आयुष्याचा आनंद न घेता अशाश्वत भविष्याच्या मागे धावणे म्हणजे कस्तुरीमृगासारखाच वेडेपणा नाही काय? आल्हाददायी सुगंधाचा ठेवा जवळ असून त्याचा शोध घेण्यासाठी इतरत्र सैरभैर होऊन भटकणे याला काय म्हणावे? अमात्य राक्षसाचे सदानकदा भूतकाळात रमणे अथवा आचार्य चाणक्यांचे सदोदित भविष्याचा वेध घेणे, दोन्ही वृत्ती वर्तमानाशी अजिबात सुसंगत नव्हत्या! तसे आचार्यसुद्धा खूपच वस्तुनिष्ठ विचार करीत असत यात काही शंका नाही, पण त्यांचा सततचा ध्यास व टोकदार आग्रह आम्हाला थोडा विचलित करीत असे हे प्रांजळपणे व्यक्त करण्यास काही हरकत नाही!

योजनेप्रमाणे पाटलीपुत्रावर यशस्वीपणे आक्रमण करून आम्ही अभूतपूर्व विजय मिळवला. आचार्यांच्या कुटिलनीतीच्या परमावधीची सीमा होती ती! दक्ष असलेल्या अमात्य राक्षसाला शेवटपर्यंत कधी समजलेच नाही की नक्की काय झाले ते! स्वत:च विणलेल्या जाळ्यात कोळ्याने बंदिस्त व्हावे तसा अवचित प्रकार झाला होता. आचार्यांच्या कपटनाट्यात राक्षसाच्या पक्षातील कोण कोण सामील होते त्याची यादी जर अवलोकन केली तर आश्चर्याने थक्क व्हायला होते. अमात्याचेच नगररक्षक, त्यांचेच गुप्तचर, त्यांचेच सैनिक, त्यांचा सेनापती, एवढेच नाही, तर त्याचे अत्यंत जवळचे विश्वासू मित्रसुद्धा आम्हाला साहाय्य करीत होते! जे प्रत्यक्ष साहाय्य करीत नव्हते अशांकडून अप्रत्यक्ष साहाय्य कसे मिळवायचे याची विलक्षण हातोटी आचार्यांना साध्य झालेली होती! अर्थात धनानंदाचा आत्यंतिक लोभी स्वभाव आमच्या चांगलाच पथ्यावर पडला होता म्हणा, पण एकूणच आमचा पाटलीपुत्रावरील विजय हा भेदनीतीच्या सामर्थ्याचा

प्रलयंकारी आविष्कार होता! रणधुमाळीत प्रत्यक्ष सामील न होता आचार्य, प्रत्येकास नेमून दिलेले कार्य काटेकोरपणे पार पडते आहे की नाही यावर बारकाईने लक्ष ठेवून होते.

योजनेप्रमाणे तटाचे दरवाजे द्वाररक्षकांनी आतून उघडल्यावर कर्णकर्कश ध्वनी निर्माण करणारी शृंगे, तुताऱ्या, नगारे व सैनिकांचा उच्चरवातील आरडाओरडा यांचा एकच कल्लोळ उठवून शत्रूला आपल्या 'आभासी' सामर्थ्याने भयभीत करण्याची जगावेगळी कल्पना त्यांचीच! चहूबाजूने उठलेल्या या गदारोळामुळे नगरातील सगळेच जण भयभीत झाले! पाटलीपुत्रातील राजमहालात सर्वांत आधी क्रूर म्लेंच्छ सैनिकांना घुसवून राजा धनानंदास व सर्व राजपुत्रास नि:शस्त्र करून, प्रांगणात फरफटत आणून त्याची निर्मम हत्या करण्याचे पर्वतकाने स्पष्ट आदेश दिले होते! अर्थात त्यामागे पण आचार्यांची कुटिल प्रेरणा होती. पर्वतकास त्यांनी व्यवस्थित सांगून त्याचा बुद्धिभेद केलेला होता की, नंदवंशाचा एकही वारस चुकूनही जिवंत राहिला तर मगध प्रजेची सहानुभूती त्यास मिळेल. तीक्ष्णबुद्धीचा अमात्य राक्षस मग त्याचा लाभ उठवून पुन्हा त्या नंदाच्या जीवित राहिलेल्या वंशजास सिंहासनाधिष्ठित करेल! दुर्दैवाने असे घडले तर मग कसचे अर्धे राज्य अन् कसचे काय! आपणा सर्वांचेच मनोरथ धुळीस मिळतील.

वास्तविक पाहता मी या मताचा होतो की, राजा धनानंदास त्याच्या पुत्रासह बंदी करून दूरवर कामरूप किंवा चंपा राज्यातील कारागृहात ठेवावे. अशा प्रकारची अकारण हत्या व अनावश्यक रक्तपात, याविषयी मी प्रतिकूल होतो आणि थोडा रुष्टही झालो होतो. आचार्यांना माझ्या मनाचा मागोवा कसा लागला कुणास ठाऊक, त्यांनी या हत्याकांडापासून मला चार हात दूरच ठेवले. एकप्रकारे ते ठीकच केले म्हणा, कारण नूतन राजाच्या हातून सुरुवातीलाच राजहत्येचे पातक होऊ नये, असेही त्यांना कदाचित वाटले असावे. कारण काही असो, आचार्यांनी हेतुपूर्वक मला अप्रिय असलेल्या त्या विषयापासून दूरच ठेवले होते हे खरे!

खूपच हृदयद्रावक प्रसंग होता तो. मी युद्धामध्ये असंख्य वेळा प्रचंड रक्तपात आणि क्रूर हिंसा पाहिलेली आहे. माझे मन त्या गोष्टीस निर्ढावलेले होते. माझ्या खड्गाच्या धारदास पात्याने शत्रुसैनिकाचा शिरच्छेद करणे हेही मला नवीन नव्हते, पण नंद राजघराण्यातील कोवळ्या वयाच्या राजपुत्रासहित सर्व वारसांचा, ते नि:शस्त्र अवस्थेत असताना क्रूरपणे नि:पात केलेला आतमध्ये कुठेतरी सलत होता. एक अनाकलनीय हुरहुर माझ्या मनास लागून राहिली होती. राजस्त्रियांना पूर्ण संरक्षण देऊन महालाबाहेर सुरक्षित स्थानी नेण्याचे काम आचार्यांनी माझ्याकडे सोपविले होते. म्लेंच्छ सैनिकांनाही त्याविषयी निक्षून सांगितले होते,

आणि एकाही राजस्त्रीस धक्का लागला तर तत्क्षणी प्राणदंड घोषित केला होता! अतिशय म्लान वदनाने व भयभीत चेहऱ्याने सर्व राजस्त्रिया बाहेर पडत होत्या. महाराणी सुनंदादेवी, महानंदा देवी, सुप्रियादेवी, सुमित्रादेवी... मुरादेवी, या सर्व राण्यांचा परिचय गुप्तचर निपुणक, मला हलक्या स्वरात करून देत होता. मुरादेवीसोबत चालणारी तिची सखी प्रियंवदा असा उल्लेख त्याने केल्याने नकळत माझे लक्ष तिच्याकडे गेले, तर ती आधीच डोळे विस्फारून आश्चर्यातिरेकाने माझ्या मुद्रेकडे टक लावून पाहत होती. माझे लक्ष त्या दोघींकडे गेले. आता आश्चर्यचकित होण्याची माझी पाळी होती. कारण होते मुरादेवीच्या आणि माझ्या चेहरेपट्टीतले विलक्षण साधर्म्य! मी महत्प्रयासाने दृष्टी हटविली, कारण जगात समान व एकरूप चेहऱ्याची अनेक माणसे असतात, त्यात विशेष ते काय, असे वाटून मी नेमून दिलेले कार्य पूर्ण करण्याचे कामी लागलो. सर्व राजस्त्रियांना नगरातील नियोजित प्रासादात सुरक्षित ठेवून माझ्या पथकाचा तिथे सशस्त्र पहारा बसवून, मी नगराबाहेर उभारलेल्या तात्पुरत्या निवाऱ्यात परतलो.

मी व राजा पर्वतक दोघेही आचार्यांच्या योजनेनुसार काही काळ तरी पाटलीपुत्र नगरात वास्तव्य करणार नव्हतो. आचार्य चाणक्यांची सूचना म्हटल्यापेक्षा तसा स्पष्ट आदेशच होता. आचार्य कधीच असावध नसत, परिपूर्ण सुरक्षेचा मूलाधार म्हणजे प्रत्येक गोष्टीकडे संशयवृत्तीनेच पाहणे हे त्यांचे आवडते सूत्र होते. संभाव्य वाटणारी घटना ही दुर्घटनेत रूपांतरित होऊ नये यासाठी अशी संशयी दृष्टी ठेवणे हे अगदी क्रमप्राप्तच असते. विशेषत: राजाने तर निरुपद्रवी वाटणाऱ्या क्षुल्लक गोष्टीकडेसुद्धा बारकाईने पाहिले पाहिजे. अल्पकाळासाठी झालेले दुर्लक्ष हे दीर्घकाळ क्षती पोहोचवते. शत्रू हा केवळ शत्रूच असतो, त्यात सबल आणि दुर्बल अशी वर्गवारी करणे केव्हाही घातक होऊ शकते. क्षुद्र भासणाऱ्या स्फुल्लिंगामुळेच मोठा वणवा भडकतो हे सत्य विसरता कामा नये! राजनीतीतली ही महत्त्वाची सूत्रे जाणणाऱ्या आचार्यांनी, त्यामुळेच जोपर्यंत नगरप्रवेश सुरक्षित आहे याची खात्री वाटत नव्हती, तोपर्यंत नगराबाहेर थांबणे इष्ट राहील असे ठरविले होते.

पाटलीपुत्र नगरातील सद्य:स्थिती खूपच अनिश्चित होती व लोकांमध्ये संशयाचे वातावरण निर्माण झाले होते. जनतेचा झालेला मानसिक गोंधळ आणि संभ्रम हा एकतर आपोआप शमला असता, किंवा त्यावरून लक्ष हटविण्यासाठी काहीतरी वेगळाच डाव मांडणे आवश्यक होते. लाठीचा मस्तकावर प्रहार होताच माणूस पायात काटा टोचल्याची वेदना विसरून धावू लागतो, तसेच हे असते! प्रजेची 'विस्मरणशक्ती' लक्षात घेता असे काहीतरी घडवून आणता आले असते, पण मुद्दा असा होता की, पौरजनात अमात्य राक्षसाचे समर्थक मोठ्या प्रमाणात होते ही त्यातली चिंतेची बाब असल्यामुळे तूर्त तरी आम्ही सर्वजणांनी नगराबाहेरच राहावे

अशी सक्त सूचना होती. नगराबाहेर राजा पर्वतक आणि मी असे दोघे समान अधिकारी सोबत राहत असल्याने आमच्यासाठी विशेष सजावट आणि आवश्यक त्या सर्व व्यवस्था असलेली दोन तात्पुरती निवासस्थाने निर्माण केली होती. अर्थात कडेकोट सुरक्षाव्यवस्था होतीच हे वेगळे सांगणे नको. आचार्यांचे अत्यंत साधे निवासस्थान म्हणजे-पर्णकुटीच होती ती! माझ्या निकटच होती. महाराज पर्वतक, त्यांचे बंधू वैरोचक, राजकुमार मलयकेतू आणि त्यांच्या सर्व कुटुंबीयांना प्रशस्त वाटावी अशीच त्यांची निवासरचना केलेली होती. प्रमुख सहायक व मार्गदर्शक म्हणून पर्वतक महाराजांनी सत्यजितास सोबत ठेवले होते, आचार्यांनी पाटलीपुत्रास येताना पर्वतकाच्या आग्रहावरून कुशाग्र बुद्धीच्या सत्यजित यांस त्याच्याजवळ ठेवले होते. आपल्या चौकस बुद्धिमत्तेच्या जोरावर तो अल्पावधीतच पर्वतक महाराजांच्या अत्यंत निकटवर्ती वर्तुळात प्रविष्ट झाला होता!

काय कौशल्यपूर्ण कुटिल व्यवस्था आहे पहा...! क्षपणक जीवसिद्धी हा अमात्य राक्षसाचा विश्वासू, साथी सत्यजित हा पर्वतकाच्या अंतर्वर्तुळात, गुप्तचर सिद्धार्थक हा सेनापती भागूरायणाच्या सेवेत, तर सर्वत्र नारदमुनीप्रमाणे मुक्तसंचार करणारा बहुरूपी चर असलेला निपुणक हा प्रजाजनात! आचार्यांनी कोणालाही सोडले नव्हते. सर्वांभोवती गुप्तचरांचे जाळे विणलेले होते! लक्ष्य निश्चित झालेले होते, सगळे सापळे लावून झाले होते, सावज टप्प्यात येण्याचाच अवकाश होता, प्रत्येक धनुर्धर आपापल्या धनुष्याची प्रत्यंचा आकर्ण खेचून अचूक लक्ष्यवेध करण्याच्या तयारीत सज्ज होता...! मी मनोमन आचार्य चाणक्याच्या तैलबुद्धीला व कूटनीतीला साष्टांग दंडवत घातला! बुद्धिभेद करावा तर तो असा परिपूर्ण! कोणालाही कानोकान वार्ता नाही! डोळ्यातले काजळ काढून घेतले तरी पत्ता लागू नये एवढी कुशलता, वाहव्वा! जयतु आचार्य! जयतु कौटिल्य! जयतु चाणक्य!

आचार्यांनी मागे अशाच अर्थाची एक रूपककथा सांगितली होती. एका अरण्यात पिंगलक नामक वनराज सिंह हा राजा होता. त्याचे संजीवक नामक गाढवाशी विशेष सख्य होते व तो कायम त्यास नजरेसमोर ठेवत असे. वनराजाचे अभय असल्याने ते गाढव मुक्तपणे त्या परिसरात चरून चांगलेच धष्टपुष्ट बनले होते. चतुरक नावाच्या कोल्यास त्याच्याकडे पाहून तोंडाला अगदी पाणी सुटत असे. पण काय करणार? त्याने युक्ती योजिली, व करभक नामक लांडग्याशी सल्लामसलत केली. करभक आता संजीवकाचा मित्र (?) बनला व लवकरच त्या भाबड्या संजीवक गाढवाचा त्याचेवर पूर्ण विश्वास बसला. पिंगलक सिंह शिकारीस जाताना चतुरकास सोबत नेत असे. इकडे करभक लांडगा दररोज संजीवकास वनराज सिंहाच्या त्या वनविहाराची बहारदार वर्णने सांगू लागला. या अरण्याबाहेरचा प्रदेश निरतिशय सुंदर आहे, रसरशीत तृणाची हिरवीगार विस्तीर्ण मैदाने व

कोवळ्या कोवळ लुसलुशीत काकड्यांनी लगडलेल्या विपुल वेली तर फारच आहेत. महाराजांनी तुला हे कधी सांगितले नाही हे फार मोठे आश्चर्यच म्हणावे लागेल! रोज रोज ते बहारदार वर्णन ऐकून संजीवक गाढवास तिथल्या लुसलुशीत गवतावर आणि कोवळ्या काकड्यावर यथेच्छ ताव मारण्याचा मोह अनावर होत गेला. भरीस भर म्हणून धूर्त लांडगा करभक चतुरक कोल्यास संजीवकासमक्ष त्यातील सत्यतेबद्दल विचारीत असे. लबाड चतुरक ते वर्णन अगदी खरे खरे असल्याचे शपथेवर सांगत असे. पण पिंगलक सिंहराजाची नजर चुकवून तिकडे जाणे फार कठीण होते. संजीवकाने खूप विनवण्या केल्यावर त्या जादुई अरण्यात नेण्याचे, चतुरक आणि करभकाने वरवर भीत असल्याचे नाटक व्यवस्थित पार पाडीत कबूल केले. वनराज सिंहास याविषयी काहीही सांगायचे नाही असे गाढवाकडून पुन्हा पुन्हा मान्य करून घेतले. एके दिवशी पिंगलक सिंह अरण्यात शिकारीसाठी निघाला असता चतुरक कोल्ह्याने त्याचेसोबत जाणे मुद्दाम टाळले. वनराज पिंगलक निघून गेल्यावर थोड्या वेळाने संजीवक गाढवासह ते दोघे लबाड दूरच्या जंगलात गले. तिथे पोचताच करभकाने संजीवकाच्या नरडीचा घोट घेतला! दोघांनीही पुष्ट संजीवक गाढवावर यथेच्छ ताव मारला व फार दिवसांची आपली अतृप्त इच्छा पूर्ण केली!

आचार्य प्रत्येक नीतिकथेचे तात्पर्यदेखील सांगत असत. धूर्त आणि लबाड लोक सान्निध्यात हेतुपूर्वक येतात व विश्वासाचे नाते तयार करून बुद्धिभेद करतात आणि शेवटी घात करतात! म्हणून मित्राची निवड फारच चिकित्सकपणे आणि पारखून करावी. जिथे विश्वास तिथेच विश्वासघात असतो, याचे विस्मरण चुकूनही होऊ देऊ नये. राजाने तर सदासर्वकाळ दक्ष असावे! याउलट, मूर्ख आणि भाबड्या असलेल्या, अथवा बुद्धिमान पण भावनाप्रधान असलेल्या शत्रूविरुद्ध मात्र हे बुद्धिभेदाचे शस्त्र अगदी बिनदिक्कतपणे चालवावे! त्यात काहीही गैर नाही. शेवटी इच्छित कार्यात यश मिळणे हे सर्वांत महत्त्वाचे असते. नकळत माझ्या डोळ्यांसमोर राजा पर्वतक आणि अमात्य राक्षस यांचे चेहरे तरळून गेले!

कुटिलनीती ही वारांगनेप्रमाणे चंचल व अस्थिर असते, किंवा व्याघ्रावर स्वार होण्याएवढेच ते जोखमीचे कार्य असते. हाताळण्यात थोडीशीही नजरचूक झाली तर निश्चितपणे व्याघ्र उलटून आपल्यावर स्वार झालाच समजा! शत्रूच्या गोटात वावरणाऱ्या गुप्तचरास या गोष्टीचे सातत्याने भान ठेवावेच लागते अन्यथा त्याचा अतिशय करुण अंत होतो! जीवसिद्धी काय, सिद्धार्थक काय, सत्यजित काय व निपुणक काय सर्वचजण हेरगिरीच्या धारदार पात्यावरून चालत होते. क्षणाचीही चूक झाली की हेच धारदार पाते त्यांच्या मानेवर चाललेच समजा! मला एका गोष्टीचे राहून राहून आश्चर्य वाटे की, कोमल हृदयाचे आचार्य प्रसंगी

इतके निष्ठुर कसे काय बनत? प्रतिज्ञापूर्तींच्या आनंदाच्या क्षणीदेखील ते रुक्ष व भावनाशून्य भासले. नंदवंशाचा अतिशय क्रौर्याने नि:पात केल्यावर सूडाग्नी शमल्याचे भाव किंवा आनंद झाल्याचे चिन्ह त्यांच्या चेहऱ्यावर मुळीच दिसले नाहीत. एवढ्या गतिमान राजकारणात देखील ते मोठ्या स्थितप्रज्ञतेने व अलिप्ततेने सहज वावरत होते. कोमल आणि कठोर भावनांचा सुवर्णमध्य साधण्याची त्यांची क्षमता अफाट होती! त्यांच्या स्वभावातले हे विलक्षण लवचीक असे स्थितिस्थापकत्व त्यांनी साधना करून मिळविले होते की ती जन्मजात दैवी देणगी होती ते समजणे कठीण होते! कारण काही असो, पण अजूनही त्यांनी आपली शिखा बंधमुक्तच का ठेवली होती, हेही एक प्रश्नचिन्ह व अतर्क्य गूढच होते!

राजा पर्वतकाच्या निवासस्थळी प्रसंगानुसार माझे जाणेयेणे व्हायचे, नावाप्रमाणेच त्यांचे व्यक्तिमत्त्व पहाडी होते. उंचापुरा बलिष्ठ देह, श्यामवर्णाकडे झुकलेला रंग, भरदार दाढीमिशा, गालावरची ढळक चामखीळ, जाड भुवया आणि आरक्त डोळे असे त्यांचे प्रथमदर्शनी उग्र भासणारे रूप होते. पण युवराज मलयकेतू मात्र अगदी याच्या उलट व्यक्तिमत्त्वाचे होते, कदाचित त्यांचे स्वरूप मातेकडून आलेले असावे. पर्वतक महाराज जितके रुक्ष व कठोर दिसत त्याच्याविरुद्ध मलयकेतू सुकुमार व कोमल दिसत असे! दोघांचे वागणे, दिसणे व बोलणे सर्वकाही परस्परविरुद्ध असल्याने मला मोठी मौज वाटायची. सरळ स्वभावाच्या राजपुत्र मलयकेतूशी मात्र माझी चांगलीच मैत्री जडली होती.

माझा मित्र आणि सांप्रतकाली महाराज पर्वतकाचा सचिव बनलेला सत्यजित, संधी मिळताच तेथील सर्व वृत्तान्त विस्ताराने कथन करीत असे. त्यावरून एक गोष्ट समजली होती की, राजा पर्वतकदेखील अत्यंत सुखलोलुप वृत्तीचा विलासी आणि विषयासक्त नृप होता, मदिरा आणि मदिराक्षी यांच्या तो पूर्णत: आहारी गेला होता! अल्पकालीन वास्तव्यासाठी तयार केलेल्या तात्पुरत्या निवासव्यवस्थेत देखील त्याने कामक्रीडेसाठी स्वतंत्र आणि सुसज्ज शयनकक्ष तयार केला होता. कक्ष कसला-तो रंगमहालच होता! गणिका, वारांगना, सुरापान आणि त्यात आता विजयाच्या नशेची अतिरिक्त भर पडली होती. वास्तविक पाहता आचार्यांच्या अलौकिक प्रतिभेमुळेच आम्ही विजय मिळविला होता. प्रत्यक्ष घनघोर रणकंदन असे काही झालेच नव्हते, अगदीच अल्प प्रमाणात रक्तपात होऊन विजयश्रीने आमच्या गळ्यात जयमाला घातली होती! हा कूटनीतीचा विजय होता. ही वस्तुस्थिती असूनही राजा पर्वतक आपल्या तथाकथित पौरुषाच्या आणि आभासी पराक्रमाच्या विश्वात रममाण झाला होता. केवळ आपल्या पराक्रमी सैन्यबळावरच विजय मिळाला अशी त्याची दृढ धारणा झाली होती. विशेष म्हणजे आचार्यांनीही त्याची ती धारणा कायम ठेवली होती!

उन्मादी पर्वतकास तसे वाटणे अगदी स्वाभाविक होते, कारण त्याच्या बुद्धीची झेपच तोकडी होती. आचार्यांजवळ तो आपल्या नसलेल्या शौर्याची आणि कल्पित पराक्रमाची रसभरित कथा यथासांग वर्णन करून सांगत असे. आचार्य देखील त्याच्याशी समरस होऊन सस्मित वदनाने ते सर्व लक्षपूर्वक ऐकत असत व त्यास संमतीदर्शक मान डोलवत असत! ते पाहून मी फार आश्चर्यचकित होत असे, कारण आचार्यांचे हे छद्म रूप मला परिचित नव्हते. कदाचित पर्वतक राजाचे सक्रिय सहकार्य आणि आजवर त्याच्याकडून मिळालेल्या भरघोस आर्थिक पाठबळाच्या ऋणामुळे त्यांना तशी भूमिका घेणे अपरिहार्य झाले असावे. पण राजा पर्वतकाच्या सर्व मर्यादा आणि वास्तव ते व्यवस्थित जाणून होते यात काही शंका नव्हती.

मी आचार्यांना सूचित केले की, पर्वतक महाराजांची आणि माझीही कल्पना अशी आहे की, धनानंदाचा कडवा समर्थक असलेल्या अमात्य राक्षसाचा आपण नि:पात करावा. सध्या तो नगरातच अडकलेला आहे व एकाकी आहे, ही सुवर्णसंधी साधून त्यास बंदिवासात टाकावे किंवा नंदराजाप्रमाणेच त्याचाही अंत करावा. यावर आचार्य शून्यात कुठेतरी पाहत, गाभाऱ्यातल्या घंटानादासारख्या गंभीर स्वरात बोलले, ‘‘चंद्रगुप्ता...! माझी प्रतिज्ञापूर्ती झाल्यावर देखील, मुक्त सोडलेली शिखा मी का बांधली नसावी? कदाचित हा प्रश्न तुलाही पडला असेल, फक्त त्याचा तू उच्चार केला नाहीस एवढेच. दुराचारी मगधराज धनानंदाचा समूळ वंशविच्छेद केल्यानंतर देखील माझ्यावरचे दायित्व पूर्ण झालेले नाही. मगध सिंहासनावर तुला अभिषिक्त करूनसुद्धा त्याची पूर्तता होणे नाही...! संपूर्ण आर्यावर्तावर आपल्या एकछत्री प्रभावाने चक्रवर्ती सम्राट बनलेला चंद्रगुप्त मला पाहायचा आहे! आणि ते शक्य होण्यासाठी तुला अमात्य राक्षसासारख्या निष्ठावान, विद्वान आणि चाणाक्ष सहकाऱ्याची नितांत आवश्यकता आहे. एक लक्षात ठेव, साम्राज्यरूपी शरीराचे अत्यंत महत्त्वाचे सात अवयव आहेत... राजा, अमात्य, देश, किल्ला, खजिना, सैन्य आणि मित्र! यात राजाच्या खालोखाल उल्लेखिलेला अमात्य हा घटक कल्पनातीत महत्त्वाचा आहे, किंबहुना कल्याणकारी साम्राज्याचा तो कणा आहे असे म्हणायलाही हरकत नाही. सुदैवाने राक्षसासारखा निष्णात अमात्य आज उपलब्ध आहे, त्यास हरएक प्रकारे संतुष्ट करावेच लागेल. मी तुला दिलेले नीतीशास्त्राचे मार्गदर्शक प्रशिक्षण, तुझा पराक्रम, तुझी कुशाग्र बुद्धिमत्ता व समतोल न्यायबुद्धी याला जोडून निष्ठावंत अमात्य राक्षसाची अफाट प्रशासकीय क्षमता जर तुझ्यासोबत असेल तरच आपली स्वप्नपूर्ती होणे शक्य आहे, अन्यथा कालत्रयीही ते शक्य नाही.

‘‘अमात्य राक्षस शत्रू असला तरी शहाणा आहे. मूर्ख मित्रापेक्षा शहाणा शत्रू

केव्हाही उत्तम! शहाणा शत्रू मात करेल, पण मूर्ख मित्र घात करतात! अमात्य राक्षसाची नंदनिष्ठा ही राजनिष्ठेत रूपांतरित करणे एवढेच कार्य करावयाचे उरले आहे. त्यासाठी साम व दाम ही अस्त्रे कुचकामी आहेत, केवळ दंड आणि भेद या उर्वरित अस्त्राचा परिणामकारक वापर मोठ्या बुद्धिकौशल्याने करावा लागेल. राक्षस धूर्त राजनीतिज्ञ असला तरी एक भावनाप्रधान माणूससुद्धा आहे. आपण राष्ट्रभक्तीच्या शुद्ध हेतूने हे कार्य आरंभिले आहे, तेव्हा धर्म व सत्य आपल्याच बाजूने राहणार, म्हणून अंतिम विजयदेखील आपलाच आहे याविषयी यत्किंचितही किंतु बाळगू नकोस! अमात्याचे आवश्यक ते मतपरिवर्तन होण्यास थोडा अवधी लागेल, पण त्यानंतर मनोमिलन होण्यास मात्र विलंब लागणार नाही! आणि तो सुदिन फार दूर नाही. अमात्याच्या कर्मठतेला दंडनीतीने, तर त्याच्या भावनाशीलतेला भेदनीतीने कह्यात आणावे लागेल, पण दोन्हीचा वापर खूप संयमाने आणि समयोचित करावा लागेल, अन्यथा उभयतात अनावश्यक कटुता निर्माण होऊन आपले ईप्सित आणि साध्य धूसर होत दूर जाईल! प्राप्त परिस्थितीत ते मला मुळीच परवडणारे नाही, येनकेनप्रकारेण अमात्य राक्षस आपणास वश झालाच पाहिजे, अन्य कोणताही पर्याय नाही.'' मी दंग होऊन ऐकतच राहिलो..! शत्रूच्या गुणांचासुद्धा गौरव करावा तर तो आचार्यांनीच! त्यांना एकाच वेळी कितीतरी प्रकारचे अवधान बाळगावे लागत होते. केवळ अलौकिक दृष्टी असलेल्यांनाच ते शक्य होते.

माझी दिनचर्या म्हणजे आचार्यांनी ठरवून दिल्याप्रमाणे ती एका राजाची दिनचर्या होती. पूर्ण दिवस, म्हणजे अहो आणि रात्र मिळून होणाऱ्या वेळेचे समान आठ आठ भाग पाडून माझे कामकाज नित्यनेमाने चालत असे. पूर्वीपेक्षा वाटप त्या त्या वेळात करायचे कार्यस्वरूप बदलले होते. दिवसा माध्यान्हापर्यंत चार व सूर्यास्तापर्यंत चार अशा आठ भागांत माझा दिवस जात असे. पहिल्या भागात राज्यातील ठळक वृत्तान्त व कोशातील जमा आणि व्यय याचा आढावा घेणे, दुसऱ्या भागात पौरजनांच्या तक्रारी ऐकणे, तिसऱ्या भागात स्नान व भोजन, चौथ्यात करवसुलीची माहिती व आवश्यक त्या खातेविभागाच्या प्रमुखाच्या भेटी. पाचव्या भागात महत्त्वाचा पत्रव्यवहार, गुप्तचराचे वृत्तान्त आणि मंत्री परिषदेशी सल्लामसलत, सहाव्या भागात स्वच्छंद विहार अथवा ऐच्छिक विषय, सातव्यामध्ये हत्ती, अश्व, रथ व सैन्यपथक पाहणी, आठव्या भागात सेनापतीकडून सुरक्षा अहवाल व चर्चा! असा पूर्ण दिवसाचा काळ आचार्यांनी दिलेल्या सूचनांनुसार व्यतीत होत असे. तर रात्रीच्या पहिल्या भागात गुप्तचराच्या प्रत्यक्ष भेटी, दुसऱ्या भागात स्नान, भोजन आणि अभ्यास, तिसरा भाग अंत:पुरात व रंजनात्मक कार्यक्रमासाठी. चौथा व पाचवा भाग सुखनिद्रा घ्यावी! सहाव्यात मंगलवाद्य, गीत आदी मंजूळ स्वराने जागे होऊन शुचिर्भूत व्हावे. सातव्या भागात मसलत करून

गुप्तचराची विविध कार्यास रवानगी करावी, आठव्या भागात ऋत्विज व पुरोहित यांचेकडून स्वस्तिवाचन आणि राजवैद्य, ज्योतिष्य आणि बल्लवाचार्य यांची भेट घ्यावी अशी रात्रीच्या कालखंडाची विभागणी असायची.

नित्याप्रमाणे त्या दिवशीही मी ब्राह्ममुहूर्तावर शुचिर्भूत होऊन गंगेत स्नानादी कार्य उरकून, सूर्यदेवास अर्घ्य दिले. कोवळ्या सोनेरी सूर्यप्रकाशात पाटलीपुत्र नगरीचा विशाल काष्ठतट न्हाऊन निघाला होता, पण वर्षानुवर्षे झेलत असलेल्या ऊन-पावसाने तो काळवंडला होता. जणू एखादी म्लान चेहऱ्याची अधोमुख स्त्री उदास होऊन नदीतटावर बसली आहे, अशी औदासीन्याची जाणीव करून देणारी ती तटबंदी मला अस्वस्थ करून गेली! पाटलीपुत्र नगरीवर अनंत संकटे कोसळून तिची घोर विटंबना होईल ही साक्षात शाक्यमुनी गौतम बुद्धांनी शापवाणी उच्चारलेली खरीच आहे की काय, असे क्षणभर मला वाटून गेले. मला अंतर्बाह्य गलबलून आले. खरेच या पृथ्वीतलावर शाश्वत असे काहीतरी आहे का? की सगळेच क्षणभंगुर आहे? आजच्या वैभवात उद्याचे दारिद्र्य दडलेले असते का? वर्तमानातील मौल्यवान संपत्ती ही उद्या कवडीमोल होते, प्रचंड परिश्रम घेऊन उभारलेले उत्तुंग प्रासाद कधी भग्नावशेष झाले ते कळतसुद्धा नाही. एवढेच काय, आज चैतन्याने रसरसलेले यौवन जख्ख वार्धक्यात रूपांतरित झालेले निरुपायाने का होईना पण स्वीकारावेच लागते!

वर्तमानास जशी दृश्य रूपात झळाळती सुवर्णकिनार असते तशीच अदृश्य काळीकुट्ट झालरही असते! पण आपण त्या वास्तवाकडे दुर्लक्ष करणे हेच सोयीचे मानतो! नंदवंशातील अनेक राजांनी पिढ्यान्‌पिढ्या धनसंचय करीत वैभव निर्माण केले व उपभोगले. त्यांना आपल्या सुंदर राजधानीचे असे अपहरण होईल असे कल्पनेत तरी वाटले असेल का? केवळ स्वत:साठी व स्वत:च्या वारसासाठी तयार केलेले भव्य प्रासाद, अप्रतिम शिल्पे आणि अफाट धनसंचय हे सगळे वैभव क्षणार्धात कोण्या अज्ञात व्यक्तीच्या स्वामित्वाचे होईल, असे त्यांना स्वप्नातही वाटले नसेल! पण कालचक्राच्या अनंत कालमानातील ही एक क्षुल्लक घटना आहे हेच चिरंतन सत्य शेवटी शिल्लक राहते. विश्वाचा एक नियम आहे, कशाचाही शेवट ही कशाची तरी सुरुवात असते. जिथे अस्त होतो तिथूनच उदय आहे, चढ संपला की उतारास सुरुवात होते, सुखदु:खाची टोकेही अशीच बदलली जातात. मृत्यू हा शेवट नसून मृत्युपरांत जीवनाची ती सुरुवात आहे. हे अर्जुना... मी म्हणजे सर्वकाही आहे आणि मी म्हणजे काहीही नाही. सगुण-साकार व निर्गुण-निराकार ही दोन्ही रूपे माझीच आहेत. सृष्टीचा निर्माता मीच आहे व सृष्टीचा विनाशदेखील मीच करणार आहे, मी अनादि आहे, अनंत आहे. देवत्वाचे हे शाश्वत ज्ञान साक्षात श्रीकृष्णाने आपले विराटस्वरूप प्रकट करून सांगितले!

त्यामुळे या जगतात चिरंतन काही आहे असा दावा करणे हा मूढपणा आहे. आचार्यांच्या सान्निध्यात राहिल्याने मलाही चिंतन आणि चिकित्सा करण्याची दृष्टी प्राप्त झाली होती. त्या दृष्टीने रामायण-महाभारत या खूप आदर्श रचना होत्या. रामायण म्हणजे आदर्श मानवी संकल्पना, तर महाभारत म्हणजे सर्वोत्तम मानवी व्यवहार! किंवा रामायण मानवी जीवन कसे असावे हे सांगते, तर महाभारतात ते कसे नसावे ते स्पष्ट केले आहे. आपल्या आयुष्यात दोन्ही मूल्यांची नितांत आवश्यकता भासते. नीतिमत्ता आणि व्यवहार यांचा सुवर्णमध्य काढण्याचा आपण सातत्याने प्रयत्न करत असतो, तो कधी सफल होतो तर कधी विफल होतो!

तशाच विमनस्क अवस्थेत मी नदीकिनाऱ्यावरील पुळणीत ओली पावले उमटवत निघालो, तितक्यात महाराज पर्वतकांच्या निवासातून गलका आणि आक्रोश ऐकू आला. तारस्वरातील किंकाळ्यांनी आसमंत भरून गेला होता. प्रभंजक, रक्षक, द्वारपाल व सैनिक यांची धावपळ मला तेवढ्या अंतरावरून सुद्धा स्पष्ट जाणवली. माझे दक्ष रक्षक माझ्याकडे धावत येताना दिसले, त्यांनी अल्पावधीत माझा ताबा घेऊन माझ्याभोवती कडे करीत मला निवासस्थानाकडे नेले. त्यांच्या बोलण्यातून एवढेच कळाले की, महाराज पर्वतकांचा एका विषकन्येने घात केला! महाराज त्या जहाल विषप्रयोगाने गतप्राण झाले होते! मला पर्वतक महाराजांच्या मृत्यूचा तीव्र धक्का बसला, कारण हे प्रकरण माझ्यासाठी अगदीच अजब होते! कोण्या व्यक्तीचा मृत्यू अशा साधनानेही होऊ शकतो? विषकन्या हा काय प्रकार आहे याची तशी थोडी कल्पना आचार्यांनी दिली होती म्हणा, आणि अमात्यांनी माझ्या हत्येसाठी रचलेला हा विषकन्येचा कुटिल डाव पण मला ठाऊक होता. तरीही झालेल्या शोकांतिकेमुळे माझा विस्मय मात्र कमी झाला नव्हता!

खरेच मला दैव प्रसन्न होते म्हणून मी सुदैवी होतो का? कारण इतरांना महत्प्रयासाने जे प्राप्त होते ते मला विनासायास उपलब्ध होत राहिल्यावर अन्य काय म्हणावे? माझ्या उत्कर्षाचा आलेख सातत्याने उंचावत होता. एक सामान्य गोपाल ते मगधनृपती अशा विस्मयकारक प्रवासाचे वास्तव कोणासाठीही एक अतर्क्यच होते. माझी जन्मदात्री, मुरादेवीच्या पुनर्भेटीचा तरी कोणी तर्क करू शकला असता का? एक दिवसाचे अर्भक असलेल्या पुत्राच्या जीवितास हितशत्रूकडून धोका होऊ नये म्हणून काळजावर दगड ठेवून, पुत्रत्यागाचे मरणप्राय दुःख भोगणाऱ्या मातृहृदयाची घालमेल तिच्याशिवाय दुसऱ्या कोणास समजू शकेल? महाराणी कुंतीने तरी लोकलज्जेस्तव कर्णाचा त्याग केला, पण माझ्या मातेने केवळ माझ्या सुरक्षेसाठी जन्मतः माझा त्याग केला होता! दीड तपाचा असह्य वियोग तिने कसा सहन केला असेल? मी तर घडलेल्या सगळ्या गोष्टींपासून

अनभिज्ञ होतो. माझा प्रतिपाळ करणारे गोपाल मातापिता हेच माझे विश्व होते. त्या रांगड्या मातृप्रेमाची अविस्मरणीय आणि मधुर स्मृतिमंजूषा माझ्या हृदयात मी कायम जपली होती. अत्यंत दुर्मिळ योगामुळे मला दोन माता लाभल्या. दोघींनीही माझे पोषण केलेले होते. एकीने स्वत:च्या उदरात नाळेद्वारे तर दुसरीने प्रत्यक्षात स्वहस्ते! दोन मातेचे प्रेम लाभलेला मी भाग्यवान बालक होतो, त्यामुळे मातृवियोग काय असतो त्याची मला अजिबात जाणीव नव्हती. पण मुरादेवी, माझी माता... पुत्रवियोगाच्या मरणयातना अक्षरश: दररोज भोगत होती. आचार्यांनी माझी व मातेची भेट इतक्या उशिरा का करविली... त्यावर काही उत्तर नव्हते! पण मला पूर्ण विश्वास होता की, आचार्य विनाकारण असे काहीही करत नाहीत. प्रत्येक घटनेवर त्यांचे वस्तुनिष्ठ चिंतन असते, तदनंतरच ते निर्णयाप्रत येत असतात. इतके दिवस त्यांच्या सहवासात राहून आता मला हे सगळे सरावाचे झालेले होते. नजरेआड झालेले पाडस अकस्मात भेटल्यावर ज्या आवेगाने त्याची माता त्या पाडसास जवळ घेते, तीच अनिवार ओढ आणि वात्सल्याचा आवेग मी मुरादेवीच्या कवेत अनुभवला. व्याकूळ मातृहृदयाचा आर्त आक्रोश 'माझ्या पुत्रा...!' या दोनच शब्दांत सामावला होता! नयनातून अविरत वाहणाऱ्या अश्रुधारांनी माझे मस्तक चिंब भिजले होते, माझ्या पाणावलेल्या डोळ्यांतील अश्रूमुळे मलाही काहीच दिसत नव्हते. थरथरत्या ओठांनी ती काहीतरी बोलण्याचा प्रयत्न करीत असतानाच मूर्च्छा येऊन माझ्या बाहूंत कोसळली!

प्रियंवदेच्या साहाय्याने मी मुरादेवीस मंचकावर नेले व शीतल जलाचा शिडकावा केल्यावर माझी दु:खी माता शुद्धीवर आली. आता यापुढे राजमाता मुरादेवीस कसल्याही प्रकारचे दु:ख अथवा यातना सहन करण्याचा प्रसंग कधीच येणार नव्हता. राजा चंद्रगुप्ताची राजमाता यापुढे सदोदित प्रसन्नचित्त कशी राहील हे पाहणे हेच माझे दायित्व होते. मी प्रियंवदेकडे पाहून आश्वासक स्मित कले. तिनेही सस्मित मुद्रेने प्रतिसाद दिला. त्या दिवशी राजमहालाच्या प्रांगणात माझ्याकडे विस्फारित नेत्राने, ती पुन:पुन्हा माझ्या चेहऱ्याकडे का पाहत होती त्याचे उत्तर मला आता मिळाले होते! मुरादेवीच्या व माझ्या चेहऱ्यात विलक्षण साम्य होते! मी मातृमुखी असलेला सुदैवी पुत्र होतो, कारण जो मातृमुखी असतो त्यास जीवनात कधीच अपयशाचे धनी व्हावे लागत नाही, असा रूढ संकेत असल्याचे आचार्यांनी मागेच केव्हातरी सांगितले होते!

असे म्हणतात की, जसजसे यशाचे प्रमाण वाढत जाते तसतशी शत्रूंच्या संख्येतही वाढ होते. पण माझे दैव असे बलवत्तर होते की, यशोशिखराच्या प्रत्येक चढत्या सोपानावर माझ्या शत्रूंची संख्या घटत होती आणि मित्रांची मात्र वाढत होती! उत्तरोत्तर माझा भाग्योदय होताना, शत्रूचा मात्र वारंवार दारुण

अपेक्षाभंग होत होता. दैव माझ्या उत्कर्षासोबत साहजिकपणे येणाऱ्या प्रत्येक आपत्तीत माझे रक्षणही तेवढ्याच तत्परतेने करीत होते, म्हणून तर मी सुदैवी होतो! विषकन्येच्या प्रयोगाची केवढी मोठी आपत्ती होती, थोडीशी असावधानता देखील जिवावर बेतली असती. कर्दनकाळ विषकन्येच्या रूपात आलाच होता ना...! अमात्य राक्षसाने आपला विश्वासू मित्र, क्षपणक जीवसिद्धीद्वारा पाठविलेली विषकन्या मदालसा...! एकाच दृष्टिक्षेपात मी मंत्रमुग्ध होऊन त्या नवयौवनेचे आरस्पानी सौंदर्य भान हरपून पाहतच राहिलो! इतकी सुंदर स्त्री कोणाचे प्राणहरण करण्यास उद्युक्त होईल, यावर विश्वास ठेवणे कठीण जात होते, पण ते दुर्दैवी सत्य होते. षड्रिपूंपैकी 'काम' हा सर्वांत प्रबळ विकार आहे हे वचन मी विसरू शकत नव्हतो. केवळ आचार्यांच्या सान्निध्यात राहून षड्रिपूंचे सखोल चिंतन झालेले असल्यामुळेच मी मदालसेच्या मादक दर्शनानेही विचलित झालो नाही. या सर्व तात्कालिक व क्षणिक आकर्षणाचे वास्तव स्वरूप मला पूर्णत: समजलेले होते! त्यामुळेच तर माझ्या जागृत विवेकबुद्धीने आजवर कोणत्याही विकारास मात करू दिली नव्हती. मला मदालसेवर दैवाने केलेल्या अन्यायाबद्दल दया आली, कारण तिचा स्वत:चा काहीही दोष नसताना, अकारण आणि अजाणतेपणी तिच्यावर विषकन्या बनणे लादले गेले होते! माझे पापभीरू मन द्रवले आणि आचार्यांना विनंती करून त्या दुर्दैवी विषकन्येस प्राणदान देण्याची व्यवस्था करविली, नाहीतर मूळ नियोजनाप्रमाणे तिचा अंत करण्याचे निश्चित ठरले होते!

तसेच पर्वतक राजाविषयी देखील मला अनुकंपा वाटली होती, पण आचार्यांनी मला भानावर आणले होते. राजास फार भावनाप्रधान राहून चालत नाही, राजशकट चालविण्यासाठी त्याला प्रसंगी कठोर व्हावेच लागते, अन्यथा मित्र व शत्रू दोघांनाही राजाचे भय राहत नाही! प्रत्येकास राजाविषयी आदरयुक्त भीती वाटलीच पाहिजे. राजदंडाचा वचक गुन्हेगारी वृत्तीच्या लोकांना तर असलाच पाहिजे, पण राजसत्तेचा आधार असलेल्या सामान्य प्रजेलाही तो वाटलाच पाहिजे. सत्प्रवृत, सरळमार्गी व निष्कपट सत्ताधीशाच्या मृदू मानसिकतेचा धूर्त लोक अनिष्ट फायदा घेऊन त्याचा विदारक अंत करतात. त्यामुळे सद्‌गुणांचा अतिरेक हा मोठा दुर्गुणच आहे, हे वास्तव कधीही विसरता कामा नये. जो शासक हे विसरला त्याचा कार्यभाग बुडाला...! आचार्यांचा हितोपदेश मला कायम स्मरत असे!

आम्हाला एकाच घावात अनेक उद्दिष्टे साध्य करायची होती. पर्वतक हा देखील सत्तांध व दुराचरणी शासक होता. आचार्यांनी आपल्या अलौकिक बुद्धिमत्तेच्या जोरावर विजयश्री खेचून आणली होती यात काहीच संदेह नव्हता! विजयात पर्वतकाचा किंवा त्याच्या सैन्याचा नाममात्र सहभाग होता, आणि त्याचे कोणते

असे विशेष कर्तृत्व नव्हते. त्यामुळे त्यास राज्याचा अर्धा भाग देणे, विशेषकरून त्याचा ज्यावर डोळा होता. त्या नंदराजाच्या कोषागारातील अफाट धनसंपत्तीमध्ये अर्धा वाटा देणे, हे कोणत्याही व्यवहारी तर्कात बसत नव्हते! राहिला प्रश्न वचनबद्धतेचा. राजनीतीमध्ये अशा प्रकारची वचने अनेक प्रसंगी द्यावी-घ्यावी लागतात. सोयीनुसार त्याचे पालन करणे किंवा न करणे हेसुद्धा परिस्थितीसापेक्ष असते, आणि जसे युद्धात सर्वकाही क्षम्य असते तसेच इथेही ते क्षम्य होते! तसे पाहता अमात्य राक्षसांनी सोडलेला विषारी लिप्तबाण तर लक्ष्यवेधी होता, पण अचानक लक्ष्यच बदलले गेल्याने, त्यास हवा तो वेध घेता आला नाही! अमात्यास हे जेव्हा कळले तेव्हा ते फार दु:खी झाले, पण आता फार उशीर झाला होता. आमच्या दृष्टीने मात्र काट्याने काटा निघाला होता व आमची मोठीच समस्या संपुष्टात आली होती!

पर्वतकाच्या शोचनीय अंतानंतर शोकाकुल आप्तजन, विशेषत: मलयकेतूचा शोक अनावर होता. का कोणास ठाऊक, पण युवराज मलयकेतूच्या हळव्या स्वभावाविषयी म्हणा किंवा त्याच्या सुकुमार व निरागस असण्यामुळे म्हणा मला त्याचा स्नेह नेहमीच प्रिय वाटत असे. मी त्यास सावरण्याचा प्रयत्न करीत होतो, पण चक्रीवादळात उन्मळून पडलेल्या वृक्षासारखी त्याची उद्ध्वस्त मन:स्थिती झालेली होती. खरेच तो निराधार बनला होता, पित्याच्या सावलीत सुखेनैव आयुष्य कंठणाऱ्यांची, अचानक पितृछत्र हरवल्यावर अशीच हीनदीन अवस्था होते! कारण संघर्ष कसा असतो व स्वकर्तृत्व कशाशी खातात, याविषयी ते पूर्ण अनभिज्ञ असतात म्हणूनच अशा अकल्पित व अकस्मात कोसळलेल्या संकटातून ते स्वत:ला लवकर सावरू शकत नाहीत. अशा शोकाकुल व्यक्तीचे मन खूपच सैरभैर आणि अस्थिर झालेले असते, त्यांच्या दु:खाची प्रतच वेगळी असते!

अमात्य आणि आचार्य दोघेही राजनीतीतले निष्णात खेळाडू! त्यांचा बुद्धिबळाच्या पटावरील डाव रंगायला सुरुवात झाली होती, एकेक मोहोरा पणाला लावून शह-प्रतिशहाचे राजकारण रंगत होते. अमात्याचा पूर्ण रोख राजावर केंद्रित होता, तर आचार्यांना प्रतिस्पर्धी प्रधानास जेरीला आणायचे होते. म्हणून तर आक्रमक झालेल्या अमात्याचा प्रत्येक निष्ठुर वार फक्त निष्प्रभ करण्याचे बचावात्मक धोरण आचार्यांनी स्वीकारले होते. आचार्य म्हणतही असत की, शत्रूचे शस्त्र वा अस्त्र नष्ट करण्यात काही शौर्य नाही, तर तेच शस्त्र परत शत्रूवर उलटविण्यात खरा पराक्रम असतो! आणि त्यामुळे शत्रूची उडालेली तारांबळ पाहण्यात खरी मौज असते! बुद्धिचातुर्याच्या जोरावर तसे घडवून आणणे शक्यही असते. अगदी तसेच झाले होते. अमात्यांनी विषकन्येच्या जहाल अस्त्राचा प्रयोग केला खरा, पण तो केवळ दक्षतेच्या बळावर आणि सतर्क गुप्तचर यंत्रणेच्या जोरावर आचार्यांनी

पूर्णतः विफल केला. नुसता विफलच केला नाही, तर त्याच अस्त्राकरवी मोठ्या कल्पकतेने आपला इच्छित कार्यभाग साधून घेतला. केवढे हे बुद्धिचातुर्य! पर्वतक राजाची कमकुवत नस किती अचूक पकडली होती आचार्यांनी! राजा अथवा शासक यांचे चारित्र्य शुद्ध असलेच पाहिजे, तसे नसेल तर ते त्याचे अत्यंत दुबळे मर्मस्थान बनते व धूर्त शत्रू ते अचूक हेरून मर्मभेद करतोच करतो! आचार्य नेहमी असे निक्षून का सांगत असत, त्याचे रहस्य आज मला उलगडले होते. अनावर कामवासनेमुळेच चारित्र्यहीन पर्वतक राजाचा बळी गेला होता!

गंगा आणि शोण नदीच्या पवित्र संगमावर विधिवत् रक्षाविसर्जन केल्यानंतर, पितृविरहाच्या धक्क्यातून अजूनही न सावरलेला मलयकेतू खूपच मलूल व अबोल झालेला दिसत होता. साहजिकच आहे, त्याच्या मनात प्रचंड काहूर माजले असणारच. हे अघटित कसे घडले? हे कुटिल षड्यंत्र कोणी रचले? त्यामागे काय हेतू असावा? व आता पुढे काय? नाना प्रश्नांचा गोंधळ त्याच्या मनात चालला असावा याची जाणीव मला होत होती. पण दुसरे दिवशी सूर्योदयाच्या आधीच मलयकेतू ससैन्य निघून जाईल याची मला कल्पना नव्हती. द्वाररक्षकांनी हे वृत्त सांगून मला आश्चर्याचा धक्काच दिला! कारण पर्वतकाशी आमचे राजकारण होते, पण मलयकेतूशी तसे अजिबात नव्हते. मी त्याचे व्यवस्थित सांत्वन करून आचार्यांचा सल्ल्याने व्यवहार्य सुवर्णमध्य काढणारच होतो, तितक्यात हे नवल घडले. मी त्वरित आचार्यांकडे निघालो, तर ते स्वतःच येत असल्याचा सांगावा आला.

बराच वेळ आमची प्रदीर्घ चर्चा झाली, आचार्यांना साद्यंत वृत्तान्त माहीत होता. अर्थात त्यांच्या गरुडदृष्टीतून काहीही सुटणे शक्य नव्हते म्हणा, पण आज घडलेल्या एकूण प्रसंगाची पार्श्वभूमी देखील त्यांनी स्वतः तयार केलेली होती, हे ऐकून मी तर स्तंभितच झालो! सेनापती भागूरायणाचे महाराज पर्वतकाशी सख्य होते, आणि मलयकेतूला देखील सेनापती भागूरायण जवळचा वाटायचा. ठरल्याप्रमाणे मध्यरात्री भागूरायण मलयकेतूच्या निवासस्थानी प्रविष्ट झाला. तो अवचित आणि अवेळी आल्याने भांबावलेल्या मलयकेतूने त्याचे कसेबसे स्वागत केले. दोघांचे एकांती हळुवार बोलणे चालू असताना, मलयकेतूच्या चेहऱ्यावर भयाचे भाव आणि कपाळावरील घर्मबिंदू दुरून पाहणाऱ्यांनाही स्पष्ट दिसत होते. भागुरायणाने त्यास स्पष्ट आणि स्वच्छ शब्दात आचार्यांनी कुटिलतेने महाराज पर्वतकासाठी केलेली विषकन्येची योजना, आणि केलेली योजनाबद्ध हत्या याविषयी विस्ताराने सांगून, स्वतःचा त्वरित बचाव करण्याची सूचना केली. भ्रमनिरास झालेला असल्याने योग्य समयी, तो स्वतःही त्यांना येऊन मिळेल असेही अभिवचन दिले. प्रचंड घाबरलेल्या मलयकेतूचा धीर आता पुरता संपला होता व

त्याने कोणासही पूर्वकल्पना न देता सूर्योदयापूर्वीच पलायन केले! आता मलयकेतूच पळाला म्हटल्यावर बाकीच्या सैन्यात चलबिचल झाली नसती तरच नवल! सर्वप्रथम म्लेंच्छ सैनिक पथकाने काढता पाय घेतला, इतरांनी लगोलग त्यांचे अनुकरण केले. पर्वतकाचा आजारी असलेला बंधू, मलयकेतूचा चुलता वैरोचक तेवढा मागे राहिला होता व तोही भांबावलेल्या अवस्थेत होता. मी व आचार्यांनी जाऊन त्यांचे सांत्वन करून त्यास दिलासा दिला आणि पूर्ण सुरक्षेची तसेच त्यांच्या पुढील अधिकाराच्या रक्षणाची हमी दिली. लवकरच महाराज पर्वतकास दिलेल्या वचनाची पूर्ती करण्याचेही आश्वासन आचार्यांनी त्यांना दिले. मधाचे बोट लावण्याचा योग्य तो परिणाम झाला, हर्षभरित झालेले महाराज वैरोचक निश्चिंत झाले!

परतल्यावर मी प्रश्नार्थक मुद्रेने आचार्यांकडे पाहिले, तर ते मंद मंद स्मित करीत म्हणाले, "चंद्रगुप्ता, तुझ्या मनीची आशंका मी जाणतो. अननुभवी, चंचल व उथळ स्वभावाचा मलयकेतू, आपण पर्वतकास दिलेला शब्द पाळत नाही, त्यास अर्धे राज्य अथवा अर्धी संपत्ती मिळणार नाही, हे समजल्यावर नक्कीच क्रुद्ध झाला असता, आणि अविचाराने वागून त्याने आपल्या नियोजनात मोठा अडथळा निर्माण केला असता. त्याचे म्लेंच्छ सैन्यपथक त्यांचेशी एकनिष्ठ आहे. त्याचा नि:पात करण्यासाठी लागणारे पुरेसे नियोजन आपल्याजवळ आजतरी नाही. विनाकारण गोंधळ आणि अस्वस्थता निर्माण होऊन अनिष्ट परिस्थिती तयार झाली असती. म्हणून मलयकेतूचे इथले वास्तव्य आपल्यासाठी उत्तरोत्तर धोक्याचे ठरू लागले होते. त्याच्या भित्र्या स्वभावाचा अंदाज घेऊन मी भागूरायणाची योजना केली; आणि बाण योग्य जागी लागला. उतावळा मलयकेतू भयभीत झाला, आणि कसलीही शहानिशा न करता रातोरात निघून गेला! अशा रीतीने धोकादायक बनलेले पितापुत्र बाजूला होऊन आता आपला मार्ग निष्कंटक बनला आहे. पर्वतकाचा भाऊ वैरोचक हा दुबळा, शक्तिहीन आणि निरुपद्रवी आहे, त्यास राज्याभिषेक करून अर्धे राज्य देण्याचे, मी दिलेले अभिवचनही असेच छद्मी आहे, या आगंतुक व उपऱ्या पात्राचा आपण पुढील नाट्यात चांगला उपयोग करून घेऊ."

समुद्राची खोली मोजण्याचे कोणतेही साधन वा परिमाण नाही, ते केवळ अनुमानाने सांगता येते. आचार्यांचे धीरगंभीर रूप अशा अथांग सागराचीच आठवण करून देते. त्यांच्या ज्ञानाचे भांडार किती समृद्ध आहे, ते त्यांचे शिष्यत्व पत्करल्यावरच लक्षात येते. राज्यशास्त्र व नीतीशास्त्र यावरील असाधारण प्रभुत्वामुळे त्यांना द्रष्टेपणा प्राप्त झाला आहे. जे सर्वसामान्य दृष्टीला दिसत नाही ते त्यांना स्पष्ट दिसते! म्हणूनच त्यांना संभाव्य अरिष्ट आणि घात यांचे अचूक अनुमान लावता येते. मला तर त्या गोष्टीचे अपार कुतूहल व आश्चर्य वाटायचे!

कित्येकदा असे वाटले आहे की, त्यांच्याजवळ काहीतरी अतींद्रिय शक्ती असावी, किंवा एखादे कर्णपिशाच त्यांना वश झाले असावे, जे त्यांच्या कानामध्ये पुढचे भाकीत सांगत असले पाहिजे! त्याशिवाय हे कसे शक्य आहे?

राजमहालात माझा पाटलीपुत्राचा भावी नरेश म्हणून प्रवेश तर झाला, पण तो निर्विघ्न म्हणता येणार नाही, कारण तो विघ्नावर मात करून झाला होता. कूट कारस्थान प्रत्यक्ष रचणारे व माझ्या जिवावर उठलेले सर्व खलपुरुष यमसदनास धाडले गेले. अप्रत्यक्षपणे कार्यरत असलेल्या अदृश्य व्यक्ती, ज्या मूळ खलनायकी स्वरूपात होत्या त्या मात्र सुरक्षित होत्या! किंबहुना त्यांना सुरक्षित ठेवणे ही आमची अपरिहार्यता होती. अमात्य राक्षसाचा सूडाग्नी शांत होईपर्यंत हे होमकुंड असेच धगधगत राहणार होते, व अजून किती समिधांची ते आहुती घेणार होते ते ईश्वरासच ठाऊक होते! असल्या कूटयुद्धापेक्षा रणक्षेत्रातील निकराची लढाई मला आवडायची, कारण त्यात शौर्य-पराक्रम आणि धैर्य याची कसोटी लागत असे. ते मला फार प्रिय होते. पण असले छद्मयुद्ध, ज्यात प्रत्यक्ष समोर कोणीच दिसत नसते, तरीही जीवघेणी लढाई चालूच असते हे मात्र मला अजिबात आवडायचे नाही. कपट, षड्यंत्र, कूटनीती, कारस्थाने, छळ, डावपेच, आणि क्लेश या विपरीत शस्त्रानिशी हे युद्ध लढले जायचे. आचार्य यास नीतिशास्त्र असे संबोधत असत आणि त्यात राजनीतीसुद्धा समाविष्ट होती. शिवाय राजव्यवहारास पूरक अशा पंचतंत्रातील रूपककथा पण मोठ्या रंजक पद्धतीने आचार्य सांगत असत. त्या खूपच बोधप्रद आणि समर्पक असायच्या! पंचतंत्र या शीर्षकाची उकलही त्यांनीच करून सांगितली. पंचतंत्रातल्या नीतिकथा ज्या पाच तंत्रावर आधारित होत्या ते महत्त्वाचे होते. त्यांचा क्रम असा, मित्रभेद (मैत्रीमध्ये भेद निर्माण करणे) मित्रसांप्रती (समविचारी मित्रांचे एकीकरण), काकोलूकीयम (शंकास्पद मित्राशी व्यवहार), लब्धप्रणशा (आपत्कालीन समस्यांवर मात) आणि अपरीक्षितकारक (अनपेक्षित संकटसमयी निर्णय)! पशुपक्षी व मानव यांच्या नित्याच्या व्यवहारातून आलेल्या अर्थपूर्ण अनुभवांचे अत्यंत समर्पक वर्णन असलेल्या आणि सहजसोप्या भाषेतील या रूपककथा फारच प्रभावी होत्या! मानवी स्वभाव व प्रत्यक्ष व्यवहार यांचेशी त्या कथांचे विलक्षण साधर्म्य असायचे! मला तर वाटायचे की, पशू आणि पक्ष्याची भाषा देखील आचार्यांना अवगत होती की काय?

महाराज धनानंद माझे पिता होते, पण मला ते ज्ञात नव्हते. त्यांच्या हत्येची मला पूर्वकल्पना होती. म्हणूनच नकळत का असेना मी दोषी होतोच, माझे माथी अंशत: पितृहत्येचे पातक निश्चितच होते! त्यामुळे उद्विग्न होऊन मी स्वत:स दोष देऊन धिक्कार करत असता, आचार्यांनी पुनश्च एकदा माझी भ्रमित अवस्था ओळखली आणि आर्जस्वी स्वरात माझे सांत्वन केले. त्यांच्या वाणीत इतके मार्दव

व एवढा स्नेह मी कधीच पाहिला नव्हता. ‘‘चंद्रगुप्ता... तू भारतीय संस्कृतीचा इतिहास तर जाणतोस, पुत्र असूनही प्रल्हादाने स्वतःच्या अत्याचारी पित्याचा, हिरण्यकश्यपूचा वध करविला! मग ते ‘निंदनीय कृत्य’ म्हणायचे का? श्रीकृष्णामुळे प्रेरित होऊन, अर्जुनाने पितामह भीष्मांस शरपंजरी मृत्युप्रतीक्षा दिली. अर्जुनाने नात्यागोत्याचा मोह सोडून जी कर्तव्यकठोरता दर्शविली त्याचाही धिक्कार करायचा का? ज्याने कोपिष्ट पिता जमदग्नीच्या आज्ञेवरून प्रत्यक्ष आपल्या मातेची हत्या केली त्या परशुरामास मातृहत्येचे पातक लागले का? राजमातेस, मुरादेवीस ज्याने मरणप्राय यातना दिल्या व ज्याच्या भयाने राजपुत्र असूनही तुला वनवासात परागंदा व्हावे लागले, त्या अनर्थास केवळ धनानंदच कारणीभूत नव्हता का? कल्याणकारी राजा प्रजेच्या हितासाठी दक्ष असतो, इथे तर पुत्रवत् असलेल्या प्रजेवर धनलालसेपोटी राजाच अत्याचार करत होता! स्वधर्म आणि स्वराष्ट्र या दोन गोष्टींसाठी प्राणार्पण करण्याचा प्रसंग उद्‌भवला तरी, राजाने कर्तव्य समजून न चुकता तसे समर्पण केले पाहिजे.

‘‘आर्यावर्ताच्या सीमावर्ती प्रांतात प्रविष्ट होऊन आमच्या संस्कृतीवर प्राणांतिक प्रहार करणाऱ्या यवनराज अलक्षसुंदरचा सर्व सामर्थ्यानिशी प्रतिकार करण्याऐवजी धनानंदाने अलिप्त राहून त्यास आर्यावर्तात मुक्तद्वार उपलब्ध करून दिले, हा राष्ट्रद्रोह नाही का? स्वदेशाच्या सीमा ओलांडून हजारो योजने दूर असलेल्या आर्यावर्तावर चालून येणारा पराक्रमी तरुण अलक्षसुंदर कुठे आणि कुठे हा राजधानीही न सोडणारा भोगविलासी राजा धनानंद! राष्ट्राच्या रक्षणासाठी परचक्राविरुद्ध शस्त्र न उचलणे हे त्याचे महापाप होते! म्हणूनच त्याचा अंत होणे ही परमेश्वराचीच कामना होती, तुझा पिता असला तरी त्यास क्षमा नव्हती! ती परमेश्वरी इच्छा पूर्ण होणारच होती, कदाचित तुझा विरोधसुद्धा मोडून काढत ते ईश्वरी कार्य पूर्ण होणार होते! म्हणून कसलाही शोक अथवा किंतु मनात न बाळगता, ईश्वरदत्त कार्यासाठीच तुझी नेमणूक झाली असल्याचे समजून, सर्वकाही विसरून राष्ट्रकार्यास लागणे हे केव्हाही उचित आहे! केवळ वर्तमानातच जगणे हे सामान्यासाठी ठीक असते, पण असामान्य पुरुष काळावर मात करून इतिहास निर्माण करतात, चंद्रगुप्ता, तू आता केवळ तुझ्या मात्यापित्याचा पुत्र नाहीस, माझा प्रिय शिष्यही नाहीस, सवंगड्याचा मित्र नाहीस, सैन्यपथकाचा नेता नाहीस आणि मगधराज्याचा प्रतिनिधीसुद्धा नाहीस..., तर तू आता संपूर्ण भरतखंडाचा भाग्यविधाता आहेस. आर्यावर्ताचा तारणहार आहेस! राष्ट्राचा प्रहरी आहेस!

‘‘चंद्रगुप्ता, मानवी संसारातील कौटुंबिक नातेसंबंध हे क्षणिक आनंद देतात, तर राष्ट्राचा संसार मांडणे हे व्यापक दृष्टीने आनंददायी असते. तसे पाहिले तर विश्वाच्या अनंत काळाच्या तुलनेत मानवी आयुष्य हे खरेच खूपच अल्पजीवी व

क्षणभंगुर असते! विश्वाच्या अफाट पसाऱ्यात पृथ्वीचे स्थानही य:कश्चित आहे हे तुला खगोलशास्त्राचा अभ्यास करताना ठाऊक झालेले आहे. मग त्या नगण्य पृथ्वीवरच बुद्धिमान मानव प्रजातीचे अस्तित्व का असावे? त्यात काहीतरी दैवी संकेत असलाच पाहिजे. मानवास मिळालेल्या सीमित आयुष्याचा सार्थ उपयोग जर मनुष्य करून घेत नसेल तर ते केवळ दुर्दैव म्हणावे लागेल. तू काळाचे अपत्य आहेस, इतिहासाने तुझ्यावर विशेष दायित्व सोपविले आहे. याची जाणीव असूनही तू जर भ्रमचित्त झालास तर एकवेळ 'काळ' तुला क्षमा करेल, पण 'इतिहास' कधीच क्षमा करणार नाही! एक लक्षात ठेव, भरतराष्ट्राचा भावी चक्रवर्ती असलेल्या सम्राट चंद्रगुप्ताच्या डोळ्यांतील अश्रू यापुढे क्षुद्र आणि क्षुल्लक स्वार्थासाठी मुळीच सांडणार नाहीत. ते फार फार मौल्यवान आहेत. राष्ट्रासाठी आणि जगतासाठीसुद्धा!''

आचार्यांच्या मुखातून शब्दगंगा अखंड वाहत होती. मी त्या मौलिक वर्षावाने सचैल न्हाऊन निघत होतो. कुरुक्षेत्रावर श्रीकृष्णाच्या विराट दर्शनाने आणि भगवद्गीतेच्या श्रवणाने धन्य धन्य झालेला पार्थ, सर्व शंकांचे निरसन झालेला अर्जुन जसा भानावर येऊन कर्तव्यपूर्तीसाठी हाती गांडीव धनुष्य घेऊन युद्धास सिद्ध होतो, तसा मी देखील निश्चयबुद्धीने सर्व विकल्प बाजूला सारून विहित कार्यास लागलो. राजमाता मुरादेवी आणि आचार्य चाणक्य अशी अभेद्य 'कवच कुंडले' मजजवळ असताना मला कळीकाळाचेही भय बाळगण्याचे कारण नव्हते! तर मग राक्षसाच्या कटकारस्थानास काय भ्यायचे?

नगरप्रवेशाची जय्यत तयारी चालू होती. शोभायात्रा देखील अविस्मरणीय निघावी अशी आचार्यांची मनोकामना होती. त्या दृष्टीने भव्य प्रवेशद्वार आणि मार्गसजावट ही कामे मगधराजाचा कुशल कारागीर दारुवर्मा करीत असल्याचे समजले. काम पूर्ण झाल्याचे वृत्तदेखील अपेक्षेपेक्षा खूपच लवकरच आले. खरोखरच दारुवर्माने एक अप्रतिम वास्तुशिल्प भव्य प्रवेशद्वाराच्या रूपात उभारले होते. मार्गावर रोषणाईचा विशेष प्रबंध पाहून मला थोडे नवल वाटले, नंतर खुलासा झाला की, राजज्योतिष्यांनी प्रवेशमुहूर्त मध्यरात्रीच्या शुभकाळातला निश्चित केला होता, आचार्यांचीही त्यास संमती होती. अर्थात रात्रीच्या रोषणाईची शोभा काही आगळीवेगळीच असते म्हणून ती सोय केली होती. आचार्य तसे मुहूर्त, शकुन, शुभवेळ, ग्रहमान, राशी, कुंडली व भविष्य यावर फार अवलंबून नसत; आणि मी देखील या बाबतीत फार हळवे असू नये असे त्यांचे सांगणे असे. मला तर नेहमी कोडेच वाटायचे की, आकाशस्थ तारे, ग्रहगोल व इतर पिंड दूरवरच्या पृथ्वीवर कसा काय परिणाम करतात? आणि पूर्ण सजीव सृष्टीपैकी फक्त मानवजातच तेवढी त्यांच्या प्रभावाखाली कशी काय येते? अवकाश आणि

खगोलशास्त्राचे मला सखोल ज्ञान नव्हते; पण केवळ चंद्र आणि सूर्य या दोनच गोलांचा धरतीवर प्रत्यक्ष प्रभाव असल्याचे मला मान्य होते. कारण पृथ्वीवरचे सर्व चलनवलन त्यांच्या कक्षेत येत असल्याची अनुभूती नित्य येत असे. खगोलशास्त्र, ज्योतिष विज्ञान आणि फलज्योतिष हे विषय माझ्यासाठी गहन होते, आणि मला त्यात विशेष रुचीही नव्हती. प्रत्यक्ष प्रमाण नसलेले तार्किक अनुमान माझ्या बुद्धिप्रामाण्यवादी मनास पटणारेही नव्हते. तरीसुद्धा आचार्यांनी त्या विषयाचे प्राथमिक धडे दिले होते, कारण जनमानसात ज्योतिष विषयात फार रुची होती, आकर्षण होते. आचार्यांचा प्रत्येक आदेश, फारशी चिकित्सा न करता शिरसावंद्य मानून मी त्याचे कटाक्षाने पालन करीत असे. म्हणून त्यांनी काढलेल्या मध्यरात्रीच्या प्रवेशमुहूर्तावर मी काहीही प्रतिक्रिया व्यक्त न करता उत्साहाने त्यात सामील झालो.

चित्रलेखनामक राजसेवा पथकातील एक हत्तीण माझ्यासाठी व गजदलातील एक स्वारीचा हत्ती महाराज वैरोचकासाठी, सर्व अलंकार व साजशृंगार लेऊन सज्ज होते. चित्रलेखेवर मी स्वार होणार तेवढ्यात आचार्यांची सूचना आली की, महाराज वैरोचक वयाने ज्येष्ठ आहेत, त्यांना अग्रभागी असलेल्या चित्रलेखेवर विराजमान करावे, जेणेकरून शिष्टाचारानुसार त्यांचा सन्मान होईल. ऐनवेळी झालेला हा बदल कोणाच्या लक्षातदेखील आला नव्हता! नगरजनाचा अपूर्व उत्साह आणि देवदुर्लभ स्वागत यांनी माझे चित्त प्रसन्न झाले होते. मी अगदी भारावून गेलो होतो. पुष्पमालांचा तर गळ्यात एवढा संभार झाला होता की, आम्हा दोघांचे चेहरे कसेबसे अर्धवट उघडे राहिले होते. मंगलवाद्यांच्या गजरात आणि उन्मादी जयघोषाच्या निनादात शोभायात्रा प्रवेशद्वाराच्या निकट आली, तेवढ्यात ते अघटित घडले... प्रचंड मोठा आवाज करीत प्रवेशद्वाराची ती अवजड कमान माझ्यासमोरच चित्रलेखा हत्तिणीवर कोसळली. एकच कोलाहल झाल्याने पुढे काय घडले ते समजण्यास मार्ग नव्हता. माझ्या सुरक्षासैनिकांनी माझ्या हत्तीभोवती कडे करून मला सुरक्षित अंतरावर नेले. नंतर माझा मित्र सत्यजिताने जवळ येऊन विस्ताराने वृत्त दिले, घडलेल्या घटनांची इत्थंभूत पार्श्वभूमीही कथन केली. आचार्यांना कट कारस्थानाचा आलेला संशय यथार्थ ठरला होता, त्यामुळेच कटाची पाळेमुळे उखडता आली हेही त्याने सांगितले. मी चकित झालो. शोभायात्रेसंदर्भाने मला आजवर जे जे विसंगत वाटले होते ते ते आचार्यांनी हेतुपुरस्सर केलेले होते! आता सर्व रचनांचा मला स्वच्छ उलगडा झाला होता. पण महाराज वैरोचकाच्या दुर्दैवी मृत्यूमुळे मात्र खरेच वाईट वाटले. तसे होणे हे अपरिहार्य होते हेही ध्यानी आले, तरीसुद्धा मनास हळहळ वाटलीच. मला वास्तुशिल्पी दारुवर्मा आणि माहूत वर्वरक यांनी केलेल्या विश्वासघाताची चीड आली, तसे पाहिले तर त्यांनी त्यांच्या स्वामीवर निष्ठा ठेवून

प्राणार्पण केले होते, आता ते आमच्यासाठी घातक होते ही त्याची सापेक्ष बाजू म्हणायची! नाहीतरी युद्धभूमीवर लढणारे, दोन्ही बाजूचे सैनिक हे निष्ठावान योद्धेच असतात, पण एकमेकास 'शत्रू' असेच संबोधून त्यांना प्राणपणाने लढावे लागते, हा रणक्षेत्रावरील एक विरोधाभासच होता! सूडबुद्धीने पेटलेल्या पाताळयंत्री अमात्यांचा दुसरा कुटिल डाव त्यांच्यावरच उलटला होता. सर्वत्र अमात्य राक्षसाचा धिक्कार आणि निषेधाचा सूर उमटत होता!

सर्वकाही स्थिरस्थावर झाले असे वाटले, पण तसे नव्हते...! अमात्य अजूनही अस्थिरच होते. त्यांची सूडभावना त्यांना स्वस्थ बसू देत नव्हती. लागोपाठ अपयश येत असलेल्या वैफल्यग्रस्त मनुष्यास चेव येऊन तो जसे पुन:पुन्हा नवनवे प्रहार करतो, किंवा फुंकर मारताच अग्नी विझण्याऐवजी जसा भडकतो तसे अमात्य राक्षसाचे झाले होते. जीवसिद्धीने चक्षुर्वैसत्यम् वृत्तान्त सांगून आम्हाला यथोचित पूर्वकल्पना दिली होतीच की, अस्वस्थ अमात्य उद्विग्न अवस्थेत येरझाऱ्या घालीत स्वत:शी बडबडत असतात... 'मुठीत सापडलास रे...! आता कुठे जाशील चंद्रगुप्ता...!' असे काहीतरी असंबद्ध पुटपुटत शतपावली करतात. याचा अर्थच नक्कीच त्यांच्या डोक्यात काहीतरी भयानक शिजत होते. आणि नंतर घडलेही नेमके तसेच. घात करण्याचे शत्रूला जितके प्रकार माहीत होते तितकेच किंवा त्यापेक्षाही जास्त म्हणा, आचार्यांनाही ते ज्ञात होते. म्हणून तर माझे प्रत्येक संभाव्य घातकी हल्ल्यापासून संरक्षण कसे करायचे याची उत्तम दक्षता आचार्यांशिवाय दुसरे कोण घेणारे होते?

महालात येणारे-जाणारे अभ्यागत कोण आहेत, त्यांची पार्श्वभूमी परिपूर्ण तपासलेली असायची. सेवक, वृषल, रक्षक, बल्लव, प्रतिहारी, गणिका आणि दासी या सर्वांना सुरक्षेचा तोच नियम लागू होता. नित्याचे भोजन आणि कोणतेही पेयजल मला देण्याआधी, आधी मुदपाकखान्यातील रक्षक चाखून पाहतील, असा दंडकच आचार्यांनी केला होता व कटाक्षाने त्याचे पालन होत आहे की नाही यावरही त्यांचे लक्ष होते. कारण राजाचा अंत घडवून आणण्यासाठी अन्नपदार्थातून विषप्रयोग करणे हा घातकी मार्ग राजनीतीमध्ये वारंवार वापरला गेला आहे, ही जाणीव त्यांना होती. वेगवेगळ्या विषाचे धातुपात्रावर काय काय परिणाम होतात ते आचार्यांना ज्ञात होते. सुवर्णपात्र हे तशा परीक्षेसाठी अत्यंत आदर्श पात्र होते, शिवाय आचार्यांनी मुदपाकखाना व अन्नभांडार यावर नेमणूक केलेले बल्लव आणि इतर सेवक यांची विशेष चौकशी व परीक्षा करूनच निवड केलेली होती. राजाच्या आहार, औषधी व इतर पेयद्रव्यांची पूर्वपरीक्षा केली जायची, तर भोजनपूर्व वैश्वदेव करून काकबली दिल्यानंतर, आधी बल्लवास राजासाठी केलेले अन्न स्वत: प्राशन करावे लागे. अन्न विषाक्त असेल तर त्याची वेगवेगळी

लक्षणे पण आचार्यांना माहीत होती! विषयुक्त अन्न असेल तर अग्नीची ज्वाला व धूर निळा होतो, अन्नाची वाफ मोराच्या मानेच्या रंगाची दिसेल. अन्न एकदमच थंड झाले अगर अन्नाचा रंग अनैसर्गिक दिसला, किंवा त्यास पाणी सुटले, तर ते विषयुक्त समजावे! भाजीत विषारी द्रव्य असेल तर काळसर फेस येईल, अथवा ती खतखदू लागेल! विषारी असलेल्या तेल-तुपामध्ये निळसर, दुधामध्ये लाल, मदिरा व जल यात काळी, दह्यामध्ये काळसर, आणि मधामध्ये पांढरी रेषा दिसते! विषारी असलेली फळे लवकर सुकतात व कुजतात. त्यांची चवही बदलते! राजावर म्हणजेच माझ्यावर विषप्रयोग होऊ नये म्हणून केवढी दक्षता घेत होते आचार्य! चौफेर ज्ञान व अद्वितीय बुद्धिवैभव असलेला साक्षात बृहस्पतीच माझ्या संरक्षणार्थ सिद्ध असल्यावर मला मृत्यूचेही भय नव्हते!

एके दिवशी माझ्या अर्धशिशीच्या व्याधीसाठी राजवैद्य अभयदत्त या निष्णात वैद्यांना आचार्यांनी राजमहालात पाचारण केले असता, त्यांनी नाडीपरीक्षा करून एक दिव्य औषधी द्रव्य प्राशन करण्यास दिले. संशयग्रस्त आचार्यांची एक भिवई वक्राकार होत उंचावलेली मला दिसली. मी प्रश्नार्थक मुद्रेने पाहिले असता आचार्यांनी अभयदत्तांना ती औषधी एका विशिष्ट सुवर्णपात्रात ओतण्यास सांगितली. आणि अहो आश्चर्यम्... सुवर्णपात्रात ओतलेल्या द्रव्यांचा रंग आता बदलला होता! संतप्त आचार्यांनी उग्र मुद्रा करून भयकंपित झालेल्या अभयदत्तास ते औषध प्राशन करण्याचा आदेश दिला. थरथरत्या हाताने ते प्राशन करताच वेडेवाकडे होत आणि प्राणांतिक वेदनामय आचके देत राजवैद्य कोसळले, गतप्राण झाले!

स्वत:च्या मृत्यूचे एवढ्या जवळून झालेले दर्शन पाहून मी थरारलो, स्तंभित झालो! रणभूमीवर बेभान होऊन लढताना समोर मृत्यू दिसत असे, पण त्याची मला कधीच भीती वाटली नाही, कारण मृत्युदेवतेचे तिथले रूप इतके भेसूर व अमंगल नसते. साक्षात महादेवाचे भीषण पण सृष्टीशी सुसंगत असे तांडवनृत्य असते ते! मानवी जीवनात मृत्यू अटळ आहे, हे सत्य असले तरी कपटाने होणारा स्वत:चा प्राणघात कोणासही नको असतो. सरळ सरळ मृत्यूच्या जबड्यात उडी मारण्यात पुरुषार्थ तरी असतो, पण चोरपावलाने येऊन अकस्मात गळा घोटला जाणे हे केवळ घृणास्पदच! संघर्ष हाच जीवनाचा आत्मा असल्याने माणूस शेवटच्या क्षणापर्यंत मृत्यूशी झुंज घेतो, पण संघर्षच होणार नसेल तर जीवनालाही अर्थ नाही आणि मृत्यूलाही अर्थ नाही!

राजवैद्य अभयदत्त! आयुर्वेद कोळून प्यालेला प्रकांड पंडित, अनेक दुर्धर व्याधीवर रामबाण औषधी योजना करून त्यांनी कित्येकांना प्राणदान दिलेले होते. दिव्य वनस्पतीचे आणि आयुर्वेदाचे, साक्षात धन्वंतरीएवढेच अगाध ज्ञान असलेला

हा व्यासंगी वैद्यराज! पण... त्याचे अध:पतन झाले! कोणत्याही अलौकिक विद्येचा केवळ सकारात्मक कारणासाठीच सदुपयोग करायचे असतो हे वैद्यकशास्त्रातील मूलतत्त्व तो विसरला! दिव्य शक्तीचा वापर केवळ हितकारक उद्देशानेच व्हावा, ती शक्ती विधायक कार्यासच लागावी, विध्वंसक कार्यासाठी मुळीच नाही, असा दृढ संकेत असतानाही त्या शक्तीचा चुकीचा वापर करणे हे संकेताला अनुसरून तर नाहीच; पण ते निषेधार्हदेखील आहे. विशेष विद्या हे दुधारी शस्त्र आहे म्हणून तर ते सावधगिरीने हाताळावे लागते, विद्यादान करणाऱ्या गुरूवर देखील बंधने टाकलेली आहेत. विद्यार्थी पात्र असेल तरच त्यास संहारक ठरू शकणारी विद्या अवश्य शिकवावी, पण अयोग्य किंवा अपात्र विद्यार्थ्यास असे विद्यादान मुळीच करू नये असा दंडक आजवर सर्वच गुरुवर्यांनी परंपरेने पाळलेला आहे! महाभारत काळात तर ब्रह्मास्त्रविद्या ही प्रचंड विनाशकारी शक्ती आहे, म्हणून ती सामान्य विद्यार्थ्यांना शिकवीत नसत. विद्यार्थी सुसंस्कारित व परिपक्व बुद्धिमत्तेचा आणि संयमी असेल तरच तो त्यासाठी पात्र समजला जात असे. त्यामागे भावना अशीच असायची की, ही विद्या संहारक कृत्यासाठी अथवा सर्वंकष विनाशासाठी नाही, एवढी समज आणि संयम असलेली व्यक्तीच त्यासाठी पात्र आहे. संस्कार, संयम व विवेक असणाऱ्या व्यक्तीच्या हाती ही विध्वंसक शक्ती सुरक्षित असते. अशा अमोघ अस्त्राचा अनाठायी प्रयोग होणार नाही याची खात्री असणे हेच अत्यंत महत्त्वाचे होते.

दुर्दैवाने राजवैद्य अभयदत्तास आपल्यावर असलेल्या या नैतिक बंधनाचे भान राहिले नाही. आयुर्वेद विद्या केवळ मानवाच्या कल्याणासाठी आहे, प्राण वाचविण्याऐवजी प्राण घेण्यासाठी आयुर्वेदिक ज्ञानाचा उपयोग करणे हे घोर पातक तर होतेच, पण ती आयुर्वेदाशी केलेली घोर प्रतारणा देखील होती! अमात्य राक्षसाच्या मायाजालात फसून अभयदत्ताने भलतेच दु:साहस केले होते. पण ते त्याच्यावरच उलटले. इतकेच नाही, तर त्याबद्दल त्याला आपल्या प्राणाचे मोल द्यावे लागले! आचार्यांनी सतर्कता, दूरदृष्टी व अचूक अनुमान पुन्हा पुन्हा सिद्ध होत होते, व शत्रूचा प्रत्येक प्रहार विफल ठरत होता.

आचार्यांनी मला सतत दक्ष राहण्याची आणि प्रत्येक गोष्टीकडे चौकसबुद्धीने पाहण्याची सवय लावली होती. भिंतीला देखील कान असतात एवढेच नाही, तर डोळे आणि हातदेखील असतात, हे ज्ञान मी त्यांच्या सान्निध्यातच अनुभवाने शिकलो. सत्यजित घडलेल्या सर्व घटनांचे वर्णन सांगत होता. प्रमोदक नामक एका रंजन करणाऱ्या व्यक्तीचे थोडे विपरीत वाटणारे वर्तन गुप्तचरांनी आचार्यांच्या कानी टाकले की, हा मनुष्य त्याच्या कुवतीपेक्षा जास्त द्रव्याचा व्यय करीत आहे. वास्तविक पाहता त्याच्या उत्पन्नाचा ज्ञात स्रोत एवढा नाही, त्यास कदाचित

कुठूनतरी अचानक धनलाभ झाल्याची शक्यता असावी! संशयी वृत्तीचे आचार्य तत्काळ सावध झाले. कोणतेही विपरीत असलेले क्षुल्लक वृत्तदेखील गांभीर्यानेच घ्यायचे, या त्यांच्या दंडकानुसार त्यांची तपासचक्रे फिरू लागली, आणि खरेच प्रमोदक सापळ्यात अडकला...! सुरक्षा पथकातील गुप्तचरांनी त्यास आपल्या पद्धतीने बोलते करताच, तो घडाघडा सांगू लागला की, अमात्य राक्षसांनी त्यांचा हस्तक विराधसिद्धी यांचेकडून त्यास एका कुटिल कारस्थानात सामील करून घेतले होते. अमाप द्रव्याचे प्रलोभन आणि अमात्याचे सुरक्षा कवच असल्यामुळे तो नि:शंक होऊन कामास लागला. पण तत्पूर्वी त्यास भरपूर द्रव्य देऊन संतुष्ट केले गेले होते. त्याचे काम विशेषच होते. महाराज चंद्रगुप्त शयनकक्षात विश्राम करण्यासाठी आल्यावर त्यांना निद्रा लागेपर्यंत काहीजणांनी रंजन करावे अशी राजपरंपरा होती आणि ती निरुपद्रवी असल्याने त्याकडे कोणी लक्ष दिलेले नव्हते. नेमकी हीच बाब हेरून अमात्यांनी माझ्या तिथे रंजक म्हणून असलेला वावर कामात आणला. महाराज निद्रेच्या आधीन झाले की, त्यांचेवर कुठाराघात करून हत्येचे अघोरी कर्म पार पाडायचे होते! अर्थात पुरेपूर मोबदला घेऊन!

आचार्य चाणक्याकडे प्रमोदकाने कथन केलेला सर्व वृत्तान्त तातडीने पोचविण्यात आला. आचार्यांनी स्वत: येऊन पुन्हा सखोल चौकशी केली असता तो काहीतरी लपवत असल्याचा संशय त्यांना आला. मिळालेल्या निर्देशानुसार गुप्तचराच्या विशेष पथकाने त्यास इतके प्रताडित केले की, त्याला ते असय होऊन तो घडाघडा बोलू लागला. अमात्य राक्षसाची आणखी एक अघोरी योजना प्रकाशात आली. बीभत्सक नावाचा एक अत्यंत क्रूर मारेकरी काही निवडक सहकाऱ्यांसह माझ्या शयनकक्षातील गुप्त भुयारी मार्गात लपून बसणार होता. रात्री महालातील सर्वजण निद्रेच्या आधीन झाल्यावर त्या गुप्त मार्गातून शयनकक्षात प्रवेश करून झोपेतच हत्या करून माझी जीवनयात्रा ते संपविणार होते! वृत्तातील सत्यता लक्षात आल्यानंतर आचार्य फारच संतप्त झाले व केवळ द्रव्यलोभाने चंद्रगुप्ताच्या जिवावर उठलेल्या त्या नीच प्रमोदकास हालहाल करून संपविण्याचा त्यांनी सक्त आदेश दिला! अर्थात त्या आज्ञेची त्वरित अंमलबजावणी झाली. प्रमोदकाच्या करुण किंकाळ्या अथवा हृदयद्रावक आक्रोश ऐकायला आणि त्याच्या शरीरास दिलेल्या मरणयातना पाहण्यास कोणीही साक्षीदार नव्हते!

राक्षसाच्या प्रतिशोधाच्या लवलवत्या ज्वाला आता माझ्या शयनगृहापर्यंत आलेल्या पाहून अस्वस्थ झालेले आचार्य अधिकच सतर्क झाले. अंत:पुरातील माझ्या त्या विशेष शयनगृहातील तसेच राजमहालातील एकूणच सुरक्षा यंत्रणेचे त्यांनी बारकाईने पुनर्निरीक्षण केले. महालाच्या अंतर्गत व बाह्य रचनेसंदर्भात अधिकाधिक तपशील जाणून घेताना त्यांना प्रियंवदेने, मुरादेवीच्या सखीने शय्यागृहात

अंतर्गत भुयार असल्याच्या धक्कादायक वृत्तास दुजोरा देत सांगितले की, आज इतक्या वर्षांनंतर प्रियंवदेस त्या भुयारी मार्गाची गुप्त कळ नेमकी कशी व कुठे आहे ते स्मरत नव्हते, पण ते वास्तव होते! दारुवर्म्याने निर्माण केलेल्या सर्व शिल्परचना आणि नगरातील सगळे गुप्तमार्ग यांची अमात्य राक्षसास खडान्‌खडा माहिती होती व त्याचा ते उपयोग करून घेणारच होते, पण थेट राजमहालात एवढे प्रशस्त भुयार असेल याची त्यांनीही कल्पना केली नसेल. शयनकक्षाचे बारकाईने निरीक्षण करीत असतानाच, आचार्यांच्या तीक्ष्ण दृष्टीस ते दृश्य पडले... मुंग्यांची एक रांग सूक्ष्म अशा फटीमधून शिजलेल्या भाताचे काही कण तोंडात घेऊन येत होती! अतिवक्र झालेल्या भिवया आणि आरक्त झालेले विस्फारित नेत्र असा आचार्यांचा क्रुद्ध अवतार आम्ही कोणीही पाहिलेला नव्हता. आचार्य कधी नव्हे ते संतापाने अक्षरशः थरथरत होते! त्यांनी तातडीने पूर्ण शय्यागृहालाच अग्नीच्या स्वाधीन करून भस्मसात करण्याचे आदेश दिले, कारण त्यांची खात्री पटली होती की, प्रमोदकाने सांगितलेले वृत्त सत्य होते. क्रूर मारेकरी बीभत्सक माझा काळ बनून, गुप्त भुयारात योग्य संधीची वाट पाहत दबा धरून बसला होता. कालावधी किती लागेल हे निश्चित नसल्याने त्याने सोबत अन्नासाठाही ठेवला होता. जणू माझा काळ आला होता, पण वेळ आली नव्हती! माझे दैव बलवत्तर म्हणून त्या वेळी मुंग्यांची रांग तेच अन्नकण घेऊन फटीतून बाहेर आली होती, व आचार्यांच्या दृष्टीस पडली. एरव्ही तिथे अन्नसाठा असण्याचे काहीच प्रयोजन नव्हते. अग्निज्वाला आणि धूर यांनी गुदमरून व भाजून गेल्याने पाषाणहृदयी बीभत्सकास त्याच्या सहकाऱ्यांसह यातनामय मृत्यू आला! एकामागून एक आलेली सर्व अरिष्टे टळली होती, म्हणूनच तर मी स्वतःस खूप खूप सुदैवी समजतो!

आम्ही युद्ध जिंकले होते. सर्व संकटांवर मात करून यशस्वीरीत्या मी मगधराज चंद्रगुप्त मौर्य म्हणून सिंहासनावर अभिषिक्त झालो. मौर्य...! होय धनानंद राजाचा वंशज नंद घराण्याचे नाव व लावता मी मुरादेवीच्या नावाने वंश चालविणार होतो. तशी राजमाता मुरादेवी ज्या राज्यातून आलेल्या होत्या, त्या किरात राज्यात मातृसत्ताक कुटुंबपद्धतीच रूढ होती! आता माझे पुढील वारस देखील मौर्य म्हणूनच संपूर्ण आर्यावर्तात परिचित होणार होते! त्यात माझ्या मातेचा सन्मान तर होत होताच, पण माझाही आत्मसन्मान त्यात होता. परंपरा आणि रूढी पूर्णतः बाजूला सारून आचार्यांनी असा वस्तुनिष्ठ विचार मांडलेला होता जो सगळ्यांनाच भावला!

आचार्यांनी 'राजा' म्हणून घडविताना दिलेल्या व्यवहारी संस्कारांनी मला जरी कठोर बनविले असले तरी माझ्या मनाचा एक कोपरा मात्र हळुवारच

राहिलेला होता. अंत:करणातील तो मृदू भाग माझे गुरू, मित्र, माता, पिता व प्रशिक्षक असे सर्वकाही असलेल्या आचार्य चाणक्यांनी व्यापला होता. एखादे रोपटे उपटून त्याचे अन्य स्थानी रोपण करून वाढविणे ही झाली यांत्रिक प्रक्रिया, पण ममत्वाने त्याचे संगोपन करून मायेची ऊब देत, त्याचे हळुवारपणे संवर्धन करून विशाल वृक्षात रूपांतर करणे, हे केवळ जिव्हाळ्याच्या नात्यातूनच शक्य होत असते. तसे पाहिले तर मी कोण कुठला एक सामान्य गोपालपुत्र...! डोंगरातील रानावनात गायीचे खिल्लार सांभाळण्यातच माझा जन्म जायचा, पण 'परीसस्पर्श' म्हणतात तो मला झाला आणि अवघ्या आयुष्याचे सोने झाले! माझ्या जन्मगावापासून शेकडो योजने दूर असलेल्या कधीच न पाहिलेल्या तक्षशिला नामक नगरीत मी येतो काय, आचार्यांचा पट्टशिष्य बनतो काय, विद्या, कला, शास्त्रे यांत पारंगत होतो काय आणि आज मगध राज्याचा सर्वेसर्वा म्हणून समोर येतो काय....! सगळेच अविश्वसनीय आणि अतर्क्य! एखाद्या ओबडधोबड पाषाणातून कुशल हातांनी सुंदर कोरीव शिल्प घडवावे तशी आचार्यांनी माझी भावी नृपती म्हणून जडणघडण केली होती, अगदी हेतुपुरस्सर केली होती! आचार्यांचे हे केवळ ऋण होते! पण आमचे नातेच एवढे प्रगल्भ झालेले होते की त्या ऋणाचे मला कधीच ओझे वाटले नाही. लहान बालकांवर आईचे किती उपकार असतात. गर्भात असताना पोषण करण्यापासून ते जन्म झाल्यावर, केवळ लोळागोळा असलेल्या त्या परावलंबी व अजाण जीवासाठी माता किती प्रकारचे कष्ट उपसते याची काही गणती करता येईल काय? उभयतांमध्ये असलेले नैसर्गिक अधिकार आणि विशुद्ध कर्तव्याच्या भावनेतून ती प्रक्रिया होत असते. त्यात माता आणि बालक या दोघांनाही कसल्यातरी ऋणाची जाणीव होत असते का? अगदी सहजभावनेने प्रेरित होऊन हे सगळे होत असते, त्याला कोणत्याही प्रकारचे मोजमाप लावणे हा शुद्ध वेडेपणा ठरेल! मातेचे सात्त्विक वत्सलभाव आणि बालकाचा शुद्ध निरागसपणा यांच्यात एक अकृत्रिम बंध असतो, एक नैसर्गिक ऊर्मी असते! आचार्यांनी माझे संगोपन अशाच निरपेक्ष प्रेमापोटी केलेले असल्याने आमच्या भावविश्वात कसल्याही प्रकारचे द्वैत उद्भवणे कदापि शक्य नव्हते; किंबहुना त्याची मी कल्पनाही करू शकत नव्हतो.

आचार्य चाणक्य हे नात्याने माझे कोणीच नव्हते, पण ते माझे सर्वस्व होते. म्हणूनच मला जेव्हा आचार्यांकडून सूचना मिळाली की, एक छद्म नाट्य म्हणून का असेना, पण मी आचार्यांवर अल्पकाळासाठी तरी रुष्ट व्हावे! त्यांचेशी कृत्रिम वाद करावा हे देखील मनाला पटत नव्हते, किंवा ती कल्पनाच मला कशीतरी वाटत होती. तरीही माझा निरुपाय झाला होता. राजनीती सरड्यासारखी क्षणाक्षणाला आपले रंग बदलते, वेष बदलते आणि चेहराही बदलते हे माहीत असूनही मी

अस्वस्थ झालो होतो. निरुपाय, अगतिकता व अपरिहार्यता हे शब्द म्हणजे संथ पाण्यावर दगड मारताच पाण्याच्या पृष्ठावर दीर्घकाळ उठणारी वलये आहेत. संथ आणि शांत जीवनात आलेले वादळच जणू! हे मर्यादित वादळ पाण्याला प्रवाहित करत नाही, पण प्रभावित मात्र निश्चित करते. आम्हा उभयतांच्या नात्यात या लटक्या वादामुळे तसा काही फरक पडणार नव्हता, पण तसा आभास निर्माण करायचा होता. हेतुसिद्धीसाठी आणि 'आचार्य इच्छा प्रमाण' मानत मी तसा लटका संघर्ष करण्यास तयार झालो.

कौमुदीउत्सवाच्या माझ्या आदेशास आचार्यांनी प्रतिसाद देऊन त्याची कार्यवाही न करता, उलट त्यास आक्षेप घेतल्यामुळे मी चांगलाच रुष्ट झालो. शेवटी हा माझ्या प्रतिष्ठेचा विषय होता. मी आता कोणी अध्ययन करणारा विद्यार्थी अथवा सामान्यजनापैकी नव्हतो! मगधनरेश महाराज चंद्रगुप्त होतो...! त्या पदाचा सन्मान म्हणूनतरी आचार्यांनी विवेक बाळगून वागायला पाहिजे होते असे माझ्यासकट राजसभेतील अनेक निकटवर्तीयांचे देखील मत होते. त्यामुळेच तर राजसभेत मी वाद टाळला होता. तरी माझे मन अस्थिर बनले होते व त्याच अस्वस्थतेमुळे मी पुन्हा एकदा आचार्यांना पाचारण केले. आचार्यांची पर्णकुटी हेच त्यांचे निवासस्थान पूर्वीपासून होते, तिथे प्रतिहारी गेला. तो प्रथमच आचार्यांच्या पर्णकुटीत जात असावा. तेथील 'वैभव' पाहून तो चकितच झाला. चारदोन मृत्तिकापात्रे व काष्ठपात्रे, समिधांचे भारे, शेण्या फोडण्यासाठी काही दगड, काही भूर्जपत्री पोथ्या व गवताने शाकारलेली पर्णकुटी पाहून आचार्यांच्या निरिच्छतेची त्यास पुरेपूर कल्पना येऊन तो खजील झाला व त्याने आदरपूर्वक माझा निरोप दिला.

त्याप्रमाणे आचार्य सस्मित मुद्रेने प्रवेश करते झाल्याचे पाहून अंतर्यामी मी सुखावलो. आचार्यांनी ते ताडले व रुक्ष आणि खरखरीत आवाजात पृच्छा केली, "चंद्रगुप्ता, का पाचारण केलेस?" मीही सावरून शक्य तेवढ्या कोरड्या शब्दात उत्तरलो, "काही नाही अशीच एक विनंती करण्यासाठी बोलावले होते." तत्काळ उत्तर आले...! "विषय आणि आशय केवळ प्रामाणिक विनंतीचाच होता, तर मला पाचारण करण्याचा आदेश देण्याऐवजी आपण माझ्याकडे येणे सोयिस्कर ठरले असते.... नाही का?" आचार्यांनी एक आसूड आल्या आल्या फटकरला...! "हरकत नाही, काय आदेश आहे तो स्पष्ट सांग, कारण मूळ मुद्दा सोडून पाल्हाळ लावण्यात राजाच्या अमूल्य वेळेचा निष्कारण अपव्यय होणे इष्ट नाही." दुसरा फटकारा...! मीही मग थोडे चिडल्यासारखे करून स्पष्टपणे विचारले की, "कौमुदी महोत्सवाच्या माझ्या आदेशाचे पालन न करण्यात आपला काय हेतू होता ते जाणून घ्यायचे आहे." आचार्य उत्तरले, "तर मला त्याचे स्पष्टीकरण देण्यासाठी बोलावले आहे असे म्हण ना!" मी गडबडून उत्तरलो,

“नाही नाही, केवळ खुलासा व विनंती करण्यासाठीच...!” “ठीक आहे, जर माझी योग्यता राजाने विनंती करण्यायोग्य असेल तर मग गुरूच्या म्हणण्यास विरोध दर्शविणे राजास कितपत शोभते?” मी पुन्हा प्रयत्नपूर्वक मत व्यक्त केले, “आजवर आपण कोणतीही गोष्ट कधीही विनाकारण केलेली नाही, तसे सबळ कारण असेल तरच असा पवित्रा आपणाकडून घेतला जातो, म्हणून खुलासा व्हावा ही विनंती...” मी वाक्याची कशीबशी जुळवाजुळव करीत उत्तरलो! धीरगंभीर आवाजात आचार्य म्हणाले, “हे राजन, राजनीतीशास्त्र सांगते की, राजाची राज्यव्यवस्था तीन प्रकारे चालते. एक तर राजा स्वत: स्वमताने व स्वतंत्राने कुणावरही अवलंबून न राहता स्वयंप्रेरणेने उत्तम राज्यकारभार पाहतो, किंवा माझ्यासारख्या नियुक्त सचिवांच्या बुद्धिमत्तेवर व निष्ठेवर विसंबून सुयोग्य प्रशासन चालवतो, अन्यथा सर्वच सहकारी मंत्र्याचा सल्ला घेऊन स्वत: अंतिम निर्णय घेत यशस्वी शासक बनतो. यांपैकी तुझी राजसत्ता ही आम्हा नियुक्त प्रशासकांवर अवलंबून आहे, आणि आम्ही जो निर्णय घेतलेला असतो तो पूर्ण विचारांती घेतलेला असताना त्यावर पुन:पुन्हा आक्षेप घेण्याची आवश्यकताच काय?”

आचार्यांचे ते सडेतोड उत्तर ऐकून मी दुश्चित्त होत निषेधार्ह स्वरात म्हणालो, “आचार्य, आपणाकडून हा माझ्या अधिकारात अधिक्षेप होत नाही का?” माझे ते काहीसे निर्वाणीचे व निर्धारपूर्वक बोल ऐकून जवळच उभ्या असलेल्या वैतालिकांनी (स्तुतिपाठकांनी) माझे स्तुतिपर स्तवन सुरू केले. एकाने माझ्यावर साक्षात विष्णू आणि शंकराची अविरत कृपा आहे असे प्रतिपादन केले, तर दुसऱ्याने थोडेसे वेगळेच वाटणारे स्तवन केले, ‘प्रत्यक्ष ब्रह्मदेवाने वरदहस्त ठेवलेल्या पराक्रमी राजास, मदोन्मत्त हत्तीचे दल बाळगणाऱ्या अनेक राजांचेही भय नसते, असे स्वाभिमानी आणि सार्वभौम नरेश स्वयमेव मृगेंद्राप्रमाणे, त्यांचा आज्ञाभंग झालेला कधीच सहन करीत नाहीत! विपुल धनसंपदा, राजवैभव, आणि उपभोग साधने यामुळे कोणताही राजा श्रेष्ठ ठरत नाही, तर आत्मसन्मान आणि ज्याच्या आज्ञेचे कधीच उल्लंघन होत नाही असा तो नृप जगतात सर्वश्रेष्ठ असतो!’ हा स्तुतिसंदेश ऐकून मला संघर्ष करण्याची प्रेरणा देणाऱ्या त्या तत्पर यंत्रणेचे कौतुक वाटले आणि आचार्यांविषयी माझा आदर शतगुणित झाला.

मी आचार्यांच्या बोलण्याकडे किंचित दुर्लक्ष करीत आज्ञा सोडली, ‘या वैतालिकाच्या सुमधुर स्तुतिवचनाने मी आनंदित झालो आहे, यांना राजकोशातून प्रत्येकी सहस्र सुवर्णमुद्रा उपहार स्वरूपात देण्यात याव्यात...!’ माझ्या त्या आज्ञेची पूर्तता करण्यास निघालेल्या प्रतिहारीस आचार्यांनी प्रतिरोध करीत विचारले, “राजा... हा धनाचा अनाठायी अपव्यय कशासाठी?” मी किंचित कोपाने उत्तरलो, “जर राजाच्या प्रत्येक आज्ञेस आक्षेप घेण्याचा आपला निश्चयच झाला असेल तर

आम्हास राज्य करणे महाकठीण कर्म होईल!'' यावर आचार्य संतप्त होत म्हणाले, ''जे राजे स्वत:च्या निर्णयबुद्धीने चालत नाहीत, किंबहुना ज्यांची तशी क्षमताच नसते अशांच्या बाबतीत हे असेच घडत असते, आणि अशा लोकांना व्यवहारी सल्ला दिलेला रुचत देखील नाही, म्हणून वृषला, यापुढे तू स्वत: सूत्रे हाती घेऊन राज्यकारभार करणे हेच उत्तम राहील!'' ''ठीक आहे आचार्य, मी घेतली सूत्रे...!'' मीही तितक्याच आढ्यतेने म्हणालो. माझ्या ठाम भूमिकेमुळे स्तिमित झालेल्या आचार्यांपुढे आता कोणताही विकल्प नव्हता. ते उद्‌गारले, ''बरे झाले आम्ही मुक्त झालो. या क्षणी आम्ही सर्व सूत्रे सोडून निघतो आहोत!'' मी त्यांना प्रत्युत्तरादाखल शुष्कपणे म्हणालो, ''ते ठीक आहे, पण आम्हास आपणाकडून कौमुदीउत्सवास घेतलेल्या आक्षेपाचे स्पष्टीकरण अद्याप मिळाले नाही.'' चढ्या स्वरात आचार्यांनी प्रतिप्रश्न केला, ''वृषला...! मलाही कौमुदीउत्सवाचे प्रयोजन समजले नाही, प्रज्ञावंत महाराजाकडून माझे शंका समाधान होईल का?'' मी आता निर्धाराने म्हणालो, ''माझ्या आज्ञेचे पालन होत आहे की नाही ते पाहणे हेच तर त्या प्रयोजनाचे कारण होते. आता तरी हे समजले का?'' क्रुद्ध स्वरात आचार्य म्हणाले, ''तर मग तूही ऐक, मुद्दामहून तुझा आज्ञाभंग केला होता मी! संपूर्ण आर्यावर्तात आता तुझ्या यशाची कीर्ती पसरली आहे, मगधाच्या सामर्थ्याची कल्पना सर्वांनाच आहे त्यामुळे तुझा आज्ञाभंग करण्याचे धाडस आज कोणातही नाही, म्हणून मी हेतुपूर्वक तुझ्या आज्ञेचा भंग केला. तू जर मोठ्या मनाने तो स्वीकारला असतास तर तुझ्या विनम्रतेचे जगतात सगळीकडे कौतुक झाले असते. तुझी सार्वभौम सत्ता विनयशील ठरून सर्वांच्या आदरास पात्र ठरली असती; आणि ती तशी व्हावी हाच माझा मानस होता. समजले का चंद्रगुप्त महाराज! आणि माझा दुसरा हेतूही स्पष्ट करतो, सत्तांतर झाले म्हणजे सर्वकाही स्थिरस्थावर झाले असे समजणे हे सुज्ञाचे लक्षण नव्हे. याचेही विश्लेषण ऐक. राजाने नेहमीच दक्ष असले पाहिजे, प्रजेच्या हितरक्षणासाठी आणि सीमासंरक्षणासाठीही! यांपैकी कुठल्याही एका कर्तव्यास तो चुकला तर त्यास काळ कधीही क्षमा करीत नाही. राज्याच्या सीमेवर काही शंकास्पद गोष्टी आढळल्या तर सावधचित्ताने त्याकडे पाहावे, यत्किंचितही दुर्लक्ष होणे हे विनाशास निमंत्रण देणारे असते. सांप्रत महाराज पर्वतकांचा पुत्र युवराज मलयकेतू शोकसंतप्त झालेला आहे व तो प्रतिशोधाच्या भावनेने पेटलेला आहे, त्यास भर देणारे अनेक जण आहेत. पैकी मुख्यत: अमात्य राक्षस हा समदु:खी त्यास जाऊन मिळाला आहे. त्यांनी सैन्याची जमावजमव चालविल्याच्या वार्ता येत आहेत. अशा आपत्कालीन परिस्थितीत राजाने सोहळे, समारंभ, उत्सव यांमध्ये व्यस्त होणे हे केव्हाही घातक ठरू शकते. किंबहुना ते नादानपणाचेच लक्षण आहे! प्रसंगाचे अवधान ठेवून कायम युद्धसज्ज राहणे हे राजकर्तव्य

महत्त्वाचे असताना, कौमुदीउत्सवाला अवास्तव महत्त्व देणे हे मुळीच व्यवहार्य नाही! म्हणून मी माझे कर्तव्य पार पाडले व युद्धसज्जतेला प्राधान्य देत कौमुदीउत्सव दुय्यम मानून तुझा आदेश अव्हेरला; आणि सीमावर्ती भागातील वृत्तान्ताची तुला पुष्टीच हवी असेल तर हे पहा,'' असे म्हणत आचार्यांनी वृत्तसंकलन करणाऱ्या मुख्य कायस्थास बोलावले, आणि मलयकेतूला जाऊन मिळालेल्यांची नोंदणीकृत नावे दाखविण्यास सांगितले. गजदलाचा प्रमुख भद्रभट्ट आणि अश्वदलाचा प्रमुख पुरुषदत्त हे दोघेजण तसेच रक्षकप्रमुखाचा भाचा डिंगरात, जुना राजसेवक राजसेन, नात्यातील सरदार बलगुप्त, माळव्याच्या सरदार लोहिताक्ष व क्षत्रियप्रमुख विजयवर्मा यांचेबरोबरच सेनानी भागूरायण, एवढी आपली उल्लेखनीय मंडळी त्यात असल्याचे निदर्शनास आणले.

आचार्यांचे मुद्दे बिनतोड होते, पण मला हार मानायची नव्हती. मी आचार्यांना निरुत्तर करण्याच्या उद्देशाने म्हणालो, पण ही सगळी माणसे आपल्यावर रुष्ट का झाली? त्याला कोण कारणीभूत आहे? आणि त्या सर्वांना आपण आश्वस्त का केले नाही? आचार्य संभाषणाचा ओघ कायम ठेवत म्हणाले, ''चंद्रगुप्ता, तुला तर चांगल्याप्रकारे ठाऊक आहे की, माझी सक्षम गुप्तचर यंत्रणा गरुडाप्रमाणे भेदक दृष्टीची आहे. सहसा तिच्या नजरेतून कोणतीही हालचाल सुटणे शक्य नसते, एखाद्या कोळ्याच्या जाळ्याप्रमाणे ती सर्वदूर विणलेली आहे व तितकीच संवेदनशीलही आहे. राज्याच्या सुरक्षाव्यवस्थेचे ते चक्षू आहेत, म्हणून तर राजसभेतील सर्व मंत्री, अधिकारी, विविध समितीचे अध्यक्ष, सेनानी, सामंत आणि नगरश्रेष्ठी या सर्वांवर माझी करडी नजर असते. भद्रभटादी सैन्यातील अधिकारी अस्वस्थ आहेत हे लक्षात आलेले होते. त्यामागची कारणेही समजली होती. तरीदेखील त्यांना प्रतिबंध न करता मी जाऊ दिले. याचेही स्पष्टीकरण तुला हवे असेल तर देतो...! आपल्या पक्षातील कोणी प्रतिपक्षास जाऊन मिळत असतील, तर नीतीशास्त्र सांगते की, घटनेचे यथायोग्य विश्लेषण करून, दोन पद्धतीने ही समस्या सोडवावी, एक 'अनुग्रह' व दुसरी 'विग्रह'. अनुग्रह हा अनुनयाचाच एक प्रकार आहे ज्यात साम आणि दाम या नीतीचा प्रयोग होतो, थोडक्यात अशा व्यक्तींना सामोपचाराने वश करावे अथवा धनद्रव्याचे आमिष दाखवावे. याउलट विग्रह हा कठोर मार्ग सुचवितो, म्हणजे यात दंड व भेदनीतीचा वापर गृहीत धरला आहे. धाक दाखवून किंवा बुद्धिभेद करून अशा व्यक्तींना अनुकूल करून घेता येते. गजदलप्रमुख भद्रभट्ट आणि अश्वदलप्रमुख पुरुषदत्त हे दोघेही अत्यंत व्यसनाधीन झालेले आहेत. असा व्यसनी पुरुष आधी संस्कार व नीतिमत्ता सोडतो. नंतर निष्ठा सोडतो, शेवटी तर तो कृतघ्नसुद्धा होतो! व्यसनासक्त माणसाचे अध:पतन थांबविता येत नसते, तसा प्रयत्न कोणी केला तर तो त्यास

शत्रुवत् समजतो. व्यसनाधीन व्यक्तीच्या घातक अध:पतनाची पुरातनकालीन उदाहरणे मी तुला अनेकदा सांगितलेली आहेत, वृषला! संजीवनीच्या मंत्रसामर्थ्याने कच पुन:पुन्हा जिवंत होत आहे म्हणून दैत्यांनी, मद्यपी असलेल्या दैत्यगुरू महर्षी शुक्राचार्यांच्या मद्यात त्याच्या जावयाची, साक्षात कचाची रक्षा मिसळून त्यांना ते मद्य पिण्यास दिले! शकुनीमामाने व कौरवांनी केलेल्या क्षात्रधर्माच्या आव्हानात फसवून पांडवांनी द्यूतात सर्वस्व गमावल्यानंतर सुद्धा स्वत:च्या धर्मपत्नीस, द्रोपदीला देखील पणाला लावले!

"डिंगरात आणि बलगुप्त यांना धनद्रव्याची अपार लालसा आहे. हव्यास ही देखील अशीच एक वासना असते की जी कधीच तृप्त होत नाही! यज्ञकुंडात काष्ठसमिधा पडताच जशा अग्निज्वाला अधिकाधिक उफाळून येतात, तसेच या लालसी व्यक्तींचे असते, अधिक द्रव्यलोभाची आसक्ती यांना शांत होऊ देत नाही. डिंगरात व बलगुप्त तुझ्या सेवेत तुष्ट नव्हते, त्यांना आहे त्यापेक्षा जास्त धनप्राप्ती होईल ही आशा वाटल्याने दोघेही मलयकेतूकडे गेले आहेत.

"मगधराजाचा जुना सेवक राजसेन यास त्याच्या अपेक्षेपेक्षा आणि पात्रतेपेक्षा अधिक सन्मान व धनसंपदा प्राप्त झाली. अर्थात अशा गोष्टीला कारणीभूत आपण शासकच असतो, कसलीही चिकित्सा न करता एखाद्या सेवकावर विशेष लोभ ठेवून अतिरिक्त कृपा केली असता एकप्रकारचा अहंगंड त्याचे मनात उद्‌भवतो. अनपेक्षित धनलाभ झालेला राजसेन बावचळला व त्याचे मनात असा भयगंड उत्पन्न झाला की, न जाणो उद्या माझ्याकडे जमा झालेली माया राजाने जप्त केली तर...? त्या भयगंडांने पछाडलेला राजसेन मलयकेतूकडे गेला नसता तरच नवल. सेनापती भागूरायण हा मलयकेतूचा हितचिंतकच होता म्हणून तर त्याने पर्वतकावर विषकन्येचा प्रयोग आपण उभयतांनी मिळून केला असे सांगून त्यास इथून निघून जाण्याची प्रेरणा दिली. मलयकेतू त्यामुळेच तर भागूरायणास प्राणदाता मानू लागला होता. म्हणून सेनापती भागूरायणाचे मलयकेतूस जाऊन मिळणे, ही काही नवलाची बाब नाही. लोहिताक्ष आणि विजयवर्मा हे क्षत्रियप्रमुख अत्यंत अहंकारी आहेत, त्यांना तुझ्या नवीन सैन्यरचनेत उचित सन्मान मिळत नाही, आणि तो इतर अपात्र लोकांना मिळतो असा समज़ झाल्याने वैषम्य वाटायचे आणि मग स्वत:विषयी अहंगंड असलेल्या या जोडीने मलयकेतूचा पक्ष घेतला. जे लोक स्वत:चे अवास्तव आणि अतिरिक्त मूल्यमापन करतात ते कुठेच स्थिर राहू शकत नाहीत!"

युक्तिवादाचा तो सुसंगत वर्षाव मला थक्क करून सोडत असतानाच, मी विषाद व्यक्त करीत विचारले, "पण आचार्य, आपण सांगितलेला अनुग्रह व विग्रह यांचा प्रयोग या प्रसंगी न करण्याचे सबळ कारण मला समजले नाही!"

आचार्य छद्मी हास्य दर्शवत उद्‌गारले... "वृषला, आता तुला पुन्हा आशंका येण्याआधीच दुसरे स्पष्टीकरण देतो. या सर्व लोकांवर अनुग्रह केला असता तर त्यांच्या अपप्रवृत्तीला आणि दुराग्रही स्वभावास आपण बळ दिले असे झाले असते, आणि केलेल्या अनुग्रहाविषयी ते उपकृत राहण्याऐवजी अधिकच अहंकारी बनले असते, आणखी आग्रही बनले असते. राहिला उपाय विग्रहांचा, तो देखील निरर्थक होता. कारण मुळात हे सर्वजण विश्वासपात्र नव्हते तसेच ते निष्ठावानही नव्हते. म्हणून तर शक्य असूनही कसलाच प्रतिबंध न करता त्यांना सुखेनैव जाऊ दिले, त्यांच्या जाण्यातच आपला लाभ होता. मला खात्री आहे की, तिथे देखील ही मंडळी असंतुष्टच राहणार!"

"पण आचार्य, स्वतःच्या समर्थनार्थ एवढे विस्तृत विवेचन करावे लागणे, हादेखील झालेल्या प्रमादाचा अप्रत्यक्ष स्वीकार नाही का?" संतप्त चेहेऱ्यावरील वक्र भिवया अधिकच वक्र करीत आचार्य कडाडले, "काय म्हणतोस...? प्रमाद...! तोही या आचार्यांकडून...?" माझा थरकाप उडाला होता, पण धीर एकवटून मी बोलणे पुढे रेटले. "होय, प्रमादच...! कारण आपण सांगता तसे जर या सगळ्या अनर्थाला कारण तो उपद्‌व्यापी मलयकेतू असेल तर त्यास पलायनापूर्वीच अटकाव का नाही केला? आपण ते धाडस दाखविले असते तर पुढील घटनाक्रम तिथेच थांबला असता. आपली इच्छाशक्ती कमी होती की सामर्थ्य कमी पडले?" माझ्याकडे एक तुच्छतादर्शक कटाक्ष टाकीत आचार्य उत्तरले, "ठीक आहे महाराज चंद्रगुप्त...! मला आज एक गोष्ट प्रकर्षाने जाणवते आहे, गुरुकुलात राहून चौफेर ज्ञानप्राप्ती झाली असे वाटणे आणि प्रत्यक्ष व्यवहारात त्याची परीक्षा होऊन ते कसोटीला उतरणे यात महदंतर असते हे आपण आज सिद्ध केले. मेंदूची वाढ झाली म्हणजे बुद्धिमत्तेची वाढ झाली असा आपला समज होणे साहजिक आहे! महाराज, राजनीतीमध्ये बऱ्याच वेळा तर्कशुद्ध अनुमाने काढायची असतात, ज्यास नुसतेच ज्ञान असून चालत नाही, तर प्रतिभा पाहिजे प्रतिभा...! आणि दुर्दैवाने नेमका तिचा आपणामध्ये अभाव आहे! मलयकेतूला अटक केली असती, तर पर्वतकाची हत्या आपण केली असा जो प्रवाद पसरलेला आहे त्यास आपल्या कृतीने पुष्टीच मिळाली असती, आणि एका वेगळ्याच विवादास तोंड द्यावे लागले असते. जर तो इथेच वास्तव्यास राहिला असता तर वचनाप्रमाणे त्यास विनाकारणच अर्धे राज्य देणे भाग पडले असते! दोन्ही पर्याय नुकसानदायी होते म्हणून मलयकेतू येथून काहीही अटकाव न होता विनासायास जाऊ शकला. हे सर्व समजण्याएवढी प्रगल्भता येण्यास आपणास आणखी बराच अवकाश आहे राजन, माझ्या पट्टशिष्याच्या भल्यासाठी नाही, तर आर्यावर्ताच्या भल्यासाठी ती लवकर यावी अशी परमेश्वराकडे प्रार्थना करण्याव्यतिरिक्त आता

माझ्या हाती काही नाही!

"विचलित झालेल्या तुझ्या चंचल मनात शंकाकुशंकांचे काहूर माजले आहे वृषला...! बुद्धिभ्रम झाल्यावर अशी अवस्था होणे स्वाभाविक आहे. तुझी शेवटची शंका मी ताडली आहे, ऐक... अमात्य राक्षसांना देखील पकडून कारागृहात बंदी का केले नाही असेही तुला वाटत असेल तर त्याचे उत्तर असे आहे की, प्रतिभासंपन्न आणि पराक्रमी अमात्यांची लोकांतील प्रतिमा स्वच्छ आहे, ते अजातशत्रू आहेत, आजही त्यांचे समर्थक हजारोच्या संख्येत आहेत, शिवाय अनेक सैनिकांना देखील ते वंद्य आहेत! ही वस्तुस्थिती लक्षात न घेता, त्यांना अटक करणे हा एखादेवेळी आत्मघात ठरला असता. अनेकदा अशा मान्यताप्राप्त व्यक्तीकडे जनमानसाची सहानुभूती अचानक वळते आणि ते मोठ्या लोकक्षोभाला कारण बनते. जर त्यातून उद्रेकाचा वणवा पेटला तर मग त्यात सर्वकाही स्वाहा होते! आणि दुसरी बाजू अशी की, अमात्य स्वत: लढाऊ योद्धे आहेत. त्यांनी सशस्त्र प्रतिकार निश्चित केला असता आणि त्यातून काहीही विपरीत घडू शकले असते, त्या संघर्षातून अमात्य जर वाचले नसते, तर आपण जे महानाट्य उभे करून अमात्य राक्षसांना तुझ्या पक्षाकडे आणण्याचे भगीरथ प्रयत्न चालविले आहेत ते सगळे अर्थहीन झाले असते, आपला अंतिम हेतू साध्य झाला नसता. म्हणून अमात्य राक्षसासाठी माझी वेगळी व्यूहरचना होती, एखाद्या जंगली हत्तीस नियंत्रणात आणण्यासाठी अरण्यात सापळ्यांची जशी उपाययोजना करतात तशी ती होती. मला अमात्यांना केवळ नामोहरम करायचे होते, नष्ट करायचे नव्हते! आता सांग वृषला, अमात्यांचा घात होणे हे तुला आनंददायी वाटले असते का! हे सर्व मी घडवून आणतो आहे ते विनाकारण आहे का? माझ्या बुद्धिचातुर्याने व स्वबळावर आणि केवळ तुझ्यासाठीच तर हा सर्व खटाटोप आहे, इतके तरी मान्य कर!"

आचार्य चाणक्यांच्या अलौकिक प्रतिभेच्या आविष्कारापुढे मी पुन्हा नतमस्तक झालो. तर्कशुद्ध मांडणी, स्पष्ट विचार, बिनतोड युक्तिवाद आणि अद्वितीय संभाषणकौशल्य! प्रत्येक गुण ठासून भरलेला! आणि या सगळ्या गुणांना नि:स्पृहतेची जोड! केवळ समर्पित भावनेने व देशभक्तीच्या प्रेरणेने ते मला चक्रवर्ती सम्राट बनविण्याचे स्वप्न पाहत होते, त्यातूनच त्यांना आर्यावर्ताचा भाग्योदय दिसत होता! निरिच्छ आचार्यांना स्वत:साठी काहीही नको होते, केवळ राक्षसाने माझे अमात्यपद स्वीकारावे यासाठीच तर त्यांचा अट्टाहास होता. तरीदेखील मला रंगमंचावरील माझी भूमिका योग्यरीतीने वठविणे भाग होते. मी उपहासात्मक सुरात बोललो, "आचार्य, आपणच मान्य केले आहे की, अमात्य राक्षस हे एक असामान्य व्यक्तिमत्त्व आहे, आणि माझेही मत तसेच आहे, त्यामुळे आपण जे श्रेय घेत आहात ते अर्धसत्य नाही का...!"

वाल्मीकातला डिवचलेला नाग फूत्कारावा तसे आचार्य फूत्कारले... "अस्सं आहे का...? मग पूर्णसत्य तरी काय आहे ते जगाला कळू द्या, राजराजेश्वर...!" मी माघार न घेता ठामपणे उत्तरलो, "आचार्य, आपणास रुचणार नाही, पण कटूसत्य हेच आहे की, केवळ अमात्य राक्षसाच्या दुर्दैवामुळे आणि आपणास दैव अनुकूल असल्यामुळेच यशप्राप्ती झाली! यात खरे कर्तृत्व तर दैवाचेच आहे. आपण निमित्तमात्र आहात हेच सत्य आहे!" आता मात्र आचार्यांचा संयम संपला, जागृत झालेल्या ज्वालामुखीप्रमाणे क्रुद्ध झालेले चाणक्य आवेशात उसळले, "माझ्या कर्तृत्वावर आशंका...? साक्षात कौटिल्याच्या कर्तृत्वाबद्दल संदेह...? आणि वर दैवाचा दाखला देतोस? अरे, जे निष्क्रिय व कर्तृत्वहीन असतात तेच मूर्ख लोक दैवाचा आधार घेतात! हे मूढ वृषला, या चाणक्याने पुनश्च एकदा घोर प्रतिज्ञा करावी अशीच तुझी कामना दिसते. अरे यज्ञवेदीवर पशूचे बळी द्यावेत तसे एकेका नंदाचा मी बळी दिला, तेही तुझ्या त्या महान राक्षसासमक्ष! माझे उग्ररूप तुला चांगले माहीत असतानाही तू असे बोलण्याचे धाडस कसे काय करीत आहेस? तुला तो राक्षस अतिप्रिय झाला असेल आणि तुझा अहंकार सुखावणार असेल तर मी आत्ता या क्षणी, राज्यशकटाच्या दायित्वातून मुक्त होत आहे, स्वीकार सगळी सूत्रे...!" साक्षात शिवाचे तांडव काय असते त्याचा मी प्रत्यय घेत होतो. आचार्यांचा जमदग्नीचा अवतार मी प्रथमच पाहत होतो, तरीसुद्धा अचानक उसने बळ मिळाल्यागत मीही तितक्याच आढ्यतेने उच्च स्वरात उत्तरलो, "होय...! स्वीकारली मी सर्व सूत्रे...!"

आचार्यांची पाठ फिरताच मी तत्काळ प्रतिहारीस आज्ञा केली, "आजपासून चाणक्याकडे कसलेही दायित्व नाही व राज्यकारभाराची सूत्रे नाहीत, स्वत: चंद्रगुप्त महाराज सर्व सूत्रे हाती घेत आहेत अशी द्वाही चहूकडे फिरवा!" आचार्यांचा तो एकेरी उल्लेख प्रतिहारीस देखील चांगलाच जाणवला, पण वैतालिकाने मात्र आपले स्तुतिपठणाचे काम योग्य रीतीने बजावले. 'आज खऱ्या अर्थाने महाराज, आपण स्वामी झाला आहोत, शिवाच्या जटावरील चंद्रकोर आता पूर्ण तेजाने तळपते आहे, पृथ्वीतलावरच काय त्रैलोक्यात आपल्या कीर्तीची पताका झळकते आहे...!' मात्र त्या स्तुतीमुळे मी सुखावणे शक्यच नव्हते, तो माझ्यासाठी चंदनदाहच होता!

माझ्या सर्वांगातील त्राण संपले होते, गलितगात्र का काय म्हणतात, ती अवस्था अनुभवत होतो. नाटक करणे वाटते तितके सोपे नसते, विशेषत: मनाविरुद्ध असलेली भूमिका रंगवायची हे तर यातनामय काम असते. आचार्य चाणक्याशी लटका का असेना पण संघर्ष करणे हीच मोठी वेदनादायक कामगिरी होती. उग्ररूपातील आचार्यांनी, तीव्र सुरात उच्चारलेली ती कठोर वाक्ये नाटकी होती, तरी अजूनही माझा थरकाप उडवत होती! खरेच आचार्य माझा त्याग

करून गेले तर... कल्पनाही करू शकत नाही मी! सूर्य-चंद्राने प्रकाशणे थांबविले तर... किंवा सावलीने साथ सोडली तर... असले वेडगळ प्रश्न करण्यात काही अर्थ नसतो म्हणा, पण एक अनामिक भीती मात्र सारखी भेडसावत होती, हेही तेवढेच खरे! माझे अवघे जीवन आचार्यांनी व्यापून टाकलेले होते, आचार्यांशिवाय चंद्रगुप्त हे कसे शक्य आहे? मी राजमाता मुरादेवीकडे निघालो, विरंगुळा किंवा आत्मिक समाधान मिळण्याचे ते माझे दुसरे ठिकाण होते!

◆

आर्य चाणक्य

शत्रूचा निःपात करण्यासाठी करावे लागणारे राजकारण कठोरच असते. राजाने अनावश्यक संवेदनशीलता दाखविणे म्हणजे मानसिक दुर्बलता होय. राजा आणि राजदंड याविषयी हितचिंतकांना आदर व हितशत्रूंना पराकोटीचे भय वाटलेच पाहिजे! राज्यातील अंतस्थ शत्रू फार घातक असतात, त्यांना कुटिलनीतीने विभक्त करून पृथक पृथक संहार करावा लागतो, अशा वेळी राजनीतीशास्त्रातील भेदनीतीचा वापर हा सर्वश्रेष्ठ ठरतो! अमात्य राक्षसास वेगळे पाडून त्याचे सर्व घातक डाव त्याच्यावरच उलटविण्याची किमया त्यामुळेच शक्य झाली. राक्षसाने पाठविलेली विषकन्या त्याचे मौल्यवान उपहार, मुख्यतः त्याची अवचित सापडलेली 'मुद्रा' आणि त्याचे विश्वासू सहकारी यांचा चातुर्याने केलेला वापर हे सगळे केवळ कुटिलनीतीमुळेच शक्य झाले!

आर्य चाणक्य...

अनेकांच्या मनात प्रश्नचिन्ह उभे राहिले होते. नंदांचा निर्वंश केल्यानंतर, माझी प्रतिज्ञापूर्ती झाली असतानाही मी माझी शिखा न बांधता मुक्त का सोडली होती, त्यास काय कारण असावे? वास्तविक पाहता नंद घराण्याचा निर्वंश झाला नव्हता, धनानंदचा ज्येष्ठ बंधू सर्वार्थसिद्धी आजही जीवित होता. त्याने सर्वसंगपरित्याग करून व राजवैभवाचाही त्याग करून वानप्रस्थाश्रम स्वीकारला होता. तो जीवित असलेला शेवटचा नंद होता आणि त्याच्या अस्तित्वाच्या आधारावरच अमात्य राक्षस पुन्हा एकदा नंद घराण्याची सत्ता आणण्याचे स्वप्न पाहत होता. त्याची ही उरलीसुरली आशा तातडीने नष्ट करणे आवश्यक होते, आणि मी ती केली देखील! म्हाताऱ्या सर्वार्थसिद्धीस आपला शिरच्छेद कधी झाला ते कळलेसुद्धा नाही! बिचाऱ्याने तत्पूर्वी खूप विनवणी केली, आपण राजगादीचा मोह सोडून हा विजनवास स्वेच्छेने पत्करला आहे, मग माझी हत्या करून तुम्हास काय साध्य होणार आहे? वाटल्यास मी हिमालयाच्या अंतर्भागात दूर जाऊन उर्वरित आयुष्य कंठेन! पण माझा सक्तीचा आदेश असल्याने ते हत्यारी पथक अजिबात विचलित झाले नाही. त्यांनी विलंब न करता त्याचा शिरच्छेद केला! आणि सर्वार्थसिद्धीच्या दारुण अंताबरोबरच अमात्याच्या स्वप्नाचाही दुःखद शेवट झाला. आता तशा अर्थाने चंद्रगुप्तांशिवाय कोणताही 'नंद' या पृथ्वीतलावर शिल्लक नव्हता. अमात्य तर त्यास दासीपुत्र मानत असत, का तर मुरादेवी ही किरातकन्या होती, हीन कुळातली होती म्हणून ती राणीपद प्राप्त करू शकत नव्हती, ती राजाची एक वृषली होती, आणि चंद्रगुप्त हा वृषलीपुत्र होता! तसे पाहिले तर मलादेखील चंद्रगुप्ताने नंद घराण्याचे नाव लावलेले आवडले नसते, मला त्या नावाची घृणा होती. मी लौकिकदृष्ट्या मौर्य असेच त्याचे नामाभिधान केले होते! होय, मौर्य...! मुरादेवीचा पुत्र, मुरेपासून मौर्य हे नामाभिधान प्रकटले! जसे पांडवांना कौंतेय किंवा अंगराज कर्णास राधेय म्हणून ओळखले जायचे, तसेच यापुढे चंद्रगुप्तास मौर्य म्हणूनच जगात ओळख मिळेल.

नंद घराण्याविषयी असलेली राजनिष्ठा चंद्रगुप्ताकडे वळविण्याशिवाय राक्षसापुढे पर्याय राहू नये अशी परिस्थिती मला निर्माण करायची होती. नाइलाजाने का होईना चंद्रगुप्ताचा स्वीकार केल्यावाचून गत्यंतर नाही हे अमात्यांनी मान्य केलेच पाहिजे आणि तसे झाल्याशिवाय माझी स्वप्नपूर्ती होणे अशक्य होते. पण इतक्या लवकर अमात्य त्यास स्वीकृती दर्शवितील हे असंभवनीयच नाही, तर केवळ अशक्य होते; आणि मला तर ते शक्य करून दाखविल्याशिवाय विश्राम घ्यायचा नव्हता! चंद्रगुप्तांचे साम्राज्य 'यावच्चंद्रदिवाकरौ' वर्धिष्णू व्हायचे असेल तर चंद्रगुप्तास अमात्य म्हणून राक्षसाची साथ मिळणे नितांत गरजेचे होते, आणि ती आवश्यकता कोणत्याही मार्गाचा अवलंब करून पूर्ण केल्याशिवाय माझी आजवर मुक्त असलेली शिखा बंधनात येणार नव्हती!

ताठ कणा आणि करारी बाणा असलेल्या अमात्यास, मोडू न देता हळूहळू वाकवायचे होते. तसे ते फार जिकिरीचे काम होते, पण माझ्यासमोर दुसरा पर्यायच नव्हता. अमात्य तर आता पाटलीपुत्र सोडून गेले होते. त्याचे समर्थक किंवा पाठीराखे म्हणून जे जे मागे राहिले होते किंवा त्यांनी मुद्दाम ठेवले होते, त्यांचा शोध घेण्याची जबाबदारी माझ्या निष्णात बहुरूपी असलेल्या चरावर, निपुणकावर सोपविली. राजधानीत उपद्रवी होऊ शकणारे असले कंटक असू देणे हे केव्हाही घातक ठरू शकले असते. राजास आणि राज्यास परचक्रापासून जेवढा धोका असतो त्यापेक्षा कितीतरी पटीने अधिक धोका अंतर्गत शत्रूपासून असतो! कारण सीमेवर चालून येणारा शत्रू दृष्टीला उघड दिसतो तरी... पण अस्तनीतले निखारे मात्र डोळ्यांना कधीच दिसत नसतात. ते अत्यंत मोक्याच्या क्षणी राजाचा घात करतातच करतात! त्यांच्यामुळे होणारी हानी ही अपरिमित असते, न भरून येणारी असते. म्हणून उघड उघड शत्रू केव्हाही चांगला, पण निकट सान्निध्यात राहून कुठाराघात करणारे फार फार भयानक असतात! अशा मायावी शत्रूचा बारकाईने शोध घेऊन त्यांचा समूळ नायनाट केला नाही, तर राजा आणि राज्य कायम संकटछायेत आहे असे खुशाल समजावे! आज 'चंद्रग्रहण' आहे असे कोणी सहज जरी म्हणाले तरी मी कान टवकारत असे, व कोण माझ्या 'चंद्राला' ग्रासू पाहतोय, अशी संतप्त प्रतिक्रिया नकळत माझ्या मुखात येत असे, इतका मी चंद्रगुप्ताच्या सुरक्षेविषयी दक्ष आणि सतर्क असे! म्हणून मी प्राधान्य देऊन राजधानीत असलेल्या घरभेदी शत्रूचा कसोशीने शोध घेण्याचा आदेश निपुणकास दिला.

निपुणक नावाप्रमाणेच अत्यंत निपुण चर होता, लोकांत यशस्वीपणे व सहज मिसळता यावे म्हणून त्याने 'यमपट' दाखवीत गल्लोगल्ली फिरण्याचे उत्कृष्ट सोंग घेतले होते. यमपट हा एक रंजनात्मक प्रकार आहे. त्यात विविध

देवतांची चित्रे अनेक घड्या असलेल्या पेटीत लपवलेली असतात. यमपट दाखविणारा विदूषक नाना प्रकारचे ध्वनी काढत व गीत गात फिरत असतो. नगरजनास, महिला व आबालवृद्धास आकर्षित करून तो आपल्याजवळच्या मोरपिसाच्या दांडीने कोणतीही एक घडी उकलण्यास सांगतो. त्या घडीमध्ये ज्या देवतेचे चित्र निघाले त्या देवतेच्या एका पुराणकथेला वर्तमानातील संदर्भ देत ती मोठ्या खुबीने रंगवून सांगतो. कथा सांगून झाल्यावर, तरीसुद्धा सर्व देवांपेक्षा यमदेवता हीच सर्वांत मोठी देवता असल्याचेही तो ठामपणे मनात ठसवितो. आणि त्या महाप्रतापी यमदेवतेस शरण येण्याचे आवाहन करतो. कारण शेवटी यमापुढे कोणाचेही काहीही चालत नाही, जसे सध्या पाटलीपुत्रात देखील यमाचेच राज्य चालू आहे, आणि जे लोक त्या यमाला शरण जातात त्यांचेच कल्याण होते, अशी वर्तमानातील पुस्तीही त्यास जोडत असे. अशाप्रकारे तो यमाचा, म्हणजे माझा कोप टाळण्यासाठी सर्वांनी मला शरण जावे असेच सर्व नगरजनास अप्रत्यक्षरीत्या सुचवीत असे! सुजाण लोकांना तो गर्भित इशारा व्यवस्थित समजत असे. नगरातील प्रशस्त चौकात, थोरामोठ्यांच्या प्रासादासमोर लोकांना गोळा करून तो आपला यमपट दाखवीत लोकरंजन करीत असे.

असेच एकदा त्याचे कलाप्रदर्शन झाल्यावर तो मला भेटण्यास आला, त्याने आज जरा वेगळे वृत्त आणले होते. अमात्य राक्षसाच्या अत्यंत विश्वासातले असलेले तिघेजण नगरात वास्तव्य करून आहेत, पैकी एक क्षपणक जीवसिद्धी, दुसरा कायस्थ शकटदास तर तिसरा चंदनदास नगरश्रेष्ठी! हे तिघेही अमात्याच्या विशेष गोटातील विशेष माणसे होती आणि आजही ते सर्व इथेच राहत असल्याची त्याची माहिती होती. मी सस्मित मुद्रेने ते ऐकत होतो. मनात हसू येत होते की, गुप्तचराचे किती अनोखे विश्व आहे...! क्षपणक जीवसिद्धी हा निपुणकाप्रमाणेच माझा गुप्तचर होता, पण त्याला ते माहीतसुद्धा नव्हते! गुप्तचराच्या रहस्यमयी जगात अशा अघटित, अकल्पित व अनपेक्षित गोष्टी घडणे ही काही नवलाची बाब नव्हती. त्या अनिश्चित जीवनाचा तो नित्याचा भाग होता, गुप्तता राखण्यासाठी आणि स्वत:ला सुरक्षित ठेवण्यासाठी इतके पथ्य पाळावेच लागते, नाहीतर यंत्रणेतील एकाचाही सुगावा जर शत्रुपक्षास लागला तर गुप्तचराची संपूर्ण मालिका उद्ध्वस्त होते. मोठ्या कष्टाने उभारलेली सगळी गुप्त यंत्रणा एका क्षणात कोसळून नष्ट होते! आणि शत्रूच्या हाती जिवंत सापडलेल्या त्या दुर्दैवी जीवांचा अंत तर फारच विदारक असतो. अतिशय निर्ममतेने त्यांस हालहाल करून ठार मारले जाते! म्हणूनच शक्यतो स्वतंत्ररीत्या एकेकट्या चराने काम करणे हेच केव्हाही सोयिस्कर व सुरक्षित असते. दोनच व्यक्तींना माहिती ज्ञात असणे ही गुप्तता असते, तिसऱ्यास ते गुपित समजले की गुप्तता संपुष्टात येते! या क्षेत्रात

सामूहिकरीत्या एकमेकांना सहकार्य करण्यातून फारसे लाभ होत नाहीत, उलट धोके मात्र हमखास वाढतात, म्हणून तर गुप्तचराच्या दुनियेत एकएकट्या शिलेदारानेच भीमपराक्रम केलेला दिसतो!

निपुणकाने आणलेले पुढील वृत्त मात्र अतिशय मौल्यवान होते, किंबहुना अमात्यांची शिखाच जणू त्यामुळे माझ्या हाती आली होती! एखाद्या कृपण व्यक्तीस सुवर्णमुद्राचा साठा सापडून अचानक धनलाभ व्हावा तसे माझे झाले. अचानक गवसलेल्या त्या वस्तूमुळे मी फारच हर्षभरित झालो होतो! निपुणक सांगत होता, तो एकदा असाच यमपट दाखवीत फिरत असता, नगरश्रेष्ठी चंदनदासाच्या प्रासादाजवळ आला, चित्रविचित्र पोशाख व उंच स्वरातली माझी गाणी आणि रसाळ बोलणे ऐकून त्या प्रासादातून एक पाच-सहा वर्षांचे बालक बाहेर आले व कुतूहलाने खेळ बघू लागले, इतक्यात प्रासादात गोंधळ उडाला व 'बाहेर गेला बाहेर गेला...' असा गलका झाला. एक स्त्री अर्धवट बाहेर आली व त्या निरागस बालकास तिने लगबगीने ओढून नेले. या गडबडीत त्या स्त्रीच्या करांगुलीतून एक अंगठी घरंगळत माझ्या पायाजवळ येऊन पडली. मी ती उचलून परत देणार एवढ्यात दरवाजा धाड्कन बंद करून आतून अडसर लावल्याचा आवाज आला. मी ती अंगठी घेतली व निरखून पाहिली असता ती मला काहीशी वेगळी वाटली. अलंकार म्हणून वापरण्यासाठी ती नसावी असे दिसत आहे, असे म्हणत निपुणकाने ती वस्तू मला दिली. ती पाहताच मी चमकलो, ती सामान्य अंगठी नव्हती, ती अमात्यांचे नाव कोरलेली मुद्रा होती! अमात्यांचा पत्रव्यवहार अधिकृत करण्यासाठी ती मोहोर म्हणून वापरली जात असे. निपुणकाने दिलेला हा नजराणा भलताच अमूल्य होता, एका अर्थाने राक्षसच माझ्या मुठीत आला होता! कूटनीतीतल्या तज्ज्ञाला यापेक्षा अधिक काय पाहिजे असते? निपुणकावर त्याच्या यमपटातील सगळ्याच देवदेवता आज प्रसन्न झाल्या होत्या!

निपुणकाने दिलेल्या वृत्तान्तानुसार, क्षपणक जीवसिद्धी याची नगरातून वाजतगाजत धिंड काढून नगराबाहेर हाकलून लावण्याचा मी आदेश दिला. कारण त्याने अमात्यांच्या सांगण्यावरून महाराज पर्वतकाकडे विषकन्या पाठवून त्यांचा घात केला होता. केवढे हे घोर पातक! अशी उलट्या काळजाची माणसे राजधानीत राहणे अत्यंत धोकादायक! तसे पाहिले तर या घोर अपराधाबद्दल त्यास मृत्युदंडच योग्य होता, पण संन्याशाला कशाला सुळावर चढवायचे, म्हणून केवळ तडीपार करण्याचा आदेश दिला. त्यास नगरातून हाकलण्याचा माझा आदेश त्वरित अमलातही आणला गेला. आता बिचारा जीवसिद्धी जाऊन जाऊन कुठे जाणार? त्यालाही मलयकेतूशिवाय कोण सहारा देईल? अपेक्षेप्रमाणे जीवसिद्धी आमच्या

शत्रूकडे, अमात्याकडेच गेला! अमात्यांनाही वेळोवेळी महत्त्वाचे सल्ले देणारा विश्वासू सहकारी परत आल्याचे समाधान झाले. व्यस्त राजकीय व्यापात राजकारणी व्यक्ती इतक्या गुरफटून जातात की त्यांना अनेक गोष्टीत ऐनवेळी सल्ला देणारे विश्वासू सहचर लागतातच! त्यांचा सल्ला निर्णायक धरला जात नसला तरी तो विचारांची दिशा बदलणारा नक्कीच असतो. सुदैवाने जीवसिद्धीच्या पुनरागमनामुळे अमात्यांची एक मोठीच गैरसोय दूर झाली होती.

दुसरा घरभेदी होता कायस्थ शकटदास! गुणवंत व प्रतिभावान माणसे शत्रुपक्षात असलेली पाहिली की मनाला विषाद वाटतो, आणि सहसा अशी माणसे आपल्या निष्ठा बदलत नाहीत. हे कितीही कौतुकास्पद असले तरी विरुद्ध पक्षास त्रादायक ठरते. अमात्य, भागूरायण, शकटदास, चंदनदास, ही लाखमोलाची माणसे योग्य पक्षास, म्हणजेच राजा चंद्रगुप्तास येऊन मिळावी, म्हणून तर हे जगड्व्याळ नाट्य मी उभारले होते! त्यासाठी कौटिल्याच्या बुद्धिमत्तेचा कस लागणार होता. कोणत्याही विपरीत परिस्थितीत मार्ग काढून मला ते कार्य साध्य केल्याशिवाय स्वस्थता लाभणार नव्हती! आणि ज्या शुभदिनी हे सगळे घडून येईल, त्या दिवशी हा चाणक्य आपली मुक्त असलेली शिखा बांधून, अत्यंत हर्षित अंत:करणाने वानप्रस्थाश्रम स्वीकारणार होता!

शकटदास मला प्रथम परिचित झाला तो, सिद्धार्थकावर मी सोपविलेली कामगिरी पूर्ण करून आल्यावर. ती कामगिरी अशी होती : शकटदास हा अमात्यांच्या अंतर्वर्तुळातील विश्वासू लेखनिक होता. म्हणून एका पत्राचा मसुदा शकटदासाच्या हस्ताक्षरात मिळणे हे माझ्या नियोजित कपटनाट्यासाठी अत्यंत आवश्यक होते. एकदा का तो मसुदा अमात्यांच्या मुद्रेने मुद्रांकित केला की ते पत्र अमात्यांचे अधिकृत पत्र होणार होते. वरवर साधाच वाटणारा तो मजकूर, ठरलेल्या नियोजनाप्रमाणे, इच्छित स्थळी, इच्छित वेळी व इच्छित व्यक्तीच्या हाती पडला की स्फोटकाप्रमाणे काम करणार होता! आणि त्या दणक्याने एकूणच नाट्याला विलक्षण कलाटणी मिळणार होती! अमात्यांसाठी मी राखून ठेवलेले ते ब्रह्मास्त्रच होते म्हणा. शकटदासाचे अतिशय रेखीव आणि सुबक हस्ताक्षर पाहून नकळत माझ्या तोंडून प्रशंसोद्गार निघाले, अहाहा काय सुंदर अक्षरे आहेत... जणू मौक्तिकमालाच! अमात्य खरोखर रत्नपारखीच होते, अशी अमूल्य रत्ने पारखून सेवेत घेण्यासाठीही नेतृत्व करणाऱ्याजवळ दृष्टी असावी लागते. अमात्यांनी शकटदासाची नियुक्ती राजसभेतील कायस्थ, एक प्रमुख कारकून म्हणून केली होती ती उचितच होती. मी शकटदासवर क्षणभर मोहित झालो, पण माझ्यातला प्रशासक त्वरित जागा झाला. मी कायस्थ शकटदासास वधस्तंभाकडे नेऊन त्यास फाशी देण्याचा आदेश दिला! घरभेदी कितीही निरुपद्रवी भासला तरी प्रसंगी तो भयानक उपद्रव देऊ शकतो, याचे

ज्वलंत उदाहरण रामायणात आहे. श्रीलंकेचा राजा रावण महापराक्रमी होता, बाहुबली होता, पण त्याचा सख्खा भाऊ बिभीषण रामास जाऊन मिळाला, तो घरभेदी निघाला! बिभीषण आपल्या भावाएवढा पराक्रमी नव्हता, तो सौम्य वृत्तीचा होता पण त्याने सांगितलेली गुह्ये व मर्मस्थाने रामाच्या उपयोगास आली व रावणाची सोन्याची लंका रावणासह नष्ट झाली! राजनीतीच्या वेड्यावाकड्या वाटेचा परिचय नसेल तर फार कठीण अवस्था होते. विरोधाभास असलेली कित्येक उदाहरणे सापडतात. कर्ण व भीष्म असत्य बाजूने लढले तरी लौकिकास पात्र झाले, बिभीषण सत्याच्या बाजूने आला, तरी त्यास दुर्लौकिकाचा धनी व्हावे लागले! ज्ञात इतिहासातला पहिला घरभेदी असा शिक्का त्याचे कपाळी कायमचा बसला! म्हणून विषाची परीक्षा न करता, संशयित कितीही क्षुल्लक जरी असला तरी त्या घरभेद्याची गय करता कामा नये ही माझी शिकवणच होती! शकटदास तर राजसभेत वरिष्ठ कायस्थ म्हणून कार्यरत होता, राजाचा महत्त्वाचा पत्रव्यवहार त्यांचेकडे असे. ज्ञानी होता म्हणूनच तो कठोर दंडास पात्र होता.

ठरलेल्या योजनेप्रमाणे शकटदासास दोन चांडाळ वधस्तंभाकडे घेऊन गेले. ते दोन्ही चांडाळ खरेखुरे चांडाळ नसून माझे विश्वासू चर सिद्धार्थक आणि विसिद्धार्थक होते! हुबेहूब चांडाळाचा वेष घेऊन ते शकटदासास फाशी देण्याकरिता निघाले. वधस्तंभाजवळ आल्यानंतर काय करायचे ते आधीच ठरले होते. त्या योजनेप्रमाणे सिद्धार्थक ऐनवेळी शकटदासाची वधस्थळावरून सुटका करून, त्याचे सोबत अमात्य राक्षसाकडे पलायन करणार होता. पूर्वनियोजित योजनेप्रमाणे तो आपल्यासोबत शकटदासाने लिहिलेले 'ते' मुद्रांकित पत्र जपून नेणार होता, तसेच अमात्यांचा अधिक विश्वास बसावा म्हणून ती सापडलेली 'मुद्रा'देखील परत करणार होता! अशा रीतीने जिवावर उदार होऊन, शकटदासाचे प्राण वाचवून आणि महत्त्वाची असलेली ती मुद्रा परत करून, तो अमात्यास उपकृत करणार होता! प्रिय मित्राची अकस्मात व अनपेक्षित सुटका झाल्यामुळे अमात्य भारावून जाणार होते, आणि त्या भावपूर्ण प्रसंगी ते सिद्धार्थकास एखादे उत्तम पारितोषिक नक्कीच देणार, हे माझे अनुमान त्यांच्या स्वभावाशी सुसंगतच होते. अमात्यांनी दिलेला तो उपहार सिद्धार्थकाने सांभाळून ठेवायचा होता! कारण पुढील प्रयोगात ती भेटवस्तू देखील कळीचा मुद्दा ठरणार होती!

अमात्य सैन्याची जमवाजमव करणे आणि व्यूहरचनेचा अभ्यास, यामध्ये इतके व्यस्त झाले होते की अहोरात्र त्यांना पाटलीपुत्रावरील स्वारीच दिसत होती. सैन्यपथकाची पाहणी करणे, सर्व दले सुसज्ज ठेवणे, नवनवीन शस्त्रास्त्रांचा साठा करणे, चपळ अश्व आणि धिप्पाड हत्ती यांचा पथकात समावेश करणे, मित्रराजांना युद्धसाहाय्यासाठी निमंत्रित करणे, या युद्धनियोजनातून त्यांना क्षणभरही

उसंत मिळत नव्हती! त्यांची कृश झालेली तब्येत व सतत चिंतामग्न अवस्था यामुळे स्वत:च्या राहणीमानाकडे किंवा पोशाख आदी बाबींकडे त्यांचे मुळीच लक्ष नसायचे. एकदा अमात्यांना अशा अवस्थेत पाहून युवराज मलयकेतूने भरजरी वस्त्रे व काही निवडक आभूषणे त्यांचेकडे पाठवून दिली. अमात्यांनी दैनंदिन व्यवहारात ते परिधान करणे, हे त्यांच्यासारख्या सन्माननीय पदावरील व्यक्तीला साजेसे राहील असा संदेश दिला! किंचित खजील होत अमात्यांनी ती भेट स्वीकारून त्या आभूषणांपैकी काही शुभ रत्नाचे हार निवडून ते नित्य परिधान करू लागले.

आणि तितक्यात हा प्रसंग घडला. अमात्यांचा प्रमुख गुप्तचर विराधसिद्धीने नुकतेच शकटदासाच्या वधाचे वृत्त दिलेले असल्याने, अमात्य शोकाकुल अवस्थेत स्वत:शीच आलाप व्यक्त करीत असतानाच, प्रतिहारीने धावत येऊन सांगितले की, अमात्यांचे प्रिय मित्र शकटदास भेटीची अनुज्ञा मागत आहेत. त्या सुखद वार्तेमुळे बसलेला आश्चर्याचा धक्का ओसरताच, अमात्यांनी बेभानपणे धावत येऊन शकटदासास मिठी मारली! नंतर शकटदासाने सर्व वृत्तान्त कथन केला, सिद्धार्थकाने स्वत:च्या प्राणाची पर्वा न करता अत्यंत शिताफीने वधस्तंभावरून त्याची सुटका केली व तातडीने आपणाकडे रवाना होऊन आम्ही उभयता सुखरूप पोहोचलो! आपल्या जिवलग मित्राचा प्राणरक्षक बनून आलेल्या त्या देवदूताचा, सिद्धार्थकाचा कसा उचित सन्मान करावा हे न सुचलेल्या अमात्यांनी तत्काळ आपल्या गळ्यातील रत्नमाला काढली व सिद्धार्थकाच्या गळ्यात मोठ्या प्रेमाने घातली! व तूर्त या भेटीचा स्वीकार करण्यास सांगितले. सिद्धार्थकाने मोठ्या विनम्रतेने त्याचा स्वीकार केला आणि एवढे बहुमोल अलंकार स्वत:जवळ ठेवण्यापेक्षा कृपया आपल्याच कोशात मुद्रांकित करून परत ठेवावेत, असा प्रस्ताव ठेवला. ठरल्याप्रमाणे सिद्धार्थकाने अमात्याची सापडलेली मुद्राही त्यांना परत दिली. मुद्रा पाहून त्यांचे डोळे विस्फारले, व आश्चर्यचकित होत त्यांनी ही कुठे मिळाली अशी पृच्छाही केली! तेव्हा पाटलीपुत्रातील एका श्रीमंत नगरश्रेष्ठीच्या प्रासादासमोर ती सापडली असे सिद्धार्थकाने सांगितले. अमात्यांनी ती मुद्रा परत एकदा निरखून पाहिली व कायस्थ शकटदासाकडे सुपूर्द केली. मी केलेल्या विनंतीनुसार आता यापुढे वास्तव्य तिथेच सिद्धार्थकाचे शकटदासाबरोबर असणार होते. अमात्यांनी तसा प्रबंधही केला.

हा सर्व वृत्तान्त आल्याबरोबर, मी त्वरेने दोन गुप्तचरांना माझेकडे असलेली काही आभूषणे सोपविली, जी पर्वतकाच्या मृत देहाजवळ पडली होती ती माझ्या चरांनी माझ्याकडे तेव्हाच सुपूर्द केली होती. ती आभूषणे आता पुढील कपटनाट्यात अत्यंत महत्त्वाची भूमिका बजावणार होती! त्या दोघा चरांना जवाहिऱ्याच्या वेषात

हेतुपूर्वकच अमात्य राक्षसाकडे पाठविले. अमात्य स्वत: विविध रत्ने, मौल्यवान सुवर्णालंकार आणि आभूषणाचे व्यासंगी परीक्षक व संग्राहक होते. पण तो संग्रह आता पाटलीपुत्रात राहिला होता. निष्कांचन अवस्थेत ते मलयकेतूकडे आले होते. माझे ते दोन जवाहिरे अमात्यांकडे जाऊन, काही रत्नपदकाच्या सुवर्णमाला विक्रीस आणल्या आहेत असा निरोप त्यांना पाठविला. अमात्यांनी अशातच गळ्यातील कंठा सिद्धार्थकास उपहार म्हणून दिल्याने ते परत एकदा रिक्त गळ्याने वावरत होते. त्यामुळे त्यांनी जवाहिऱ्यांना पाचारण करून त्यांच्याकडील आभूषणे पाहून पसंत केली व संतुष्ट मनाने उचित मोबदला देऊन खरेदी केली, आणि विशेष म्हणजे ती लगोलग परिधानही केली. माझे योजिलेले काम पूर्णत्वास गेले होते! सर्वकाही अगदी आखीवरेखीव योजनेप्रमाणे तंतोतंत होत असल्याने नकळत माझी मूठ आवळली गेली व माझ्या चेहऱ्यावर अस्फुट पण छद्मी हसू पसरले! राक्षसच काय साक्षात ब्रह्मदेवासही माझ्या षड्यंत्राचा यत्किंचितही सुगावा लागणे शक्य नव्हते. अमात्यांभोवती इतकी गुंतागुंतीची रचना मी उभारली होती की, त्या गुंत्यातून अमात्य राक्षस सुटणे आता केवळ अशक्यप्राय होते!

योजनेप्रमाणे चंद्रगुप्तांच्या सेनेतून फुटून आलेल्या, भद्रभट्ट आदी सरदारांनी याआधीच मलयकेतूशी अगदी व्यवस्थित संभाषण करून अचूक शरसंधान करीत शंकेच्या विषवल्लीचे बीजारोपण मलयकेतूच्या मेंदूत यशस्वीरीत्या केले होते! त्या विषवल्लीची पुढील वाढ होण्यासाठी सेनापती भागूरायण आता हळूहळू खतपाणी घालणार होता. एकदा का अमात्यांविषयी संशयाचे पिशाच मलयकेतूच्या मानगुटीवर बसले की ते काही केल्या उतरणार नाही याची मला पूर्ण खात्री होती. पण हे सगळे घडून येण्यासाठी काही पूरक घटना घडविणे आवश्यक होते, आणि काही पुष्टी देणारे संदर्भही पुरवावे लागणार होते. अर्थात अशा प्रकारच्या कूट नियोजनासाठी हा 'कौटिल्य' सिद्ध होताच!

मी चंद्रगुप्ताशी एकांतात चर्चा केली. सर्व प्रयत्न विफल झालेले अमात्य आता अत्यंत हळवे बनले होते. मनुष्याच्या भावजीवनात अकस्मात असे एखादे वादळ उद्भवते आणि त्या वादळामुळे सर्वकाही उद्ध्वस्त झालेला माणूस हतबल व निराश होतो. मग त्या वैफल्याची परिणती, एका असावध क्षणी त्या माणसास अधिक आक्रमक बनवते! हाच तो हळवा क्षण... जिथे सारासार विवेक संपतो आणि निर्णयबुद्धी क्षीण होते. मग तो माणूस स्वत:च निर्माण केलेल्या काल्पनिक विश्वात रमतो! अव्यवहार्य गृहीतकांमुळे त्याचे संकल्पित नियोजन अत्यंत दोषपूर्ण होते आणि शेवट तर फारच विदारक होतो! अमात्य राक्षसाची सद्य:स्थिती अशीच बनली आहे. त्याच्या अधू बनलेल्या दृष्टीस आणि मंद झालेल्या बुद्धीस आणखी दिशाहीन करणे आवश्यक आहे. त्याचा भ्रम आणखी

वाढावा व त्याच्या आत्मविश्वासाचे रूपांतर फाजील आत्मविश्वासात व्हावे, म्हणून काही मायावी नाट्य करणे गरजेचे आहे. ते नाट्य असे असले पाहिजे की, मृगजळामागे धावणाऱ्या हरणाची जशी भ्रमित अवस्था असते, तशी अमात्याची झाली पाहिजे. जळ तर समोर दिसावे पण ते कधीच पिता येऊ नये! आम्हाला असा आभास निर्माण करायचा होता की, अमात्यांना वाटले पाहिजे की आता आपण नक्की जिंकलो, आपले कूटकारस्थान यशस्वी झाले! आणि त्या भ्रामक मन:स्थितीत अमात्य एकदा गेले की आमचा कार्यभाग सोपा झाला असता. त्यांनीच गुंफलेल्या दोराचा फास त्यांच्याच गळ्यात टाकता आला असता. मग आम्ही उभयतांनी सहमत होऊन एक गुप्त चाल रचली. मी आणि चंद्रगुप्त महाराज यांच्यात संघर्ष उडाला आहे आणि तो विकोपाला जाऊन आचार्य चाणक्य आता वानप्रस्थास जाणार असल्याच्या खात्रीलायक वार्ता चहूकडे, विशेषत: अमात्यांकडे व्यवस्थित जातील असे करण्याचे ठरले! सहसा अशा विघ्नाच्या वार्ता वायुवेगाने पसरतात! तर चांगल्या बातम्यांचा मात्र प्रयत्नपूर्वक प्रचार करावा लागतो, ही जगाची रीतच आहे! त्यामुळे आमच्यातील बेबनावाची चविष्ट चर्चा साऱ्या नगरात रंगली होती. आणि यथावकाश ती अमात्यांचे कानावर पण जाणारच होती, आणि... आमचा तोच तर हेतू होता!

महाराज चंद्रगुप्तांनी या वर्षीचा कौमुदीउत्सव मगधराजाच्या कीर्तीला आणि वैभवाला साजेल अशा भव्य स्वरूपात करण्याचा मानस राजसभेत जाहीर केला. मी तत्काळ त्यास आक्षेप घेतला, कारण ही वेळ उत्सव साजरे करीत बसण्याची नव्हती, तर शत्रूच्या संभाव्य आक्रमणास तोंड देण्यासाठी तयारी करण्याची होती, म्हणून कौमुदीउत्सव साजरा करू नये असे मी परखड मत मांडले. महाराज चंद्रगुप्ताच्या चेहऱ्यावरील नाराजीचे भाव सर्वांना स्पष्ट दिसले, किंचित रुष्ट स्वरात त्यांनी नापसंती व्यक्त केली, तरीही मी माझ्या सूचनेवर ठाम असल्याने तो त्यांना आपल्या अधिकारात माझा अधिक्षेप वाटला! उपस्थितांमध्ये हलक्या आवाजात कुजबुजही झाली, अर्थात त्यापैकी काहीजण आजही अमात्यप्रेमी होते हे आम्हाला ज्ञात होते, त्यामुळे ही 'वार्ता विघ्नाची' योग्य व्यक्तीपर्यंत तत्काळ जाणारच होती! विषय एवढ्यावरच थांबला नाही, तर चंद्रगुप्त महाराजांनी पुनश्च एकदा आपल्या निवासस्थानी काही 'मोजक्या' लोकांसमोर तो उकरून काढला. पाटलीपुत्रातील नगरजन लागोपाठ घडणाऱ्या तणावपूर्ण घटनांमुळे उदास मन:स्थितीत होते; ते औदासीन्य घालविणेही आवश्यक असल्यामुळे, अनायासे हाती आलेली कौमुदीउत्सवाची संधी साधून नगरजनास उत्साहित वातावरणात न्यावे, अशी महाराज चंद्रगुप्तांची रास्त मनोकामना आहे, हे माझ्या लक्षात आले, पण सीमेवर शत्रूच्या हालचाली गतिमान झाल्या आहेत आणि

आता तर अमात्य राक्षससुद्धा मलयकेतूस जाऊन मिळाले आहेत. अशा आणीबाणीच्या क्षणी राजाने मौजमस्ती मनोरंजन करण्यात वेळेचा अपव्यय करणे हे बुद्धिमानी लक्षण नाही. जर हेच करायचे होते तर विलासी नंदांचे राज्य व मौर्यराज्य यात अंतर काय राहिले? असे आमचे सडेतोड संभाषण उघडच चालले होते, तर ऐकणारे सगळेजण स्तंभित झाले होते. राजसभेतील चर्चेची पुनरावृत्ती झाली पण मी निर्णय बदलला नाही, याचा सर्वांना विस्मय वाटला. आता या मुद्द्यावरून आमच्यातील वितुष्टाची कल्पना राजमहालातील प्रतिहारीपासून अधिकारी व मंत्री यांचेपर्यंत सर्वांनाच आली होती, त्यामुळे आम्हाला अपेक्षित असलेला बोभाटा सर्वत्र व्हायला वेळ लागणार नव्हता. भिंतीला असलेल्या कानाचा सदुपयोगदेखील असा करून घ्यावा लागतो!

◆

युवराज मलयकेतू

मी महाराज पर्वतकांचा पुत्र मलयकेतू! सारेच अनाकलनीय, अविश्वसनीय व अकल्पित घडत होते. तातश्रीचा विषकन्येच्या प्रयोगाने घात केला, माझ्याही प्राणाला धोका उत्पन्न केला. माझे सर्व मनोरथ बाजूला ठेवून मी स्वप्रदेशात तातडीने निघून आलो. अमात्य राक्षसावर माझ्या संशयाची फिरत होती, पण सेनापती भागूरायणाने सत्य विदित केल्याने मी चंद्रगुप्त-चाणक्याच्या पापाचा प्रतिशोध घेण्यास उतावीळ झालो. त्या दृष्टीने नंतर माझ्याकडे आलेल्या अमात्याचे सन्मानपूर्वक स्वागतही केले, पण आता काही घटना इतक्या भयावह घडल्या की मला आता माझ्या सावलीचेही भय वाटू लागले आहे! नीच अमात्य राक्षसाचे मला नष्ट करण्याचे कारस्थान उघडे पडले होते, त्याच्या 'मुद्रांकित' पत्राने हा सगळा कटच पुराव्यानिशी सिद्ध झाला! वास्तविक त्या दुष्ट राक्षसाचा शिरच्छेद करणे हेच योग्य शासन होते, पण भागूरायणाने त्यास वाचविले.

युवराज मलयकेतू...

छे! असे होणे शक्य तरी आहे का? काहीतरीच वार्ता येतात. पूर्व आणि पश्चिम दिशांचे मिलन झाले, किंवा सूर्य आणि चंद्र एकदमच उगवले असल्या अघटित वार्तांवर कुणीतरी विश्वास ठेवेल का? अमात्य राक्षस व चंद्रगुप्त यांचे मनोमिलन होत आहे हे वृत्तही त्याच प्रकारचे आहे. अगदीच अविश्वसनीय! अमात्यांविषयी वेडीवाकडी शंका घेणेदेखील पाप आहे. त्यांचे अवघे विश्व त्यांच्या डोळ्यांसमोर उद्ध्वस्त झाले, एकामागे एक सगळे नवनंद पशूसारखे कापले गेले, अमात्यांच्या नंदनिष्ठेचा काडीमात्र उपयोग झाला नाही. अभेद्य राजधानी पाटलीपुत्र नगरी, मधाचे पोळे हाती पडावे इतक्या सहजपणे शत्रूच्या हातात सापडली...! अमात्य राक्षसाच्या अब्रूचे आणखी कोणते धिंडवडे निघायचे बाकी होते? त्या कपटी चाणक्याने चंद्रगुप्तांच्या साहाय्याने अमात्य राक्षसांना तोंड लपवायलासुद्धा जागा शिल्लक ठेवली नाही! चंद्रगुप्तास मगधनृपती करून कुटिल चाणक्याने त्याचेवर हिमालयाएवढे ऋण करून ठेवले आहेत, आणि असे असताना चंद्रगुप्त, नंदराजाशी आजही निष्ठावान असलेल्या अमात्यांबरोबर, कडवट शत्रूबरोबर पुन्हा कसे काय संधान जुळवील? सगळेच अतर्क्य आणि असंभवनीय वाटते. पण काय सांगावे, सत्तेच्या आणि पदाच्या लालसेपायी कोण काय करेल व कोणत्या थराला जाईल ते सांगता येत नाही, असे भागूरायण जे म्हणतो तेच खरे आहे. भागूरायण माझा हितचिंतक आहे हे त्याने आपल्या निःस्वार्थ कृतीने अनेकदा सिद्ध केलेले आहे, त्याने वेळीच मला सावध केले नसते तर आज मी जीवितसुद्धा राहिलो नसतो. किमान त्या दुष्ट चाणक्याच्या बंदिवासात तरी मला नक्कीच सडावे लागले असते. माणसे इतकी कृतघ्न कशी होऊ शकतात हे एक गहन कोडेच आहे! नाहीतर ज्या पिताश्री महाराज पर्वतकांचे साहाय्य घेऊन कपटी चाणक्य व चंद्रगुप्ताने मगधाचे राज्य मिळविले, त्यांच्याच जिवावर उठायचे, याला काय म्हणायचे? कोणी आपणास थोडी जरी मदत केली तर आपण त्याचेबद्दल कृतज्ञता व्यक्त करतो, इथे

तर पर्वतक महाराजांनी चाणक्याची सगळी मनीषा पूर्ण केली होती तरीदेखील त्या निष्ठुर चाणक्याने त्यांची निर्दयी हत्या केली! काय उलट्या काळजाची माणसे असतात एक एक! राजकारणातले रंग खरेच किती फसवे असतात. आधी सर्वांचा जसा समज होता तसा माझाही झाला होता की, पिताश्री महाराज पर्वतकांना अमात्य राक्षसानेच विषकन्या पाठवून मारले. पण जेव्हा सेनापती भागूरायणाने प्रत्यक्ष भेटून सत्यकथन केले तेव्हा अक्षरश: मी भयचकितच झालो!

अर्धे राज्य मिळो न मिळो, पण आधी जीवितरक्षण महत्त्वाचे, असा सुज्ञ विचार करून मी तातडीने पाटलीपुत्र सोडले आणि हत्यारी चंद्रगुप्त व चाणक्याच्या कचाट्यातून सुटलो! ती वेळच इतकी आणीबाणीची होती की, माझ्या सैन्यातील इतर पथकप्रमुखांना देखील सामील मी करून घेतले नाही. भले जग मला पळपुटा म्हणेल, संयम नसलेला घाबरट राजपुत्र म्हणेल, तरीसुद्धा मी कशाचीही पर्वा न करता निघून जाण्याची घाई केली ती योग्यच होती! कारण इतक्या जवळ राहून दोघेही यमदूत मला ओळखता आले नाहीत, हे नवलच म्हणायचे, की माझा भाबडेपणा म्हणायचा? केवढा प्रचंड विश्वासघात! अरे बापरे! खरोखर मी फार मोठ्या संकटातून वाचलो होतो. राजकारणात विश्वासघात करण्यासाठी आधी विश्वास निर्माण करावा लागतो, जेवढा अधिक विश्वास तेवढा परिणामकारक घात करता येतो हा महत्त्वपूर्ण धडा यातून मी शिकलो.

माझे वेळीच डोळे उघडून माझ्या जीविताची रक्षा करणाऱ्या भागूरायणाचे माझ्यावर शतश: ऋण होते. त्यामुळे त्याचा प्रत्येक सल्ला मी नि:शंक मनाने स्वीकारत असे. म्हणूनच जेव्हा भद्रभट, पुरुषदत्त आदी चंद्रगुप्ताच्या सैन्यातून निघून आलेले पथकप्रमुख मला येऊन मिळाले, आणि त्यांनी जी विचित्र वाटणारी अट टाकली त्यामुळे मी बुचकळ्यात पडलो. अमात्यांविषयी नाही ती शंका उपस्थित करून त्यांनी माझ्यासमोर मोठेच प्रश्नचिन्ह निर्माण केले होते! भागूरायणाच्या म्हणण्याप्रमाणे तूर्त अमात्यांविषयी कसलाही किंतु अथवा संशय न बाळगता, त्यांच्या गतिविधीचे आपण सावध निरीक्षण करू व मगच निर्णय घेऊ. त्याचा हा मोलाचा सल्ला मानण्याचे मी ठरविले.

काही दिवसांतच वार्ता आली की, चंद्रगुप्त व चाणक्याच्या संबंधात वितुष्ट आले आहे. दैनंदिन व्यवहारात चाणक्याच्या वाढणाऱ्या हस्तक्षेपास कंटाळून चंद्रगुप्ताने एके दिवशी, कौमुदी महोत्सवाच्या नियोजनासंदर्भात आज्ञापालन न केल्याबद्दल चाणक्यास चांगलेच फैलावर घेऊन त्यास कार्यमुक्त केले! पाटलीपुत्रात सर्वत्र हीच चर्चा होती म्हणे, आणि भागूरायणाने या वृत्तास दुजोरा दिला. पण तो विचारमग्न वाटल्याने मी प्रश्नार्थक चेहरा केला, तर तो म्हणाला, "युवराज, या घटनेचा बोध एवढाच आहे की, भद्रभट आदी लोकांनी व्यक्त केलेली भावना

काही अगदीच दुर्लक्ष करण्यासारखी नाही. कुठेतरी पाणी मुरतेय हे निश्चित! कोणताही स्वाभिमानी राजा स्वत:वर कोणाचे वर्चस्व कधीही सहन करणार नाही. तरीही यशस्वीरीत्या राज्यशकट चालविण्यासाठी, एका चतुरस्र बुद्धीच्या सल्लागाराची राजास नितांत आवश्यकता असतेच. चंद्रगुप्ताने साहस दाखवून चाणक्यासारख्या निष्णात सल्लागारास दूर केले, पण आता ती जागा भरून काढण्यासाठी चंद्रगुप्तास अत्यंन गांभीर्याने विचार करणे भाग आहे. मी एक अशक्य कोटीतली शक्यता व्यक्त करतो आहे, कदाचित माझे अनुमान चुकीचेही असेल, पण चंद्रगुप्ताला जर आज अमात्यपदासाठी राक्षसासारखा गुणवान सचिव प्राप्त झाला तर...? त्यास ते नको असेल का? युवराज, राजकारणात घडणाऱ्या घडामोडींचा अन्वयार्थ लावायचा झाला तर अशी कोणतीही शक्यता विचारात घ्यावीच लागते!'' भागूरायण कुठेतरी अवकाशात टक लावून पाहत बोलत होता. त्याच्या म्हणण्यात नक्कीच तथ्य होते. आम्हाला जे काही धूसर दिसत होते, अस्पष्ट वाटत होते ते स्वच्छ स्वरूपात दृश्यमान व्हावे, आणि ते लवकर व्हावे एवढीच माझी अपेक्षा होती. मनाचा उडालेला गोंधळ मला असय होत होता!

गतवर्षी घडालेल्या घटनांचा चित्रपट माझ्या मनश्चक्षूसमोर तरळू लागला. नंदाचा विनाश झाल्यावर महाराज पर्वतक किती आनंदात होते. सैन्यातील सर्वच पथकप्रमुखावर त्यांनी सुवर्णमुद्रांची अक्षरश: उधळण केली होती. त्यामुळे मीही विस्मित झालो होतो. माझ्याकडे पाहून त्यांनी ते ताडले व मला जवळ घेत म्हणाले, ''युवराज, चिंतातुर होऊ नका, आता आपण धनसंपन्न मगधराज्याचे अर्धे स्वामी आहोत. कुबेराला लाजवील एवढा धनसंचय मगधाच्या राजकोषात नंदराजांनी करून ठेवलेला आहे, त्यात काय नाही...? अमाप सुवर्णमुद्रा, आभूषणे, दुर्मिळ रत्ने, हिरे, मोती, माणीक, पाचू, वैडूर्य आणि मौल्यवान धातू यांनी तो खजिना ओसंडून वाहतो आहे अशी माझी खात्रीलायक बातमी आहे! आणि आता तो या सामर्थ्यशाली पर्वतकाच्या पराक्रमामुळे आपल्या मुठीत आला आहे. मग अवघ्या भरतवर्षात अतुल्य असलेल्या या वैभवाचा स्वामी असलेला हा पर्वतक, त्याच्या नावलौकिकास शोभेल असेच उपहार मुक्तहस्ते आपल्या सहकाऱ्यांना का नाही देणार? युवराज, तुम्ही आता मगधराजाच्या या गजान्त लक्ष्मीचे स्वामी आहात!'' महाराज पर्वतक अत्यानंदाच्या भरात उन्मादी स्वरात बोलत होते, त्यांच्या नजरेत एक विलक्षण लकाकी मला दिसली, जी मी पूर्वी कधीच पाहिली नव्हती. ते अनोखे रूप पाहून खरे म्हणजे मला त्यांच्याविषयी भीतीच वाटली! एक गोष्ट तर उघड होती की, खरेच ऐश्वर्याचा उपभोग सर्वार्थाने घ्यावा तर तो महाराज पर्वतकांनीच घ्यावा, काही पुरुषाचा जन्मच मुळी केवळ त्यासाठीच झालेला असतो. राजयोग, राजभोग आणि राजविलास हे सर्व

केवळ दैवी पुरुषासच मिळत असतात.

पण आमच्यावर नियती मात्र त्या वेळी खदखदून हसत असली पाहिजे. सगळाच घटनाक्रम एवढा वेगवान होता की बुद्धी कुंठितच व्हावी! आर्य चाणक्य आमच्या पिताश्री महाराजांकडे येतो काय, अतूट मैत्री संपादन करतो काय, अर्धे मगधराज्य देण्याचे वचन देऊन सहकार्य घेतो काय आणि विजय मिळवल्यावर अत्यंत कपटाने व अनीतीने महाराज पर्वतकाची हत्या करतो काय...! निव्वळ थरार! सगळे भयनाट्यच होते. माझ्या बालबुद्धीस त्याचे कधीच नीट आकलन होऊ शकले नाही. आज दहा महिने झाले महाराज पर्वतकांना जाऊन, मी त्यांचा पुत्र म्हणविणारा मलयकेतू, त्यांच्या हत्येचा साधा प्रतिशोध घेऊ शकत नाही हा सल माझ्या हृदयात खोलवर रुतून बसला आहे!

जग किती कपटी आहे व मी किती निष्कपट होतो ते मला आज समजत आहे. समवयस्क असलेला चंद्रगुप्त माझ्याशी किती आत्मीयतेने वागत असे, आचार्य चाणक्याविषयी मला किती आदर वाटत असे, पण ते त्यांचे मायावी रूप होते हे जेव्हा समजले तेव्हा फार फार उशीर झालेला होता. राजनीती एवढी निष्ठुर आणि क्रूर असेल ही कल्पना कधी मनास शिवलीच नाही. त्या दोघा नीचांना हत्तीचे पायी देऊन छिन्नभिन्न करावे किंवा त्यांच्या नरडीचा घोट घ्यावा, अशी तीव्र इच्छा पदोपदी व्हायची! पण काय करणार, सापळ्यात अडकलेल्या क्रुद्ध सिंहाप्रमाणे माझी अगतिक अवस्था झाली होती. आणि आता तर जखमेवर मीठ चोळावे तसे, अमात्य राक्षसाविषयीच्या आशंकेने झाले आहे. बाकी काहीही असो, भागूरायणाने सुचविल्याप्रमाणे सत्य काय ते त्वरित बाहेर आलेच पाहिजे. मला तर धीरच निघत नव्हता! उतावीळ बालकाप्रमाणे मी बेभान झालो होतो. भद्रभट म्हणतो तसे चंद्रगुप्त व अमात्य राक्षस यांचे काही सूत तर जुळले नसावे ना? खरेच अशी अभद्र युती होईल का? की आपला विनाकारण वैचारिक गोंधळ होतो आहे? की अमात्य देखील आपण समजतो तसे सरळ नसून मायावी आहेत? काहीच समजण्यास मार्ग नाही?

मी जेव्हा जेव्हा अमात्यांना भेटलो आहे, तेव्हा तेव्हा ते सतत भावी युद्धाच्या तयारीतच गर्क असायचे. सातत्याने सैन्याची जमाजमव, शस्त्रास्त्रांची तयारी, साहाय्यभूत ठरणाऱ्या इतर राजांना निमंत्रण, युद्धाच्या विविध व्यूहरचना यात ते एवढे गढून गेलेले असायचे की, मीच उलट खजील होत असे. कार्यमग्नतेमुळे अमात्यांचे स्वत:कडे पूर्णत: दुर्लक्ष झाले होते. एवढा मोठा उत्तुंग व्यक्तिमत्त्व असलेला माणूस, पण पोशाख, आभूषणे यांकडे अजिबात लक्ष नाही, हे मला कसेसेच वाटल्याने मी त्यांना भरजरी वस्त्रे व गळ्यात घालण्यासाठी काही रत्नहार पाठवून ते परिधान करण्याची विनंती केली होती, अमात्यांनी त्यांचा

अगत्याने स्वीकारही केला. केवळ माझ्यासाठी, माझ्या भवितव्यासाठी अमात्य अहोरात्र झटत असल्याने मी अनेक वेळा पाहिलेले आहे. आम्हा दोघांचा शत्रू समान होता, मग आज विपरीत काही घडत असावे असे मला का वाटत होते? भ्रमित करणारा चकवा म्हणतात तो हाच तर नसेल? नाही, भलत्या विचाराला थारा न देता, नि:शंक मनाने आपण अमात्यांनी दिलेला सल्लाच स्वीकारायचा माझ्या मनाचा हेलकावा आता अचानक विरुद्ध टोकाला गेला!

पाटलीपुत्रावर स्वारी करण्यासाठी अमात्यांनी पारसिक राजा मेघनाद, काश्मीरनरेश पुष्कराक्ष, मलयपूरचा सिंहनाद, माळवा व गुर्जरचे अधिपती, पांचाल नृपती, कौलुत देशाचा चित्रवर्मा, सिंधुदेशचा सिंधसेन राजा इत्यादी पराक्रमी राजेलोकांची मदत घेतली होती. राक्षसाचा दरारा आजही कायम होता, हेच त्यावरून सिद्ध होत होते. दिमतीला माझे पहाडी सैन्य आणि म्लेंच्छ सैनिक तयारच होते. उत्तरोत्तर त्यात भरच पडत होती आणि सर्वांचा उत्साह द्विगुणित झाला असताना स्वारीचा मुहूर्त लवकर काढावा असा माझा आग्रह होता. पुन्हा एकदा अमात्यांचे कानी तो घालावा म्हणून मी त्यांच्या प्रासादाकडे निघालो इतक्यात भागूरायणही आला व आम्ही उभयता संभाषण करीत निघालो. माझ्या डोक्यातले संशयपिशाच जागृतच होते, तो विषय मी पुन्हा छेडला, "भद्रभटाने सांगितलेले कारण आणि चंद्रगुप्त-चाणक्याच्या नुकत्याच झालेल्या संघर्षाचा एकमेकांशी काही संबंध असेल का?" तर तो म्हणाला, "युवराज प्राप्त संकेतावरून तर असेच गृहीत धरावे लागेल की, अमात्य राक्षसाचे खरे वितुष्ट चाणक्याशी आहे, त्यांनी चंद्रगुप्तांशी वैरभावना ठेवण्याचे काहीएक कारण नाही. उलट आता एवीतेवी नंदांचा निर्वंश तर झालाच आहे, जो मगधाधिपती झाला आहे तो चंद्रगुप्त राजा हीनकुलीन का असेना, पण नंद घराण्याचाच अंश आहे. मग आज संघर्ष करून स्वत:ची त्या कपटी चाणक्याच्या तावडीतून सुटका करून घेणाऱ्या चंद्रगुप्तास मदत का करू नये? असा विकल्प जर अमात्यांचे मनी उद्‌भवला असेल तर ते काही नवल नाही! आणि तिकडे चंद्रगुप्तास देखील पूर्वापार परंपरेने अमात्यपद सांभाळणारा राक्षसासारखा योग्य माणूस जर पुन्हा मिळत असेल तर त्याची मोठीच समस्या दूर होईल, असे वाटल्यास काय नवल? राजनीतीशास्त्र सांगते की राजकारणात कायमचा शत्रू अथवा कायमचा मित्र कोणीही नसतो, परिस्थितीप्रमाणे स्थानाची केवळ अदलाबदल होते एवढेच! पाटलीपुत्रातील ताज्या घडामोडींचा अंदाज आल्यामुळेच, भद्रभट आदी लोकांनी अमात्यांऐवजी आपल्या सेनाध्यक्षांच्या माध्यमातून येणे पसंत केले असावे! कारण उद्या तसेच काही विपरीत घडले, आणि चंद्रगुप्त अमात्य जर एक झाले, तर भद्रभटादी सरदार मंडळीवर ते अमात्यांचे पक्षपाती असल्याचा आरोप होणे शक्य होते. या भयानेच ते कदाचित तसे म्हणाले असावेत की आम्हाला

अमात्याकडे सोपवू नका! आणि ते कारण योग्यही आहे. युवराज!''

असा आमचा संवाद चाललेला असतानाच अमात्यांचा प्रासाद कधी आला ते कळलेच नाही. प्रवेशद्वारात पाऊल ठेवणार इतक्यात आतून अमात्यांचा संवाद ऐकू आला, ''हां... आता चंद्रगुप्त माझ्या हाती लागलाच समज, करभका!'' ते ऐकून मी तिथे आल्याची सूचना करण्याऐवजी एका स्तंभाआडून बोलणे ऐकायचे ठरविले. ''मोठ्या पदावरील माणसे आपल्या स्वगतातून, किंवा कनिष्ठ सेवकासोबत वार्तालाप करताना त्यांच्या खऱ्याखुऱ्या भावना व्यक्त करीत असतात,'' असा सार्वत्रिक अनुभव आहे अशी माहिती देत भागूरायणानेही त्यास संमती दर्शविली. अमात्य हर्षभरित स्वरात विचारत होते, ''करभका, मी सांगितलेले काम वैतालिकाने योग्य तऱ्हेने निभावले ना?'' ''होय स्वामी, वैतालिकाने अत्यंत समयोचित स्तुती करून चंद्रगुप्तास स्वाभिमानाची प्रेरणा दिली, त्यामुळे तो उत्तेजित झाला आणि तत्काळ चाणक्यापासून विभक्त होण्याचा त्याने निर्णय घेतला!'' अमात्यांनी अनिमिष नेत्रांनी करभकाकडे पाहत परत पृच्छा केली, ''या प्रसंगी चंद्रगुप्ताचे अन्य काही बोलणे झाले का?'' ''हो अमात्य, चंद्रगुप्त महाराज चाणक्याची निर्भर्त्सना करीत, तुमची मात्र स्तुती करीत होते की, प्रतिभावंत अमात्य हेच सर्वार्थाने श्रेष्ठ आहेत! केवळ दैव त्यांना अनुकूल नव्हते, म्हणूनच आचार्य चाणक्य यशस्वी होऊ शकले हेच सत्य आहे!'' करभकाने हे वाक्य उच्चारताक्षणी अमात्यांविषयी असलेल्या शंकेची आता जवळजवळ खात्रीच पटली. कारण चंद्रगुप्त उघडपणे अमात्य राक्षसाची बाजू घेऊन चाणक्याच्या विरोधात बोलतो आहे, हे वाटते तेवढे सरळ नव्हते; आणि हा वृत्तान्त ऐकून उत्तेजित होऊन अमात्य उत्स्फूर्तपणे 'आता चंद्रगुप्त माझ्या हाती आलाच समज' असे म्हणतात, याचा अर्थ न कळण्याएवढा मी काही दूधखुळा नव्हतो.

मी भागूरायणाकडे प्रश्नवाचक कटाक्ष टाकीत म्हणालो, ''मित्रा, चंद्रगुप्ताने अमात्यांचे गुणगान करून स्पष्टपणे आपला ओढा त्याजकडे असल्याचे सांगितले आहे की!'' भागूरायण तत्परतेने म्हणाला, ''नुसताच कल दाखविला नाही, तर चाणक्यास दूर सारून चंद्रगुप्ताने सांकेतिक रूपात, अतिशय धूर्तपणे योग्य तो संदेशही दिलाय! जाणकार व्यक्ती त्याचा योग्य तो अर्थ समजून घेतात, जसा तो आपणासही आता समजला आहे, युवराज!'' भागूरायणाविषयी मला फारच ममत्व वाटले, कारण लोक जरी मला अननुभवी, उथळ आणि शीघ्रकोपी समजत असले तरी भागूरायण मात्र माझ्या प्रगल्भतेचे अचूक निदान करतो आहे, हे पाहून बरे वाटले! आणि अमात्यांविषयी माझा संदेह निष्कारणच नव्हता हेही स्पष्ट झाले. स्वत: अमात्यच आपल्या कृतीने माझ्या समजाला बळ देत आहेत हे वारंवार सिद्ध होत आहे. अमात्य व करभकाचा संवाद संपला नव्हता. अमात्य

त्यास विचारत होते की, ''केवळ कौमुदी महोत्सवाच्या आज्ञेचा भंग झाला एवढ्याच कारणासाठी त्यांच्यात वितुष्ट आले, की आणखी काही अन्य कारणे त्यामागे आहेत?'' या पृच्छेचा अर्थ न कळाल्याने मी भागूरायणास विचारले, त्यावर तो म्हणाला की, ''ही सगळी कूटनीतीमधील गूढ संभाषणे आहेत. तूर्त तरी याचा अर्थ एवढाच घ्यायचा आहे की, पूर्वीपासूनच दोघांत, म्हणजे चंद्रगुप्त-अमात्यांत संदेशाची देवाणघेवाण चालू आहे हे सत्य असावे. कारण भद्रभट व पुरुषदत्त यांचेही बोलणे त्या अनुमानास पुष्टी देते.'' मला भागूरायणाच्या तर्कबुद्धीचे फार कौतुक वाटले.

नंतर आम्ही अमात्यांना सन्मुख झालो. त्यांनी सुहास्यमुद्रेने आमचे स्वागत करीत आसनस्थ होण्यास सांगितले. अमात्यांची करारी मुद्रा आज प्रसन्न भासत होती. क्षेमकुशल झाल्यावर मी विषयास सुरुवात केली, ''आज दहा मास होऊनही पर्वतक महाराजाच्या हत्याऱ्यांना आपण शासन करू शकलो नाही, जमविलेले एवढे मोठे सैन्य आणखी किती दिवस निष्क्रिय ठेवणार आहोत आपण? मला वाटते, आता पाटलीपुत्राकडे कूच करण्याचा आदेश आपल्या सैन्यास दिला पाहिजे, त्यासाठी अमात्यांनी जवळचा मुहूर्त घ्यावा.'' अमात्य उत्तरले, ''हे युवराज, मी देखील आपणाएढाच आतुर आहे, पण युद्धशास्त्रातला एक नियम मनन करण्याजोगा आहे तो असा, युद्धाचे स्थळ आणि वेळ ही आपल्या इच्छेनुसार निवडली तर अर्धा विजय तिथेच झालेला असतो! शिवाय त्याचे अप्रत्यक्ष आणि प्रत्यक्ष लाभ अनेक असतात. स्थळ तर निश्चित आहे, फक्त मी अनुकूल वेळेची प्रतीक्षा करीत होतो, आणि मला सांगण्यास आनंद होतो आहे की, ती अनुकूल वेळ आलेली आहे! मला ज्या अपेक्षित होत्या त्या घटना घडत आहेत.''

मी विचारले, ''अमात्य, अशी कोणती अनुकूल वार्ता आली आहे पाटलीपुत्रातून?'' ''युवराज, तिथे चंद्रगुप्त आणि तो कपटी चाणक्य यांच्यात वितुष्ट आले आहे. अमात्यांवरील नाराजीचा सूर काही मला लपवता येत नव्हता. मी म्हणालो, सचिवांशी वितुष्ट आले म्हणून राजाचे कसे काय मोठे बिघडते? मला नाही वाटत की, त्यामुळे राजव्यवहारात फार अंतर पडते!'' अमात्य समजुतीच्या सुरात विश्लेषण करून सांगू लागले, ''युवराज, अन्य कोणत्याही राजास फरक पडत नाही, पण चंद्रगुप्तास निश्चित फरक पडणार आहे. चाणक्याच्या प्रभावातून चंद्रगुप्तांचे बाहेर पडणे हेच मुळात आश्चर्यजनक आहे, कारण मगधाचा राज्यशकट त्या खलपुरुषाच्या, चाणक्याच्या हातात आहे आणि चंद्रगुप्तांचे पानही चाणक्याशिवाय हलत नाही एवढे त्याचे परावलंबित्व आहे. राज्यशास्त्रानुसार राजा धाडसी आणि सचिव विवेकी असेल तर राज्य शासन सुनियंत्रित आणि

कल्याणकारी होते. दोन्हीपैकी एकही बुरूज ढासळला तर प्रशासन पूर्णतः दिशाहीन होत असते! तिथे तर चाणक्याच्या तंत्रानेच सर्व कारभार चालत होता. ज्या राज्यात सचिवांचे अधिक नियंत्रण असते व राजा केवळ सचिवांच्या सल्ल्याने चालणारा असतो तिथे असे प्रकार होतच असतात. आपल्या सुदैवाने तिथे राजा आणि सचिव यांच्यात संघर्ष उडाला आहे, नायकविहीन नौकेप्रमाणे पाटलीपुत्र हेलकावे खात आहे, व हीच ती योग्य वेळ आहे ज्याची मला दीर्घकाळ प्रतीक्षा होती. आपल्या सैन्यास पाटलीपुत्रावर चालून जाण्याचा आदेश दे....!''

त्या क्षणी अमात्य म्हणतात तसा, मी केवळ सचिवांच्या सल्ल्याने चालणारा राजा नाही याचा मला अभिमान वाटला! मी तसे भागूरायणास बोलूनही दाखविले, त्यानेही सस्मित मुद्रेने संमतीदर्शक मान डोलावली!

अमात्य राक्षसाचे ते उत्तेजित करणारे भाष्य ऐकून मला वीरश्रीचे स्फुरण चढले, आणि भारावलेल्या अवस्थेत आम्ही परतलो ते मोहीम सुरू करण्याचा कृतसंकल्प करूनच! आता मी पर्वतकपुत्र मलयकेतू नव्हतो, पहाडी प्रदेशाचा राजाही नव्हतो, होतो तो केवळ प्रतिशोध घेण्यासाठी आसुसलेला, चंद्रगुप्त-चाणक्यासह पाटलीपुत्रास स्वाहा करण्यास निघालेला लवलवत्या सूडाग्नीचा प्रखर लोळ! दहा महिन्यांपूर्वी माझ्या कुटुंबावर दुःखाचा पहाड कोसळला होता, माझी आई राजमाता, एक शोकाकुल विधवा बनली होती...! सारा राजपरिवार शोकसागरात बुडाला होता. मला तर धरणीकंप झाल्यासारखे वाटले होते. कपटी राजनीतीचा अत्यंत हिडीस चेहरा समोर आला होता. आता हा मलयकेतू सगळ्याचा न चुकता प्रतिशोध घेणार होता, चंद्रगुप्ताचा परिवार शोकसागरात बुडणार होता, वैधव्याची कुऱ्हाड कोसळणे म्हणजे काय असते ते तिथल्या राजस्त्रिया आता भोगणार होत्या!

जसजसे पाटलीपुत्र जवळ येत होते तसतसे सैन्यतळावरील नियमदेखील खूप सक्त करण्यात येत होते. कसलाही धोका होऊ नये म्हणून तिथे सहजासहजी कोणास प्रवेश अथवा निर्गमन करणे अधिकाधिक कठीण केले गेले, विशेषतः चाणक्याच्या गुप्तचरांपासून सावधानता बाळगणे आवश्यक होते. त्यामुळेच अनुमतीपत्र असल्याशिवाय कोणीही बाहेर ये-जा करू शकत नव्हते. अनुमतीपत्र मुद्रांकित करून देण्याचे काम अनुभवी आणि माझा विश्वासू मित्र, भागूरायणाकडेच सोपविले होते. का कोण जाणे, पण भागूरायण मदतीला असला की, मी एकदम आश्वस्त होत असे. अचानक त्याच्याकडे जावे असे वाटल्याने मी भागूरायणाच्या मुद्राकक्षात गेलो. तिथे जीवसिद्धीचे संभाषण चालू होते. भागूरायण विचारत होता, ''हे मुनिवरा, आपण अमात्य राक्षसाच्या छावणीतून आला आहात, आपणास कुठे जायचे आहे ते सांगा. मी पत्र मुद्रांकित करून देतो.'' संतप्त स्वरात जीवसिद्धी म्हणत होता नाव काढू नकोस त्या दुष्ट राक्षसाचे... ''जिथे

राक्षसासारखे पिशाच नाही अशा ठिकाणी कुठेही जायला मी तयार आहे, पण कृपया त्या नीच राक्षसाची सावली सुद्धा नको! हा नतद्रष्ट माणूस, छे माणूस कसला... नावाप्रमाणे राक्षसच! हा इतका कृतघ्न निघेल अशी मी स्वप्नातदेखील कल्पना केली नव्हती. आम्ही संन्यासी क्षपणक सर्व मायाजालापासून निरिच्छ असतो, वास्तविक पाहता राजनीतीसुद्धा आमचा विषय नाही, पण केवळ स्वामिनिष्ठा हा धर्म पाळण्यासाठी अमात्यांची अत्यंत जोखमीची कामे केली. त्याची परतफेड हा उलट्या काळजाचा राक्षस अशारीतीने करेल ही अपेक्षाच नव्हती! पर्वतकावरील विषकन्येच्या प्रयोगात मी जर त्यास सहकार्य केले नसते तर अमात्यांचा सगळा कट फसला असता, अमात्यांच्या मित्रत्वाला जागून मी स्वत: विषकन्येस महाराज पर्वतकाकडे नेले! साऱ्या जगाचा समज पण तसाच झालेला होता आणि तो खराही होता, अमात्यांनीच पर्वतक महाराजाची निर्घृण हत्या केली!'' अवाक् झालेला भागूरायण विस्फारित नेत्राने पाहतच राहिला व तो विस्मयाने म्हणाला, ''म्हणजे आमच्या कानी आले होते व तशी माझी खात्रीसुद्धा झाली होती की, चाणक्याने कपटाने व कुटिल हेतूने पर्वतक महाराजावर विषकन्येचा प्रयोग केला, हे खोटे होते का?'' जीवसिद्धी उत्तरला, ''हे बघ, तुमची माहिती परिपूर्ण नाही, कोणी मान्य करो अथवा न करो... मी स्वत: विषकन्येस पर्वतक महाराजाकडे पोचते केले होते! एका संन्यासी क्षपणकाचे हे बोल आहेत हे लक्षात घे! मला खोटे ठरविण्यापूर्वी दहा वेळा विचार करा... समजलं?''

हा सगळा संवाद ऐकून माझ्या अंगाची लाही लाही झाली, डोळ्यांत खदिरांगार पेटला. अमात्य राक्षसाच्या नीचपणाचा यापेक्षा अधिक असा आणखी काय पुरावा पाहिजे होता? मी ताडताड पावले टाकीत तिथून आल्यापावली परतलो! सर्वांग थरथरत होते. काय करावे काहीच सुचत नव्हते. किती वेडा आहे मी? अस्तनीत निखारे घेऊन फिरतो आहे आणि त्याची साधी जाणीवदेखील मला झाली नाही... काय म्हणावे माझ्या निर्बुद्धपणाला? राहत्या घराचे वासे मोजणारा हा अधम राक्षस. खाल्ल्या अन्नाला न जागणारा कृतघ्न, मायावी मैत्री करून पाठीत खंजीर खुपसणारा हा विश्वासघातकी अमात्य... डोके सुन्न बधिर झाले होते. मी तशा विमनस्क अवस्थेत असतानाच, प्रतिहारी आत येत म्हणाला, ''सैन्यतळावरून गुपचूपरीत्या पलायन करू पाहणारा कोण्या सिद्धार्थक नामक सेवकास रक्षकांनी बंदिवान करून आणले आहे.'' डोक्यावर पाल पडल्याप्रमाणे मी दचकलो. सिद्धार्थक...? अमात्यांचा विश्वासू सेवक...! हा कसा काय लपतछपत बाहेर पडण्याचा प्रयत्न करतो आहे? तशी त्यास आवश्यकता तरी का वाटली? काहीतरी रहस्य आहे, त्याचा भेद केलाच पाहिजे.

तितक्यात भागूरायणसुद्धा तो गोंधळ ऐकून आत आला, मी सिद्धार्थकास

माझ्यासमोर आणण्याचा आदेश दिला. चार सैनिक त्यास जेरबंद करून घेऊन आले. मी जरबेच्या सुरात दटावत म्हणालो, "अनुमतीपत्र न घेता सैन्यतळ सोडण्याचे दु:साहस तू कसे काय केलेस? कोणाच्या प्रेरणेने तुला हे बळ मिळाले, काय हेतू होता तुझा त्यामागे? तुझा बोलविता आणि करविता धनी कोण आहे? बऱ्या बोलाने सांग...! निमूट शरण आलास तर प्राण वाचतील तुझे, अन्यथा नाही!" माझ्या तीव्र बोलाचा त्याच्यावर काहीच परिणाम झाला नाही. तो अगदी मख्ख चेहऱ्याने उभा होता. भागूरायणाने पुढे होत दोनचार फटके लगावल्यावर तो पोपटासारखा बोलू लागला. अमात्य राक्षसाचा महत्त्वाचा निरोप पोचता करायचा होता...! मी अक्षरश: ओरडून म्हणालो, "कसला निरोप? काय निरोप? कोणाला द्यायचा होता? लवकर सांग!" पुन्हा त्याने मौन धारण केल्याचे पाहून भागूरायण पुढे सरसावला, तसा तो घाबरला व त्याने एक चुरगळलेले पत्र आणि तीन अलंकार हाती ठेवत सांगितले की, तो चंद्रगुप्त राजाकडे हा संदेश देणार होता! माझी अधीरता शिगेला पोचली होती, मी भागूरायणावरच ओरडलो व संदेश लवकर वाचण्यास सांगितले.

'आमच्या शत्रूला दूर करून आपण सत्यवचनी आहात हे सिद्ध केले. तसे आपणास विस्मरण होणार नाहीच, तरी केवळ आठवण असावी म्हणून सांगतो, आपण यापूर्वी वचन दिल्याप्रमाणे आमच्या मित्रांनाही संतुष्ट करावे. तसे ते संतुष्ट झाले की, आपल्या सध्याच्या आश्रयदात्याचा नाश करून तुम्हासारख्याच्या उदार आणि शीतल छत्रछायेचा ते आश्रय घेतील. आपण अगत्याने पाठविलेली आभूषणे प्राप्त झाली, आपणाकडे रिक्तहस्ते संदेश पाठवू नये म्हणून मीही तीन अलंकार सोबत पाठवीत आहे. बाकीचा महत्त्वाचा मौखिक संदेश आमचा विश्वासू सेवक सिद्धार्थक हा आपणास विस्तृतपणे सांगेल.'

वरील पत्र कोणी कोणाला लिहिले आहे ते नाव लिहिलेले नसले तरी सूर्यप्रकाशाएवढे स्वच्छ होते. अमात्यांच्या शत्रूला... म्हणजेच चाणक्याला, चंद्रगुप्ताने दूर सारले याबद्दल राक्षस हर्षभरित झाला होता! अमात्यांनी उल्लेख केलेले मित्र कोण होते, जे माझा नाश करून चंद्रगुप्तास मिळणार होते ते मात्र समजत नव्हते. पुन्हा भागूरायणास शक्तिप्रयोग करावा लागला आणि मग सिद्धार्थक बोलता झाला. कौलुतनरेश चित्रवर्मा, मलयपूर अधिपती सिंहनाद, सिंध देशाचा सिंधुसेन, काश्मीरचा राजा पुष्कराक्ष व पारसिकनृपती मेघनाद यांना संदेश दिला आहे. त्याप्रमाणे ते युद्धसमयीच्या व्यूहरचनेत, आपापल्या निश्चित केलेल्या नियोजित स्थानावरून, त्यांना नेमून दिलेला कार्यभाग आटोपला की, त्यांचे इच्छित मनोरथ आपण पूर्ण करावेत!

"इच्छित मनोरथ? याचा काय अर्थ आहे ते नीट सांग..." अशी जरब

दिल्यावर सिद्धार्थक म्हणाला, "महाराज, मी केवळ संदेशवाहक आहे, अमात्यांच्या प्रत्यक्ष कारस्थानाशी माझा नाममात्र संबंध आहे, क्षमा असावी महाराज, मी कथन केले ते भयंकर आहे, पण सत्य आहे! या सर्व राजांनी आपल्याशी मैत्रीचे नाटक केले आहे, ऐन युद्धसमयी ते सर्वजण मिळून आपला घात करणार आहेत. या कार्याबद्दल उपहारस्वरूपात, कौलुतनरेश चित्रवर्मा आणि मलयपूरचा अधिपती यांना तुमच्या गजदलाचा आणि अश्वदलाचा अनिवार मोह झाला असल्याने ते अनुक्रमे त्यांना देण्यात यावे, तर काश्मीरचा पुष्कराक्ष यास आपल्या धनसंपदेची हाव आहे, त्यास पर्वतक राजाने संचित केलेला सगळा खजिना द्यावा, तर सिंध व पारसिक राजे सीमेलगतचे आपले राज्य वाटून घेणार आहेत. अशा तऱ्हेने या सर्व सहायक मित्रांना कामगिरी पूर्ण झाल्यावर चंद्रगुप्ताने संतुष्ट करावे, हा मौखिक संदेश आहे, महाराज!" मी दंग होऊन ऐकत होतो.

संदेशवाचन पूर्ण झाल्यावर भागूरायणाने ते तीन अलंकार माझ्या हाती दिले. मी पुन्हा चकित झालो. हे तेच गळ्यात परिधान करायचे अलंकार होते, जे मी राक्षसाच्या दुर्दशायुक्त अवताराकडे पाहून त्यास भेट म्हणून दिले होते व त्याने ते परिधानही केले होते! तेच अलंकार आज हा अधम राक्षस चंद्रगुप्तास उपहार व खुणेचे साधन म्हणून पाठवीत आहे! त्यातल्या त्यात समाधान एवढेच की, किमान त्या अलंकारामुळे तरी पुराव्यासह राक्षसाच्या खऱ्या रूपाची पूर्णत: ओळख पटली.

प्रचंड मानसिक आघात झाल्याने मी इतका क्रुद्ध झालो की, तलवार उपसून त्या महाघातकी अमात्याचा शिरच्छेद करण्यासाठी निघालो...! भागूरायणाने पुन:पुन्हा विनंती करून माझा मार्ग रोखला. संतापाने धुमसत मी त्यास कठोर स्वरात धुत्कारले, त्यावर मला शांत करीत तो म्हणाला, "युवराज... अमात्यांसारख्या दुरात्म्यास तत्काळ मृत्युदंड देण्याचा हा मार्ग फारच सौम्य आहे. राक्षसासारख्या कृतघ्न बाहुबलीस कठोरात कठोर शिक्षा हीच आहे की, त्यास निष्प्रभ, निर्धन आणि निर्वासित करून जीवित ठेवायचे आणि केलेल्या पापाची यातनामय फळे दीर्घकाळ भोगायला लावायची! तत्काळ शिरच्छेदाने उलट त्यास मृत्यूचे दानच केल्यासारखे होईल. मृत्युदानाऐवजी त्याने प्रतिदिन, प्रतिक्षण तिळातिळाने मरत यमयातना भोगल्या पाहिजेत! श्रीकृष्णाने अश्वत्थाम्याच्या घोर व निर्घृण अपराधाबद्दल त्यास तत्काळ ठार केले नाही, वास्तविक पाहता त्या अवतारी पुरुषास ते सहज करता आले असते. तरीसुद्धा विद्वान व विचारवंत म्हणून मान्यता प्राप्त असलेल्या अश्वत्थाम्यास श्रीकृष्णाने फार भयानक शिक्षा दिली, त्याच्या मस्तकावरील दिव्यमणी उपटून काढला आणि ती भळाळती जखम घेऊन अश्वत्थामा चिरदाहाची वेदना मस्तकी घेऊन प्रदीर्घ काळ जगत राहिला. मृत्यूपेक्षाही ते फार भयानक

जीवन होते! अमात्य राक्षस हे देखील नामवंत आणि प्रख्यात व्यक्तिमत्त्व आहे, त्याला आपण जीवित ठेवूनच नरकयातना देऊ! सिंहाची नखे व दंत उपटून काढली की तो विकलांग होतो. मग जंगली कुत्रीदेखील त्यास फाडून काढतात! अमात्यांचे पापकृत्य पाहता 'मरण आलेले बरे,' असे त्यास क्षणोक्षणी वाटावे, एवढी आपण त्याची दुर्दशा करू!''

माझ्या जखमेवर कोणीतरी हळुवार फुंकर घालतो आहे असे मला वाटले. अमात्यास अशीच भयानक शिक्षा दिली पाहिजे असे माझेही मत बनले. तरीपण त्या नीचास प्रत्यक्ष जाब विचारल्याशिवाय मला चैन पडणार नव्हती. रक्षकांद्वारे अमात्य राक्षसास तातडीने येण्याचा निरोप पाठविला, तो येईपर्यंत मी अस्वस्थतेने एकसारख्या येरझाऱ्या मारीत होतो! अमात्य राक्षस! त्या कृतघ्न माणसाची प्रतिमा काही केल्या माझ्या नजरेसमोरून हटत नव्हती!

◆

अमात्य राक्षस

आर्य चाणक्याने कपटनीतीने चंद्रगुप्तास राजा केले त्याच्या या पापकृत्याचे फळ त्यास मिळण्याऐवजी उलट दैव त्यास सर्वत्र यशस्वी करीत आहे! किती चमत्कार म्हणायचा हा! मी सोडलेला प्रत्येक बाण मलाच विद्ध करून जातोय. माझ्या प्रत्येक कारस्थानास अपयश, तर त्याच्या प्रत्येक कपटास यश! काय हा दैवदुर्विलास! इतक्यावरही मी अविचल राहिलो असतो, पण माझ्या प्राणप्रिय मित्रास, चंदनदासास वधस्थानाकडे नेल्याचे वृत्त ऐकून मी उन्मळून पडलो. शेवटी चाणक्याच्या अघोरी कुटिल नीतीचा व कपट कारस्थानाचाच विजय झाला...! दैवाने शेवटी माझा घात केला, माझ्या सर्वच विश्वासू मित्रांचा चाणक्याने बुद्धिभेद केला. माझी बुद्धिमत्ता, माझा पराक्रम यास काहीच अर्थ राहिला नाही, व्यर्थ झाले अमात्य राक्षसाचे जीवन! आता तर शरणागती पत्करून चंद्रगुप्तांचे अमात्यपद स्वीकारण्याशिवाय माझ्यासमोर चाणक्याने मृत्यूचादेखील पर्याय शिल्लक ठेवला नाही!

अमात्य राक्षस...

युवराज मलयकेतूने अत्यंत स्नेहपूर्वक पाठविलेले ती मौल्यवान आभूषणे स्वीकारताना माझे मन उचंबळून आले. पुत्रासम कोवळे वय असलेल्या राजकुमाराचे ते सहृदय आणि भावस्पर्शी वागणे पाहून माझे नेत्र ओलावले! मला माझ्या दिवंगत स्वामी महाराजांची, धनानंदाची प्रकर्षाने आठवण आली...! इतरांसाठी कितीही कृपण असले तरी महाराज धनानंद असेच माझ्यावर विशेष कृपादृष्टी ठेवत असत. अनेक मोहिमा व स्वाऱ्या यांतून विविध देशांचे राजे मला जे अनमोल नजराणे देत, ते सर्व मी महाराजांचे चरणी अर्पित असे. राजकोषात जमा झालेल्या बहुमोल आभूषणांपैकी कित्येक अलंकार महाराजांनी मला विविध प्रसंगी मुक्तहस्ते दिलेले होते. मला मिळालेली सत्तापदे, अधिकार आणि वैभव ही सगळी कृपा केवळ महाराजांच्या निर्मळ स्नेहाचे प्रतीक होती, आणि ते ऋण कायम बाळगण्यात मला कधीही संकोच वाटला नव्हता. आज मलयकेतूच्या तशाच निर्मळ स्नेहाचे मला दर्शन झाले होते, म्हणून तर मी एवढा भावुक झालो. मी इथे आलो तेच निष्कांचन अवस्थेत एक पराभूत योद्धा, एक अगतिक अमात्य व एक परावलंबी आश्रित म्हणून! युवराज मलयकेतूचा माझ्याविषयीचा गैरसमज दूर होऊन सत्य काय ते त्यास समजले होते. म्हणूनच त्या दुष्ट चाणक्याच्या घातक मायाजालापातून त्याने तातडीने स्वत:ची सुटका करून समयसूचकता दाखविली होती. ती मात्र पाटलीपुत्रातच राहून चाणक्याच्या कपटनीतीला कपटानेच उत्तर देण्याचे आटोकाट प्रयत्न केले. दुर्दैवाने एकापाठोपाठ एक माझे सर्व प्रयत्न वाया गेले! आता तर माझे जिवलग स्नेही क्षपणक जीवसिद्धी, कायस्थ शकटदास व नगरश्रेष्ठी चंदनदास यांच्या जिवावरच तो पापी चाणक्य उठला होता, अशा प्रसंगी मी पाटलीपुत्र सोडणेच योग्य होते, आणि ज्याच्याकडे कार्यसिद्धीसाठी विश्वासाने जावे असा युवराज मलयकेतूशिवाय मला तरी जवळपास कोणी दिसत नव्हता. माझ्या पूर्वायुष्यात महाराज पर्वतकाशी आमचे कधीच वैर उद्‌भवले नव्हते, पण

सीमावर्ती शेजारी राज्य असल्याने, सावधानता बाळगूनच आम्ही एकमेकांचा आदर करीत होतो. आज मी आणि युवराज मलयकेतू, आम्हा दोघांचा शत्रू एकच होता, तो म्हणजे कुटिलबुद्धी चाणक्य! त्यास समूळ नेस्तनाबूत करणे हेच आता आमच्या जीवनाचे उद्दिष्ट होते.

युवराजासमोर जाताना माझ्या गळ्यात एकही आभूषण नसलेले त्यांच्या लक्षात आले होते, त्यामुळे युवराज मलयकेतूने पाठविलेली आभूषणे मी मोठ्या आनंदाने स्वीकारून परिधान केली. त्यांतील रत्नजडित पदक असलेली मौक्तिकमाला तर फारच मौल्यवान होती. मीसुद्धा उत्तम रत्नपारखी असल्याने मला तिची वेगळी परीक्षा करण्याची आवश्यकता वाटली नाही. आणि काय योग असतो पाहा, अवघ्या काही दिवसांसाठीच मला ती रत्नमाला गळ्यात घालता आली. त्या दिवशी माझा कायस्थ मित्र शकटदास याचाच विचार करीत बसलो होतो, तेवढ्यात माझा विश्वासू चर विराधगुप्त सांगत आला की, शकटदासास सुळावर चढविण्याच्या प्रक्रियेस सुरुवात झाली आहे. त्यास वाजतगाजत नगरातून मिरवीत वधस्तंभाकडे नेले! तो केवळ माझा हितचिंतक आहे म्हणून बिचाऱ्यास, त्या कुटिल चाणक्याने मृत्युदंड दिला!

मित्रा शकटदासा, तुझे हे बलिदान व्यर्थ जाणार नाही, माझ्या हृदयात तुझे स्थान ध्रुवताऱ्याप्रमाणे अढळ राहील. केवळ दैव आज माझ्यासोबत नाही, ते माझ्यावर रुष्ट झाले आहे म्हणूनच तुला अशा यातनामय मृत्यूस सामोरे जावे लागले. आपल्या मैत्रीखातर तू जे समर्पण केले आहेस त्याची इतिहासाला नोंद घ्यावीच लागेल. मित्रावरील अतूट निष्ठा काय असते ते दर्शविण्यासाठी लोक तुझ्या हौतात्म्याचे उदाहरण देतील. जा मित्रा जा, हा राक्षस तुझ्या स्मृती कायम स्मरणात ठेवील व तुझ्या वंशजाचाही व्यवस्थित प्रतिपाळ करील, अगदी नि:शंक मनाने जा!

असे माझे स्वगत चालू असतानाच रक्षकाने मधेच येऊन समाधीभंग केला, अमात्य... बाहेर शकटदास आले आहेत, आपल्या भेटीसाठी प्रतीक्षेत आहेत! क्षणभर माझा विश्वासच बसेनासा झाला. साक्षात चाणक्याच्या यमपाशातून सुटका? जणू सत्यवानच यमलोकातून सुखरूप धरतीवर परतला होता! मी अधीर होत त्यास आत आणण्यास सांगितले. तो येताच कडकडून मिठी मारल्याशिवाय मला राहवले नाही, शकटदासाची ज्या देवदूताने सुटका केली त्या सिद्धार्थकाच्या गळ्यात अत्यानंदाने माझ्या गळ्यातील सर्व आभूषणे घातली. मला झालेला अपार आनंद एवढ्याच कृतीने व्यक्त करून त्या उपकारकर्त्यास मला संतुष्ट करता आले. माझा जीवश्च मित्र शकटदासाच्या प्राणांचे मोल त्यापेक्षा कतीतरी पटीने अधिक होते.

अशा रीतीने पुन्हा मी आभूषणविहीन झालो. युवराज मलयकेतूने ज्या भावनेतून ती मला दिली होती तिचा सन्मान राखणे आवश्यक होते. पण त्या प्रसंगाचा थरारच इतका होता की मला काहीही सुचले नव्हते. त्यामुळे जेव्हा सार्थवाहक व्यापारी तांड्याबरोबर काही जवाहिरे आले आहेत, व त्यांनी काही उत्तम दर्जाची व केवळ राजपुरुषांनाच शोभतील अशी आभूषणे विक्रीसाठी आणल्याचा निरोप माझ्याकडे पाठविला तेव्हा मी त्यांना येण्यासाठी निमंत्रित केले. कारण त्यांना अन्य वस्तूच्या व्यापारासाठी ती त्वरित विक्री करायची होती व मलाही आभूषणाचा आवश्यकता होतीच. त्या जवाहिऱ्यांनी मोठ्या हळुवारपणे हाताळत ती अमूल्य आभूषणे मला दाखविली. ती खरेच दुर्मिळ व दर्जेदार होती. त्यांतील एक पाचू आणि मोत्याची चारपदरी सुंदर कंठमाला होती. केवळ राजेलोकच खरेदी करू शकतील असे तिचे मूल्य होते, हे मला एकाच दृष्टिक्षेपात समजले होते. पण त्यांना निकड असल्याने अत्यंत वाजवी मूल्यात ते देण्यास तयार होते. मी विनाविलंब ती माला खरेदी केली आणि परिधानही केली! युवराज मलयकेतूने आभूषणे पाठवून माझ्याविषयी जी सद्भावना दाखविली होती तिचा आदर करणे हे माझे कर्तव्यच होते. कारण यापुढे त्यांच्या भेटीला जाताना मी आभूषणे न घालता जाणे, हे त्यांना उचित वाटले नसते किंवा त्याच्या जिव्हाळ्याच्या भावनेचा मी मान ठेवला नाही असेही त्यांना कदाचित वाटले असते! म्हणून ही खरेदी पूर्ण केली.

युवराज मलयकेतूकडून तातडीचे बोलावणे आल्याने मी कामात व्यग्र असतानाही भेटीस निघालो. नेहमीप्रमाणे मनमोकळे क्षेमकुशल झाल्याचे वाटत नव्हते. स्थानापन्न झाल्यावर युवराजच्या त्या सुशोभित छावणीत एकप्रकारचा अदृश्य तणाव मला जाणवला. तरी मी प्रयत्नपूर्वक प्रसन्नता आणून संभाषणास सुरुवात केली. काही नवीन वृत्त आले आहे काय, राजन? कारण आपली युद्धमोहीम आता शेवटच्या टप्प्यात आली आहे, अशा वेळी साध्या साध्या घटनाही दुर्लक्ष करण्याजोग्या नसतात! मी वातावरण सैल करण्याचा प्रयत्न केला. अत्यंत विक्षिप्त नजरेने पाहत युवराज उद्‌गारले, "अमात्य... युद्धमोहिमेसाठी सैन्याची व्यूहात्मक रचना काय केली आहे त्याचे थोडे विस्ताराने वर्णन करता येईल का?" "होय स्वामी, माझ्या संकल्पनेप्रमाणे सेनापती व मी स्वत: सैन्याच्या दोन्ही बगला सांभाळू, आपण मध्यभागी हत्तीदलात मध्यभागी राहून नेतृत्व करायचे आहे, आपल्या सुरक्षेसाठी विशेष पराक्रमी राजे त्यांच्या शूर सैन्यपथकासह राहतील." युवराज उत्कंठित होत म्हणाले, "कोण कोण विशेष पराक्रमी राजे आमच्या संरक्षणासाठी योजले आहेत?" मी तत्काळ खुलासा केला, "कौलूतराज चित्रवर्मा, मलयपुराधीश सिंहनाद आणि काश्मीरचे राजे पुष्कराक्ष हे आपल्याभोवती मजबूत कडे करून चालतील. सैन्यध्वज त्यांचेकडेच असेल. तर सिंधदेशचा राजा सिंधुसेन आणि

पारसिकनृपती मेघनाद आपल्या शूर सैनिकांसह आपली पिछाडी सांभाळतील! कोणत्याही परिस्थितीत आपली कडेकोट सुरक्षा करणे हाच यामागचा उद्देश ठेवून रचना केली आहे राजन!''

मी जसजशी नावे घेत होतो तसतसा युवराजांचा चेहरा उग्र होत होता. आणि जणू धाप लागल्याप्रमाणे त्यांचा श्वासोच्छ्वास वेगवान का होत होता, ते काही मला समजले नाही. विचित्र मुद्रा आणि अंगविक्षेप करीत युवराज ताड्कन आसनावरून उठले. त्यांचे सर्वांग अक्षरश: थरथरत होते...! कमालीच्या उच्च स्वरात ते ओरडले, ''हे पातकी दुष्टा... नीच अमात्या... मला काय बालबुद्धीचा समजतोस काय? तुझे घातक षड्यंत्र केव्हाच लक्षात आले आहे, युद्धाच्या धामधुमीत माझ्या भोवती हत्यारी लोकांचा जमाव करून माझी हत्या करण्याचा तुझा कुटिल डाव उघडा पडला आहे! चंद्रगुप्ताशी गुप्त मसलत करून आमच्या जीविताचा सौदा करणाऱ्या अधम माणसा... तुला माणूस तरी कसे म्हणायचे? नावाप्रमाणेच तू राक्षस आहेस! तुझ्या पापी देहाचे तुकडे तुकडे करून कोल्ह्याकुत्र्यांना खाऊ घातले तरी ते पुरेसे नाही, इतका तू घोर पातकी आहेस! कृतघ्ना, ज्या थाळीत अन्नभक्षण करायचे त्यातच विष्ठा कालवलीस! मांसाचा विक्रय करणाऱ्या निर्दयी खाटका... आमच्या देहाचे काय मूल्य लावलेस? तुझा शिरच्छेद करण्यासाठी माझा हात शिवशिवत आहे, पण मृत्यूमुळे तुझी लवकर सुटका होईल, एवढे सहज मरण मी तुला देणार नाही, असे यातनामय जीवन देईन की जगण्यापेक्षा मरण आलेले बरे असे तुला वाटावे इतकी वाईट स्थिती करेन मी तुझी! पावला-पावलावर तुला मानहानी व विटंबना दीर्घकाळ भोगावी लागेल, लोक तुझ्या कृतघ्नतेवर थुंकतील...! जा, तत्काळ निघून जा माझ्या सृष्टीसमोरून, माझ्या कोपाचा आणि संयमाचा अंत पाहू नकोस!'' क्षणाचाही उसंत न देता, तिखट बोलाच्या आसुडाचे कडाड्कडाड् फटके बसत होते! त्याने माझे मन रक्ताळले होते!

मी परमावधीच्या विस्मयाने अवाक् होऊन पाहतच राहिलो. भीतीची एक अनामिक लहर मनाला स्पर्श करून गेली. मला कंठ फुटत नव्हता आणि जीभ देखील जड पडली होती! सगळेच अकल्पित व कसलाही उलगडा न होणारे होते. तितक्यात युवराज मलयकेतूची नजर मी नुकत्याच विकत घेतलेल्या माझ्या कंठातील रत्नहारावर पडली. डोळे बारीक करीत जवळ येऊन रत्नपदकाचे निरीक्षण केल्यावर त्यांचे डोळे एवढे मोठ्ठे झाले की, आता ते बाहेर पडतात की काय असे मला वाटले! युवराजाचा ऊर अधिकच धपापू लागला, श्वास तीव्र झाला होता. तारस्वरात ते किंचाळले...! ''भागूरायणा... हे बघ माझ्या तातश्रींच्या गळ्यातील हा रत्नहार! या नीचास चंद्रगुप्ताने पत्रात लिहिल्याप्रमाणे उपहार म्हणून पाठविलेला तो कंठा हाच आहे! त्या चाणक्य-चंद्रगुप्तांच्या अभद्र जोडीने

माझ्या लाडक्या पिताश्रीच्या मृतदेहावरून ओरबाडून काढलेली हीच ती आभूषणे...! अरेरे... किती घात झाला माझा! मी केवढा मतिमंद निघालो. दीर्घकाळ विषारी सापाला दूध पाजत राहिलो!''

मलयकेतूचा विलाप ऐकून मी सर्दावलेल्या आवाजात हे समजून सांगण्याचा केविलवाणा प्रयत्न करीत होतो की, ही आभूषणे मी सार्थवाहकासोबत आलेल्या जवाहिऱ्याकडून मोल देऊन विकत घेतली आहेत...! पण ते माझे अरण्यरुदन ठरले, कोणीही ऐकून घेण्याच्या मन:स्थितीत नव्हते. आणि का राहावे? धडधडीत सगळा पुरावा उघड्या डोळ्यांना दिसतो आहे, आणि तो पूर्णत: माझ्या विरोधात आहे! मग माझे समर्थन तरी कसे आणि का व्हावे?

कौटिल्याने किती सुनियोजित कारस्थान रचून अचूक डाव साधला होता. सगळा घटनाक्रम माझ्या डोळ्यांसमोरून झरझर सरकू लागला...! चंद्रगुप्त-चाणक्याच्या संघर्षाचे ते लटके नाटक, हेतुपूर्वक केलेली त्याची उघड चर्चा, घरभेदी भागूरायणाचा नाट्यातील समयोचित प्रवेश, भद्रभट व इतर सरदारांचे मलयकेतूला येऊन मिळणे आणि संशयाचे वातावरण निर्माण करणे, शकटदासाला वाचवण्याच्या मिषाने सिद्धार्थकाने दर्शविलेला मायावीपणा, अतिउत्साहात त्यास उपहार म्हणून मी गळ्यातून काढून दिलेली आभूषणे, तसेच चाणक्याचे चर असलेले ते बहुरूपी जवाहिरे, ज्यांच्या माध्यमातून महाराज पर्वतकाच्या आभूषणाची मला जाणीवपूर्वक कमी दरात विक्री करणे, संक्षिप्त भाषेत लिहिले शकटदासाच्या हस्ताक्षरातील ते पत्र, जे चक्क माझ्या मुद्रेने मुद्रांकित केलेले! पत्रातील चंद्रगुप्तांचा अप्रत्यक्ष उल्लेख, रत्नहार व इतर आभूषणांची प्रेमळ देवाणघेवाण, हे सर्व सूर्यप्रकाशाएवढे लख्ख असताना मी करीत असलेले केविलवाणे व लंगडे समर्थन आणि युक्तिवाद कोण मान्य करील?

चाणक्याच्या कुटिलबुद्धीची कमाल होती ही सगळी? उपलब्ध साधनांचे, माणसांचे आणि वेळेचे किती काटेकोर नियोजन केले होते त्याने! वर्तमानात सापडलेल्या दुव्यांचा उपयोग भविष्यात घडवून आणायच्या नाट्यात, अतिशय नियोजनपूर्वक करून घेण्याची ही विलक्षण कला मी आजवर पाहिली नव्हती! खरेच चाणक्याच्या अद्वितीय बुद्धिमत्तेचा तो विलोभनीय आविष्कार होता. शत्रूच्या गुणवत्तेचीदेखील वर्गवारी करता आली पाहिजे! माझा नजरेला आता सर्व काही स्वच्छ दिसत होते, चाणक्याच्या जगावेगळ्या कूटनीतीचा मी बळी ठरलो होतो! पण हे सगळे कळून आता काय उपयोग? मी हतबुद्ध झालो. सगळ्या जगतानेच आपल्याविरुद्ध कट रचलाय असे वाटत होते. ज्यांच्यावर आंधळा विश्वास ठेवला ते परममित्र सिद्धार्थक व शकटदास आणि तो मायावी भागूरायणसुद्धा पाठीवर खंजिराचा वार करणारे विश्वासघातकी मित्र निघावेत? काय म्हणावे

माझ्या कर्माला आणि दैवाला! खरेच संपूर्ण आर्यावर्तात माझ्यासारखा कमनशिबी कोणीच नसेल! तसे पाहिले तर युवराज मलयकेतूने त्यास स्पष्ट दिसत असलेल्या माझ्या घोर प्रमादाबद्दल तलवारीने शिरच्छेदच करायला पाहिजे होता. कारण बचाव करण्याचे कसलेही साधन माझ्याजवळ उरले नव्हते. कदाचित माझ्या दुर्दैवाचे दशावतार आणखी संपले नसतील. म्हणून भविष्यात जे काय वाढून ठेवले आहे ते स्वीकारण्याशिवाय या अभागी अमात्य राक्षसाकडे अन्य काय पर्याय होता?

कपाळावरील घर्मबिंदू पुसत, पाणावलेल्या डोळ्यांनी आणि अवनत मानेने मी कसाबसा तिथून निघणार, इतक्यात मलयकेतूने कडाडत्या स्वरात आपल्या रक्षकांना व सेनानीस आज्ञा दिली, "आमचे गजदल आणि अश्वदल त्या लोभी राजांना पाहिजे काय...? जा, त्या चित्रवर्मास हत्तीचे पायी द्या व त्या सिंहनादास अश्वाच्या टपाखाली चिरडून टाका! अन् आमच्या खजिन्याचा लोभ बाळगणाऱ्या त्या पुष्काराक्षास हालहाल करून ठार मारा! माझ्या राज्याचे तुकडे पाडून ते वाटून घेऊ इच्छिणाऱ्या सिंधुसेन व मेघनादाच्या शरीराचे तुकडे तुकडे करून गिधाडांना खाऊ घाला!" अशा क्रूर आज्ञा सोडून त्याची तत्काळ अंमलबजावणी झाल्याचे वृत्त त्वरित येऊन सांगण्याचा मलयकेतूने आदेश दिला व तो तरातरा निघून गेला!

चाणक्यापासून चंद्रगुप्त विभक्त होण्याऐवजी मीच मलयकेतूपासून विभक्त झालो होतो! याला म्हणतात डाव उलटवून टाकणारी कौटिल्याची भेदनीती! अत्यंत विमनस्क मनाने व थकलेल्या शरीराने मी वाट फुटेल तिकडे जाण्यास प्रवृत्त झालो, दिशाहीन बाणासारखा! महत्प्रयासाने जमविलेले माझे शूर व निष्ठावान मित्र असलेले राजे, चित्रवर्मा, सिंहनाद, पुष्कराक्ष, सिंधुसेन व मेघनाद त्यांचा काहीही गुन्हा नसताना, केवळ मलयकेतूच्या चंचल राजहट्टापायी त्यांचा बळी गेला! वास्तविक पाहता हे सगळे राजे मला व मलयकेतूला युद्धामध्ये प्रामाणिकपणे मदत करायला आले होते. माझ्या व्यापक संपर्काचे आणि कुशल राजनीतीचे ते नेत्रदीपक यश होते, कारण त्यांच्या येण्यामुळे आमचे सैन्यसामर्थ्य अनेकपटीने वाढले होते. त्या दुष्ट चाणक्याच्या कुटिल जाळ्यात सापडून, उतावीळ आणि अविवेकी मलयकेतूने स्वतःच्या पायावर धोंडा मारून घेतला! असे म्हणणेच जास्त सयुक्तिक होईल. त्याचा तरी काय दोष? माझ्यासारख्या राजनीती धुरंधर माणसाला देखील चाणक्याचे हे गुंतागुंतीचे व रहस्यमय राजकारण समजायला अवघड होते, तर युवराज मलयकेतू हा तर या खेळातील बालकच होता! माझा कोणताही फासा उलटाच पडतो आणि त्या चांडाळ कौटिल्यावर मात्र दैव सदैव अतिप्रसन्न असते याचा प्रचंड विस्मय वाटत होता!

अपेक्षेप्रमाणेच अहोरात्र कष्ट करून युद्धासाठी सिद्ध केलेले सर्व सैन्यदल, त्यांच्यातील प्रमुख राजांच्या आकस्मिक झालेल्या हत्येमुळे विचलित होऊन विस्कळीत झाले. सर्व सैन्यात व मदतीसाठी आलेल्या इतर राजेलोकांत घबराट पसरली, कोणासही आपल्या जीविताची शाश्वती वाटेनाशी झाली. एकापाठोपाठ एक सर्व सैन्यपथके निघून गेली! उरल्यासुरल्या सैन्यासह मलयकेतूसुद्धा परत गेला. सारेच संपले होते! आपल्या हाताने घात करून घेणे म्हणजे काय, त्याचा सुन्नबधिर करणारा प्रत्यय आला होता. दुर्दैवाच्या चितेवर माझी सगळी स्वप्ने राख होताना पाहून माझे अंत:करण तिळतिळ तुटत होते, हृदय पिळवटून निघत होते... पण मी असहाय आणि गलितगात्र झालो होतो, वृश्चिकाची नांगी तोडल्यावर त्याच्यात आणि निरुपद्रवी अष्टपाद कीटकात काय अंतर असते? आपल्या पराक्रम आणि सामर्थ्याच्या बळावर पूर्ण आर्यावर्तात दरारा निर्माण केलेला हा अमात्य राक्षस आज दयेचा आणि उपहासाचा विषय बनला होता... विकलांग, भग्नहृदय, धाराशायी, अवमानित आणि निष्प्रभ...!

विराधगुप्ताने सांगितल्याप्रमाणे आता पाटलीपुत्रात माझ्या प्रिय मित्रास, जिवलग सखा असलेल्या नगरश्रेष्ठी चंदनदासास मृत्युदंड देण्याची तयारी चालू झाली असेल. चंदनदासाचा अंत, तोही अशा पद्धतीने आणि केवळ माझ्यामुळे होत असल्याची तीव्र वेदना खोलवर जाणवली. संताप, शोक, भय आणि व्याकूळता, यांपैकी नक्की कोणते भाव माझ्या चेहऱ्यावर प्रदर्शित होत होते ते मला कळत नव्हते.

मानवाला आयुष्यात अनेकानेक व्यक्तींचे सान्निध्य लाभते, कुटुंबातील मातापिता, बंधू-भगिनी, सहचारिणी आणि पुत्र-पुत्री यांच्या सहवासाने त्यातील बराच कालखंड व्यापलेला असतो. त्या व्यतिरिक्त बाहेरील अन्य व्यक्ती, ज्या आपल्या आयुष्याला प्रभावित करतात ते केवळ मित्रच असतात. नात्याचा प्रश्न आला की साधारणत: रक्ताच्या नात्याचा कोणालाही सर्वाधिक मोह असतो हा नित्याचा अनुभव आहे. मित्राच्या नात्याला व्यवहारात तुलनेने नेहमी दुय्यम स्थान मिळत आलेले आहे, कारण रक्त हे पाण्यापेक्षा घट्ट असते! पितृप्रेमाचे उदाहरण श्रीरामचंद्राचे, मातृप्रेम परशुरामाचे, मातृपितृभक्ती श्रावणबाळाची, बंधुप्रेम भरताचे किंवा पांडवांचे, भगिनीप्रेम श्रीकृष्णाचे, पुत्रप्रेम धृतराष्ट्राचे वा द्रोणाचार्यांचे, कन्याप्रेम शुक्राचार्यांचे, पतिप्रेम सीता, गांधारी व सावित्रीचे...! अशी अनेक उदाहरणे रक्ताच्या नात्याची देता येतील. मात्र अशाच प्रकारच्या मित्रप्रेमाचे उदाहरण मात्र शोधावे लागते, अणि खूप मंथन केल्यावरसुद्धा एकमेव कर्णाचे उदाहरण समोर येते!

पण मी सुदैवी होतो. मला चंदनदासासारखा मित्र लाभला होता. आयुष्याच्या प्रवाहात भेटलेले सगळेजण मित्र या संज्ञेत बसत नाहीत, त्यांपैकी बहुतांश लोक

व्यवहारातील गरजेपोटी जवळीक साधून असतात, तर काहीजण अपेक्षा ठेवून मित्राचे नाते निर्माण करतात. निरपेक्ष मित्र हा तसा दुर्मिळ असतो, कारण मैत्रीतून त्याला कसलाही लाभ अपेक्षित नसतो, एकदम निरिच्छ भावनेतून आणि मन:पूर्वक जिव्हाळ्यातून तो सदैव आपले हित चिंतणाराच असतो. खरा मित्र सुखदु:खात सर्वार्थाने सामील होतो, खरेतर दु:खात सामील होणे एकवेळ सोपे असते, पण मित्राच्या आनंदात तितक्याच उल्हसित मनाने सामील होणे हे कठीण असते. मित्राचा उत्कर्ष पाहून आनंद होण्याऐवजी ईर्ष्या किंवा असूया निर्माण झालेले अधिक असतात. अत्यंत समतोल बुद्धी असलेला आणि अकृत्रिम जिव्हाळा असलेला, असा मित्र फार फार दुर्लभ असतो, जो मला चंदनदासाच्या रूपात लाभला होता. असा सर्व भावभावनांशी एकजीव झालेला स्नेही, सखा प्रसंगी मित्रासाठी प्राणत्यागही करण्यास मागेपुढे पाहत नाही. प्रत्येक समर्पणास तो कायम सिद्ध असतो, म्हणूनच तर मी स्वत:ला या बाबतीत सुदैवी मानत होतो!

चंदनदासाने अत्यंत प्रामाणिकपणे व सचोटीने व्यवहार करून अपार संपत्ती प्राप्त केली होती. त्याच्या वैभवसंपन्न आणि यशस्वी कारकिर्दीमुळे त्यास पाटलीपुत्रातील पौरजन नगरश्रेष्ठी म्हणून ओळखत होते. माझा त्यांचेशी परिचय झाला तो माझ्या रत्नपरीक्षेच्या ज्ञानामुळे. तसे त्याचेही या विषयातील ज्ञान परिपूर्ण होते, पण दोघांनाही त्यात समान आवड व समान गती असल्याने आमचे सूर लवकर जुळले. विशेषत: त्यास मोत्याची परीक्षा उत्तम होती. समुद्रापारचे व्यापारी आणि दक्षिणापथातून येणारे वाणिज्य सार्थवाहक यांचेशी त्याचा चांगला संपर्क होता. त्यांचेशी रेशमी व सुती वस्त्रे, मौल्यवान धातू आणि दिव्य औषधी यांचे बदल्यात तो विविध रत्ने, हिरे व मोती स्वीकारीत असे. अनेक वर्षांच्या व्यापारातून तो समृद्ध नगरश्रेष्ठी बनला होता. अवघ्या पाटलीपुत्रात त्याचे नाव सर्वतोमुखी झाले होते, आणि नगरात त्याला खूप सन्मान मिळत असे. महाराज धनानंद द्रव्यलोभी आहेत हे त्यास ठाऊक असल्यामुळे एक व्यवहारी धोरण म्हणून तो विविध निमित्ताने महाराजांना स्मरणपूर्वक उत्तमोत्तम उपहार अर्पण करीत असे, ज्यात बहुतेक वेळा अमूल्य आभूषणे असत, ती नजराणा म्हणून देऊन त्यांना संतुष्ट करीत असे. मी नापसंती दर्शवत म्हणत असे की, अरे बाबा, महाराजांच्या राजकोषात अपार धनसंचय आहे, आणि त्यांनी आपणाकडे कधी मागणी पण केलेली नसताना, हे मौल्यवान उपहार का व कशासाठी? तुम्ही तर वाणिज्य कर प्रामाणिकपणे व नित्य भरता आहात, मग पुन्हा हा व्यय कशासाठी? तो हसत म्हणे की, माझ्या लाभातील अल्पसा अंश जर मी माझ्या राजास उपहार स्वरूपात दिला तर काय बिघडलं? आणि आम्ही अनेकदा देवादिकांच्या देवळांना उत्स्फूर्तपणे मदत करतोच ना? राजा हाही विष्णूचा अंशच असतो, त्यास थोडे धन अर्पण

केल्याने माझ्या वैभवात घट होण्याऐवजी वाढच होईल! आणि महाराजांच्या सुरक्षित छत्रछायेखाली तर आम्हासारख्याचे सर्वकाही सुखेनैव चालते आहे, त्याविषयी उपकृत राहून आम्ही आमचे कर्तव्यच अशा तऱ्हेने पार पाडत असतो. त्याचा बिनतोड युक्तिवाद आणि विनम्र श्रद्धाभाव पाहून मी निरुत्तर होत असे!

चंदनदासाचा भव्य प्रासाद हा राजमहालाच्या तोडीस तोड होता, विख्यात वास्तुशिल्पी दारुवर्माने सतत दहा वर्षे त्यावर परिश्रम केलेले होते, म्हणून ती अद्वितीय वास्तू पाटलीपुत्राचे अनोखे वैभव ठरली होती. अतिशय पापभीरू स्वभाव आणि दानत यामुळे त्याचेकडे गेलेला याचक सहसा विन्मुख होऊन जात नसे. या सद्गुणानेच चंदनदासास राजसभेत व प्रजाजनात देखील आदराचे स्थान प्राप्त झाले होते. माझ्या आयुष्यात तो आला तो चंदनाची शीतलता आणि सुगंध घेऊनच आला! आमच्या मनाचे सूर इतके उत्तम जुळले होते की, मित्रपरीक्षा करण्याचा प्रसंग कधी उद्‍भवलाच नाही. कोणाला आमच्या हृदयात डोकावता आले असते, तर दोघांच्याही हृदयातील स्पंदने एवढी एकसारखी कशी, असा प्रश्न पडला असता! इतके आम्ही विचाराने, मनाने आणि हृदयाने एकरूप झालो होतो. मी पाटलीपुत्र सोडताना माझ्या कुटुंबाच्या सुरक्षेविषयी आधी चिंता वाटली होती, पण चंदनदासाकडे माझे पूर्ण कुटुंबीय मुलाबळांसह राहण्यासाठी गेले अन् एक अक्षरानेही पृच्छा न करता त्याने अत्यंत आनंदाने त्यांची व्यवस्था केली. आम्हाला एकमेकांशी संवाद करण्याचीही गरज भासली नाही हे विशेष! माझे कुटुंबीय चंदनदासाच्या संरक्षणात आहेत एवढाच दिलासा पुरेसा होता. तो त्यांची प्राणापेक्षाही जास्त जपणूक करेल याची मला पूर्ण खात्री होती! चंदनदासाच्या प्रासादाबाहेर माझ्या पत्नीच्या हातून अत्यंत महत्त्वाची असलेली माझी मुद्रा पडली, तीदेखील नेमकी, दुष्ट चाणक्याच्या हेराच्या हातास लागली! आणि त्या कुटिलबुद्धी चाणक्याने त्या मुद्रेच्या साहाय्याने एक विलक्षण धूर्त डाव रचला. एका मुद्रेने राक्षसाचा घात केला! त्या डावाला आम्ही सगळेच बळी पडलो, कोण्या एकट्याला तरी काय दोष द्यायचा?

असो. आता सगळे काही संपले होते. माझे सगळे मनोरथ धुळीस मिळाले होते! आता उरलेसुरले साध्य एवढेच होते की, माझ्या प्राणप्रिय मित्राची मृत्यूच्या पाशातून सुटका करणे! पण कोणास ठाऊक माझ्यावर रुसलेले दैव त्यात तरी मला यश देईल का? आशंकेने माझे मन काळवंडून गेले. त्यात तथ्यही होते. कारण आजवर मी टाकलेला प्रत्येक फासा उलटा पडला होता! हा तरी सुलटा पडेल कशावरून? आणि... आणि.. माझा प्रिय चंदनदास सुळावर चढलेला पाहण्याचा भोग माझे नशिबात असेल, तेही मी जिवंत असताना..! तर मग काय उपयोग आहे असल्या जीवनाचा? त्यापेक्षा आत्महत्या करणे चांगले... सगळे

नष्टचर्य तरी संपेल एकदाचे! मी मनोमन चरकलो. त्रैलोक्यात जबर धाक असलेला आणि आपले सामर्थ्य आणि पराक्रमाने आर्यावर्तात तळपणारा अमात्य हाच आहे का, अमात्य राक्षस आणि आत्महत्या, असा अंतर्मुख करायला लावणारा विचार मनात आल्याने मला स्वत:ला सावरता आले; पण क्षणभरच का होईना तसे वाटून गेले होते हेही सत्यच होते. जीवनाची क्षणभंगुरता सर्वच ज्ञानी लोकांना मान्य असते, पण म्हणून हे जीवन स्वहस्ते संपविणे कोणीही स्वीकारीत नाही. तसा टोकाचा विचार केवळ निरतिशय वैफल्यातून येतो. खरे सांगायचे तर एकप्रकारे ते भयानक धाडसच असते, जग त्याला भ्याड का म्हणेना? मी धाडस असे मुद्दाम म्हणतो, कारण मनुष्यास स्वत:चे जीवित हे सर्वांत प्रिय असते, तो अगदी शेवटच्या टोकापर्यंत जाऊन आपला जीव वाचविण्याचा प्रयत्न करतो, हा नियम मनुष्यासकट सर्वच प्राणिमात्राला लागू आहे, हे पदोपदी जाणवते. पाळीव असो अथवा वन्यजीव असो ते सर्वच जिवाच्या आकांताने वाचण्याची अखंड धडपड करीत असतात, 'जीवो जीवस्य जीवनम्' हे सूत्र असताना देखील त्यातून निसटून जाण्याचे हरएक प्रयत्न होतात! मानवी जीवन तर दुर्लभ आहे, तरीदेखील हेतुपूर्वक आणि जाणीवपूर्वक प्राणत्याग करायचा, हे काही साधेसुधे काम नाही, एकप्रकारचे ते शौर्यच आहे! केवळ जनमानस तसे म्हणत नाही, त्यास आत्मघात मानते एवढेच!

असे उलटसुलट वैचारिक मंथन चालू होते, तरीदेखील मोठ्या निग्रहाने आत्महत्येचा विचार बाजूला सारीत मी कर्तव्यपूर्ती, म्हणजेच चंदनदासाचे प्राण कोणत्या रीतीने वाचविता येतील त्याचा शांतपणे विचार करू लागलो. तसे पाहिले तर जोवर या राक्षसाच्या हातात खड्ग आहे तोवर हा राक्षस शंभर जणांना भारी पडेल हेसुद्धा खरेच आहे. विद्युत्वेगाने मंडलाकार गरगरत मी आवेशाने खड्गप्रहार करू लागताच, समोरच्यास आपण मृत्युलोकात कधी पोचलो ते कळतदेखील नसे! अक्षरश: माझ्या मुठीतील खड्ग गळून पडेपर्यंत साक्षात यमदूलाताही माझ्या प्राणहरणासाठी तिष्ठत राहावे लागेल... ही अतिशयोक्ती नव्हती, तर वस्तुस्थिती होती! पण हाय रे दैवा... आज मला तू शरीराने विकलांग आणि मनाने गलितगात्र केलेस. माझ्या कमरेचे खड्ग आता केवळ शोभेसाठी आहे, माझा पराक्रम वांझोटा आहे, मी माझ्या एका मित्राचे रक्षण करू शकत नाही! अशा विमनस्क अवस्थेतच माझे पाय पाटलीपुत्रात कधी प्रवेश करते झाले ते कळले नाही. इथे आलो तर खरा, पण सरळ वधस्थळी जावे का? की चंदनदासाचा नेमका ठावठिकाणा आधी घेऊन मगच निर्णय घ्यावा?

द्विधा मन:स्थितीत स्वत:शी संवाद करीतच मी जीर्णोद्यानाकडे जायचे ठरविले. नावाप्रमाणेच ते एकेकाळचे हिरवीगार वनराजी आणि नानारंगी फुलाफळांनी बहरलेले उद्यान आता शुष्क, भकास, निरस व भग्न अवस्थेत परिवर्तित झाले होते. अगदी

माझ्यासारखेच... चैतन्य हरवलेले व उदास! त्या उजाड उद्यानात पाऊल टाकताच एखाद्या वनराज शार्दूलाचे कलेवर पाहत असल्याचा भास मला झाला. महाराज धनानंदानी नगरात अनेक उद्याने व पुष्करण्या उभारल्या त्यांपैकी हे एक सुंदर उद्यान होते. चौफेर असलेल्या गर्द हिरवाईमधून बागडणारे लहान-मोठे प्राणी व पक्षी, त्यांच्या किलबिलाटाने भारलेले आकाश, नेत्रसुखद विविधरंगी फुले, आसमंतात पसरलेला सुगंधी दरवळ, आकाशाचे निळे प्रतिबिंब उतरलेला निळाशार तलाव आणि त्यातील निळी जांभळी कमळफुले...! आता महाराजच राहिले नाहीत तर इथे तरी चैतन्य कुठून राहणार? सारे जीर्णशीर्ण झालेले! समोरच्या बकुळाच्या शुष्क झालेल्या वृक्षाच्या निष्पर्ण फांद्यावर बकुळीची नाजूक व शुभ्र फुले फुलल्यासारखे वाटले, मंद मंद वाऱ्यावर तो मोहक सुगंध उगीचच स्पर्शून गेला, गतस्मृती चाळवून गेला! काल्पनिक विश्वात जाऊन रंजन करून घेण्यात आता काहीच अर्थ नव्हता, सत्य काय आहे ते नागड्या रूपात समोर होते. खरोखर दुसरे काहीही नियंत्रणात ठेवता येईल, पण माणसाचे मन हे एक अजब रसायन आहे. कह्यामध्ये आले आहे असे वाटताक्षणीच ते आभाळात उडालेले असते! इतक्या चंचल मनावर नियंत्रण मिळविणे म्हणजे मोक्षप्राप्तीच! तसे मन हे उत्तम द्रावणही आहे, त्यात सर्वकाही... सुख, दुःख, भाव, भावना, विकार, काळ, इतिहास, प्रसंग, घटना, स्मृती आणि वेदनादेखील विरघळून जातात, त्यावर विस्मृतीचा पडदा पडतो, म्हणूनच तर जीवन सुसह्य होत असते! मनाचे खेळदेखील सापेक्ष असतात, जसे सभोवताल वातावरण तसे त्याचे प्रतिबिंब मनात उतरते. जीर्ण उद्यानाचे सर्व वातावरणच अत्यंत उदास झाले होते, माझ्या मनात त्याचेच प्रतिबिंब उतरले होते. मला कशातही रस वाटेनासा झाला होता. केवळ चंदनदासाची मुक्तता केली पाहिजे एवढीच तीव्र जाणीव उरली होती.

समोरच्या बकुळीच्या झाडामागे हालचाल जाणवली तसा मी सावध झालो. तो चांडाळ चाणक्य... त्याचा काही विश्वास नाही. इथपर्यंतसुद्धा त्याचे चर माझ्या मागावर येणे शक्य होते. मी खड्गाच्या मुठीला हात घातला, तेवढ्यात एक माणूस हातात फासाचा दोर घेऊन त्या वृक्षाच्या वाळलेल्या फांदीवर टाकण्याचा प्रयास करू लागल्याचे दिसले. मी मोठ्या कुतूहलाने त्याच्याकडे जाऊ लागलो. समीप आल्यावर त्यास मी हाक मारली तसा तो दचकला. म्हणजे इतका वेळ त्यास माझे अस्तित्व जाणवलेच नव्हते म्हणायचे! एवढा तो विचारमग्न आणि व्यग्र झाला होता. त्याची ती एकाग्रता माझ्या अवचित हाकेमुळे भंग झाली, आणि तो कावराबावरा होत माझ्याकडे पाहू लागला. मी त्यास विचारले की, "बाबा, काय विचार आहे? तुझी कृती आणि लक्षणे काही ठीक वाटत नाहीत! त्याने माझ्याकडे अतिशय करुण नजरेने कटाक्ष टाकीत मोठा सुस्कारा सोडला." "हे आर्य, आपण

कुलीन घरातील दिसत आहात, त्यामुळे आपणास मी असत्यवदन करणार नाही, थोड्या वेळात मी गळ्याभोवती फास टाकून प्राणत्याग करणार आहे!'' माझ्या अंगावर सरसरून काटा आला, त्यास 'असे करण्यामागे काय दु:ख व कारण आहे ज्यायोगे तू एवढा मोठा निर्णय घेतला आहेस.' असे विचारले. तो वेदनेने काळवंडून गेलेल्या चेहऱ्याने मोठ्या दु:खी स्वरात म्हणाला, ''माझा परमप्रिय मित्र थोड्याच वेळात आपले प्राण त्यागणार आहे, आम्ही दोघे इतके जिवाभावाचे मित्र आहोत की फक्त आमचे शरीर भिन्न आहे. मन अगदी एकरूप झालेले आहे. त्याचे अस्तित्व ज्या क्षणी या पृथ्वीतलावरून संपेल त्या क्षणी मीही जीवित राहू शकत नाही, असे आमचे अद्वैत आहे, आर्य!'' मला फारच अचंबा आणि उत्सुकता वाटली. मी न राहवून विचारले, ''असा कोणता तुझा मित्र आहे ते कळेल का?'' माझा तो मित्र नगरश्रेष्ठी चंदनदासाचा घनिष्ठ स्नेही आहे आणि आता थोड्याच वेळात त्या नीच व अधम चाणक्याच्या आदेशावरून चंदनदासास सुळावर चढविण्यात येणार आहे. चंदनदासाचा वियोग माझ्या जिवलग मित्रास सहन होऊच शकत नाही म्हणून तो त्यापूर्वीच आत्मघात करून जीवनयात्रा संपविणार आहे. आणि त्याचे अस्तित्व नसल्यावर माझ्या जीवित असण्याला कवडीमात्रही मोल नाही, माझे जीवन व्यर्थ ठरणार आहे, म्हणून मीसुद्धा फाशी घेऊन जीवनाचा अंत करून घेण्याचा निश्चय केलेला आहे. आता अधिक संभाषण करून माझा निग्रह कमी करू नका व वेळेचाही व्यय करू नका!'' मी त्यास सांगितले की, ''हे मित्रा, तू आत्महत्या करण्याची काहीच आवश्यकता नाही, कारण या सगळ्या अनर्थाचे कारण असलेला प्रसंग मुळी येणारच नाही. चंदनदासाला मी कोणत्याही परिस्थितीत सुळावर जाऊ देणार नाही, मी त्याची सुटका करण्यासाठीच इथे अवतरलो आहे असे समज!''

त्या अनामिकाने शंकास्पद नजरेने माझ्याकडे आपादमस्तक पाहत विचारले, ''म्हणजे, तुम्ही अमात्य राक्षस तर नाही ना? कारण तोच एकमेव पुरुषोत्तम असा आहे जो श्रेष्ठी चंदनदासाची मुक्ता करू शकतो!'' मी त्यास आश्वासक होकार दिल्यानंतर तो दोर गुंडाळून मोठ्या लगबगीने जवळ आला. अभिवादन करीत तो म्हणाला, ''महाराज, आपल्या दर्शनाने मी धन्य झालो, आपली प्रतिज्ञा आणि निश्चय पाहून माझे मतपरिवर्तन झाले आहे, एवढेच नाही, तर आपण चंदनदासाची मुक्तता करणार याविषयी मला तिळमात्रही नाही. त्यामुळे आता माझ्या जिवलग मित्राचे आणि साहजिकच माझेसुद्धा प्राण निश्चित वाचणार! जयतु अमात्य राक्षस, जयतु जयतु...!''

त्याच्या बोलण्यामुळे माझे बाहू स्फुरण पावले, छाती रुंदावली आणि विद्ध झालेल्या मनास उभारी आली. मी त्यास वधस्थळी सोबत येण्याची सूचना केली, त्याप्रमाणे आम्ही निघालो. त्याने बोलत असताना सहज पृच्छा केली, ''पण

अमात्यराज, आपण चंदनदासाची मुक्तता कोणत्या उपायाने करण्याचे ठरविले आहे?'' मी रागीट कटाक्ष टाकीत म्हणालो, ''जोपर्यंत या राक्षसाच्या हातात खड्ग आहे तोपर्यंत कळिकाळासही माझे भय वाटते! मी एकटा, खड्गधारी योद्धा राक्षस, चंदनदासाची मुक्तता करण्यास समर्थ आहे.'' तो भयकंपित आवाजात उत्तरला, ''महाराज, आपण म्हणता ते सत्य आहे, पण व्यवहारी वास्तवतेला धरून नाही!'' मी आश्चर्याने म्हणालो... ''म्हणजे काय?'' ''अमात्यराज, आपणास बहुतेक ज्ञात नसावे असे दिसते. त्या कुटिलमती चाणक्याने चांडाळ आणि रक्षक सैनिकांना स्पष्ट आदेश दिलेत की, शकटदासाचे वेळी जी घटना घडली त्याची पुनरावृत्ती होता कामा नये, वधस्थळी सर्वजण नि:शस्त्रच पाहिजेत, कोणी शस्त्रधारी तिथे प्रवेश करण्याचा प्रयत्न करीत आहे असे दिसताच, ज्या गुन्हेगारास सुळावर द्यायचे आहे त्यास, ठरल्या वेळेची वाट न पाहता तातडीने सुळावर चढवावे, यात विलंब केल्यास कठोर शासन करण्यात येईल! शकटदासाची सुटका झाली खरी, पण तो दुष्ट चाणक्य तेव्हापासून फारच सावध झाला आहे, आता तो कसलीही जोखीम पत्करायला तयार नाही. म्हणून माझी विनवणी आहे. अमात्य, आपणास चंदनदासाचे प्राण वाचविणे आवश्यक असेल तर त्यासाठी आपण नि:शस्त्र होऊनच वधस्थळी जाणे अपरिहार्य आहे.'' मी त्रासिक मुद्रा करून विचारले, ''अरे बाबा, तिथे चाणक्याच्या सैनिकासमोर नि:शस्त्र जायचे म्हणजे एकप्रकारची ती शरणागतीच आहे ना? हा राक्षस मरून जाईल, पण जिवंतपणी कोणाला शरण जाणार नाही. चाणक्याच्या सैन्यपथकास राक्षसाच्या खड्गाचे सामर्थ्य माहीत नाही, सगळे सैन्यपथक गारद करण्याची क्षमता एकट्या राक्षसाच्या खड्गात आहे! मी त्या सर्व सैनिकांना कंठस्नान घालून माझ्या जिवलग मित्राची, चंदनदासाची मुक्तता करणार म्हणजे करणार! तू अजिबात चिंता करू नकोस.'' आता तो अगदीच गयावया करीत म्हणतो, ''मग महाराज, आपल्या अविचारी कृतीमुळे बिचारा चंदनदास नाहक व त्वरित सुळावर चढविला जाईल, आणि आपला सर्व पराक्रम व्यर्थ ठरून आपले सर्व मनोरथ धुळीस मिळतील हे नक्की! चंदनदासाची सुळावरून सुटका करायची असेल तर आपणास नि:शस्त्रच जावे लागेल आणि शरणागती पत्करूनच त्याचे प्राण वाचवावे लागतील! अन्य कोणताही उपाय मला तरी दिसत नाही आपणासच काही अन्य पर्याय सुचतो का ते पहा.''

त्याच्या सडेतोड युक्तिवादापुढे मी हतबल झालो. मरणप्राय वेदना देणारी समस्या उद्भवली होती...! स्वत:ची शरणागती की चंदनदासाचे प्राण...? मती कुंठित करणारा यक्षप्रश्न समोर उभा राहिला! इकडे आड तिकडे विहीर, अशा द्विधा मन:स्थितीत मी सापडलो! नाहीतरी माझ्या अब्रूचे आणखी कोणते धिंडवडे

निघायचे बाकी होते? मदमस्त हत्ती सगळे अरण्य उद्ध्वस्त करीत निघावा तसे त्या कौटिल्याने माझे अवघे जीवन उद्ध्वस्त केले होते! मी अत्यंत नाइलाजाने व जड अंत:करणाने थरथरत त्यास संमती दिली. तो सांत्वना देत म्हणाला, "अमात्य महाराज, आपण साक्षात सूर्यासारखेच पराक्रमी आहात, आपल्या तेजामध्ये शत्रूला भस्मसात करून टाकण्याची दाहकता आहे, हे सर्व जग जाणते. कृष्णमेघांनी आक्रमण करून सूर्यग्रहण केले म्हणजे सूर्याचा अस्त झाला असे म्हणत नाहीत, ती एक तात्कालिक अवस्था असते. एकदा का कृष्णमेघाचे मळभ दूर झाले की तो सूर्यनारायण पुनश्च प्रखर तेजाने गगनात तळपतो. दाही दिशांना त्याची प्रभा फाकते! महाराज, हेतू साध्य होत असेल आणि दीर्घकालीन लाभ होणार असेल तर चार पावले मागे येणे म्हणजे पराजय नाही. अमात्य राक्षसांनी यत्किंचितही किंतु न बाळगता इच्छित कार्य सिद्धीस न्यावे. चंदनदासास वाचवून आम्हा सर्वांचे प्राण वाचवावेत."

निरुपाय होऊन मी कमरेचे खड्ग त्यागले. कवच-कुंडले त्यागताना कर्ण कोणत्या भावनिक अवस्थेत गेला असेल याची अनुभूती मी आज घेत होतो!

◆

चंदनदास

मी नगरश्रेष्ठी चंदनदास! माझा व्यापार सागर, नद्या व भूमार्गाने वृद्धिंगत होत होता, त्यामुळे पाटलीपुत्राच्या वैभवात नित्यनवीन भर पडत होती आणि माझी संपन्नतासुद्धा वर्धिष्णू होत होती. व्यवहारातील सचोटी, वागण्यातला प्रामाणिकपणा आणि अविचल राजनिष्ठा यांमुळे मी अमात्य राक्षसाचा जीवश्चकंठश्च मित्र बनलो. निरपेक्ष मैत्रीमुळे आमच्यातील द्वैत संपून सर्व औपचारिकतासुद्धा कधीच गळून पडली होती. अमात्यांच्या सुखदुःखात केवळ सहभागीच नाही तर ते स्वतःहून झेलण्याचीही माझी तयारी असायची. अकल्पितपणे अमात्यांवर प्रचंड आघात झाले. ते विमनस्क होऊन जाताना आपले सर्व कुटुंब माझ्या स्वाधीन करून गेले. केवढा विश्वास! म्हणूनच तर त्या धूर्त व कपटी चाणक्याच्या धाकदपटशास बळी न पडता अमात्याच्या कुटुंबाचे रक्षण केले, ताठ मानेने मृत्युदंड स्वीकारला, पण मित्रद्रोह केला नाही! मैत्रीसाठी प्राणत्याग करणे हा माझ्यासाठी सर्वोच्च गौरवाचा क्षण होता!

चंदनदास...

आणखी काही प्रहरानंतर मी मृत्युंजय ठरणार होतो. हो, मृत्युंजयच! मृत्यूवर आजवर कोणी विजय मिळविलेला नाही, असाही युक्तिवाद कोणाकडून समोर येईल; आणि मृत्यूवर विजय याचा शब्दश: अर्थ घेतला तर ते विधान सत्यही आहे. माझ्या बाबतीत मात्र ते लाक्षणिक अर्थाने घ्यावे लागेल. पाटलीपुत्राचा सन्माननीय नगरश्रेष्ठी असलेल्या या चंदनदासाने, आपल्या प्राणप्रिय मित्रासाठी मृत्यू स्वीकारला, अगदी निर्भयतेने तो मृत्यूला सामोरा गेला! जगाने माझे असे गुणगान गावेत अशी माझी आकांक्षा कधीच नव्हती. कारण मी फारच विशेष कृत्य केले आहे असा भाव त्यातून ध्वनित झाला असता, ते मला नको होते. माझा अमात्यांबरोबर असलेला, सहजभावनेतून आणि नैसर्गिक ऊर्मीतून निर्माण झालेला अकृत्रिम स्नेह त्यामुळे कलंकित झाला असता. तसे पाहिले तर मला क्षमायाचना करून मृत्युपाशातून स्वत:ची सहज सुटका करून घेतला आली असती, पण मी त्याऐवजी प्राणत्याग करणे पत्करले. अमात्यास समर्पित केलेली निष्ठा मी कधीही त्यागली नाही, किंवा कधी अमान्यही केली नाही. प्रत्यक्ष यमदूत जरी मृत्युपाश घेऊन आले तरी मी अविचल राहिलो. हाच तर माझा मृत्यूवर मिळविलेला विजय होता! अमात्यांच्या अतूट मित्रप्रेमापोटी हा चंदनदास सुळावर चढला, तेही अगदी हसत हसत! कसलाही अहंतेचा अथवा श्रेष्ठतेचा आविर्भाव न दाखविता अगदी सहजपणे! माझ्या वैयक्तिक आयुष्यातदेखील मी प्रत्येक त्यागाकडे केवळ कर्तव्य म्हणूनच पाहिले. दान या शब्दाचा मला अगदी तिटकारा होता. कारण त्या शब्दात अहंकाराचा दर्प आहे. लोक दातृत्व दाखवून कोणालातरी उपकृत केल्याच्या कल्पनेचा आनंद घेतात, त्याचाही मला विषाद वाटत असे. आपल्या आर्य संस्कृतीमध्ये स्पष्ट अपेक्षा व्यक्त केलेली आहे की, डाव्या हाताने केलेले दान उजव्या हातास देखील कळू नये! यापलीकडे नि:स्पृहतेविषयी आणखी काय सुस्पष्टता असावी? कोणी म्हणेल, आज चंदनदासाने मित्रासाठी

प्राणदानच केले! माझा त्यावरही आक्षेप आहे, कारण मित्रासाठी केलेले कसलेही दान असूच शकत नाही, जे काही असते ते केवळ कर्तव्य, विशुद्ध भावनेतून पार पाडलेले एक मित्रकार्य! आणि जगानेही तसेच म्हणावे, हीच तर माझी मनोकामना होती.

समर्पित भावनेने स्वीकारलेले मरण हा शोकप्रसंग नसतो, तर तो 'मरणसोहळा' असतो! होय, सोहळाच! मृत्यूची कल्पनाही लोकांना नकोशी वाटते, तो जवळ आला की भयाने अगदी व्याकूळ होणे ही सर्वसामान्य प्रतिक्रिया आहे. जे कदापि टळूच शकत नाही त्याचे भय का असावे? जन्म आणि मृत्यू...! हा एक पूर्वापार चिंतनाचा विषय आहे, ती दोन सुटी सुटी टोके आहेत की वर्तुळात एकत्र आलेली दोन टोके आहेत? बहुधा ती एकत्र आलेली टोके असावीत असे निश्चित वाटते, कारण वर्तुळाच्या परिघावरचा कोणताही बिंदू हा एका रेषेचा शेवट तर दुसऱ्या रेषेची सुरुवात असते! आपला शास्त्रसंमत संकेतही तसाच आहे. याचा अर्थ असा की मृत्यू हा शेवट नाहीच, तर ती एक नवीन जन्माची सुरुवात आहे. म्हणून तर पुनर्जन्म ही संकल्पना आली. जी माणसास किमान या जन्मात तरी नीतिनियमाने व सदाचरणाने वागण्याची प्रेरणा देते, दुर्गुणाचा त्याग करायला सांगते, सत्याची कास धरायचा आग्रह करते. आणि याचे पालन न केल्यास आपल्या कर्माची फळे पुनर्जन्मात भोगावी लागतील असा इशाराही देते!

मानवी स्वभाव लक्षात घेतला तर हे सर्व सुसंगत वाटते. भगवान श्रीकृष्णाने सांगितलेल्या गीताज्ञानातही पुनर्जन्माचीच संकल्पना आहे. अविनाशी आत्मा आपले शरीर एखाद्या जीर्ण वस्त्राप्रमाणे त्यागून नव्या रूपात आपले अस्तित्व कायम ठेवतो हाच त्या चिंतनाचा केंद्रबिंदू आहे. मानवाच्या सामाजिक व्यवस्थेसाठी तरी पुनर्जन्म ही संकल्पना सर्वश्रेष्ठ आहे! माणसाने आपले कर्म आणि मिळणारी फळे यांचा सम्यक विचार केलाच पाहिजे यासाठीच पुनर्जन्म ही कल्पना मांडलेली आहे. मी काही आध्यात्मिक चिंतन करणारा ज्ञानी नाही, किंवा वैराग्याच्या मार्गाने जात असलेला संन्यासीही नाही, मी कुटुंबवत्सल संसारी वैश्य पुरुष आहे. अगदी सामान्य! तरीदेखील आपली आदर्श जीवनपद्धती कशी असावी तेवढ्यापुरते माझे चिंतन नक्कीच होते. आत्ता या क्षणी व या जन्मी मी जे काही पुण्यकर्म करीत आहे ते म्हणजे, माझा जिवलग मित्र अमात्य राक्षसासोबत असलेल्या मैत्रीचे मी निष्ठेने पालन करतो आहे. त्याचे फळ मला मिळो अथवा न मिळो, मी कर्तव्यास चुकणार नाही. भले त्या कुटिलमती चाणक्याला तो माझा मोठा प्रमाद वाटो, पण मला तरी तो माझा आत्मसन्मान वाटतो! आणि माझ्या या तथाकथित प्रमादाबद्दल, हा मूढ चाणक्य माझे जीवन संपविणार आहे म्हणे! भगवंताने सांगितलेले तत्त्वज्ञान, 'संपणे म्हणजे परत येणे' हे जीवनाचे सूत्र, स्वतःस वेदशास्त्रसंपन्न ब्राह्मण म्हणविणाऱ्या

त्या दशग्रंथी कौटिल्यास समजत नसेल का? सुळावर बळी जाऊन मी इहलोकात व परलोकात देखील अमर होणार आहे, म्हणूनच तर मी स्वत:स 'मृत्युंजय' म्हणवीत आहे!

असं म्हणतात की, मृत्यूची जसजशी चाहूल लागते तसतशी माणसाची पूर्वस्मृती जागी होते, मेंदूतल्या चेतापेशी भूतकालीन घटनांचा धांडोळा घेऊ लागतात. मन मागे मागे जात विस्मृतीत गेलेले प्रसंग पुन्हा प्रक्षेपित करते. असे का होत असावे ते माहीत नाही; पण आज मला माझ्या बालपणापासूनचे प्रसंग मन:पटलावर स्वच्छ दिसत होते. एक विरंगुळा म्हणून मीही त्या स्मृतीत रमलो.

शोण आणि गंगा यांच्या विशाल संगमावर तेवढीच विशाल पाटलीपुत्र नगरी उभी होती. नगरीतील सारेच आबालवृद्ध आणि नगरजन गगंगेच्या विस्तीर्ण किनाऱ्यावर नित्यनेमाने येत-जात असत. आम्हा मुलांचे तर ते अत्यंत आवडीचे ठिकाण होते. तासन्तास नदीच्या उथळ पात्रात खेळत बसणे, डुबक्या मारून बेडकासारखा पोहायचा प्रयत्न करणे, कंटाळा आला की किनाऱ्यावरील वाळूत विविध आकार व रंगाचे शंख-शिंपले आणि खडे जमा करून स्वत:ची समृद्धी वाढविणे, असले उद्योग चालायचे. माझ्या मुळातच चौकस आणि चोखंदळ असलेल्या नजरेतून वेगळे वैशिष्ट्य असलेले काहीही सुटायचे नाही, त्यामुळे माझ्याकडच्या वस्तूचा संग्रह इतर मुलांपेक्षा 'मौल्यवान' असायचा; आणि त्याचा त्यांना हेवाही वाटायचा. मग सुरू व्हायचा 'व्यापार'... वस्तूंची देवाणघेवाण! माझ्या वस्तू दुर्मिळ असल्याकारणे, त्यांच्या बदल्यात मला घसघशीत मोबदला मिळायचा आणि माझी 'श्रीमंती' सतत वाढायची. या सगळ्या उपद्व्यापातून मला बालपणी मिळालेला सर्वांत प्रमुख धडा असा होता की, आपल्याकडे इतरांपेक्षा वेगळे आणि वैशिष्ट्यपूर्ण काही असेल तर त्याला भरपूर मागणी असते व उत्तम मोबदलाही मिळतो. व्यापाराचे हे मूलतत्त्व मला खूपच कमी वयात समजले होते. साहजिकच माझा कल, लौकिक पुस्तकी विद्या शिकण्यापेक्षा व्यावहारिक उलाढालीकडे अधिक होता. पाटलीपुत्र हे राजधानीचे नगर असल्याने त्या विषयाच्या प्रशिक्षणासाठी ते विद्यापीठच होते, असे म्हटले तर ती अतिशयोक्ती नव्हती. कारण संपूर्ण आर्यावर्तातून तसेच वेगवेगळ्या सागरी द्वीपांतून आणि दूरदूरच्या प्रदेशातून, विविध भाषिक असलेली विविध रंगाढगांची अनेक माणसे यायचा. येताना त्यांच्या देशातील अनेक वस्तू ते सोबत आणीत असत, आणि त्या वस्तू इथल्या लोकांना अनोख्या व नावीन्यपूर्ण वाटत असत. अशा वस्तूंची उपयुक्तता अचूक हेरून मी त्या खरेदी करीत असे आणि काही काळानंतर त्याची विक्री करून चांगला मोबदला मिळवीत असे. या जगावेगळ्या विद्यापीठातील शिक्षणक्रमामुळे आणि मिळत गेलेल्या अनुभवामुळे, मी व्यापारात हळूहळू प्रवीण होत गेलो.

जगातून पाटलीपुत्रात येणारे सार्थवाहक, व्यापारी आणि प्रवासी यांच्या सहवासातून विविध देशांविषयी ज्ञान प्राप्त झाले. हे सार्थवाहक आणि व्यापारी कुठून येतात, पाटलीपुत्रात त्यांचे कुठे वास्तव्य असते, पुढे ते आणखी कुठल्या देशात प्रयाण करतात, तिथे काय व्यापार होतो, त्यांच्याकडील वस्तू मुबलक प्रमाणात उपलब्ध आहेत की नाही, इत्यादी गोष्टींची मी चौकसपणे नोंद घेत गेलो. त्यांच्या मूळ देशात सहज उपलब्ध होऊ शकणाऱ्या पण इथे दुर्लभ असणाऱ्या वस्तूंची माहितीही जमा होत गेली. तिथे मागणी असलेल्या पदार्थांची मी व्यवस्थित नोंद घेतली. प्रवासाची अंतरे, संभाव्य संकटे आणि प्रवासाची साधने काय काय आहेत याचीही चौकशी झाली होती. हे सगळे करण्यामागे हेतू हाच होता की, या प्रमुख घटकावरच तर, तिथे आणि इथे मिळणाऱ्या वस्तूचे मोल अवलंबून होते. जेवढी दुर्लभता अधिक तितके त्या वस्तूंचे मूल्यदेखील अधिक, हा वाणिज्य शास्त्रातला नियम म्हणा की व्यापारी धूर्तता म्हणा, पण ते चांगले लक्षात यायचे! अर्थात माझे हे चौफेर निरीक्षण आणि चतुरस्त्र ज्ञान याच्या बळावर मी इतरांच्या तुलनेत कितीतरी अधिक प्रगती केली! कणाकणाने धन वाढते आणि लक्ष्मी चंचल असते, या दोन्ही वास्तवाचे पूर्ण भान असल्यामुळे मी सुयोग्य प्रकारे धनसंचय व धनसंवर्धन करू शकलो. नुसताच धनसंचय करणे किंवा अनियंत्रितपणे धनाचा अपव्यय करणे या दोन्ही गोष्टी वाईटच. 'श्रीमंत श्रेष्ठी' ही बिरुदावली मिळण्याच्या कसोटीला असे लोक उतरत नाही! माझी समृद्धी वर्धिष्णू होती, कारण पाटलीपुत्र नगरीत येणारा सार्थवाहक आणि व्यापाऱ्यांचा प्रत्येक तांडा माझ्या संपर्कात येतच असे. यवद्वीप, जम्बुद्वीप, मलयदेश, कम्बुज, श्रीलंका आणि अनेक सागरी प्रदेशातील द्वीप आणि बेटावरून व्यापारी येत असत. त्यांचेकडून मला उच्च दर्जाच्या मोत्याची परीक्षा कशी करावी याचे ज्ञान प्राप्त झाले होते. मोत्याविषयी तर माझे किती अज्ञान होते ते त्यांनी सांगितलेल्या रंजक माहितीमुळेच समजले. पूर्वी ऐकलेल्या काव्यात्म माहितीमुळे व परंपरागत समजुतीने माझी खात्री होती की, स्वाती नक्षत्रात पडणाऱ्या पावसाचे थेंब समुद्री शिंपल्यात पडताच त्याचे मोती होतात! पण या व्यापाऱ्यांनी ती केवळ कविकल्पना आहे असे सांगून माझा समज पूर्णतः चुकीचा ठरवला. त्यांनी अशी नवलाची माहिती दिली की, समुद्री शिंपल्यात एक अत्यंत मृदू काया असलेला कोमल प्राणी असतो. बाहेरून एखादा सूक्ष्म कण जरी शिंपल्यात शिरला तर तो शरीरास टोचू नये म्हणून हा मृदू प्राणी त्याचेवर सतत स्त्राव सोडून त्यास लपेटतो. मग त्या कणावर या चमकदार स्त्रावाची अनेक पुटे चढत राहतात व या प्रक्रियेतून हळूहळू आकारमान वाढत जाऊन मोती तयार होतो! गाठी असलेला, वेडावाकड्या आकाराचा, काळसर झाक असलेला, खडबडीत निस्तेज मोती अप्रशस्त समजावा. टपोरा, स्निग्ध, चमकदार, वाटोळा व वजनदार मोती मौल्यवान असतो.

दक्षिणपथातून येणारे जवाहिरे मला माणीक, पाचू, प्रवाळ आणि हिरे या रत्नाच्या परीक्षेची दुर्मिळ विद्या शिकवून गेले. शुद्ध लाल रंगाचा, किंवा बाळसूर्याच्या रंगाचा अकलंकित तो माणीक! तसेच स्वच्छ, गर्द हिरव्या, कांद्याच्या पातीच्या रंगाचा तो पाचू! गोरोचन अथवा गोमूत्राच्या रंगाचे किंवा हळदीच्या रंगाचे असणारे रत्न वैडूर्य! तर नीलमणी तथा इंद्रनील हे रत्न नीलकमलाची निळी छटा असलेले, जांभळासारखा रंग असलेले अथवा मेघवर्णीही असते! याशिवाय हिऱ्यातही अनेक प्रकार असतात. त्यात मोठ्या आकाराचे, वजनदार, एकसारखे पैलू असलेले, कठीण, परावर्तनशील आणि कांतिमान हिरेच अतिशय दुर्मिळ व मौल्यवान असतात! शुद्ध लाल रंगाचा प्रवाळ किमती असतो, मात्र तो कृमीयुक्त अथवा स्थूलमध्य नसावा! याव्यतिरिक्त स्फटिक, चंद्रकांत व सूर्यकांत असे प्रकारही रत्नात येतात. अर्थात रत्नपरीक्षेच्या जोरावर मला उदंड लाभ झाला होता!

पारा, गंधक, शिसे, लोह, तांबे, चांदी, सोने हे मौल्यवान धातू कुठे सहज उपलब्ध होऊ शकतात हे मला चांगले ठाऊक झाले होते. तर मिश्रधातू कांस्य व पितळ कुठे तयार होतात त्याचेही माझे ज्ञान परिपूर्ण होते. हिमालयाच्या अरण्यातून मिळणाऱ्या उपयुक्त वृक्षाच्या, ऐन, साल, देवदार, शिसम, सुरुपर्णादी काष्ठास नौकानयन क्षेत्रात आणि वास्तुरचनेत अनन्यसाधारण स्थान होते त्यामुळे त्यांचा व्यापार हादेखील लाभदायक असे. पर्वतीय प्रदेशातच मिळणाऱ्या दिव्य औषधीला व केशर आणि कस्तुरी या सुगंधी द्रव्यांना कुठे मागणी आहे त्याची नोंद माझ्याकडे होती. मरुदेशातील खाणीत विपुल साठा असलेले शुभ्र संगमरवरी दगड आणि गांधारात मिळणारे खनिज क्षार हेही माझ्या व्यापाराचे विषय होते. विलक्षण चमक असलेले रेशमाचे धागे व वस्त्रे चीन नामक देशातून येत असत. अत्यंत दुर्गम भागातून जाणाऱ्या मार्गाने, तक्षशिला-गांधारमार्गे हे रेशीम बाहेर यवन प्रदेशाकडे जात असे, तिथेही माझा व्यापारी संपर्क होता. पारसिक देशात उत्पन्न मखमली गालिचे तयार होत असत. दक्षिणेतून चंदन आणि हस्तिदंत यांचीही आवश्यकतेनुसार खरेदी होत होती. पशू-प्राणी आणि मानवी दासदासी यांचा मोठा व्यापार चालत असे; पण मला त्या मानवी खरेदी-विक्रीचा मनापासून तिटकारा होता. त्या व्यवहारात आकर्षक द्रव्यलाभ असूनही मला त्याचा कधीच तिळमात्रही मोह झाला नाही. त्या अनिष्ठ व्यापारास माझ्या कार्यकक्षेत मी कधीच आणले नाही. एकूणच ज्याची मागणी आहे त्याचा पुरवठा करायचा, ज्याचा पुरवठा करायचा आहे त्याचा साठा करायचा, ज्याचा साठा करायचा आहे त्याची कमी मूल्यात वेळेआधीच खरेदी करायची! हे व्यापारी सूत्र मी पक्के लक्षात ठेवले होते. माझ्याजवळच्या मौल्यवान रत्नांची आणि रेशमी वस्त्रप्रावरणांची खरेदी तर

महाराज धनानंदांनी आणि अमात्यांनी अनेक वेळा केलेली होती, दोघांनाही उत्तम रत्नपरीक्षा होती. शिवाय ते माझ्या चोख व्यवहारावर देखील फार प्रसन्न असत. मला नगरश्रेष्ठी असा राजसभेत बहुमान मिळण्यामागे ते एक महत्त्वाचे कारण होते.

पाटलीपुत्राच्या वैभवात भर घालणाऱ्या अनेक वास्तू होत्या, व त्या प्रत्येकाच्या उभारणीत माझा प्रत्यक्ष-अप्रत्यक्ष संबंध होता. महाराज धनानंदाच्या आदेशावरून विख्यात वास्तुशिल्पी दारुवर्मा याने, राजमहालाच्या अंतर्भागात नव्याने बांधलेले शय्यागृह..! छे: शय्यागृह कसले, तो एक भव्य महालच होता. त्यासाठी महाराजांनी अमाप द्रव्य ओतले होते. महालाची शोभा वाढविणारी विविध नृत्यमुद्रेतील नर्तकीची आकर्षक संगमरवरी कोरीव शिल्पे, चंदन व हस्तिदंताची कोरीव कलाकुसर असलेली भित्तिचित्रे, शिसम, चंदन व सुवर्ण वापरून तयार केलेला शय्यामंच आणि महालातील विविध प्रकारची आसने, छताला लटकत असलेली स्फटिकाची आकर्षक झुंबरे, मखमली गाद्या, पारसिक गालिचे, किनखापी पडदे...! काय काय सांगू? वर्णन केलेल्या सगळ्याच वस्तू मी पुरवठा केलेल्या साहित्यामुळेच तयार झाल्या होत्या हे सांगताना मला अभिमान वाटतो आणि आनंदही होतो. अर्थात या व्यवहारातून मला उत्तम प्राप्तीदेखील झाली होती म्हणा!

अमात्य राक्षस हे कमालीचे राजनिष्ठ व्यक्तिमत्त्व होते. त्यांचे बुद्धिवैभव, पराक्रम, व्यवहारचातुर्य आणि सहृदयता या गुणांवर कोणीही भाळणे साहजिक होते. महाराज धनानंद तर सर्वस्वी त्यांच्यावरच अवलंबून होते, आणि 'विश्वासाने खांद्यावर मान ठेवावी' या उक्तीला साजेसे अमात्य राक्षसांचे वर्तनही असायचे. माझ्या प्रामाणिक व्यवहारावर आणि सचोटीच्या व्यापारावर तर ते अतिप्रसन्न होते. इतरांना ते माझे उदाहरण देत असत. त्यांच्या उमद्या आणि लाघवी स्वभावामुळे मी त्यांचा जीवश्चकंठश्च मित्र कधी बनलो ते कळलेच नाही! मित्र या व्याख्येत बसविता येतील अशी फार कमी माणसे असतात. विशेषत: आम्हा वाणिज्य व्यवहार करणाऱ्यांना तर फारसे कोणी मित्र नसतात, किंवा असेही म्हणता येईल की आमचे सर्वचजण मित्र असतात! अजातशत्रू असणे ही उत्तम व्यापाऱ्याची ओळख आहे. मथितार्थ हा की, एक विशिष्ट अंतर ठेवूनच आम्ही लोक सर्वांशी मैत्री करतो. कारण धनिक व्यापाऱ्याच्या सान्निध्यात राहण्यासाठी प्रयत्न करणाऱ्या प्रत्येकाचा अंतस्थ हेतू काहीतरी लाभ मिळविणे असाच असतो. याला अपवाद फार कमी आढळतात. त्यामुळे मैत्री हा शब्द आमच्या कोशात नाही असे म्हटले तरी चालेल, पण तरीही आम्ही मैत्रीपूर्ण संबंध मात्र सगळ्यांशी ठेवतो, शत्रुत्व टाळतो, कारण व्यापाऱ्यांना शत्रू असणे हे हानिकारक असते. घनिष्ठ मित्र वगैरे प्रकार तर आमच्यामध्ये फारच दुर्मिळ! पण कोणत्याही कठोर

नियमास अपवाद निश्चितच असतात. अमात्यांचा निगर्वी स्वभाव, भावस्पर्शी वागणे व प्रसन्न सान्निध्य या गुणांमुळे ते माझे खरेखुरे मित्र बनले होते. राज्याचा प्रत्यक्ष सचिवच माझा रक्षणकर्ता असल्यामुळे, माझ्या व्यापाराची निर्धोकपणे, सुदृढपणे आणि वेगवान वाढ झाली नसती तरच नवल! चहू अंगानी माझा व्यापार फुलत होता, घरी लक्ष्मी पाणी भरते म्हणजे काय असते त्याचा प्रत्यय येत होता. यशाच्या उत्तुंग शिखरावरून विस्तीर्ण क्षितिज पाहणे ही एक रोमांचकारी अनुभूती असते, आणि त्या शिखरापासून मला स्वर्ग केवळ दोन बोटेच दूर होता!

सुखाच्या संथ प्रवाहाचा अंत खळबळजनक होत असतो याची प्रचिती मला लवकरच आली. एका संथ लयीत जाणाऱ्या रथचक्राच्या मार्गात, अकस्मात गतिरोध येऊन ती लडखडत थांबावीत, तसेच माझे झाले होते. जीवनात मी संघर्ष अनुभवलेला होता. पण तो, आहे त्यापेक्षा अधिक मिळविणे यासाठी केलेला व व्यापारी स्पर्धेतून उद्‌भवलेला असायचा. तसा तो रणांगणातील संघर्षापेक्षा निरुपद्रवीच म्हणावा लागेल. कारण पाटलीपुत्रनगरात आज मी पाहत असलेल्या संघर्षाचे विध्वंसक रूप भयचकित करणारे होते! अभेद्य पाटलीपुत्रनगरीवर कोणी स्वारी करेल ही कल्पना स्वप्नातदेखील खरी वाटणारी नव्हती. मगधराजाचे अफाट सैन्यसामर्थ्य तसे कोणच्याही उरात धडकी भरविणारेच होते! पौरसाच्या सैन्यदलात एक हजार हत्तींची चालती भिंत पाहून यवनांना घाम फुटला होता म्हणे! इथे तर मगधराज धनानंदकडे दहा हजार हत्तींचे गजदल होते, ते वृत्त ऐकूनच यवनराज अलक्षसुंदर पळून गेला म्हणतात! इतक्या सामर्थ्यशाली राजाची अभेद्य राजधानी कोणातरी उपटसुंभाने स्वारी करून ताब्यात घेतली, हे ऐकून कानावर विश्वास बसत नव्हता, इतकी ती अकल्पित घटना होती. त्या अशुभ रात्री मला खडबडून जाग आली ती माझ्या प्रसादाबाहेर झालेल्या कर्णकटू आरडाओरडीने आणि घोड्याच्या टापांच्या आवाजाने!

मी द्वाररक्षकास आवाज दिला, तो धावत आला. त्याची घाबरगुंडी उडाली होती, त्याने सांगितले की एक सशस्त्र सैन्यपथक आपल्या प्रासादाबाहेर उभे आहे, व ते केव्हाही प्रासादात प्रवेश करू शकते. मी चिंतामग्न झालो, पुढे नशिबात काय वाढून ठेवले आहे ते समजत नव्हते. धीर एकवटून मी बाहेर येऊन त्या सैन्यपथकाच्या प्रमुखास विचारले. तो म्हणाला, आदेशानुसार आपल्या संरक्षणाची व्यवस्था आमच्याकडे आहे. माझा ऊर अमात्यांच्या प्रेमाने भरून आला, डोळ्यात पाणी आले. किती काळजी होती माझ्या मित्राला, एवढ्या धुमश्चक्रीत देखील तो माझे रक्षण करायला विसरला नाही. धन्य धन्य मित्रा! अमात्यांच्या ऋणाखाली मी पूर्णतः दबून गेलो! दुसरे दिवशी सर्वकाही स्थिर

झाले. दुपारी रक्षकात कुजबुज सुरू होती. मी त्यांना विचारले तर दबक्या आवाजात ते उत्तरले, ''महाराज धनानंद आणि सर्वच नंदाची निर्घृण हत्या झाली! कोणी चाणक्य नावाचा आहे म्हणे, त्याने म्लेंच्छांच्या मदतीने हे सगळे घडवून आणले.'' मस्तकावर कुणीतरी प्रचंड आघात केलाय असे वाटले! लक्ष लक्ष सेना, चंद्र-सूर्यासारखे प्रतापी अमात्य व सेनानी, पराक्रमी नंद... सगळेच्या सगळे क्षणार्धात कर्पुराच्या वडीप्रमाणे जळून खाक झाले! एवढा आकस्मिक व जीवघेणा बदल? माझ्या तर डोक्यावरून जात होते हे सगळे! मला माझ्या प्रासादातच जवळजवळ बंदी करण्यात आले होते. बरेच दिवस काहीच सुसूत्र असा वृत्तान्त येत नव्हता. अमात्य कुठे आहेत, ते सुरक्षित आहेत की नाही, काहीच कळायला मार्ग नसल्याने मी खूपच अस्वस्थ झालो होतो. तुटक तुटक वृत्त कानावर यायचे की, नंदराजाच्या राजसभेत अवमानित झालेला कोपिष्ट ब्राह्मण, तक्षशिलेचा विद्वान आचार्य चाणक्य याने सूडभावनेतून पर्वतक राजास हाती धरून एका चंद्रगुप्त नामक युवकाला पुढे करीत नंदाचा निर्वंश केला. त्याने भेदनीतीच्या प्रयोगाने अनेक घरभेदी तयार केले होते, अगदी सेनापती भागूरायणसुद्धा त्यांपैकी एक निघाला. विजयानंतर आता पर्वतक व चंद्रगुप्त हे दोघे अर्धे अर्धे राज्य वाटून घेणार म्हणे. बाकी राजकारण या विषयाबाबत माझे तितके चांगले मत नसले, तरी महाराज धनानंदाचा त्यांच्या पुत्रासह असा हृदयद्रावक अंत व्हावा, अत्यंत पाशवी क्रूरतेने नंदघराण्याचा समूळ विनाश करावा, हे काही मनाला पटले नव्हते. तसेच सूडाग्नीचा वणवा इतका भडकतो आणि संपूर्ण राजघराणे स्वाहा करतो, हे काही समर्थनीय वाटत नव्हते.

आता पाटलीपुत्रात अमात्य राक्षस आणि आचार्य चाणक्य या दोन प्रतिभावान आणि राजकारणधुरंधर पुरुषोत्तमांत टक्कर होत होती. शह-काटशह यांचा प्रच्छन्न प्रयोग चालू होता. कोणीही विजयी झाला तरी, तो केवळ सुदैवी आहे म्हणूनच त्यास जय प्राप्त झालेला असेल, एवढा हा तुल्यबळ सामना होता!

अनपेक्षितपणे अमात्य राक्षस या जीवघेण्या संघर्षात अयशस्वी ठरले. मी उदास झालो, कारण एक निष्ठावान सत्पुरुष पराभूत झाला होता आणि तो माझा जिवलग स्नेही होता म्हणून दुःखाची तीव्रता अधिक होती. यशासारखे यश नसते आणि अपयशाहून वाईट काहीच नसते, याचा नेमका अर्थ 'जावे त्याच्या वंशा तेव्हाच कळे!' पराकोटीचा स्वाभिमानी असलेला माझा सखा आता कोणत्या यातनामय मनःस्थितीत असेल याची मी कल्पना करू शकत होतो. अमात्यांचे मन माझ्याशिवाय दुसरे कोण चांगल्या रीतीने वाचू शकत होते? अमात्य जेवढे करारी दिसत तितकेच ते कोमलहृदयी होते, श्रीफळासारखे! वरून रुक्ष काथ्या तर आत मधुर अमृताचा ठेवा! पण माझी चिंता वेगळी होती, अमात्य स्वतः कोणत्याही विपरीत स्थितीतून बाहेर येण्यास समर्थ होते याबद्दल मी मुळीच

आशंकित नव्हतो. मला काळजी होती ती अमात्यांच्या कुटुंबाची व परिवाराची. राजनीतीत कायम रमणाऱ्या पुरुषाचे मन कणखर बनलेले असते, पण तेवढेच कठोर मन त्यांच्या बायकांमुलांचे देखील असेल, अशी कल्पना करणे हे वस्तुस्थितीला सोडून झाले असते. मी तर अमात्यांच्या कुटुंबातील सर्व सदस्यांना व्यक्तिशः ओळखतो होतो, त्यामुळे तर मी चिंताक्रांत झालो होतो.

आणि अचानक माझी चिंता संपली. अमात्यांचा विश्वासू मित्र असलेला कायस्थ शकटदास एके दिवशी आला व मला एकांतात घेऊन त्याने अमात्यांचा प्रस्ताव ठेवला. अमात्यांच्या सर्व परिवारास अनिश्चित काळापर्यंत माझ्या प्रासादात आश्रय देण्यास मी तयार आहे का, अशी पृच्छा अमात्यांनी केली होती. माझ्या डोळ्यांतून अश्रू ओघळले, मी त्यास म्हणालो, "प्रस्ताव काय ठेवताय? अमात्यांची इच्छा ही माझ्यासाठी आज्ञा आहे. अरे, या निमित्ताने अमात्यांनी माझ्यावर केलेल्या अनंत उपकाराची मला अल्प अंशाने फेड मला करता येईल. तेव्हा माझी ही विनवणी अमात्यांकडे तातडीने पोचव आणि शक्य तितक्या त्वरेने हे दायित्व माझेकडे द्यावे असा निरोप दे. मी अतिशय आनंदाने सर्व कुटुंबाची प्राणपणाने रक्षा करेन याची खात्री बाळगावी, असा माझा संदेशही त्यांना अवश्य देण्यात यावा."

अमात्यांचा पूर्ण परिवार माझ्या निवासस्थानी येईपर्यंत मी अगदी कासावीस होतो, सर्वजण सुखरूप आल्यानंतरच मी सुटकेचा निःश्वास टाकला. अमात्यांच्या कुटुंबाचे संरक्षण हा एकमेव विचार माझ्या मनात होता. अल्प प्रमाणात का होईना मी ऋणमुक्त झालो, ही मानसिक समाधान देणारी घटना मला खूप सुखावत होती. शकटदासास त्या महाकारस्थानी चाणक्याने सुळावर चढविण्याचा आदेश दिल्यावर मोठ्या धाडसाने सिद्धार्थकाने त्याची सुटका केली व त्यास अमात्य राक्षसाकडे सुखरूप पोचते केले ही बातमीही मला मोठाच दिलासा देऊन गेली. देव तारी त्याला कोण मारी, हेच खरे आहे! आता शकटदासाऐवजी अमात्यांचा दुसरा विश्वासू सेवक विराधगुप्त अधूनमधून येऊन क्षेमकुशल वृत्तान्त देत-घेत असे.

आणि एके दिवशी ते घडले...! कुटिल चाणक्याकडून मला बोलावणे आले. मी मनोमन काय समजायचे ते समजलो. असे काही विपरीत कधीतरी घडणार होते हे गृहीत धरून मी धोरणीपणाने अमात्याच्या परिवाराची पर्यायी निवासस्थानी व्यवस्था करून ठेवली होतीच. निघण्यापूर्वी तातडीने सर्वांना त्या सुरक्षित जागी गुप्तमार्गाने हलविले. सर्व सेवकांना योग्य त्या सूचना दिल्या. माझ्या कुटुंबीयांनाही स्पष्ट कल्पना दिली की, 'कदाचित ही आपली शेवटची भेट असेल. दुष्टमती चाणक्य काहीही करू शकतो, तेव्हा आपण सर्वांनी अत्यंत

संयमाने आणि विवेकाने राहणे आवश्यक आहे, घाबरून तर मुळीच जायचे नाही. कसलाही प्रसंग आला तरी त्यास धीराने तोंड द्यावे. आणि राजाचा न्याय काहीही झाला तरी वरती देवाचे सर्वोच्च न्यायालय आहे, त्याने केलेले न्यायदान हेच योग्य असणार आहे. देवावर अतूट विश्वास ठेवा, आपण कोणाचेही कधीच वाईट केलेले नाही, म्हणूनच आपल्यावर देव अन्याय होऊ देणार नाही!' असे निरोपाचे बोलणे करून मी चाणक्याकडे निघालो.

आसनस्थ झाल्यावर स्वागतदर्शक बोलणे झाले. चाणक्याने क्षेमकुशल चौकशी केली व पृच्छा केली, "हे नगरश्रेष्ठी, आपला व्यापार व्यवहार तर उत्तम चाललाय ना? पूर्वीपेक्षा आपणास सुरक्षित भावना वाटते की नाही? आपण पाटलीपुत्रनगरीचे सन्माननीय श्रेष्ठी आहात व आम्हाला प्रिय आहात." मी मनात चरकलो... कारण इतका मान मला कुटिल चाणक्य सहजपणे देतो याचा अर्थ मनात काहीतरी काळेबेरे आहे. म्हणतात ना, सज्जनांच्या आक्रमकपणापेक्षा दुर्जनाची नम्रता फार भयानक असते! हा दुर्जन तर फारच नम्रतेने बोलत आहे, ही नम्रता मला खरेच भीतिदायक वाटते आहे. मी विनयपूर्वक उत्तरलो, "आचार्य, आपल्या आणि चंद्रगुप्त महाराजांच्या छत्रछायेत आम्ही आनंदी आहोत. कशाचीही कमतरता नाही." चाणक्याच्या नजरेत एक विशिष्ट चमक आली, छद्म हसू चेहऱ्यावर खेळवीत तो उपहासाने म्हणाला, "एक मोठी कमतरता आहे, श्रेष्ठी..." मी उत्कंठतेने विचारले, "कोणती गुरुवर्य? धनद्रव्याने जर ती दूर होणार असेल तर आमच्याकडून काय अपेक्षा आहे ते सांगावे, अवश्य पूर्ण करू." तर तो धारदार आवाज म्हणाला, "श्रेष्ठी, धनानंदाचा काळ संपला आहे. प्रजेकडून नजराणे उकळण्याचे दिवसही संपले, आणि तसा कर्मदरिद्रीपणा चंद्रगुप्तांच्या राज्यात कदापि होणार नाही. आम्हाला आवश्यकता आहे ती निष्ठेची! निष्ठावान लोकांची!" "मग आचार्य, आम्ही आपणाशी एकनिष्ठ असल्याबद्दल शपथ घ्यावी का ते सांगा." त्यावर आचार्य उपहासगर्भ स्वरात बोलले, "चंदनदासाची निष्ठा आमच्यावर नाही, अजूनही अमात्य राक्षसावर कायम आहे ती." मी उद्गारलो, "आचार्य, आपण विनाकारण शंकित झाला आहात. अमात्य माझे स्नेही होते हा आता इतिहास झाला आहे. आम्ही व्यापारी मंडळी, सहसा राजकीय व्यक्तीशी फार सलगी ठेवीत नसतो हे आपणास ठाऊक आहेच." कुत्सित स्वरात कौटिल्य म्हणतो... "व्वा नगरश्रेष्ठी, व्वा! उत्कृष्ट अभिनयाचे पाठदेखील अमात्यांनी आपल्याला उत्तमरीत्या शिकविले आहेत, आपण इतके सात्त्विक विचाराचे सोज्वळ व्यापारी आहात तर त्या पाताळयंत्री अमात्याची बायकामुले आपणाकडे कशी काय? का तो देखील व्यापारी देवघेवीचा एक भाग आहे? आणि तसे नसेल तर आपण कोणत्या प्रकारची राजनीती करता आहात ते तरी कळू द्या! निदान या कौटिल्यासमोर तरी साळसूदपणाचा मुखवटा

धारण करायचे धारिष्ट करू नका!'' त्या धूर्ताने मला बरोबर खिंडीत गाठले होते, तरी मी उसने अवसान आणीत म्हणालो, ''हे आर्य, अमात्यांचे कुटुंबीय, एक मित्र म्हणून काही काळाकरता माझ्या निवासस्थानी होते, पण त्यांचे वास्तव्य माझ्याकडे अल्प कालासाठीच होते.'' छद्मी हास्य रुंदावत तो दुष्ट म्हणतो कसा, ''हां, आले लक्षात. अमात्य आपले अत्यंत घनिष्ठ मित्र आहेत ना, त्यामुळे मोठ्या विश्वासाने त्यांनी कुटुंबीयांच्या संरक्षणाची जबाबदारी आपणाकडे दिली असावी. तर मग आता निमूटपणे सांगा त्यांना कोणत्या सुरक्षित ठिकाणी ठेवले आहे ते?''

माझा संयम संपत आला होता, मी ताड्कन उत्तर दिले, ''आपण म्हणताच आहात तर ते खरे आहे! आणि अमात्यांचे कुटुंबीय माझ्याकडे आहेत हेदेखील सत्य आहे, पण ते कुठे आहेत ते मी प्राण गेले तरी सांगणार नाही!'' क्षणासाठीच मला आचार्यांच्या डोळ्यांत कौतुकाची छटा तरळल्याचा भास झाला... छे, भासच तो... त्या खाटकाला कसली आलीय भावभावना? निर्दयी पशूच तो! नंदाचे अख्खे घराणे शेळ्या-बकऱ्याप्रमाणे कापून काढणारा पापी हत्यारी...! पुढच्याच क्षणी वक्र भिवया करीत क्रुद्ध चेहऱ्याने तो दुष्ट ओरडला, ''नतद्रष्ट माणसा, तुला काय वाटले आम्हाला काही माहीतच नाही की काय? सगळी खडान्खडा बित्तंबातमी असते माझ्याकडे. तुझ्यासारखे अस्तनीतले निखारे कसे विझवायचे ते चागले ठाऊक आहे मला. अजूनही संधी आहे, बऱ्या बोलाने सांग कुठे ठेवले आहेस त्यांना? नाहीतर मरणाला तयार हो!'' आता मात्र मीदेखील अंतर्यामी पेटून उठलो... ''मृत्यूचे कोणास भय दाखवता? मित्रप्रेमाखातर हा चंदनदास असे शेकडो मृत्यू पत्करेल, पण मित्रद्रोह करणार नाही! परीक्षाच घ्यायची तर घ्या, हा चंदनदास आपणापुढे उभा आहे.'' आयुष्यात इतके तीव्र संभाषण मी कधीच केले नव्हते, पण आज माझी सत्त्वपरीक्षा होती. त्यात माझे उत्तीर्ण होणे फार फार आवश्यक होते. मला वेळ निभावता आली असती पण काळाने कधीच क्षमा केली नसती! मित्रद्रोहाचा कलंक माथ्यावर घेऊन मी जगूच शकलो नसतो. माझा अंतरात्मा मला निर्भय बनवीत होता आणि हा आवाज त्याचाच होता. भडकलेल्या चाणक्याने रक्षकांना आज्ञा दिली, या राजद्रोही माणसाची नगरातून धिंड काढून त्याला विनाविलंब सुळावर चढवा, अशांना मृत्युदंड देणे ही शिक्षासुद्धा कमीच आहे! मी अविचल होतो आणि स्थिर नजरेने चाणक्याकडे पाहत म्हणालो, ''स्वागत आहे... आता मी खऱ्या अर्थाने मुक्त होईन! अतिशय निर्मल हेतू व शुद्ध अंत:करणाने मी मित्रकर्तव्य पार पाडले आहे, मृत्यूचे कसलेही भय मला नाही. सुळावर चढलेले माझे कलेवरसुद्धा ओरडून हेच सांगेल जगाला...!''

माझ्या या जन्मीच्या शेवटच्या यात्रेची सुरुवात झाली होती. नगरातील प्रमुख

राजमार्गावरून माझी धिंड काढली गेली. कर्कश वाद्याच्या गोंगाटाने कर्णबधिरपणा आला होता. दुतर्फा उभे असलेले नगरजन विस्फारित नजरेने माझी दुर्दशा पाहून हळहळत आहेत, असे मला समजत होते, पण मी आता मानसन्मान, सुखदु:ख आणि वर्तमानकाळाच्याही पलीकडे गेलो होतो. सर्व संवेदना संपल्या होत्या, उरली होती ती केवळ अनासक्ती आणि शरीराचे निर्माल्य होत असल्याची कृतार्थ भावना! काही घनिष्ठ स्नेही व आप्त माझ्या मागोमाग येत होते, त्यांच्याही पुढे माझे कुटुंबीय शोकाकुल अवस्थेत विलाप करीत निघाले होते, माझ्या पत्नीचा आणि लाडक्या मुलाचा आक्रोश ऐकून कोणाचेही हृदय द्रवले असते. माझ्या पंचेंद्रियांना त्याची जाणीव होत होती, पण वेदनेचा संदेश मनापर्यंत पोचता करणारी यंत्रणाच मुळी संवेदनशक्ती हरवून बसली होती. त्यामुळे प्राप्त झालेली बधिर अवस्था, ही माझ्या सभोवताली निर्माण झालेला कोलाहल सुसह्य करण्यास मला मदत करीत होती. वधस्थळ जवळ येत होते तसतसा माझ्या धर्मपत्नीचा आक्रोश वाढत गेला. मी स्थिर नजरेने तिच्याकडे पाहिले आणि शांत स्वरात सांत्वना दिली.

"हे बघ, तुझी वेदना मी समजू शकतो, पण तिचे निराकरण करणे मला अशक्य आहे. व्यर्थ अश्रुपात करून जिवाला शिणवू नकोस. त्याने काहीही साध्य होणार नाही. विधिलिखित अटळ असते तितकेच मरणही अटळ असते. मी माझा मृत्यू हेतुत: पत्करला आहे, आणि त्यामागचा उदात्त हेतू एव्हाना तुला लक्षात आला असेलच, मग शोक कशासाठी? मी माझे कर्तव्य पार पाडले आहे, तू तुझे कर्तव्य पूर्ण कर. माझ्या मित्राच्या कुटुंबीयांचे, त्या घोर पातकी कौटिल्यापासून प्राणपणाने रक्षण कर, नाहीतर माझा आत्मा तळमळत राहील. आणि तू सुद्धा कुटुंबासह अशा राहण्यास ठिकाणी जा की जिथे या चांडाळ चाणक्याची सावलीदेखील कधी पडणार नाही! आता शोक आवर, या जगात सगळे काही नश्वर आणि अशाश्वत आहे हे विसरू नकोस. सृजनशक्तीवर विश्वास ठेव. त्यातूनच तुला सर्व सामर्थ्यानिशी लढण्याचे बळ आणि प्रेरणा मिळेल. वियोगाचे दु:ख अपार असते हे मी जाणतो, तरीही स्वत:वर नियंत्रण ठेव. तुझा पती फक्त देहाने नष्ट होणार आहे, मात्र आत्मा तुझ्याभोवतीच घुटमळत राहून, तुला कर्तव्याची सतत जाणीव करून देईल. अमात्यांनी ज्या विश्वासाने आपल्यावर दायित्व सोपविले आहे त्या विश्वासास आपण पात्र होतो, हे सिद्ध करून दाखवून आपण आदर्श मैत्रीचे उदाहरण जगतासमोर ठेवू. माझ्या जिवलगांनी दु:खी होऊन अश्रू ढाळावेत हीच तर आपल्या शत्रूची इच्छा आहे. तुझ्या डोळ्यांतून वाहणारा प्रत्येक थेंब, शत्रूला आनंदित करून त्याच्या विजयाची जाणीव करून देणार आहे, तर मला तो तितकाच क्लेश देणार आहे.

मला त्या पापी कौटिल्यास क्षणभरही आनंद मिळू द्यायचा नाही हे समजून घे. त्याचेकडे असे वृत्त गेले पाहिजे की, चंदनदासने मृत्यूला हसत हसत मिठी मारली व त्याच्या कुटुंबीयांनी शोकमग्न न होता उन्नत मानेने त्यास निरोप दिला...! हे जर त्यास समजले तर तो निराशेने व संतापाने काळाठिक्कर पडेल. विजयी तो झाला नसून उलट मीच विजय मिळविला आहे. हे पाहून तो लज्जित होईल. म्हणून प्रिये, तुझा एक एक अश्रू लाखमोलाचा आहे तो असा निरर्थक वाया घालून शत्रूस उत्साहित करण्याचे पाप करू नकोस!''

मी असे संभाषण करीतच वधस्थळाकडे वाटचाल करीत होतो. तिथे काही चांडाळ तयारच होते, सशस्त्र सैनिकांचे एक पथकही सज्ज ठेवले होते. न जाणो शकटदासाच्या घटनेची पुनरावृत्ती होईल म्हणून ही व्यवस्था असावी. उभारलेल्या सुळापाशी मी थांबलो. पण बराच वेळ झाला तरी पुढची काहीच हालचाल होत नव्हती. त्यामुळे मी अचंबित होऊन शंकास्पद नजरेने इकडेतिकडे पाहू लागलो. सर्वांची दृष्टी प्रवेशद्वाराकडे कोणाच्या तरी प्रतीक्षेत असलेली पाहून आश्चर्यच वाटत होते. माझा हा मरणसोहळा पाहण्यासाठी कोण येणार होते? कोण एवढे उत्सुक होते? माझी उत्कंठता क्षणाक्षणाला वाढत होती, तितक्यात साक्षात अमात्य राक्षस एका व्यक्तीसोबत हळूहळू चालत, म्लान मुद्रेने येत असल्याचे दिसले. माझ्या आश्चर्यास तर आता पारावारच राहिला नाही...! अरेरे काय पाहतो आहे मी. विलक्षण करारी मुद्रा असलेला माझा परममित्र म्लानवदन होऊन एखाद्या लाचार याचकाप्रमाणे उभा आहे! चैतन्याने उसळणारा दर्या एखाद्या डबक्यातल्या पाण्याप्रमाणे निरस व्हावा! असे काय घडले असावे की ज्यामुळे अमात्यांसारखा महाबली पुरुष हतबल झाला? मदमस्त हत्तीशी अथवा क्रुद्ध शार्दूलाशी झुंज देऊन त्यांना जेरबंद करणारा पराक्रमी राक्षस आज नि:शस्त्र मित्रप्रेमापोटी दीनवाणा याचक होऊन मित्राच्या प्राणाची भीक मागण्यासाठी त्या दुष्ट चाणक्यासमोर आला? अमात्य... काय केलेत हे? असे एक नाही असे हजार चंदनदास बळी गेले तरी चालले असते, पण स्वत्व हरवलेले, निष्प्रभ व हताश अमात्य शत्रूला शरण जात आहेत हे पाहणे अतिशय वाईट! थोडी प्रतीक्षा करायची होती. राहू-केतूंनी सूर्यास ग्रासले म्हणून सूर्याचे अस्तित्व संपत नसते! आणखी थोडा संयम ठेवला असता तर तळपता सूर्य जसा अंधकार चिरत पुन्हा प्रकटतो व आपल्या तेजाने सृष्टीस भाजून काढतो तसे आपण केले असते, अमात्य! अरेरे, चंदनदासाच्या देहाचे निर्माल्य व जिवाचे सोने होणार होते, खरा मोक्ष मिळणार होता मला आज; पण अमात्य, तुमच्या अतिरेकी मित्रप्रेमापायी घेतलेल्या अवसानघातकी निर्णयामुळे सगळे व्यर्थ झाले. कशासाठी हा अविचार केला अमात्य, का आत्मसन्मान हरवून अधोगतीचा मार्ग पत्करलात, अमात्य? केवळ हा चंदनदास वाचावा म्हणून? मी

डबडबलेल्या डोळ्यांनी पाहत, कातर आवाजात हाक मारली... अमात्य! झुकलेल्या कमलपुष्पाने अवचितपणे ताठ व्हावे तसे अमात्यांची खाली झुकलेली मान माझ्या हाकेसरशी सरळ झाली. अमात्यांचा तो विदीर्ण झालेला चेहरा पाहून मी दचकलो. त्यांचे हे म्लान वदन मला परिचयाचे नव्हते! मी व्याकूळ नजरेने त्यांच्याकडे तर ते भकास नजरेने माझ्याकडे पाहत होते... एक भयाण शांतता पसरली होती. त्या विचित्र शांततेचा अचानक भंग करीत माझ्या मागच्या बाजूने मृदू स्वरात ध्वनी आला, "स्वागत असो हे बाहुबली, अमात्य राक्षसा...!"

◆

आर्य चाणक्य

चंद्रगुप्त विवेकी व पराक्रमी असला तरी त्याचा अमात्य हा तितक्याच क्षमतेचा व बुद्धिमान असणे हे बलाढ्य राष्ट्रनिर्मितीसाठी फार आवश्यक आहे. राक्षसाच्या गुणवत्तेचा विचार करता अमात्यपदासाठी अन्य कोणतेही पर्यायी नाव नाही. राक्षसाची नंदनिष्ठा चंद्रगुप्तांकडे वळवावी लागेल, तीही त्याचा तेजोभंग न होऊ देता! अमात्य राक्षस सहजासहजी तयार होणार नाही, त्याला कपट कारस्थान आणि बुद्धिभेद करूनच वश करावे लागेल. एकदा का तो अगतिक झाला व मानसिकदृष्ट्या खचला की त्यास हवे तसे अनुकूल करून घेता येईल! प्रजाहितदक्ष राज्यनिर्मितीचा माझा उदात्त ध्येयवाद समजण्याएवढा तो निश्चितच प्रगल्भ बुद्धीचा आहे. एकदा का त्याने अमात्यपद स्वीकारले की, चंद्रगुप्त संपूर्ण आर्यावर्ताचा चक्रवर्ती सम्राट झालाच समजा! मग मी निश्चिंत मनाने व समाधानाने वानप्रस्थासाठी प्रयाण करणार आहे!

आर्य चाणक्य...

'भो: अमात्य राक्षस, विष्णुगुप्तोहमभिवादये! बाहुबली अमात्य राक्षस...! आपले स्वागत आहे. हा विष्णुगुप्त आपणास अभिवादन करतो आहे!' अत्यंत प्रसन्न मुद्रेने मी म्हणालो. पण भांबावलेले अमात्य खूपच अविश्वासाने माझ्याकडे पाहत होते. त्यांच्या नजरेत दु:ख, संताप आणि असहायता यांचे मिश्रण होते. माझे तिथे असे अवचितपणे प्रकटणे आणि त्याहीपेक्षा माझे ऋजु स्वरात स्वागतपर अभिवादन करणे, हे अमात्यांना फारच अनपेक्षित होते... आणि ते साहजिक आहे. जो चाणक्य आपला साताजन्माचा वैरी आहे, ज्याने अत्यंत निर्घृणपणे नंदाचा समूळ नाश केला, राजा पर्वतक आणि वैरोचकांना घातपात करून मारले, ज्याने राक्षसाचे सर्व मित्र वेचून ठार केले, तो आता चंदनदासाची पण हत्या करणार आहे, असा हा उलट्या काळजाचा कौटिल्य अचानक मृदुभाषेत जिव्हाळा व्यक्त करतो आहे, यावर कोणाचा तरी विश्वास बसेल का? किमान अमात्यांचा तर नाहीच नाही!... जणू अमात्यांचे हे स्वगत मला स्पष्ट ऐकू येत होते! मी विसिद्धार्थकास म्हणालो, "तुला ठाऊक आहे का, तू जीर्णोद्यानातून कोणास नि:शस्त्र करून इथे आणले आहेस ते? अरे... साक्षात सूर्यदेवाचे तेज तू कैद केले आहेस. अग्नीच्या धगधगणाऱ्या नारिंगी ज्वाला ओंजळीत धरून कोणाला तरी आणता येतील का? दृष्टीस न दिसणाऱ्या शक्तिशाली वाऱ्यास बंदिवान बनविणे शक्य तरी आहे का? उफाणणाऱ्या समुद्री तुफानाला कोणी कवेत घेऊ शकते का? मदमस्त हत्तीचे गंडस्थल फोडणाऱ्या सिंहाला पिंजऱ्यात बंद करता येणे किती दुष्कर असते, पण हा भीमपराक्रम तू करून दाखविला आहेस, विसिद्धार्थका! आपल्या धारदार खड्गाच्या सायाने शेकडोजणांना धराशायी करण्याची क्षमता असलेल्या बाहुबली अमात्यांना तू एकट्याने नि:शस्त्र करून येथे आणलेस... धन्य आहे तुझी!" मी त्यांची स्तुती करणारे संभाषण केलेले ऐकून अमात्य विलक्षण संभ्रमात पडलेले मला स्पष्टपणे जाणवले; आणि मलाही तोच परिणाम साध्य करायचा होता.

अमात्यांच्या मनात विचारांचे काहूर माजले असेल ते ताडून, मी फार वेळ त्यांना संभ्रमात न ठेवता म्हणालो, "हे वीरवर अमात्य...! जीर्णोद्यानातून तुम्हास इथे घेऊन आलेला विसिद्धार्थक हा माझा गुप्तचर आहे. इथे सुळाजवळ तयारी करणारे लोकही चांडाळ नसून ते माझे गुप्तचर आहेत. क्षपणक जीवसिद्धी हा तर माझा जिवलग मित्र इंदू शर्मा आहे. सिद्धार्थक हाही माझाच विश्वासू चर आहे. सेनापती भागूरायण हा आमच्या पक्षाकडे केव्हाच आलेला आहे व त्यानेच कुमार मलयकेतूचा बुद्धिभेद करून तुमच्याविषयी त्याचे मत कलुषित केले. भद्रभट आदी सरदार मंडळी आमच्याशी संघर्ष झाल्याचे दर्शवत तुम्हाला येऊन मिळाली ती आमच्या योजनेनुसारच. तुमची मुद्रा आमच्या गुप्तचरास सापडली आणि आम्ही तिचा निर्णायक वापर करून घेतला. अनवधानाने त्या पत्रातील मजकूर शकटदासकरवी लिहिला गेला. हाती आलेले ते पत्र आम्ही तुमच्याच मुद्रेचा उपयोग करून मुद्रांकित केले व तुमच्याच विरुद्ध रामबाण म्हणून वापरले! तुम्ही सिद्धार्थकास हर्षभरित होऊन जे दागिने उपहार स्वरूपात दिले ते, आणि आमच्याजवळ असलेली पर्वतकाची आभूषणे यांचा मोठा कल्पक उपयोग या षड्यंत्रात आम्ही करून घेतला...! मलयकेतूचा संशय शतपटीने वाढविण्यासाठी त्या दागिन्यांचा फार उपयोग झाला. तुमचा बुद्धिभेद व्हावा म्हणून हेतुपुरस्सर मी व चंद्रगुप्त असा लटका संघर्ष उभा केला, आपण कुठलीही चिकित्सा न करता तो खराच मानला. अमात्य... मी हे सर्व महानाट्य उभारले ते केवळ तुम्ही चंद्रगुप्ताचे अमात्यपद स्वीकारावे म्हणून! कारण अमात्य राक्षसाशिवाय चंद्रगुप्त यशस्वी होणे केवळ अशक्य होते! अमात्य, विश्वास बसत नसेल आपला, पण हे लक्षात घ्या की, नवनंदासोबतच किंवा त्यानंतरसुद्धा आपली हत्या करणे आम्हाला सहज शक्य होते, पण आपले जीवित असणे हे चंद्रगुप्तासाठी, या राष्ट्रासाठी आवश्यक होते!" माझे बोलणे ऐकून प्रचंड धक्का बसलेले अमात्य दगडी पुतळ्याप्रमाणे निश्चल झाले. त्यांना स्वत:च्या कानावर विश्वास बसेनासा झाला होता हे उघड कळत होते.

"....आणि हा चंद्रगुप्त...!" असा मी परिचय करून देताच चंद्रगुप्ताने चट्‌कन पुढे येत आदराने लवून त्यांना प्रणाम केला! "प्रणाम अमात्य, हा पाटलीपुत्र नरेश, मुरादेवीचा पुत्र चंद्रगुप्त आपणास वंदन करीत आहे, स्वीकार व्हावा, श्रेष्ठी!" अमात्यांच्या चेहऱ्यावरचे भाव बदलल्याचे मला स्पष्टपणे लक्षात आले. ते ओठातल्या ओठात काहीसे पुटपुटत असल्याचे पाहून मी शेवटचा घाव घातला. "अमात्य, हे सर्व करण्यामागे आमचा हेतू अगदी स्वच्छ आहे. आपण मगध राज्याचे अमात्य म्हणून पुनश्च सूत्रे हाती घ्यावीत आणि राजा चंद्रगुप्तास पूर्ण सहकार्य करावे. चंद्रगुप्तास आर्यावर्तामध्ये एकछत्री साम्राज्य उभे करण्यासाठी

अमात्य राक्षसच साहाय्यभूत होतील!''

हे ऐकताच अमात्य तारस्वरात ओरडले, ''नाही नाही, ते कदापि शक्य नाही! माझ्या स्वामींच्या रक्ताने ज्यांचे हात माखलेले आहेत त्यांची मी सेवा करू? छे! छे! अशा हत्याऱ्याचे साम्राज्य उभे करू? ते माझ्यासाठी कायम लांछन असेल, मी कलंकित होईन तसे केले तर! प्राण गेले तरी मी असले पापकृत्य करणार नाही.'' अमात्यांचा सुंभ जळाला होता, पण पीळ कायम होता!

मी चट्‌कन पुढे येत म्हणालो, ''अमात्य, अजूनही वेळ गेली नाही. आपणास चंदनदासाच्या जीविताची रक्षा करायची आहे ना? मग अमात्यपदाची सूत्रे आपणास हाती घ्यावीच लागतील, तुमच्यासमोर अन्य कुठलाही पर्याय नाही.'' असे किंचित कठोर स्वरात म्हणून, मी प्रधानपदाची निर्देशक असलेली माझ्या कमरेची रत्नजडित कट्यार काढून त्यांचे समोर केली. एकदा का अमात्यांनी ती स्वीकारली की माझा कार्यभाग आटोपणार होता, मग मी अगदी नि:शंक मनाने वानप्रस्थाश्रम स्वीकारण्यास मोकळा होणार होतो. आणि हो.... माझी मुक्त असलेली शिखासुद्धा बांधणार होतो!

तरीदेखील अमात्य द्विधा मन:स्थितीतून बाहेर येत नसल्याचे पाहून, मी गंभीर मुद्रेने म्हणालो, ''अमात्य, आपण श्रेष्ठ बुद्धिमान पुरुष आहात. कोणत्याही विषयाची चिकित्सा करून निर्णय घेणे हा आपला स्वभाव आहे. मला एक समजले नाही की, आपल्यासारख्या बुद्धिवादी माणसांनी तरी निष्ठा अर्पित करताना हा विवेक ठेवलाच पाहिजे की, व्यक्ती, विचार आणि राष्ट्र यांच्यात आपण कसा प्राधान्यक्रम ठेवला पाहिजे? आपल्या निष्ठा आपण अस्थानी तर अर्पण करीत नाहीत ना, हा प्रश्न स्वत:ला वारंवार विचारून निर्णयाची चिकित्सा करायलाच पाहिजे. अयोग्य व्यक्तीला जर आपली निष्ठा समर्पित केली तर वैयक्तिक हानी होतेच, पण राष्ट्राचेही अपरिमित नुकसान होते! भीष्म, कर्ण, द्रोण, कृप यांनी चुकीचे निष्ठापालन केले, परिणामी त्यांच्यासह सर्व कौरव मारले गेले. तुम्हा-आम्हासारखी राज्यशकटाचा सुकाणू निर्णायकपणे सांभाळणारी माणसेच जर दिशाहीन झाली तर नौकेचे काय? ती भरकटत जाईल ना! शेवटी आपली निष्ठा ही वैयक्तिक राजासाठी बांधील आहे, की राजसिंहासनाला? जनकल्याणाच्या विचारधारेऐवजी कोणा एका व्यक्तीच्या कल्याणासाठी जर आपण बांधील राहिलो तर आपल्या कर्तृत्वास मर्यादा पडतात, विचारांचा संकोच होतो, सारासार विवेकबुद्धी आणि दूरदृष्टी संपते, आणि राजनीती व्यक्तिकेंद्रित होते! शिवाय जर तो राजा प्रगल्भ विचारांचा आणि शुद्ध चारित्र्याचा नसेल तर मग सगळ्यांचाच विनाश होऊ शकतो. राजा धनानंद याच अनिष्ट परंपरेतील राजा होता, सुखलोलुप व स्वैर जीवन उपभोगण्याच्या नादात त्यास राजधर्माचा विसर पडला होता. अति लालसेपायी तो

उन्मत्त बनला आणि प्रजेठायी असलेले त्याचे कर्तृत्व पार पाडेनासा झाला. उलट तो निरपराध प्रजेला पीडा देऊ लागला. अशावेळी विवेकी सचिवाने सर्वच दृष्टीने अयोग्य असलेल्या राजाची साथ देणे, हे अप्रत्यक्षरीत्या त्या पापात सहभागी होणे नाही काय? 'राजापेक्षा राजनिष्ठ' असल्याचा दंभ दर्शविणे हे कुठल्या व्यवहारी तत्त्वात बसते? आणि अमात्य राक्षसास जर केवळ नंद घराण्याशीच निष्ठा ठेवायची असेल तर चंद्रगुप्त हा त्यांच्यासमोर उत्तम पर्याय आहे. मुरादेवीपासून धनानंदास झालेला हा पुत्र आहे, हे तर आपणास ज्ञात आहेच. चंद्रगुप्ताशिवाय कोणताही 'नंद' आता पृथ्वीतलावर जीवित नाही, मग चंद्रगुप्तास निष्ठा समर्पित करण्याशिवाय आपल्याकडे दुसरा काय मार्ग आहे, अमात्य? एक सुसंस्कृत, निर्व्यसनी, विद्याविभूषित, पराक्रमी व कर्तृत्ववान तरुणाला आपल्यासारख्या प्रतिभावंतांनी साथ द्यायची नाही तर कोणाला द्यायची? आर्यावर्ताच्या सीमेपलीकडून यवन स्वारी करीत आहेत, आपल्या इथले सर्वच राजे भोगलालसेत मग्न झाले आहेत. कोणाच्याही मनात राष्ट्राचा विचार येत नाही. आपसातील टोकाची वैरभावना, देशाच्या शत्रूला निमंत्रित करण्यापर्यंत गेली आहे. अशा बिकट समयी 'राष्ट्र-आराधन' आपण नाहीतर कोण करणार, अमात्य? 'राजा कालस्य कारणम्' हे जरी खरे असले तरी काळास घडविणारा असा राजा आपणासच घडवावा लागेल! इतिहासाने जी संधी दिली आहे तिचा अव्हेर केला तर मात्र काळ कोणासही क्षमा करणार नाही! देशासाठी शतकानुशतकातून एखादाच 'चक्रवर्ती' सम्राट तयार होत असतो, अमात्य! जीवित असलेला हा एकमात्र नंद राजपुत्र चंद्रगुप्त, याच्या हातावर ती सगळी सुलक्षणे आहेत. आपण स्वत: उत्तम हस्तसामुद्रिक आहात, ती लक्षणे पाहा आणि मगच निर्णय घ्या. एकदा आपण हे दायित्व स्वीकारले की, मी इथे थांबण्याचे काहीच प्रयोजन उरत नाही. मी तत्काळ पाटलीपुत्र सोडणार आहे.'' मी करीत असलेल्या प्रश्नाच्या सरबत्तीने अमात्य विचारात पडल्यासारखे वाटले.

मी त्यांच्या अंत:करणाचा खोल ठाव घेत होतो, जणू मला सुस्पष्टरीत्या त्यांचे मन वाचता येत होते! अमात्य अंतर्मुख तर निश्चित झाले हाते, पण अजूनही ते अस्थिर मन:स्थितीत असल्याने त्यांच्या मनाची चलबिचल होत होती... कौटिल्याचा स्वत:वर असलेला एवढा आत्मविश्वास आणि आजवर शत्रू असलेल्या अमात्यांवर देखील इतका विश्वास! त्यांच्यासाठी स्वप्नवतच होते सर्वकाही. अमात्य अंतर्मुख झाल्याचे जाणवले. चाणक्याचे खरे रूप तरी कोणते? स्वत:च्या गुणवत्तेविषयी मी अलिप्त असलो तरी चाणक्याने दाखविलेली गुणग्राहकता विचार करायला लावणारी होती. माझ्यावर स्तुतिसुमने उधळताना चाणक्याने केलेले माझ्या गुणवत्तेचे वर्णन चुकीचे नव्हते, शिवाय ते मनापासून काढलेले प्रांजळ गौरवोद्गार होते! त्यात कसलाही कृत्रिम अभिनिवेश नव्हता. संपूर्ण राष्ट्राचे चिंतन करणारी त्याची दूरदृष्टी

कुठे आणि केवळ नंद राजाचेच कल्याण पाहणारी माझी लघुदृष्टी कुठे? आचार्य म्हणतात तसे, खरेच मी चुकीच्या व्यक्तीवर निष्ठा ठेवली होती का? त्यामुळेच तर माझे कर्तृत्व आणि पुण्याई खर्च होऊनही मी विफल झालो हे सत्य असेल का? कुमार चंद्रगुप्त पराक्रमी आणि विजयी राजा असूनही मजसारख्या शरणागतासमोर विनम्र होत अभिवादन करतो एवढे पुरेसे नाही का? दृष्टिपटलावर आलेले मळभ दूर करण्यासाठी आणखी काय आवश्यक होते?

अमात्य राक्षसाच्या मनातील हा वैचारिक गोंधळ आणि उपस्थित होत असलेले उलटसुलट प्रश्न, मी सस्मित मुद्रेने त्यांच्याच डोळ्यांत वाचत होतो. शेवटी काहीही असले तरी तो एक बुद्धिमान पुरुष होता. काही कालासाठी त्यांच्या विवेकावर आंधळ्या राजनिष्ठेने जरी मात केलेली असली तरी, माझ्या शाब्दिक बाणांनी त्यांच्या मेंदूवर आलेले अविचारांचे सावट दूर झाले होते. विवेक जागृत होत एका नव्या राक्षसाचा उदय झाल्याचे स्पष्ट संकेत दिसू लागले होते. तरी मी शेवटचा बाण भात्यातून काढलाच....!

"अमात्य, चंदनदास आपणास जीवित हवे आहेत ना? तर मग चंद्रगुप्तांच्या अमात्यपदाची निर्देशक असलेली ही कट्यार नि:शंकपणे स्वीकारा!" तो बाण मात्र वर्मी लागला, अमात्य हताश स्वरात उद्गारले, "तुझा विजय झालाय, चाणक्य! अन् मी पराभूत झालो आहे, शरण आलो आहे! पराजितास आणि शरणागतास कोणीही कौल मागत नाही. माझे दैवच माझ्यासोबत नाही ते आजवर केवळ तुलाच प्रसन्न आहे, मग मी तरी कोणाला व काय दोष देऊ? तू म्हणशील तसेच सर्वकाही होईल, चाणक्या...!"

अमात्यांनी थरथरत संमती देऊन ती रत्नजडित कट्यार स्वीकारताच सर्वांनी अमात्यांचा जयकार केला. जयतु! जयतु! अमात्य राक्षस जयतु! या शुभ प्रसंगास अनुसरून, आनंदी झालेल्या चंद्रगुप्ताने कारागृहातील सर्व राजबंदी मुक्त करण्याचे आदेश दिले व मलयकेतूस त्याचा पैतृक प्रदेश परत देण्याचे आणि चंदनदासास पुनश्च नगरश्रेष्ठीचे सन्माननीय पद दिल्याचेही घोषित केले. चंद्रगुप्त मौर्याचे अमात्यपद राक्षसांनी स्वीकारल्यानंतर मी कृतकृत्य भावनेने अमात्य राक्षसास मिठी मारली व माझी मुक्त असलेली शिखा बंधनात बंदिस्त केली!

माझ्या जीवनातील एक मोठा अध्याय संपला होता.

त्या रात्री निश्चिंत होऊन निद्रादेवीच्या अधीन होणार होतो, पण राहून राहून अमात्य राक्षसांनी उच्चारलेले ते वाक्य ऐकू येत होते, "चाणक्या, माझे दैवच माझ्यावर रुसले आहे. उलट तुझ्यावर ते प्रसन्न आहे...!" अथ:पासून इतिपर्यंत पूर्ण घटनाक्रम तपासला तर एक निष्कर्ष निश्चितपणे सांगता आला असता की, अमात्य राक्षस आणि मी, या दोन 'चाणाक्ष' धुरंधरांच्या जीवघेण्या संघर्षात बहुतांश वेळ

माझीच सरशी झालेली होती. अर्थात अमात्य म्हणतात तसा हा केवळ दैवाचाच खेळ आहे हे विधान, मीच काय कोणताही बुद्धिप्रामाण्यवादी चिकित्सक कधीच मान्य करणार नाही. 'देव आणि दैव' याबाबत त्याचे तर्कशुद्ध प्रतिपादन असेच असेल की, साधारणत: सामान्य जनाची आकलनशक्ती कमी असल्यामुळे, समूह व्यवस्थेतील अनुशासन व नीतिमत्ता यांबाबत केलेले निर्बंध शिथिल होऊन गुंतागुंतीचे प्रश्न निर्माण होतात. अनुशासित समूह व्यवस्थेसाठी अत्यावश्यक असलेली स्वयंशिस्त निर्माण व्हावी यासाठी 'देव' ही संकल्पना दृढ केली गेली! शिवाय त्यास सर्वशक्तिमान व जगन्नियंता असे म्हटले गेल्यामुळे देवाविषयी समाजात आदरयुक्त भीती निर्माण करण्याचा हेतूही सफल झाला. बहुतांश लोकांनी, जगात किमान एकतरी सर्वश्रेष्ठ शक्ती आहे हे तत्त्वत: मान्य केले! देवाच्या आज्ञेशिवाय पानदेखील हलत नाही, असा प्रवाद त्यातूनच रूढ झाला. अर्थात प्रत्येक मानवी कृतीचे व घटनांचे नियंत्रण देवाकडे गेल्याने त्यापाठोपाठ 'दैव' हा शब्द अस्तित्वात आला! वास्तवाचा विचार केला तर, हाच निष्कर्ष काढावा लागेल की, 'देव' ही संपूर्ण मानवनिर्मित संकल्पना आहे, प्रत्यक्षात त्याचे अस्तित्व हे केवळ अनुमानच आहे! मग दैवाचा तर विषयच नाही!

निरीश्वरवादी सांख्य दार्शनिक जरी देव नाही असे म्हणत असले तरी, सामान्यत: लोकांमध्ये देवाचे अस्तित्व सर्वमान्य झालेले आहे. आपल्या वेदकालीन संस्कृतीमध्येसुद्धा देव हीच शक्ती केंद्रस्थानी गृहीत धरून सर्व चिंतन, मनन आणि रचना झालेल्या आहेत. 'अध्यात्म' या नावाने ते संपूर्ण भरतखंडात सर्वपरिचित आहे! ते चिंतन असे म्हणते की, दैव म्हणजे पूर्वसुकृत आणि त्याचा कर्माशी अन्योन्य संबंध आहे. या संकल्पनेचा पुरस्कारही आपल्या ऋषिमुनींनी केला आहे. म्हणजेच कर्मफल आणि पूर्वसुकृत हे पूर्वी केलेल्या चांगल्या कामावर किंवा पुण्याईवर अवलंबून आहे आणि गतजन्मीचा पुण्यसंचय अगदी या जन्मीदेखील कामी येतो, हेसुद्धा आवर्जून स्पष्ट केलेले आहे. ही पुण्याई जर कमी पडली तर मात्र सुरक्षेचे कवच गळून पडते! म्हणून सुदैवी होण्यासाठी सत्कर्म करीत राहून पुण्यसंचय वाढवावा, ज्याचा उपयोग वर्तमानात व भविष्यातसुद्धा दैव अनुकूल होण्यासाठी होईल!

याउलट भगवद्‌गीतेत श्रीकृष्णाने कर्मयोग सांगताना अपेक्षित कर्मफल मिळण्यासाठी जी पाच मुख्य कारणे दिलीत त्यांत दैवाचे स्थान सर्वांत शेवटी, पाचव्या क्रमांकावर ठेवले आहे! याचाच अर्थ असा की, बाकी कोणतेही कारण लागू होत नसेल तर शेवटी त्याचा भार दैवावर टाका. पण तो सर्वांत शेवटी... अगदीच निरुपाय म्हणून! नास्तिक व आस्तिक यांच्या टोकाच्या प्रतिपादनापेक्षा मला या बाबतीत गीताज्ञानाचा संदेश योग्य वाटत आला आहे. सर्वकाही देवावर

सोडून दैवाला दोष देणे हा मानवी कर्तृत्व आणि प्रतिभेचा अवमानच आहे. स्वत:च्या दोषामुळे आलेले अपयश मोकळ्या मनाने मान्य करणे, दांभिक लोकांस फार जड जाते. याचेच उत्तम उदाहरण म्हणजे, सतत दु:खी नि:श्वास सोडत केवळ माझे दुर्दैव आडवे आले... असे अमात्य राक्षसाने म्हणणे, हा कौटिल्याच्या निखळ यशाचा आणि बुद्धिचातुर्याचा अपमान नव्हता काय? एकूणच नाट्यमय घडामोडींचा घटनाक्रम व यशापयशाचा आलेख पाहता, अमात्य ज्यास 'चाणक्याचे सुदैव' म्हणत ते माझे देदिप्यमान कर्तृत्व होते आणि ते अमात्यांच्या कर्तृत्वापेक्षा नि:संशय श्रेष्ठ होते, म्हणूनच तर अमात्य 'दुर्दैवी' ठरले! प्रसंगावधान, अखंड सावधानता, कुशाग्र बुद्धी, काटेकोर नियोजन, अचूक अनुमान, परिपूर्ण माहिती, चतुर सहकारी, आणि सर्वांत महत्त्वाचे म्हणजे कार्यामागचा शुद्ध हेतू! या सर्वच बाबतीत मी अमात्यांहून वरचढ ठरलो होतो.

राजा धनानंदासारख्या निष्क्रिय, लालसी, अत्याचारी, व्यसनी व चारित्र्यहीन राजावर अमात्यांसारख्या बुद्धिमान व्यक्तीने अंधपणे निष्ठा ठेवणे या अविचारात दैवाचा काय सहभाग होता? धनानंदाच्या अन्यायी वर्तनास कंटाळून सेनापती भागूरायण आम्हाला वश झाला यात अमात्यांच्या दुर्दैवाचा प्रश्न कुठे येतो? अमात्य, सेनापती व थेट राजाच्या अंत:पुरापर्यंत भेद करून वास्तव्य करण्यात माझे चर यशस्वी झाले, हा अमात्यांच्या नाकर्तेपणाचा परिणाम होता, की दुर्दैवाचा भाग होता? विषकन्या प्रयोगात मी त्यांच्यावरच डाव उलटविला, तर अमात्य उद्वेगाने म्हणत राहिले की, दैवाने घात केला... चंद्रगुप्ताऐवजी विषकन्येने पर्वतकांचा बळी घेतला! दैवाने चाणक्यास साथ दिली व माझी अवस्था कर्णासारखी बिकट केली! अर्जुनासाठी राखून ठेवलेली देवराज इंद्राची ती अमोघ वासवी शक्ती जशी घटोत्कचावर सोडली गेली तसेच झाले. आता या सर्व घटनांतून आमची सतर्कता आणि अमात्यांचे ढिसाळ नियोजन याचेच दर्शन होते ना! नगरप्रवेशाचे वेळी माहूत वर्वरकाने घाई करून अंकुश उंचावल्यामुळे चित्रलेखा हत्तीण बिथरली व गतीचे वेळापत्रक बिघडले आणि ती अवजड कमान कोसळून त्याखाली माहूत वर्वरकाचा अंत झाला! त्यानंतर दारुवर्माने फाजील उत्साह दाखवीत महाराज वैरोचकासच चंद्रगुप्त समजून ठार केले व रक्षकांच्या प्रतिहल्ल्यात तो स्वत: संपला! उतावीळ सहकारी, निकृष्ट नियोजन व प्रसंगावधान नसणे हे दुर्गुण असे अंगलट येतात, यात दैवाचा यत्किंचितही सहभाग नसतो, हे अमात्यास कुणी सांगावे? पुढे राजवैद्य अभयदत्ताचा बळीदेखील केवळ माझ्या सदैव सावधचित्त असण्यामुळे गेला. राजवैद्यावर कोण संशय घेईल? अमात्याच्या या गृहीतकामुळे एका निष्णात वैद्यास करुणाजनक मृत्यू आला. राजाचे रंजन करणाऱ्या प्रमोदकास अमात्यांनी हाताशी धरले, पण त्याची प्रवृत्ती ध्यानात न घेता त्यास वारेमाप धन कृती करण्याचे आधीच दिले.

माझ्या गुप्तचरांनी अचूक मागोवा घेत त्याच्या उधळपट्टीची नोंद घेऊन ती बाब माझ्या लक्षात आणून दिली. मी कायम सतर्क असल्याने त्यास बंदिवान करून, त्याच्याकरवी अमात्यांचे नियोजित कपट कारस्थान उघडे पाडले, यात आमच्या सुदैवाचा भाग होता, की दक्षतेचा? दारुवर्मानेे निर्माण केलेल्या भुयारात लपून घातकी बर्बरक चंद्रगुप्ताची निद्रिस्त अवस्थेत हत्या करणार होता हे वृत्त समजल्याने, मी स्वत: शयनगृहाचे सूक्ष्म निरीक्षण केले असता, फटीतून अन्नकण घेऊन येणारी मुंग्यांची रांग पाहताच मला त्या भुयाराचा अचूक अंदाज आला व आत लपलेल्या सगळ्या मारेकऱ्यांना मी होरपळून मारले! हताश झालेले अमात्य तरी म्हणत राहिले की, प्रत्येक वेळी दैव आम्हाला अनुकूल व त्यांना प्रतिकूल आहे! सत्यस्थिती तर अशी होती की, आमचे सर्वच क्षेत्रांतले कर्तृत्व अमात्यांपेक्षा श्रेष्ठ दर्जाचे होते म्हणून तर आमचा विजय झाला. स्वपराक्रमावर विश्वास नसलेली माणसे 'जर दैव अनुकूल असेल तर आम्ही विजयी होऊ' अशी आत्मविश्वास नसलेली जरतरची भाषा वापरतात! मलयकेतूचा बुद्धिभेद करून त्यास राक्षसापासून वेगळे करणे हा तर माझ्या कूटनीतीचा देदीप्यमान विजय होता, पण अमात्य त्याससुद्धा दुर्दैवाचे दशावतारच म्हणत होते. अमात्यांना नि:शस्त्र करून शरण येण्यास कसे भाग पाडले याची साद्यन्त माहिती कथन केल्यावरच त्यांना आमच्या सर्व कुटिलनीतीचा उलगडा झाला! व त्यांनी शेवटी का होईना उद्‌गार काढले की 'दैवावर या विष्णुगुप्ताने आपल्या कर्तृत्वाने, बुद्धिचायतुर्याने व प्रतिभेच्या जोरावर मात केली...!' अर्थात हेही नसे थोडके! कूटनीतीच्या रंगमंचावरील दोन 'चाणाक्ष' धुरंधरांतील थरारक नाट्याचे आता भरतवाक्य म्हणायचे तेवढे बाकी राहिले होते! खेळ संपला होता.''

प्रतिज्ञापूर्ती आणि अपेक्षापूर्तीचा मला विलक्षण आनंद झाला होता. आर्यावर्ताच्या उज्ज्वल भवितव्याविषयी आता मी निश्चिंत झालो होतो. कृतार्थ व तृप्त अंत:करणाने मी वानप्रस्थाश्रमाच्या तयारीस लागलो. माझे सर्व लक्ष आता देवतात्मा हिमालयाकडे लागले! सुवर्णप्रकाशात झळाळून निघालेली उंच हिमशिखरे मला साद घालत होती. तिथून दिसणाऱ्या क्षितिजावर तक्षशिला अथवा पाटलीपुत्र यांचे दर्शनदेखील होणार नव्हते, आणि मला तशी इच्छाही उरली नव्हती!

◆